વિશ્વ બંધુ ભારત

એસ. જયશંકર મે 2019 થી ભારતના વિદેશ મંત્રી તરીકે કાર્યરત છે અને હાલમાં તેઓ ગુજરાતનું પ્રતિનિધિત્વ કરતા રાજ્યસભાના સભ્ય છે. 2015 થી 2018 સુધી તેઓ ભારતના વિદેશ સચિવ હતા. ભારતીય વિદેશ સેવા (IFS)માં ચાર દાયકાની કારકિર્દી દરમિયાન, તેમણે યુનાઈટેડ સ્ટેટ્સ, ચીન અને ચેક રિપબ્લિકમાં રાજદૂત તરીકે અને સિંગાપુરમાં હાઈ કમિશનર તરીકે સેવા આપી છે. તેમનું પહેલું પુસ્તક 'ધ ઈન્ડિયા વે: સ્ટ્રેટેજીઝ ફોર એન અન્સર્ટેન વર્લ્ડ' વર્ષ 2020માં પ્રકાશિત થયું હતું.

વિશ્વ બંધુ ભારત

એસ. જયશંકર

RUPA

પ્રકાશક
રૂપા પબ્લિકેશન્સ ઇન્ડિયા પ્રાઇવેટ લિમિટેડ 2024
7/16, અંસારી રોડ, દરિયાગંજ
નવી દિલ્હી 110002

વેચાણ કેન્દ્રો:
બેંગલુરુ ચેન્નાઇ હૈદરાબાદ
જયપુર કાઠમાંડુ કોલકાતા
મુંબઈ પ્રયાગરાજ

P ISBN-978-93-6156-541-0
E ISBN-978-93-6156-261-7

પ્રથમ આવૃત્તિ 2024

10 9 8 7 6 5 4 3 2 1

ભારતમાં છપાયેલું

અનુક્રમણિકા

સંક્ષેપ શબ્દોની યાદી

AI	આર્ટીફીશીયલ ઈન્ટેલીજન્સ
APEC	એશિયા-પ્રશાંત આર્થિક સહકાર
ARF	ASEAN પ્રાદેશિક મંચ
ASEAN	દક્ષિણ-પૂર્વ એશિયાઈ રાષ્ટ્રોની સંસ્થા
AU	આફ્રિકન યુનિયન
BJP	ભારતીય જનતા પાર્ટી
BIMSTEC	બંગાળની ખાડી માટે બહુપક્ષીય તકનીકી અને આર્થિક સહકાર પહેલ
BRI	બેલ્ટ અને રોડ પહેલ
BRICS	બ્રાઝિલ, રશિયા, ભારત, ચીન, દક્ષિણ આફ્રિકા
CARICOM	કેરિબિયન સમુદાય
CDRI	આપત્તિ પ્રતિસાધક ઈન્ફ્રાસ્ટ્રક્ચર માટે ગઠબંધન
CELAC	લેટિન અમેરિકન અને કેરિબિયન રાષ્ટ્રોની સમુદાય
CEPA	વ્યાપક આર્થિક ભાગીદારી કરાર
CET	આલોચનાત્મક અને ઉભરતી ટેકનોલોજી
CM	મુખ્યમંત્રી
CPEC	ચીન-પાકિસ્તાન આર્થિક કોરિડોર
CTC	આતંકવાદ વિરોધી સમિતિ
EAM	વિદેશ મંત્રાલય
ECTA	આર્થિક સહકાર અને વેપાર કરાર
EU	યુરોપિયન યુનિયન

FDI	સીધું વિદેશી રોકાણ
FIPIC	ભારત-પ્રશાંત દ્વીપમાળા સહકાર મંચ
FTA	મુક્ત વેપાર કરાર
GCC	ખાડી સહકાર પરિષદ
GDP	સ્થૂળ સ્થાનિક ઉત્પાદન
HADR	માનવતાવાદી સહાય અને આપત્તિ રાહત
I2U2	ભારત, ઈઝરાયેલ, સંયુક્ત આરબ અમીરાત, અમેરિકાના સંયુક્ત રાષ્ટ્રો
IAFS	ભારત-આફ્રિકા મંચ શિખર સંમેલન
IBSA	ભારત, બ્રાઝિલ, દક્ષિણ આફ્રિકા
ICWF	ભારતીય સમુદાય કલ્યાણનિધિ
IFF	મિત્ર અથવા શત્રુ ઓળખ
IGN	આંતરસરકારી વાટાઘાટો
IMEC	ભારત-મધ્યપૂર્વ-યુરોપ આર્થિક કોરિડોર
IPMDA	ઈન્ડો-પ્રશાંત સાગર ક્ષેત્ર જાગૃતિ માટેની ભાગીદારી
IOC	ભારતીય મહાસાગર પંચ
IPOI	ઈન્ડો-પ્રશાંત મહાસાગર પહેલ
IORA	હિંદ મહાસાગર તટીય ક્ષેત્રીય સહયોગ સંઘ
IPEF	ભારતીય-પ્રશાંત આર્થિક માળખું
ISA	આંતરરાષ્ટ્રીય સૌર ગઠબંધન
IT	માહિતી ટેકનોલોજી
IUU	ગેરકાયદેસર, અવિદિત અને અનિયંત્રિત
LIFE	પર્યાવરણ માટેની જીવનશૈલી
LAC	વર્તમાન નિયંત્રણ રેખા
LDC	સૌથી ઓછા વિકસિત દેશ
LWE	ડાબેરી ઉગ્રવાદ
MMPA	સ્થળાંતર અને ગતિશીલતા ભાગીદારી કરાર

NSG	પરમાણુ પુરવઠા જૂથ
ODA	અધિકૃત વિકાસ સહાયતા
O-RAN	ઓપન રેડિયો એક્સેસ નેટવર્ક્સ
OSOWOG	એક સૂર્ય એક વિશ્વ એક ગ્રિડ
PIF	પ્રશાંત દ્વીપસમૂહ ફોરમ
PLA	લોકમુક્તિ સેના
PLI	ઉત્પાદન સાથે સંકળાયેલી પ્રોત્સાહન યોજના
PoK	પાકિસ્તાન અધિકૃત કાશ્મીર
PPE	વ્યક્તિગત સુરક્ષા ઉપકરણ
PRAGATI	સક્રિય શાસન અને સમયસર અમલ
PRC	ચીની જનવાદી ગણરાજ્ય
PM	પ્રધાનમંત્રી
RCEP	પ્રાદેશિક વ્યાપક આર્થિક ભાગીદારી
RIC	રશિયા-ભારત-ચીન
SAARC	દક્ષિણ એશિયાઈ પ્રાદેશિક સહકાર સંસ્થા
SAGAR	પ્રદેશમાં સમગ્ર સુરક્ષા અને વિકાસ
SCO	શાંઘાઈ સહકાર સંસ્થા
SCRI	પુરવઠા શૃંખલા સ્થિતિસ્થાપકતા પહેલ
SDG	ટકાઉ વિકાસ લક્ષ્યાંકો
SME	લઘુ અને મધ્યમ ઉદ્યોગ
SOP	માનક કાર્યકારી પ્રક્રિયા
SPICE	સ્માર્ટ, ચોક્કસ અસર, ખર્ચ અસરકારક
SR	વિશેષ પ્રતિનિધિ
UAE	સંયુક્ત આરબ અમીરાત
UK	યૂનાઇટેડ કિંગડમ
UNCLOS	સમુદ્રના કાયદા પર સંયુક્ત રાષ્ટ્ર સંમેલન

UNFCCC	યુનાઈટેડ નેશન્સ ફ્રેમવર્ક કન્વેન્શન ઓન ક્લાઈમેટ ચેન્જ
UNGA	સંયુક્ત રાષ્ટ્ર મહાસભા
UN	સંયુક્ત રાષ્ટ્ર
UNSC	સંયુક્ત રાષ્ટ્ર સુરક્ષા પરિષદ
US	યુનાઈટેડ સ્ટેટ્સ ઓફ અમેરિકા
USSR	યુનિયન ઓફ સોવિયેટ સોશિયલીસ્ટ રિપબ્લિક
WHO	વિશ્વ આરોગ્ય સંસ્થા
WTO	વિશ્વ વેપાર સંસ્થા

આમુખ

છેલ્લા એક દાયકા દરમિયાન મેં ન માત્ર વિદેશ નીતિ-ઘડતર વિશે સંપૂર્ણ જાણકારી મેળવી છે પરંતુ એની પ્રક્રિયામાં સહભાગી થવાનું અહોભાગ્ય પણ મને પ્રાપ્ત થયું છે. હાલમાં વિદેશ મંત્રી તરીકે અને એ પહેલા વિદેશ સચિવ તેમજ યુએસના ભારતીય રાજદૂત તરીકે વિશ્લેષણ, વિચાર-વિમર્શ અને આ સમયકાળની રણનીતિઓ ઘડવાની પ્રક્રિયા જેવી વિવિધ કવાયતોમાં હું સઘન રીતે સામેલ રહ્યો છું. મારો આશય એ બધા સંસ્મરણોનું અહીં વર્ણન કરવાનો જરાય નથી, ખાસ કરીને જ્યારે હાલમાં હું એ બધી જવાબદારીઓનું વહન કરી રહ્યો છું એવા સમયે તો બિલકુલ નહીં. જો કે આ એક આમૂલ પરિવર્તનકારી સમયકાળ રહ્યો છે ત્યારે આશય એ છે કે આમ જનતાને એ અંગેની તટસ્થ સમજ પ્રદાન કરવામાં આવે. એવું પ્રતીત થાય છે કે વિશ્લેષણોની દુનિયા પોતાની જ પૂર્વધારણાઓની આસપાસ વિંટળાતી જોવા મળે છે અને પોતાના બીબામાં બંધબેસતા ન હોય તેવા વિકાસને સમજવામાં મુશ્કેલી અનુભવે છે. અત્યારે રાજનૈતિક ક્ષેત્ર એટલું ભયાનક રીતે વાદવિવાદગ્રસ્ત સ્વરૂપ ધારણ કરતું જાય છે જેમાં અમુક રાજકીય પક્ષો એવા વલણો અપનાવી રહ્યા છે જે એમની ખુદની વિચારધારાની વિરુદ્ધ છે. એ રીતે જોઈએ તો આ અંગેની સમજણ આપવાની જવાબદારી એવા લોકો પર આવી પડી છે જે ખરા અર્થમાં એમાં સહભાગી છે. લોકો સમક્ષ મારા વિચારોને રજૂ કરવાના મારા અગાઉના અનુભવને કારણે આ પડકારને ઝીલી લેવો એ મારા માટે સ્વાભાવિક હતું. આ વિચાર મનોમંથને જ મને આ પુસ્તક લખવાની પ્રેરણા આપી છે.

પાંચ દશકમાં એક રાજનીતિજ્ઞ તરીકેની મારી પૃષ્ઠભૂમિ મને વૈશ્વિક પરિદૃશ્ય, તે અંગેના પડકારો અને જટિલતાઓ ઉપરાંત ભારત માટેના સૂચિતાર્થો અને પ્રસ્તાવિત કાર્યવાહીનું વસ્તુલક્ષી ચિત્ર રજૂ કરવાના પક્ષમાં મૂકે છે. આ બધા વર્ષો દરમિયાન મેં આ જ તો કર્યું છે. એવું નથી કે આપણે વ્યક્તિઓ અને જવાબદારીઓથી દૂર ભાગીએ છીએ કે એની અગત્યતાને ઓછી આંકીએ છીએ. એનાથી ઉલ્ટું રાજનીતિમાં મોટા ભાગે તો તાલમેલ અને વિશ્વસનિયતા વિશેની વાતો હોય છે જે હંમેશા સચોટ નિર્ણયના કેન્દ્રસ્થાને હોય છે. પરંતુ મોટા ભાગે એવું બનતું હોય છે કે વ્યક્તિલક્ષી અને વસ્તુલક્ષી તત્વો એમાંથી ઓસરી જતા હોય છે જેમાં અપેક્ષાકૃત તટસ્થ વ્યક્તિની આવશ્યકતા હોય છે.

મારા આ વિશિષ્ટ પ્રયત્નોમાં છેલ્લા કેટલાક સમયથી મેં એક એવા વિશ્વ વિશે મનોમંથન

કર્યું જે આર્થિક ઉથલપાથલો, કોવિડ મહામારી, યુક્રેન યુદ્ધ, સતત બોંબમારાથી ધણધણતું પશ્ચિમ એશિયા (મધ્ય પૂર્વ) અને વધતી જતી સત્તાની સાઠમારી જેવા વિવિધ પડકારો સામે ઝઝૂમી રહ્યું છે અને સાથે સાથે આવી વૈશ્વિક અસ્થિરતાભરી પરિસ્થિતિમાં વૈશ્વિક હરણફાળ ભરવામાં ભારતના સામર્થ્યનું આકલન કરવાનો મેં પ્રયાસ કર્યો છે. આ કવાયતથી મને એટલો ખ્યાલ આવ્યો કે પાછલા વર્ષોમાં આપણે કેટલી પ્રગતિ કરી છે અને 2014 પહેલાના વર્ષોની તુલનામાં આપણે હવે કેટલા અલગ તરી આવીએ છીએ. ભારત આજે તેની પહેલાની બિનજોડાણવાદી રક્ષણાત્મક સ્થિતિમાંથી બહાર આવી પૂરતા આત્મવિશ્વાસ સાથે ઘણા બધા મુદ્દાઓ પર વિશ્વના વિવિધ દેશો સાથે વિચાર-વિમર્શ કરી રહ્યું છે. પ્રાદેશિક હોય કે વૈશ્વિક દરેક સમસ્યાના સમાધાનમાં ભારતનું યોગદાન અપ્રતિમ રહ્યું છે. આના લીધે ભારત દેશ હવે 'વિશ્વ મિત્ર' તરીકે ઉભરી આવ્યો છે, તે વિશ્વનો એવો સાથી છે જે વીતતા જતા પ્રત્યેક વર્ષ સાથે બહુ મોટા બદલાવનું નિમિત્ત બને છે. નવી દિલ્હી G20 શિખર સંમેલને ન માત્ર વૈશ્વિક એજન્ડાને સાકાર કરવામાં આપણી ક્ષમતાને સમર્થન આપ્યું છે પરંતુ એ બાબત પર પણ ભાર આપ્યો છે કે વિશ્વના અન્ય દેશો પણ ભારત સાથે પોતાના સંબંધો મજબૂત બનાવવાની વાત પર વધુ ભાર આપે છે.

સાવ અપ્રસ્તુત અથવા અસંગત તપાસ પ્રણાલિની મુશ્કેલી એ છે કે તે આ પરિવર્તનના સકારાત્મક પરિણામોને પૂર્ણ રીતે રજૂ કરવામાં અસમર્થ છે. ઉપરાંત, તે એવું પણ સૂચવી શકે છે કે તે અંગે તેની અનિવાર્યતા હતી અને એ રીતે વૈચારિક સામર્થ્ય અને નેતૃત્વની અગત્યતાની ઉપેક્ષા થાય છે. જે સફરમાંથી આપણે પસાર થયા છીએ અને જે સંભવિતતાઓ આપણી પ્રતીક્ષા કરી રહી છે એ સમજવા માટે વિશેષિકૃત સંકલ્પના પણ એટલી જ આવશ્યક છે. આ પુસ્તકની અંદર અમુક રાજનૈતિક પ્રક્રિયાના વિશેષ પાસાઓને આવરી લેવામાં આવ્યાં છે પરંતુ મોટા ભાગની કાર્યરિતીઓ વડાપ્રધાન નરેન્દ્ર મોદીના અંગત વિચારોની નીપજ છે, તેથી સહેજ ખચકાટ પછી મેં આ પુસ્તકના આમુખમાં એક પ્રસ્તાવના રાખવાનું નક્કી કર્યું જેથી કરીને વાચકમિત્રોને ખ્યાલ આવે કે નીતિઓ કેવી રીતે ઘડવામાં આવે છે અને કેવી રીતે નિર્ણય લેવામાં આવે છે.

નરેન્દ્ર મોદી સાથે મારો પહેલો વ્યક્તિગત પરિચય 2011 માં થયો, એ વખતે હું ચીનમાં ભારતીય રાજદૂત તરીકે સેવારત હતો અને તેઓ ગુજરાતના મુખ્ય મંત્રી હતા. એમની યાત્રાની પ્રતીક્ષા કરતી વખતે વિવિધ ક્ષેત્રોમાં ચીને હાંસલ કરેલ પ્રગતિનું આકલન કરવામાં એમની અભિરૂચિ જોઈને હું દંગ રહી ગયો. મારા માટે તો ત્યારે પણ એ સુસ્પષ્ટ હતું કે સંસ્કૃતિગત પુનરોત્થાનની દૃષ્ટિએ તેમણે ભારત અને ચીન બંને દેશોની કલ્પના કરી હતી. આમાં સૌથી નોંધપાત્ર વાત એ હતી કે તેમણે રાજનૈતિક બાબતો અંગે ટૂંકી વિગતો આપવા વિનંતી કરી હતી કેમ કે વિદેશમાં રહીને તેઓ રાષ્ટ્રિય સ્તરના પદસ્થાનોથી સહેજ પણ વિચલિત થવા માગતા નહોતા. આપણા સંબંધોની રૂપરેખાને જોતા સ્વાભાવિક રીતે જ આતંકવાદ અને સંપ્રભુતા આ

બંને પર ભાર આપવામાં આવ્યો હતો.

કોઈ વ્યક્તિની આ પ્રકારની કાર્યશૈલિ સાથે આ મારો પહેલો અનુભવ હતો જેમાં વ્યાપક પ્રમાણમાં સંક્ષિપ્ત વિગતો અને ત્યારબાદ નિયમિત રીતે એના પ્રતિસાદ પર ભાર આપવામાં આવ્યો હતો. સરવાળે આ બધાએ મારા મન પર એક મજબૂત રાષ્ટ્રવાદ, વ્યાપક હેતુલક્ષીતા અને બારીક વિગતો પર સૂક્ષ્મ ધ્યાન આપવા બાબતે એક ઘેરી છાપ છોડી દીધી હતી. બીજાઓના વિચારો અને અનુભવો પ્રત્યે તેમનું ખુલ્લાદિલપણું અને નિખાલસતા સ્પષ્ટપણે દેખાઈ આવતી હતી. થોડા દિવસ એમની સાથે રહેવાથી મને એશિયામાં તુલનાત્મક આધુનિકતા પરના મારા વિચારો રજૂ કરવાની અને તેમના પોતાના વિચારોનું આકલન કરવાની તક મળી. તેઓ જાપાનના આર્થિક તકનિકી ક્ષેત્રની પ્રગતિની સાથે સાથે તેમના સામાજિક એકતા અને સાંસ્કૃતિક ગૌરવથી પણ નિશ્ચિત રૂપે પ્રભાવિત થયા હતા. મને બરાબર યાદ છે કે તેઓએ લી કુઆન યૂ ના નેતૃત્વ ગુણના પણ વખાણ કર્યા હતા. એમાં કોઈ આશ્ચર્યની વાત નથી કે બાદમાં 2015 માં તેમની અંતિમ સંસ્કાર વિધિ વખતે પણ તેઓ ઉપસ્થિત રહ્યા હતા. ઘણી વાર હું એમની સાથેની પહેલી મુલાકાત અંગે ઊંડું ચિંતન કરતો હોઉં છું કારણ કે એ સમયે આતંકવાદ પર તેમના દૃઢ વિચારો, ચિંતાજનક રાષ્ટ્રિય મુદ્દાઓને રજૂ કરવાની તેમની દેખીતી કુનેહ અને સામાજિક-આર્થિક બાબતો સાથે તેમની નિસબત ધ્યાન ખેંચે એવી છે. આના લીધે મારા મનમાં એક એવા વિચારે ઝબકારો કર્યો કે 2014 પછી સાંસ્કૃતિક પુનઃસમતુલાની દિશામાં પ્રયાસો આગળ વધશે.

2014 ની સામાન્ય ચૂંટણીના સમયગાળાની આસપાસ એમની સાથે મારી બીજી મુલાકાત અપ્રત્યક્ષ રૂપે થઈ હતી. મત ગણતરી પહેલા લોકમુખે જે સંભળાઈ રહ્યું હતું તેના પરથી લાગતું હતું કે આ વખતે દેશનો રખેવાળ બદલાઈ શકે છે. યુએસના વોશિંગ્ટન ડીસીમાં ભારતીય રાજદૂત તરીકે મારી જવાબદારી તમામ અનિશ્ચિત બાબતો અંગે આગોતરું આયોજન કરવાની હતી. અમેરિકન પ્રમુખ બરાક ઓબામા અને ભારતના મનોનિત વડાપ્રધાન વચ્ચે ટેલીફોન પર ત્વરીત વાતચીત કરવા અંગેની સઘળી તૈયારીઓ વિધિસર રીતે આટોપી લેવામાં આવી હતી. આ વિશેષ પ્રસંગે માત્ર રહેવા-જમવા અને પ્રોટોકોલના મુદ્દાઓ સિવાય પણ બીજી ઘણી બધી બાબતોનું ધ્યાન રાખવાનું હતું. ઘણા લાંબા સમયથી મુલત્વી રહેલ આ સંબોધનનો મુદ્દો ચિંતાની બાબત તો હતી જ. આખરે બધું સમુસૂતરું પાર ઉતરી ગયું. પણ આ ઘટનાથી રાષ્ટ્રિય હિતને આગળ ધરવામાં અને સંભવતઃ મહત્ત્વપૂર્ણ વિકાસ સહયોગી પ્રત્યે વ્યૂહાત્મક અભિગમ અપનાવવાની વડાપ્રધાન મોદીની કુનેહ જોવા મળી.

આ સમયકાળ દરમિયાનના કોઈપણ વિવરણમાં 2014 માં યોજાયેલ મેડિસન સ્ક્વેર ગાર્ડનની ઘટનાનો સંદર્ભ ન ટાંકીએ તો એ અધૂરું ગણાય. આ ઘટનાનો ઉલ્લેખ કરવાનું મન અહીં એટલા માટે થાય કે આના કારણે વિદેશ વસતા પ્રવાસી ભારતીય સમૂહો એકબીજાની

નજીક આવ્યા અને તેમની વચ્ચે જાહેર સ્થળો પર સંવાદની એક પરંપરા શરૂ થઈ જે આજે પણ જળવાઈ રહી છે. વડાપ્રધાન મોદી સાથેની મારી પહેલી મુલાકાતમાં ડાયસ્પોરા (વિદેશમાં સ્થાયી થયેલ ભારતીયો)ની અસર અને વિદેશમાં ભારતની પ્રતિષ્ઠાને સુદૃઢ બનાવવાના સંદર્ભમાં આ વિચારનો જન્મ થયો. મને સ્પષ્ટપણે જણાવવામાં આવ્યું હતું કે લોકોનો જમાવડો ન્યૂ યોર્કમાં એવી રીતે આયોજિત કરવો કે જેથી કરીને એના પડઘા છેક વોશિંગ્ટન ડીસી સુધી પડે અને ત્યારબાદ સમગ્ર વિશ્વમાં તેનો સંદેશ પહોંચે. આ અનુભવ પછીથી નરેન્દ્ર મોદીની રાજનીતિની એક આગવી ઓળખ બની ગઈ જેનું પુનરાવર્તન ત્યારબાદ અનેક દેશો અને ઉપખંડોમાં થયું. લોકશાહી શાસનપ્રણાલિનો નેતા હંમેશા ઉત્સાહિત હોવો જોઈએ અને દરેક પ્રસંગમાં ભાગ લેવા આતુર હોવો જોઈએ. ડેનમાર્કથી લઈને જાપાન સુધી અને આફ્રિકાથી લઈને ઑસ્ટ્રેલિયા સુધી આવી ઘટનાઓને રાજનૈતિક સૂર-સંગીતના મેળાવડા તરીકે જોવામાં આવી.

વિદેશમાં વસતા ભારતીયો માટે આ બધું પ્રેરણાત્મક અને સાથે સાથે તેની આગવી ઓળખ સમું બની રહ્યું છે. માત્ર આટલું જ નહી, ભારતની ગાથાઓને વિશ્વ સમક્ષ પ્રસ્તુત કરવા માટે આ એક ભવ્યાતિભવ્ય મંચ બની ગયું જેમાં સમયને અનુકૂળ નીતનવા ફેરફારો થતા રહ્યા છે. પ્રવાસી ભારતીયો માટે આ નિસબત જ અનેકવિધ પરિબળોના સંયોજનમાંથી ઉભરી છે. તે ભારતના કલ્યાણની દિશામાં તેમના નિરંતર યોગદાનની પ્રશંસાને અભિવ્યક્ત કરે છે. અને સાથે સાથે તેમને ઉત્સાહિત કરવાથી વિદેશ વસતા તેમના સમુદાયોને ભારતમાં વધુ રૂચિ લેવાના પ્રયાસોને પ્રોત્સાહન મળે છે. જો કે ભારતીયોને વૈશ્વિક કાર્યસ્થળના યુગ માટે તૈયાર કરવાની એક ઘેરી સમસ્યા પણ છે. આ માટે એક દેશમાંથી બીજા દેશમાં તેમની આવન-જાવનને સહાયતા કરવાની, વિદેશમાં વસવા માટેની સુવિધાઓ આસાન બનાવવાની, વિદ્યાર્થીઓ, વ્યવસાયિકો વગેરેની વિશેષ સમસ્યાઓનું નિવારણ કરવાની અને સૌથી મહત્ત્વપૂર્ણ સંકટ સમયે તેમની મદદ માટે તેમની પડખે ઉભા રહેવાની આવશ્યકતા છે. જે રીતે અન્ય ક્ષેત્રોમાં થાય છે એ રીતે અહીં પણ ઘોષણા કર્યા પછી તેના પર કામ શરૂ કરવામાં આવે છે. આ પ્રકારની આકસ્મિક આવશ્યકતાઓ માટે ઓનલાઈન પોર્ટલ્સ, કલ્યાણ નિધિઓ અને રિસ્પોન્સ સિસ્ટમ વગેરે સ્થાપિત કરવામાં વડાપ્રધાન વિશેષ રસ લે છે.

રાજનીતિ વિશે ઘણી બાબતો વ્યક્તિગત હોય છે, ખાસ કરીને નેતૃત્વના સ્તરે. વડાપ્રધાન મોદીની આંખે ઉડીને વળગે એવી કેટલીક વિશિષ્ટ ઉપલબ્ધિઓમાંની એક પોતાના આંતરરાષ્ટ્રિય સહયોગીઓ સાથે સાનુકૂળ તાલમેલ સ્થાપિત કરવાની તેમની કુશળતા રહી છે. વળી, પાશ્ચાત્ય શાસકોથી લઈને અખાતી દેશોના શાસકો, લોકતાંત્રિક શાસકોથી લઈ આર્થિક બદલાવથી ઓછા પ્રભાવિત અર્થતંત્ર ધરાવતા દેશોના શાસકો, ભારત જેવી સંસ્કૃતિ ધરાવતા અને ભારતથી ભિન્ન સંસ્કૃતિ ધરાવતા દેશોના શાસકો સુધી આ કુશળતા અલગ-અલગ હોઈ શકે છે. આ માટે કોઈ ચોક્કસ સૂત્ર નથી પણ આપણે સમજી શકીએ કે ઘણાં બધા સંબંધો અનુભવોના વિનિમય અને પ્રાપ્ત કરેલ સિદ્ધિઓ પ્રત્યે આદરભાવથી સર્જાતા હોય છે. કોઈપણ

સ્પર્ધાત્મક ક્ષેત્રની જેમ જ, જે લોકો લોકપ્રિયતાની દ્રષ્ટીએ, વિચારોના સ્ત્રોત તરીકે અથવા તો સાશનના સંદર્ભમાં સારું પ્રદર્શન કરે છે તેઓ નિશ્ચિતપણે અન્ય લોકોના રસ અને પ્રસંશાને પાત્ર બને છે. પરંતુ આમાં અમુક બાબતો એવી પણ હોય છે જે વધુ વ્યક્તિગત અથવા સાંસ્કૃતિક હોઈ શકે છે. દા. ત. વડાપ્રધાન મોદીનો ઉપવાસ કરવાનો સંયમ 2014 માં તેમની યુએસની મુલાકાત દરમિયાન અને ત્યાર પછી પણ બહુ મોટો ચર્ચાનો વિષય બની ગયો હતો. તેની પાછળના દૃષ્ટિકોણ અંગે પણ ઘણું કૌતૂહલ ઉત્પન્ન થયું. એવી જ રીતે યોગ વિશે તેમનો પ્રચાર-પ્રસાર અને તેમના પોતાના દ્વારા તેનો નિયમિત અભ્યાસ હંમેશા તેમના સમકક્ષ નેતાઓમાં ચર્ચાનો મુદ્દો બની રહેતો. આમાં બીજી પણ ઘણી બધી બાબતોનો ઉમેરો થયો, જેમ કે ભોજન લેવાની તેમની આદત તેમજ પરંપરાગત ચિકિત્સા પદ્ધતિથી લઈને સાંસ્કૃતિક વારસો અને ઈતિહાસ સુધીના અનેક મુદ્દા તેમાં સામેલ થયા અને તે એટલે સુધી કે તેમના વિશે અવનવી જાણકારીએ તેમની એક અલગ છાપ ઉભી કરી, એટલું જ નહિ આ બધી બાબતો ભારતના માનસપટલ પર પ્રભાવશાળી રહી.

ત્યારબાદ, સાંપ્રત સમયના મુદ્દાઓને લઈને વડાપ્રધાન મોદીએ રજુ કરેલા વિચારો અને મનોમંથન પ્રભાવશાળી રહ્યાં હતાં. 2015 માં પેરિસમાં યોજાયેલ સંયુક્ત રાષ્ટ્રસંઘ આબોહવા પરિવર્તન પરિસંવાદ (COP21) આવો જ એક પ્રસંગ હતો, જેમાં સૂર્ય ઉર્જાના સંદર્ભમાં તેમની ધારદાર હિમાયતથી તેઓએ સૌને ચોંકાવી દીધા હતા. ખરેખર તો પાશ્ચાત્ય દેશોના કેટલાક નેતાઓ તેવી અપેક્ષાએ તેમને મળવા માટે આવ્યાં હતાં કે તેઓ આબોહવા પરિવર્તન માટે વિચાર-વિમર્શ કરશે. પણ આખરે તેમને ખ્યાલ આવ્યો કે ભારત દેશ તેમની માન્યતાઓથી ઘણો આગળ છે. અહીં એ ઉલ્લેખનીય છે કે છેલ્લા દસેક વર્ષમાં આ ક્ષેત્રમાં આવેલ મહાન વિચારો વડાપ્રધાન મોદીના પોતાના છે, જેમાં 2021 માં 'ગ્લાસગો COP26' પણ સામેલ છે.

તેમની વાતો કેટલી પ્રાસંગિક છે એનું વધુ એક ઉદાહરણ એ પણ છે કે ટેકનોલોજીના ક્ષેત્રને વડાપ્રધાન મોદીએ કેન્દ્રમાં રાખી તે બાબતે કેવી રીતે વિશ્વભરના રાષ્ટ્રો સાથે સંબંધો વધુ મજબૂત બનાવવામાં મહત્વપૂર્ણ યોગદાન આપ્યું છે. પ્રારંભે, 2014ના તેમના અભિયાન દરમિયાન કેવી રીતે ટેકનોલોજીન ઉપયોગિતાને સાકાર કરવામાં આવી હતી તે અંગે ઉદ્ભવેલી વૈશ્વિક અભિરૂચીથી તેની શરૂઆત થઈ. પણ ત્યારબાદ બહુ જલ્દીથી તેનો ફેલાવો સરકારી ક્ષેત્રમાં અને નીતિ-નિર્ધારકોમાં થયો. સામાજિક સેવાઓની પહોંચ માટે અથવા તો કોવિડની પરિસ્થિતિને નિયંત્રણમાં લેવા માટે જે ડિજિટલ પદ્ધતિનો ઉપયોગ કરવામાં આવ્યો હતો તેની નોંધ આંતરરાષ્ટ્રિય સ્તરે લેવાઈ હતી જ. હું વારંવાર કહું છું કે લિકેજીસ (મૂડી અથવા આવકનું હેતુથી અન્યત્ર દિશામાં ફંટાવું) એ ભારતની કોઈ એકમાત્ર સમસ્યા નથી. જેમ જેમ આપણે સેમિકન્ડક્ટર (અર્ધવાહકીય) અને પુનઃપ્રાપ્ય ઉર્જાથી લઈને ડ્રૉન અને વિમાન ટેકનોલજી સુધી જુદા જુદા વૈજ્ઞાનિક ક્ષેત્રોમાં પગપેસારો કર્યો તેમ તેમ ટેકનોલજી-પ્રેમી વડાપ્રધાને ભારતની વિશ્વસનિ઼ય સહયોગી તરીકેની છબી ગઢવામાં તેમનું યોગદાન આપ્યું છે.

અલબત, એવી કેટલીક સમસ્યાઓ છે જેને મૂળ માન્યતાની કક્ષામાં મૂકી શકાય એમ છે. આમાં આતંકવાદનો અજગર ફરીથી બેઠો થવો એ નિશ્ચિતપણે સૌથી વધુ ધ્યાન આપવા જેવી બાબત છે. 2011 માં બેજીંગમાં મારી પહેલી મુલાકાત પછી જ્યારે જ્યારે એવો અવસર આવ્યો હતો ત્યારે એક વાતે અમે બહુ સ્પષ્ટ હતા કે કોઈપણ સંજોગોમાં સરહદ પારના આતંકવાદને સાંખી લેવામાં નહિ આવે. 2016 માં જ્યારે ઉરીનો બનાવ બન્યો ત્યારે અંદરથી અમને એવી આશંકા હતી કે અમે એનો જડબાતોડ જવાબ નહિ આપી શકીએ. 2019 માં બાલાકોટ વખતે હું સરકારમાં નહોતો પણ એટલું તો જરૂર કહી શકું કે અમે અમારી જવાબદારી બખૂબી નિભાવી હતી. પરિણામે યુએનમાં અમે આતંકવાદને ચલાવી નહિ લેવાના સંદર્ભે મજબૂત રીતે અમારો પક્ષ રજૂ કર્યો હતો. જ્યારે કેટલાક રાજકીય પક્ષોએ તેમના સ્વાર્થ માટે એને રોકવાની કોશિશ કરી ત્યારે અમે દ્રઢપણે બધાની વચ્ચે તેનો ખુલાસો માગ્યો હતો. સંયુક્ત રાષ્ટ્ર સુરક્ષા પરિષદ (UNSC)ના સભ્ય તરીકે ઓક્ટોબર 2022માં અમે મુંબઈમાં 26/11ના આતંકવાદી હુમલાના ઘટનાસ્થળે આતંકવાદ પ્રતિરોધી સમિતિની બેઠક આયોજિત કરી હતી. ભારતમાં એવા કેટલાક સેવાભાવી સંસ્થાનો છે જે "આતંકવાદ માટે નાણાં નહી" જેવી પહેલ ચલાવે છે. અલબત્ત વિદેશ નીતિના દૃષ્ટિકોણથી જોઈએ તો સ્પષ્ટ ઉદ્દેશો અને ચોક્કસ નિર્દેશો સાથે કામ કરવું હંમેશા લાભકારી છે. જ્યારે કલમ 370ના મુદ્દે વિશ્વના દેશોને ગેરમાર્ગે દોરવામાં આવી રહ્યા હતા ત્યારે પણ આવી જ સ્થિતિ સર્જાઈ હતી. એક રાષ્ટ્રવાદી દૃષ્ટિકોણ સ્વાભાવિક રીતે જ રાષ્ટ્રવાદી રાજનીતિને જન્મ આપશે, અને આ જ તો એ નીતિ છે જે દુનિયાના બધા દેશોએ હવે અપનાવવાની જરૂર છે.

પોતાના દેશની આર્થિક અગ્રિમતાઓ હંમેશા વિદેશ નીતિનું સૌથી શક્તિશાળી કારક બને છે. સંસાધનોના પ્રવાહને કાર્યરત કરવો અને ઉત્તમ પ્રણાલિઓને અપનાવવાની બાબતને હાલના વર્ષોમાં વધુ ને વધુ પ્રાથમિકતા આપવામાં આવે છે. ઉદ્યોગસાહસિકોને સામેલ કરવા, તકનિકી કેન્દ્રોની મુલાકાત લેવી તેમજ નવીન આવિષ્કારો અને કૌશલ્યોને પ્રોત્સાહન આપવા જેવી અનેકવિધ રીતે વડાપ્રધાન મોદીએ આની આગેવાની લીધી છે. આ બધામાં તેમનું મુખ્ય ધ્યાન રોજગારી નિર્માણ, અને બૌદ્ધિક પ્રતિભાને પ્રોત્સાહન આપવા પર રહ્યું છે. એમની વિદેશયાત્રામાં હંમેશા એવા સંસ્થાનો અને ગતિવિધિઓની મુસાફરી રહેતી હોય છે જે આપણા રાષ્ટ્રિય પ્રમુખ કાર્યક્રમો સાથે સંબંધિત હોય. ભારતના વિકાસની ગતિ અને તેના સર્વગ્રાહી રાષ્ટ્રિય સામર્થ્યને આગળ ધપાવવાના તેમના દૃઢ નિર્ધાર વિશે કોઈને આશંકા હોઈ શકે નહીં. ઘણી વાર એનો અર્થ રૂઢિવાદી વિચારસરણી અને વૈશ્વિક મંત્રોથી વિરૂદ્ધ જવું એવો પણ થઈ શકે છે. 2019 માં પ્રાદેશિક સર્વગ્રાહી આર્થિક સહભાગીતા (RCEP)માં જોડાવાની ઘટના એ આનું જ્વલંત ઉદાહરણ છે. ચોમેરથી વ્યાપક દબાણ છતાં, એમાં નહિ જોડાવા અંગે વડાપ્રધાન મોદીએ સાહસિક નિર્ણય લીધો. ત્યારથી એ નિર્ણયને ભૂ-રાજનીતિક ઘટનાક્રમોમાં વ્યાપક પ્રમાણમાં સ્વીકૃતિ પ્રાપ્ત થઈ છે. આ સિવાય એવી કેટલીક આર્થિક અને વ્યાપારિક વાટાઘાટો છે જેમાં

તેમની દુવિધાઓ રજૂ થઈ છે. આપણું સ્થાન વાસ્તવવાદી ગણતરી અને સામાજિક અસરો વિશેની સુદૃઢ આંતરસૂઝ દ્વારા નિર્દેશિત છે.

તો પણ, એક સંરક્ષણવાદી દૃષ્ટિકોણથી વડાપ્રધાન મોદીનું આકલન કરવું એ બહુ મોટી ભૂલ ગણાશે. આનાથી ઉલ્ટું આપણો ઈતિહાસ ઉપાડીને જોઈ લો તો વૈશ્વિક મૂડી અને તકનિકીને ભારતમાં આકર્ષિત કરવાની દિશામાં આટલા મોટા પાયાના પ્રયાસો ભાગ્યે જ જોવા મળશે. જ્યાં આપણા સહયોગીઓએ વ્યાજબી શરતો રજૂ કરી આપણા રાષ્ટ્રિય હિતો પરિપૂર્ણ કરેલ હોય અને બહુ અસાધારણ ઝડપે કામગીરી પૂર્ણ કરી હોય. વૈશ્વિક અર્થકારણની જટિલતા, ખાસ કરીને અત્યંત જટિલ ગણાતી પુરવઠા શૃંખલાની પણ સારી એવી પ્રશંસા થઈ છે. ઉપરાંત તેમના દૃષ્ટિકોણની આંતરરાષ્ટ્રિય સ્તરે પ્રાસંગિકતા પણ મજબૂત રીતે જોવા મળેલ છે, પછે તે વેક્સિન મૈત્રિ હોય, પ્રથમ પ્રતિભાવક સંચાલન હોય કે વિકાસ ક્ષેત્રે વ્યાપક ભાગીદારી હોય.

જો ભારતની રાજનીતિ અત્યારે વધુ ચુસ્ત-દુરસ્ત અને વધુ સકારાત્મક જોવા મળે છે તો તેનો બહુધા શ્રેય એ વ્યક્તિને જવો જોઈએ જેણે સજાગ રહીને એને વધુ સાંપ્રત અને જવાબદેહ બનાવવાનો પ્રયાસ કર્યો છે. ‘પાડોશી પહેલો સગો” એ આખા વિચારનો જન્મ 2014ના શપથગ્રહણ સમારંભ વખતે તેમના વ્યક્તિગત અનુભવ પરથી થયો. પરસ્પર સંવાદિતા અને ઉદારતાની નીતિનો આ વિચાર વહીવટી તંત્રને અપનાવવામાં થોડો સમય જરૂર લાગ્યો પણ આખરે તેના સારા પરિણામો જોવા મળ્યા. ‘પ્રદેશમાંમાં સર્વ માટે સુરક્ષા અને વિકાસ’ (SAGAR) નો દૃષ્ટિકોણ વિદેશ મંત્રાલયની અંદર લાંબા સમયથી ચાલી રહેલ એકાંકી જૂથવાદને તોડવાનો એક પ્રયાસ હતો. વાત જ્યારે અખાતી દેશોની આવી, તો ભારતમાં તેમની રૂચિના અભાવ વિશે દાયકાઓથી મૂઢ ધારણાઓ પ્રવર્તતી હતી જેને દૂર કરવાની હતી. ઈઝરાયેલ અને પેલેસ્ટાઈનના સંદર્ભમાં બે દેશોને હમેશાં યુગ્મજ તરીકે જોવાની રાજકીય નીતિને સમાપ્ત કરી દીધી જે આપણા પર લાગુ કરાતી ત્યારે આપણે નારાજ થઈ જતા હતાં. આ ઉપરાંત ભારતે હમેશાં પેલેસ્ટિનિયન રાષ્ટ્રની આવશ્યકતા પર પોતાનો દ્રષ્ટિકોણ અને આતંકવાદના સ્પષ્ટ તિરસ્કાર વચ્ચે અંતર રાખ્યું છે. આફ્રિકામાં નવું દૂતાવાસ શરૂ કરવું અને વધુ સઘનતાથી એમાં સામેલ થવું એ પ્રણાલિને અમલમાં મૂકવાની વાત હતી જે અંગે લાંબા સમયથી ઉપદેશો અપાતા હતા. જ્યાં સુધી પેસિફિક દેશોની વાત છે 2014 સુધી તો એ આપણી ક્ષમતા બહારની વાત હતી. આ તમામ બાબતોને જ્યારે કોઈ એક તાંતણે વૈશ્વિક વિશ્લેષણની અંદર વણી લેવામાં આવે છે ત્યારે એમાંથી એક જુદા જ પ્રકારના પરિદૃશ્યનું નિર્માણ થાય છે.

નીતિને લાગુ કરવી એક નિત્યક્રમ છે, પણ સમય સમયે એવા નિર્ણયો કરવાના આવતા હોય છે જે એક રાષ્ટ્રના નિર્માણમાં ઉતાર-ચડાવની બાબતોનું પ્રતિનિધિત્વ કરતા હોય. આ સંદર્ભમાં ભારત દેશને પોતાની ખુદની કસોટીઓ અને પડકારોનો સામનો કરવો પડે છે. અને આવી વિપરીત પરિસ્થિતિઓમાં લેવામાં આવેલ નિર્ણયો જ તેની પોતાની આગવી ઓળખ બની રહી

છે. કોવિડ મહામારી વખતે લોકડાઉન દરમિયાન ચીન સાથે સરહદ ધરાવતા વિસ્તારોમાં સૈન્ય બળોને તૈનાત કરવા માટે લેવાયેલ નિર્ણય આવો જ એક મહત્ત્વપૂર્ણ નિર્ણય હતો. આ નિર્ણાયક પગલામાં હજારોની સંખ્યામાં સૈન્ય બળોને તેમના સહાયક ઉપકરણો સાથે હવાઈમાર્ગેથી લઈ જવામાં આવ્યા હતા. જેનાથી આપણા લાંબા સમયગાળાથી અમલી સમજૂતિનો ભંગ થયો હતો તેવી ચીનની સૈન્ય કવાયતના પ્રતિકાર સ્વરૂપે આ પગલું લેવાયું હતું. માત્ર એટલું જ નહી, તે પછી આપણી વચ્ચેના સંબંધોમાં ખટરાગ ઉભો થયો છે એ દર્શાવવા સાતત્યપૂર્વક એક રાજનૈતિક વલણ ધારણ કરવું એ પણ કોઈ નાનીસૂની વાત નથી.

ત્યારબાદ પ્રોટોકોલની શરતો અને કાર્યસૂચિ એમ બંને દૃષ્ટિએ ક્વોડની સ્થાપના અને તેના નિરંતર વિકાસની વાત હતી. આમાં પણ ઘણાં બધાં અવરોધો છતાં એમાં આગળ વધવાનો નિર્ણય લેવાયો. હું RCEP માં જોડાવાનો નથી એ અંગે બેંગકોકમાં લેવાયેલ નિર્ણયના સંદર્ભે મેં પહેલાથી જ ઈશારો કરી દીધો હતો. રશિયા પાસેથી તેલ ખરીદવાની વાત આવી ત્યારે ચારેકોરથી ભારત પર સાર્વજનિક રીતે એવા લોકો દ્વારા દબાણ કરવામાં આવ્યું હતું જેઓ આના પરિણામો સામે આંખ આડા કાન કરતા હતા. આમાંની દરેક બાબત પર સૌ પહેલા ભારતના હિતને નજર સમક્ષ રાખી નિર્ણય લેવામાં આવ્યો હતો.

આ સિવાય એવા પણ ઘણા પ્રસંગો આવ્યા હતા જેમાં ક્ષેત્રિય અથવા વૈશ્વિક સ્વરૂપની બહુ મોટી ચિંતાની વાત હતી. આમાંનો એક પ્રસંગ એ હતો કે ભારતમાં જ્યારે રસીકરણની ઝુંબેશ હજુ સુધી પ્રક્રિયામાં હતી તેવી પરિસ્થતિમાં પણ વિકાસશીલ વિશ્વને રસીનો પુરવઠો આપવાનો નિર્ણય લેવામાં આવ્યો હતો. અને અન્ય પ્રસંગમાં ભારતે શ્રીલંકાની તાકીદની આર્થિક જરૂરિયાતોને ધ્યાનમાં રાખીને વ્યાપક રીતે અને શીઘ્રતા સાથે પ્રતિસાદ આપ્યો હતો. રસપ્રદ વાત તો એ છે કે જ્યારે I2U2 અને ભારત - મધ્ય પૂર્વ - યુરોપ આર્થિક કોરીડોર (IMEC) પહેલ કરવામાં આવી ત્યારે જે ઝડપે આપણે એનો પ્રતિસાદ આપ્યો હતો એનાથી આપણા સાથી મિત્રો આશ્ચર્યચકિત થઈ ગયા હતા, વિશેષ કરીને એટલા માટે કેમ કે આપણા વિશ્લેષણોએ એમના આવવા અંગે આશંકા વ્યક્ત કરી હતી.

મોદી સરકારની અંદર સૌથી પહેલી વાત એ ચાલી કે વિશ્વના દેશોએ હવે ભારત પ્રત્યેના તેમના વિચારોને બદલી નાખવા જોઈએ. આનો અર્થ બહુ મોટા પાયે ભારતની ક્ષમતાઓનું નિર્માણ અને નિદર્શન કરવાનો હતો. આ માટે આપણે વૈશ્વિક સ્તરના વિચાર-વિમર્શમાં ભાગ લેવાની અને સમસ્યાને બદલે સમાધાનના પાસાને વધુ સમજવાની અને વિચારવાની વધુ આવશ્યકતા હતી. બીજી એક અપેક્ષા એ હતી કે ભારત હવે બહુ મોટી જવાબદારીઓ ઉપાડશે અને સૌથી વધુ યોગદાન આપશે. આપણા પક્ષે આપણે સામાજિક પરિવર્તનના વિભિન્ન આયામોને વધુ સારી રીતે સમજવા પ્રયાસો કર્યા. આપણો પ્રયત્ન એ પણ હતો કે ભારત વિશ્વનો સૌથી વધુ વિશ્વસનિય અને અગ્રણી સહયોગી બને. આમાંના પ્રત્યેક પરિબળ આંતરરાષ્ટ્રિય

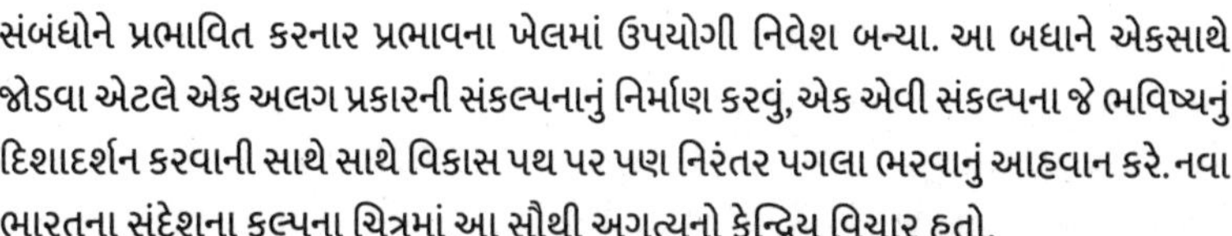

સંબંધોને પ્રભાવિત કરનાર પ્રભાવના ખેલમાં ઉપયોગી નિવેશ બન્યા. આ બધાને એકસાથે જોડવા એટલે એક અલગ પ્રકારની સંકલ્પનાનું નિર્માણ કરવું, એક એવી સંકલ્પના જે ભવિષ્યનું દિશાદર્શન કરવાની સાથે સાથે વિકાસ પથ પર પણ નિરંતર પગલા ભરવાનું આહવાન કરે. નવા ભારતના સંદેશના કલ્પના ચિત્રમાં આ સૌથી અગત્યનો કેન્દ્રિય વિચાર હતો.

મોટાભાગના દેશોની રાજનીતિ અટપટી હોય છે અને વૈશ્વિક ક્ષિતિજે જ્યારે તેમની સત્તાનો સૂર્યોદય થતો હોય ત્યારે પણ એ વધુ અટપટી હોય છે. નેતૃત્વ અને વિચારોની સ્પષ્ટતા તેને અમલમાં મૂકવાનું વધુ આસાન બનાવી શકે છે. પણ એક સર્વગ્રાહી દૃષ્ટિ કેળવવી અને સમયાંતરે એમાં ઉચિત બદલાવ કરતા રહેવું એ સહેલું કામ નથી. જો છેલ્લા એક દસકમાં આંતરરાષ્ટ્રિય સ્તરે આપણી છબી પહેલા કરતા વધુ નીખરી હોય તો નિશ્ચિતપણે એ શ્રેણીબદ્ધ નીતિઓ, નિર્ણયો અને વ્યાપક ગતિવિધિઓનું પરિણામ છે. દ્રષ્ટિકોણ અને લક્ષ્યોને પણ જમીની સ્તર પર લાવવા માટે ચોક્કસ પ્રકારની રણનીતિઓ ઘડવાની જરૂર પડે છે. આનો અર્થ એ કે પરસ્પરની વાતચીત અને વિચાર-વિમર્શ, રોકાણો અને એ અંગેની સંચાર પ્રક્રિયા બધું જ ધ્યેય કેન્દ્રિત અને નિરંતર રીતે ચાલતું રહેવું જોઈએ. લોકોને તો માત્ર સુંદર ધોળોફૂલ તરતો હંસ દેખાય છે તરવા માટે અંદર એને કેટલા હલેસા મારવા પડે છે એ કોઈને દેખાતું નથી.

વડાપ્રધાન મોદીની કાર્યશૈલીનું સૌથી સુંદર પાસુ છે એક વિશાળ કલ્પનાચિત્ર મનમાં ધારણ કરવું અને એની ઝીણામાં ઝીણી વિગતોને નિરંતર સંકલિત કરવી. તેઓ ચિપ યુદ્ધ અથવા ઉર્જા ભવિષ્યની વિગતોમાં પણ એટલો જ ઊંડો રસ લઈ શકે છે જેટલો તેઓ નિકાલ કાર્યોના સંચાલનમાં અથવા શ્રેષ્ઠ પ્રણાલિઓના મૂલ્યમાં રસ લઈ શકે છે. તેમની પ્રત્યેક મુલાકાત, પ્રત્યેક પ્રવચન અને પ્રત્યેક સામેલગીરીનો એક ચોક્કસ અર્થ હોય છે; જે કોઈ એક બહુ મોટી કલ્પના-કૃતિના એક ભાગ તરીકે સમાપ્ત થાય છે. જે બાબતો પર ચર્ચા થાય છે અને નિર્ણય લેવાય છે એમાંની કેટલીક બાબતો આવશ્યકતા અનુસાર હોય છે. પણ સૌથી નિરંતર દોર દૃઢતાપૂર્વક વ્યુહાત્મક રીતે પ્રભાવક કાર્યક્રમો તૈયાર કરવા અને એને સમયની અનિશ્ચિતતા સાથે તેને સાનુકૂળ કરવાનો છે. ઘણા લોકોને એ જાણીને નવાઈ લાગશે કે છેલ્લા એક દશકમાં આવી મોટી કવાયતો ઉપર કેટલો બધો સમય લાગ્યો છે અને કેટલા ભરચક પ્રયત્નો થયા છે. જે કદી બહાર નથી આવ્યું એ પ્રાકૃતિક અને મોટાભાગે સહજ હોઈ શકે છે, પણ સતત આયોજન અને અમલીકરણ એ આમાંની એક વાસ્તવિકતા છે.

મોદીની વિદેશ નીતિમાં "શું" અને "કેવી રીતે" એ આપણા સૌની નજર સામે છે. "શા માટે" એ સૌથી વધુ સંકુલ પૂર્વાનુમાન છે, એક એવી ધારણા જેને લોકો કદાચિત જ પોતાની સમજથી જાણી શકે છે. આમાંની મોટા ભાગની શ્રેષ્ઠ વિશ્વમાં ભારતના યોગદાન કરવાની ક્ષમતાને લઈને લોકોના મનમાં દૃઢ થયેલ વિશ્વાસમાંથી આવે છે. તે વિશ્વના હિતેચ્છુઓની પોતાની આંતરસૂઝમાં રહે છે, જેમના માટે આંતરરાષ્ટ્રિય સમુદાય એક પરિવાર છે, નિશ્ચિતપણે તેમના મનમાં

ભૂતકાળની તુલનામાં વધુ વિશ્વસનિય કલ્પનાચિત્ર હશે. પરંતુ પોતાની રીતે તે રાષ્ટ્રિય કાયાકલ્પ અને એક સંસ્કૃતિના પુનરુત્થાન પ્રત્યે એક ગાઢ પ્રતિબદ્ધતાનું એકમાત્ર પાસું છે. પોતાના દેશમાં નિશ્ચિતરૂપે તે ક્ષમતા નિર્માણ, સુધારાત્મક પગલાં લેવા અને શાસનની ગુણવત્તા સુધારવાનું સ્વરૂપ ધારણ કરે છે. વિદેશમાં તેને વૈશ્વિક એજન્ડાને પ્રભાવિત કરવાની અધિક ક્ષમતાની રીતે દર્શાવવામાં આવે છે. આ દૃષ્ટિકોણ પ્રગતિશીલ વિચારસરણી અને તકનિકીને ભારતની પરંપરાઓ અને અને પ્રમાણભૂતતા સાથે સહજ રીતે સાંકળવામાં સક્ષમ છે. અને વિદેશોમાં આંતરરાષ્ટ્રિયતાવાદનું સમર્થન કરવામાં જ્યારે ઘરઆંગણે રાષ્ટ્રવાદ વિશે ખુલીને બોલવામાં કોઈ વિરોધાભાસ દેખાતો નથી. આજનું ભારત એક એવું ભારત છે જે મોટા મંચ પર સક્રિય રહેવા માટે કૃતનિશ્ચયી છે, એટલે સુધી કે પોતાના હિતને આગળ ધપાવવા માટે જરૂર પડશે તો મંચ પણ બદલી શકે છે. પોતાના દેશમાં તેની પ્રેરણાત્મક શક્તિ તેની મર્યાદાઓથી પર સમજણને પ્રોત્સાહન આપવાની અભિલાષા સમાન છે.

આ પુસ્તક એવા ૧૧ મહાનિબંધોનો સંગ્રહ છે, આ બધા પરસ્પર સંબંધિત છે અને કેટલાક પુનરાવર્તિત પણ છે. આની અંદર સામેલ વિશ્લેષણોની વાત કરીએ તો વૈશ્વિક પરિદૃશ્યથી લઈને ભારત માટે તકોની ઓળખ કરવા સુધીનો સમાવેશ થાય છે. આમાં તમને એક વિશાળ કલ્પનાચિત્ર દેખાશે પણ સાથે સાથે વ્યવહારિક વાસ્તવિકતાઓને પણ એમાં વણી લેવામાં આવી છે જેનાથી આ વિશ્વનો નિખાર આવે છે. કેટલાક મહત્ત્વપૂર્ણ સંબંધોની વિગતે છણાવટ કરવામાં આવી છે પણ તેની સાથે સાથે સમગ્રલક્ષી વૈશ્વિક સંરચના પણ રજૂ કરવામાં આવી છે. કેટલાક આક્રમણો આપણને ભૂતકાળમાં લઈ જાય છે તો કેટલાક ભવિષ્યમાં. બધું મળીને તેઓ એક દશકના પરિવર્તનની સમજણ આપવા માગે છે.

વૈશ્વિક અગ્રતાક્રમમાં વધુ ને વધુ આગળ ધપવા માટે ભારતની ખોજ એક નિરંતર યાત્રા છે. પણ જો આપણે કરેલ પ્રગતિ અને ભવિષ્યમાં આવનાર પડકારોનો હિસાબ કરવા બેસીએ તો નિશ્ચિતપણે એટલું તો કહી શકાય કે આ એક ગહન રાષ્ટ્રિય પ્રતિબદ્ધતા અને આત્મવિશ્વાસથી પ્રેરિત છે. પછી ભલે એ આપણી ભવ્ય સંસ્કૃતિમાંથી શક્તિ પ્રાપ્ત કરવાની વાત હોય કે લોકતંત્ર અને તકનિકીના આશાવાદ સાથે પડકારોનો સામનો કરવાની વાત હોય, આ નિશ્ચિતપણે એક નવું ભારત છે, વસ્તુતઃ એવો ભારત દેશ જે પોતાના હિતોને પરિભાષિત કરવામાં, પોતાની સ્થિતિને સ્પષ્ટ કરવામાં, પોતાના ખુદના સમાધાન શોધવામાં અને પોતાના ખુદના મોડલને આગળ વધારવામાં સક્ષમ છે. ટૂંકમાં, આ એક એવું ઈન્ડિયા છે જેને સાચા આર્થમાં ભારત કહી શકાય.

1

વિશ્વ- દર્શનની ઝાંખી

સુનિયોજન, સંકૃતિ અને સુબોધતા

ત્રણ વર્ષ પહેલાં મારા પુસ્તક "ધ ઇંડિયા વે: સ્ટ્રેટેજિઝ ફોર એન અનસર્ટેન વર્લ્ડ" માં, મેં ભારપૂર્વક જણાવ્યું હતું કે ભારતે વૈશ્વિક બાબતોમાં સક્રિય રીતે સામેલ થવું જોઈએ. મેં સૂચન કર્યું હતું કે ભારતે અમેરિકા સાથે સંકળાવવું જોઈએ, ચીન સાથેના સંબંધો સાચવવા જોઈએ, યુરોપ સાથેના સંબંધો મજબૂત કરવા જોઈએ, રશિયાને વિશ્વાસમાં લેવું જોઈએ, જાપાનને આપણી સાથે સાંકળી લેવું જોઈએ, પડોશી દેશોને નજીક લાવવાના પ્રયાસો કરવા જોઈએ, આ વિસ્તારોમાં પોતાનો પ્રભાવ વધારવો જોઈએ અને પરંપરાગત રીતે મળતાં સમર્થનના આધારોને વિસ્તૃત કરવા જોઈએ. આ પસાર થઈ ગયેલા સમય દરમિયાન, આ ક્ષેત્રોમાં વિવિધ પ્રમાણમાં પ્રગતિ જોવા મળી છે. જેમાંથી કેટલાક વધુ સરળતાથી આગળ વધ્યા છે, તો કેટલાક વધુ જટિલ બની ગયા છે. આ સમયગાળા દરમિયાન, દુનિયાએ નોંધપાત્ર પરિવર્તનો જોયા છે, જેમ કે કોવિડ-19 મહામારી, યુક્રેન વિવાદ અને પશ્ચિમી એશિયામાં ફેલાયેલી અશાંતિ.

એમાં કોઈ શંકા નથી કે આ બધાજ પરિવર્તનોએ વૈશ્વિક સ્તરે વધુ પડકારજનક પરિસ્થિતિ

ઉભી કરી છે. ખાસ કરીને ભારત માટે આ યાત્રા સરળ નથી રહી. ઘણાં વૈશ્વિક મુદ્દાઓની સીધી અસરનો સામનો ભારતે કરવો પડી રહ્યો છે. ખાસ કરીને આંતરરાષ્ટ્રીય સીમાઓને લઈને ચીનની બદલાતી જતી રણનીતિ, કે જે ભારતની વ્યૂહાત્મક વિચારણાનો મહત્ત્વનો ભાગ બની ગયું છે. આમ વિકટ પરિસ્થિતિઓ હોવા છતાં, ભારતનું અડગ નેતૃત્વ અને ભારતીય સમાજનું સમર્થન આ સંકટ સમયને પાર કરાવવામાં નિર્ણાયક ભૂમિકા ભજવી રહ્યું છે. મોટાભાગની ઉભરતી અગ્રણી સત્તાઓ માટે સ્થિરતા ખૂબ જ જરૂરી છે; અને આ તમામ અણધારી પરિસ્થિતિઓ વચ્ચે પણ ભારતે આ સ્થિરતા પ્રાપ્ત કરવી જ પડશે.

છેલ્લા પચીસ વર્ષમાં, આંતરરાષ્ટ્રીય સંબંધો મુખ્ય પાંચ પરિબળો દ્વારા પ્રભાવિત થયા છે: વૈશ્વિકીકરણ, પુનઃસંતુલન, બહુધ્રુવીયતા, ટેક્નોલોજીનો પ્રભાવ અને રાષ્ટ્રો દ્વારા રમાતી વિવિધ રાજરમતો. તેમાં સૌથી મહત્વપૂર્ણ વૈશ્વિકીકરણ છે, જે પહેલાથી વધુ તીવ્ર બનશે, જો કે વૈશ્વિકીકરણનું શરૂઆતનું જે માળખું(મોડેલ) નિર્ભરતા પર આધારિત હતું તે હવે પડકારોનો સામનો કરી રહ્યું છે. જે વિશ્વને રાષ્ટ્રોની મહત્તાને ધ્યાને લઈ પુન:સંતુલન તરફ દોરે છે. શરૂઆતમાં આ પુન:સંતુલન આર્થિક રીતે વિશ્વ સમક્ષ પ્રગટ થયું હતું, પરંતુ હવે તેના રાજકીય અને સાંસ્કૃતિક પાસાઓ પણ વિશ્વના રાષ્ટ્રો સ્પષ્ટ રીતે અનુભવી રહ્યાં છે. સમય જતાં પુન:સંતુલનના પરિણામે બહુધ્રુવીયતા સર્જાશે. કેટલાક નવા રાષ્ટ્રો અલગ તરી આવશે અને 1945 પછી વિકસિત થયેલી સત્તાઓમાં આ નવા રાષ્ટ્રો ઉમેરાશે. કોઈ કહેશે કે આ પ્રક્રીયા હજુ ચાલુ જ છે, વળી તે હજી પ્રારંભિક તબક્કામાં જ છે. પરંતુ આ પ્રક્રિયાનો આધાર મોટાભાગે વિવિધ રાજ્યો કેવી રીતે અને કઈ કાર્યસુચીને લઈને સંગઠિત થાય છે તેના પર રહેશ.

ટેક્નોલોજી પણ ભૂતકાળની તુલનામાં વધુ અગ્રણી બની છે. તેની દૈનિક જીવન પરની અસર વધુ ઊંડાણભરી છે, જેમ કે આપણી સામાન્ય પ્રવૃત્તિઓ, જરૂરિયાતો અને સંસાધનોને સુસજ્જ કરવાની તેની ક્ષમતા. હકીકતમાં, આ ગતિ એ રીતે વધી ગઈ છે કે આપણે 'ટેકેડ્સ' (techades) માં વિચારવા માટે પ્રેરાય રહ્યા છીએ. ત્યાર બાદ, કાયમ ચાલતી કેટલીક રાજ રમતો છે જે ક્યારેક સ્વતંત્ર રાષ્ટ્રો વચ્ચે તો ક્યારેક રાષ્ટ્રોના જૂથો વચ્ચે ચાલતી સ્પર્ધાત્મક રાજનીતિ દ્વારા પ્રગટ થાય છે. આ દરેક પરિબળ ભારતીય વિદેશ નીતિના ઘડતર માટે મહત્વપૂર્ણ છે, વ્યક્તિગત રીતે તેમજ સમૂહમાં. સાંપ્રત સમયમાં, ભારતે ન માત્ર પુન:વૈશ્વિકીકરણ માટે સુસજ્જ થવું જોઈએ કે જેનાથી આર્થિક અને ટેકનોલોજીના કેન્દ્રીકરણમાં સુધારો લાવી શકાય, પરંતુ આ તકનો લાભ ઉઠાવી વ્યાપક રાષ્ટ્રીય શક્તિને વધારે મજબૂત બનાવવી જોઈએ.

વૈશ્વિક રાજકારણમાં જેટલી હદે સાતત્યતા છે તેટલી જ હદે પરિવર્તન પણ છે, જો આ બાબતને ધ્યાનમાં લઈએ તો એ સ્પષ્ટ છે કે આપણો અભિગમ માત્ર પુર્વાનુભવ આધારિત માળખાકીય વિકાસ સુધી સીમિત ના રહેવો જોઈએ. ખરેખર, બંધારણાત્મક માળખું અને પૂર્વ અનુભવો મહત્વ ધરાવે છે. પરંતુ, તે જ રીતે ઉપર વર્ણવેલ પ્રક્રીયાઓ, જે આપણી હાલની

સ્થિતિને સતત ઘડી રહી છે, તેને સંપૂર્ણ માન્યતા આપવી જોઈએ. રાષ્ટ્રોની વચ્ચે અને અંદર અમૂલ્ય સત્તા પરિવર્તન આવી રહ્યાં છે, જે સમગ્ર ગણતરીને સુસંગત છે. આમ જોવા જઈએ તો આ બાબત યુ.એસ. ને લાગુ પડે છે કે જેનું પ્રભુત્વ હવે પહેલા જેવું રહ્યું નથી. યુ.એસ.ની પરિસ્થિતમાં પરિવર્તન આવ્યું છે તેમાં કોઈ શંકા નથી, પરંતુ તેનું શું પરિણામ આવશે તે એક ચર્ચાનો વિષય છે. અને તાજેતરમાં બનેલી ઘટનાઓ દર્શાવે છે કે તેની ક્ષમતાઓ અને તેની અસરોને ઓછી આંકવી જોઈએ નહિ. અહીં તેની નવી નીતિને સમજવી એ પોતાની અંદર જ એક મોટો પડકાર છે, ખાસ કરીને જ્યારે તે પરોક્ષ રીતે વધુ પ્રભાવ ધરાવે છે. વિવિધ પ્રદેશોમાં તે કેટલું રોકાણ કરે છે તે એક સ્વાભાવિક પ્રશ્ન છે, જે અન્ય રાષ્ટ્રો, ખાસ કરીને ચીનની વધતી જતી હાજરીની સામે જોવા મળે છે.

વિવિધ સમાજમાં જોવા મળતું રાજકીય ધ્રુવીકરણ પણ એક પરિબળ છે જેને ઘણાં દેશની રાજનીતિમાં ધ્યાને લેવાવું જોઈએ. અમેરિકા અને ચીન જેવા દેશોમાં આવતાં આંતરિક ફેરફારોના કારણે કેટલાક દેશોને તેમની નીતિઓમાં ફરીથી ફેરફાર કરવાની ફરજ પડી છે. ભૂરાજકીય ક્ષેત્રો બાબતે, વિશ્વ જે લાંબા સમયથી પશ્ચિમ એશિયા અને યુરોપને સ્પર્ધાના કેન્દ્રસ્થાન તરીકે જોતું આવ્યું છે, તે હવે વધારે ને વધારે હિન્દ-પ્રશાંત ક્ષેત્ર તરફ નજર કરી રહ્યું છે. તેથી દૂરના દેશો પણ હિન્દ-પ્રશાંત પ્રત્યેના પોત પોતાના અભિગમો સાથે આગળ આવવા માટે મજબૂર થઈ રહ્યા છે. યુક્રેન સંઘર્ષ અને તેનો તીવ્ર પ્રભાવ કદાચ મહત્વપૂર્ણ હોઈ શકે, પરંતુ તેનાથી વિકાસ પર કોઈ અસર થાય તેમ લાગતું નથી.

આ પ્રત્યેક વલણ ભારતીય વિદેશ નીતિ પર પણ પ્રભાવ ધરાવે છે. આ પ્રકારની અસ્થિરતાને અસરકારક રીતે સંભાળવા માટે સઘન વ્યૂહરચનાઓ તથા અન્ય રાષ્ટ્રો સાથેનો વ્યૂહાત્મક તાલ મેલ જરૂરી બની ગયાં છે. આંતરિક નીતિઓ દ્વારા આપણે રાષ્ટ્ર ફક્ત મહામારીમાંથી ઉગરી જાય તે સુનિશ્ચિત નથી કર્યું, પરંતુ ત્યારબાદ પણ આપણી નીતિઓ વિશ્વભરમાં કોવિડ ને લઈને રચાતી વ્યૂહરચનાઓનો આધાર બની છે. યુક્રેન સંદર્ભમાં, રાજકીય નીતિએ ઊર્જા અને અન્ન સુરક્ષા ઉપરાંત યુરેશિયાના વ્યાપક ગતિશીલતાને પણ ધ્યાનમાં રાખ્યું છે. ચીનના સંદર્ભમાં, સીમા પર મજબૂત તૈનાતી સાથે સહકાર પર જાગૃત નિયંત્રણ રાખવામાં આવ્યું છે. 'ક્વોડ' સાથીઓની વાત કરીએ તો, આપણે અમુક દેશોમાંના એક હતાં જેમણે ક્રમિક બદલાયેલા વહીવટીતંત્ર સાથે એક બીજા થી તદ્દન જુદી યોજનાઓ વચ્ચે સહજતાથી પરિવર્તન કર્યું. પરંતુ કેટલાક મહત્વપૂર્ણ રાજકીય નિર્ણયો પણ યોગ્ય સમયે લેવાયા, જેમાં ક્વોડમાં થયેલો સુધારો, જેમ કે I2U2નું સર્જન તથા IMECની રચના સામેલ છે.

આ સમય દરમિયાન બહુવિધ સંલગ્નતા અને સતત સ્પર્ધાત્મક સંબંધોનું સંતુલન જાળવી રાખવાની વ્યૂહરચનાનું પણ પરીક્ષણ થયું. એક તરફ યુરોપ સાથે સહકાર વધારવાની નીતિ અને સાથે સાથે રશિયા સાથેના પરંપરાગત સંબંધો પણ જાળવી રાખવાની નીતિ સરળ ન હતી.

જયારે ઉત્તર-દક્ષિણ વિભાજન વધી રહ્યું હતું ત્યારે G20 અધ્યક્ષતાની શરૂઆતમાં 'દક્ષિણ શિખર સંમેલન'નું આયોજન કરવાની નીતિ પણ યોગ્ય જ હતી. અને જ્યારે બહુધ્રુવિતા આગળ વધારે તીવ્ર બની રહી હતી, ત્યારે ભારતની સંલગ્નતાને વિસ્તૃત કરવાનો પ્રયાસ ચાલી રહ્યો હતો.

પાછલા કેટલાક વર્ષોમાં રાષ્ટ્રના નિર્ણયોને પ્રેરિત કરનાર પરિબળોમાં પણ ઊંડો ફેરફાર થયો છે. પહેલા, રાષ્ટ્રની વધતી જતી તાકાત માપવા માટે સૈન્ય બળ અને આર્થિક વિકાસ જેવા પ્રસ્થાપિત માપદંડોનો ઉપયોગ થતો હતો. અન્ય રાષ્ટ્રો સાથેની ભાગીદારીના આધારે આપણા રાષ્ટ્રને મળતી તકોનો ક્યાસ કાઢવામાં આવતો હતો. પરંતુ, તાજેતરની ઘટનાઓએ રાષ્ટ્રની સુરક્ષા અને રાષ્ટ્રની સિદ્ધિઓનું માપન કરવા માટેના વિવિધ પરિમાણો રજૂ કર્યા છે. અને આપણો દ્રષ્ટિકોણ, પછી એ સીધે સીધો અર્થતંત્રને લઈને હોય કે પછી વધારે ઊંડાણમાં જઈએ તો રાષ્ટ્રીય સુરક્ષાને લઈને હોય તે આ પરિમાણો મુજબનો સુસજ્જ હોવો જોઈએ. વૈશ્વિક અર્થતંત્રને જોખમ મુક્ત કરવું હવે મુખ્ય ચિંતાનો વિષય છે. બજારઅર્થતંત્ર અને લોકશાહી રાજ્યો માટે આ પ્રક્રિયા વધુ સ્થિતિસ્થાપક અને વિશ્વસનીય પુરવઠા શૃંખલાની સ્થાપના પર ધ્યાન કેન્દ્રિત કરે છે. ડિજિટલ ક્ષેત્રમાં, વિશ્વાસ અને પારદર્શકતાના મહત્વ પર સમાન ભાર મૂકવામાં આવે છે. વધતી ચિંતાઓ માટે સૌથી વ્યવહારુ ઉકેલ એટલે વધુ વિકેન્દ્રિત વિશ્વ-અર્થતંત્ર. આર્થિક કેન્દ્રિયકરણની વિરુદ્ધ જે આ ભાવના કેળવાય રહી છે તે વધુ ને વધુ તીવ્ર બનવાની સંભાવના છે, કેમ કે ટેકનોલોજીથી સજ્જ યુદ્ધોમાં સતત વધારો થયો છે. આપણે એ પણ સ્વીકારવું પડશે કે આંતરરાષ્ટ્રીય શાંતિ અને સુરક્ષા માટે પરસ્પર નિર્ભરતા પર હંમેશા ચોક્કસપણે આધારિત રહી શકાય નહિ. વિવિધ સંભાવનાઓથી ભરપુર ટેકનોલોજીના આ દસકામાં પુનઃવૈશ્વિકીકરણ માટે પરસ્પર વિશ્વસનીય સહકારની જરૂર પડશે, જે આપણા સૌ માટે એક નવી અનુભૂતિ હશે.

ઉભરતી મહાસત્તાની ગાથા:

ભારત અને વિશ્વ બંને ચિંતન અને ગણતરી દ્વારા ઉપરોક્ત દર્શાવેલ પરિસ્થિતિનો સામનો કરી રહ્યાં છે. આપણે અસ્થિરતા અને ઉથલપાથલ તરફ જઈ રહ્યા છીએ, જ્યાં શમન અને સંશોધન સાથે સાથે ચાલે છે. હકીકતમાં, જે પરિવર્તન વિશે આપણે લાંબા સમયથી કલ્પના કરી રહ્યા હતા તે વાસ્તવમાં હજુ હમણાં અસ્તિત્વમાં આવી રહ્યું છે. બાહ્ય રીતે, ભારત સમાન ચિંત વાળા દેશો સાથે સંકલિત થવાનું મહત્વ સમજી ગયું છે, અને આ સંકલનની પ્રક્રિયા દરમિયાન ભારતે તેની વિશિષ્ટ ઓળખ પણ જાળવી રાખી છે. તેમજ તેની આંતરિક યાત્રા ભારતને એ રીતે સક્ષમ બનાવે છે કે જેથી તે નવા વિકસિત દેશોને નવી શરતો સાથે સંકલિત થવા માટેનો પ્રસ્તાવ આપી શકે. સૌથી વધુ વસ્તીવાળું રાષ્ટ્ર અને હાલમાં પાંચમી સૌથી મોટી અર્થવ્યવસ્થા તરીકે,

ભારતે જે રીતે G20 અધ્યક્ષતા સંભાળી સંચાલન કર્યું છે તે પ્રક્રિયામાં તેની મહત્વતા સ્પષ્ટ રીતે પ્રદર્શિત થાય છે. બદલાતા ભારત અને વધુ ગતિશીલ વિશ્વ વચ્ચેની પારસ્પરિક અસર એ ભારત અને વિશ્વ એમ બંને માટે સ્પષ્ટપણે નવી છે. આ સ્થિતિમાં, ભારતની નેતૃત્વની ગુણવત્તાથી સમગ્ર વિશ્વમાં ફરક પડશે. વિશિષ્ટ તાણ હેઠળ વિશ્વના વિવિધ ઘટનાઓને મેં તારવીને તેમને વલણો તરીકે રજૂ કરવા પ્રયાસ કર્યો છે, જેના આધાર પર આપણે ભારતના દ્રષ્ટિકોણોનું મૂલ્યાંકન કરી શકીએ. મારી અગાઉની કવાયતની જેમ જ, મારો ધ્યેય એક વિવાદાત્મક સમાજમાં પ્રવર્તમાન ચર્ચાઓમાં યોગદાન આપવાનો છે.

કોઈ એક ચોક્કસ ઘટના પછી જ મુખ્ય રાષ્ટ્રો વિશ્વ પર પ્રભાવ પાડી શકે છે. આ ઘટના સંઘર્ષ, ક્રાંતિ અથવા તો મોટા આર્થિક ફેરફાર હોઈ શકે છે. આ તમામ પ્રભાવશાળી રાષ્ટ્રોના મૂળમાં બે પાસા જોવા મળે છે: તેમની ક્ષમતામાં એકદમ વધારો તથા નવી ચેતનાથી ભરપૂર વ્યક્તિત્વ. ભારતની વાત કરીએ તો તેની પ્રારંભિક રાજનીતિ કાળક્રમે તેની ક્ષમતાના પરિબળ સુધી માર્યાદિત રહી, જે તેની રાષ્ટ્રીય સુરક્ષા અને રાજકીય પડકારોમાં છતી થાય છે, પરંતુ વાસ્તવમાં તે સામાજિક-આર્થિક અને ટેકનોલોજીના ક્ષેત્રોમાં થયેલી મર્યાદિત પ્રગતિનું સંચિત પરિણામ હતું. ક્યાંક ને ક્યાંક એ એક મહાન સંકૃતિનું અપૂરતું પ્રક્ષેપણ હતું. તેની સમકક્ષ જૂથમાં અન્ય રાષ્ટ્રોની તુલનામાં ભારતની પ્રગતિ ગોકળગાયની ગતિએ થઈ હતી. આજે, આ તમામ ચલ અને પરિબળો હકારાત્મક રીતે સક્રિય બની ગયા છે કારણ કે ભારતે આત્મનિર્ભર બની વિવિધ ક્ષેત્રોમાં વિકાસ કરેલો છે. રાજનીતિ, અર્થતંત્ર , જનસંખ્યા, સંસ્કૃતિ અને વિચારધારાઓ એક શક્તિશાળી સંયોજન બનાવે છે. વિશાળ ક્ષેત્રોમાં આ ઊંડા પરિવર્તનો નવા ભારતની રચનામાં યોગદાન આપી રહ્યા છે.

છેલ્લો દાયકો સાક્ષી છે કે ભારતે અવકાશ ક્ષેત્રે કેટલી પ્રગતિ કરી છે અને રાષ્ટ્ર તરીકે તેના વ્યક્તિત્વમાં એક નિખાર આવેલો છે. ભારતની રાજનીતિ 'મંડળે' એક સ્પષ્ટ રૂપ ધારણ કર્યું છે, તેની 'પાડોશ પહેલાં' ની નીતિએ મૂળમાં ઘા કર્યો અને દરેક દિશામાં વિસ્તરણ કર્યું. ભારતની વૈશ્વિક ઉપસ્થિતિ પણ વિસ્તરતી જાય છે, આફ્રિકા અને લેટિન અમેરિકામાં જેટલી હદે વિસ્તરણ થયું છે, તેટલી જ હદે પેસિફિક અને કેરેબિયનમાં પણ વિસ્તરણ દેખાઈ રહ્યું છે. સાથે સાથે સત્તાના કેન્દ્ર ગણાતા ઘણા બધા મુખ્ય રાષ્ટ્રો સાથે પણ ભારત સંકળાયેલું રહે છે, જો કે તેમાં ઘણીવાર પડકારોનો સામનો કરવો પડે છે. દક્ષિણના શ્રેષ્ઠતમ રાષ્ટ્ર તરીકે ભારતની ઓળખ "વેક્સીન મૈત્રી" દ્વારા મજબૂત રીતે પ્રબળ બની, સૌ પ્રથમ સક્રિય ભાગીદારીએ આપણી આંતરરાષ્ટ્રીય પ્રતિબદ્ધતાને ઉજાગર કરી. કાવેરી, ગંગા, દેવી શક્તિ અને અજય જેવી કામગીરીએ દર્શાવ્યું કે વિદેશમાં રહેલા ભારતીયો મુશ્કેલીના સમયમાં તેમની સરકાર પર નિર્ભર રહી શકે છે. અને જે દાયકાનો પ્રારંભ યોગના પ્રચાર સાથે શરુ થયો હતો તે દાયકો હવે યોગ્ય રીતે રોજબરોજના જીવનમાં 'શ્રી અન્ન' (મીલેટસ)ના સ્વીકારનો પણ સાક્ષી બની રહ્યો છે.

યાત્રા ચાલુ રહેશે પરંતુ આ એક એવો સમય છે જ્યારે આપણે મૂલ્યાંકન કરવું જોઈએ કે આપણે શું ફેરફાર લાવ્યા છીએ. અને તે અભ્યાસ ચોક્કસપણે એ દર્શાવશે કે શા માટે આપણે વિશ્વ માટે વધુ મહત્ત્વ ધરાવીએ છીએ.

અંતે તો વિદેશ નીતિમાં વૈશ્વિક ફલકનું સૂક્ષ્મ મૂલ્યાંકન કરવાનું હોય છે અને આ મૂલ્યાંકનના સંદર્ભમાં પોતાની સંભાવનાનો વિચાર કરવાનો હોય છે. જો વિશાળ ફલકને સચોટ રીતે જોવામાં આવે તો અને તો જ કોઈ પણ કાર્ય સાથે સંકળાયેલા ફાયદાઓ તેમજ જોખમોનું મૂલ્યાંકન યોગ્ય રીતે કરી શકાય.પરંતુ કોઈ પણ રાષ્ટ્ર એમનેમ યોજનાઓ બનાવતું નથી અથવા કાર્ય કરતું નથી. રાષ્ટ્ર પાસે પોતાની દૂરદર્શિતા હોવી જોઈએ, મનમાં પ્રારૂપ હોવું જોઈએ અને હાંસલ કરવા માટેના લક્ષ્યાંકો હોવા જોઈએ. વ્યવહારિક અને સાંસ્કૃતિક કારણોસર, આ તમામનું હંમેશા સ્પષ્ટીકરણ કરવામાં નથી આવતું. પરંતુ વિશ્વનું વિશ્લેષણ કરીને, પ્રક્રિયાઓ વર્ણવીને અને ઉકેલ સૂચવીને, તેમનું પ્રારૂપ નક્કી કરી શકાય છે. આમ જોવા જઈએ તો કેટલેક અંશે આ ગ્રંથનો એક એવો ભાગ છે જેનું વાંચન તેનો ગુઢાર્થ સમજવા માટે કરવું પડે.

વર્તમાન વિશ્વ રાજકારણમાં કાર્યરત રહેવા અંગેની સૂઝ ભારતની G20 અધ્યક્ષતામાંથી ફલિત થાય છે. સતત વિકાસશીલ રાષ્ટ્રોના મુદ્દાઓ પર ધ્યાન કેન્દ્રિત કરીને, અમે G20ને તેના મૂળ મેન્ડેટ - આંતરરાષ્ટ્રીય વૃદ્ધિ અને વિકાસને પ્રોત્સાહન આપવા પર પાછા લાવવામાં સફળ રહ્યાં હતાં. આ સંદર્ભમાં પ્રાથમિકતાઓ નક્કી કરવી અને સમૂહ ઉકેલો શોધવા જેવા હેતુઓ સારા એવા પ્રમાણમાં હાંસલ કરવામાં આવ્યાં હતાં. પૂર્વ–પશ્ચિમ ધ્રુવીકરણ અને ઉત્તર–દક્ષિણ વિભાજન જેવા સમકક્ષ પડકારોનો સામનો કરતી વખતે, એકનો ઉપયોગ બીજા મુદ્દાનો હલ લાવવા માટે કરવામાં આવ્યો હતો. વચગાળાના પરિણામો માટેની કેટલીક નવી પદ્ધતિઓ સાથેનું મજબૂત રાજનૈતિક વલણ, જ્યારે તે ખરેખર પરિણામલક્ષી હતું ત્યારે, તેને સંમતી સાથે પ્રોત્સાહિત કરવામાં આવેલું. આફ્રિકન યુનિયન (AU)ને G20નું કાયમી સભ્યપદ આપવાની પહેલ એક નોંધપાત્ર બાબત હતી, તેમજ વિશાળ ફલક પરના કથાનકને વધુ મજબૂત બનવવામાં તે વિશેષ રીતે મદદરૂપ પણ હતી.

દિલ્હીમાં G20 શિખર સંમેલનમાંથી મેળવેલી એક શીખ એ હતી કે, જેટલો વધુ મહત્ત્વાકાંક્ષી એજન્ડા હશે, તેટલી જ અન્ય લોકોની તેનો વિરોધ કરવાની શક્યતાઓ ઓછી રહેશે. તેજ રીતે, નિર્ણાયક સંબંધોને સમયાંતરે પોષણ આપીને, બધા ભાગીદારો ભારતની સફળતામાં હિસ્સેદાર બની ગયા. રાજદ્વારી કેવી રીતે હાથ ધરવામાં આવી, સંસ્કૃતિ અને વારસા કેવી રીતે રજૂ કરવામાં આવ્યા, અથવા લોકસહભાગિતાને કેવી રીતે પ્રોત્સાહિત કરવામાં આવી, આ બધું જ G20 અધ્યક્ષતામાં “ભારતીય રીત” નો અભ્યાસ હતો.

વર્ષોથી રાજનીતિ સાથે એક સક્રિય અનુયાયી તરીકે સંકળાયેલો હોવાથી, હું આ પુસ્તક દ્વારા મારી બે જવાબદારીઓ અંગે ચર્ચા કરવાનો પ્રયાસ કરું છું. તેમાં પહેલી જવાબદારી એ છે

કે આ ઉભરતી મહાસત્તાના વિચારોનું આદાન પ્રદાન સમગ્ર વિશ્વ સાથે કરવું કે જે આ વિકાસગાથાનું સાક્ષી બની રહ્યું છે.અને બીજી એ છે કે વૈશ્વિક ઘટનાઓને સાચી રીતે સમજવાની આવશ્યકતા આપણા પોતાના લોકોને જણાવવી. આમ કરવાથી, આપણું રાષ્ટ્ર તેની સામે રહેલી તકો અને પડકારોની પૂર્ણ રીતે કદર કરી શકશે. આ બંને બાબતોના મૂળ મજબૂત સાંસ્કૃતિક પાયામાં રહેલા છે. આમ જોવા જઈએ તો આ પ્રતિષ્ઠાન જેવી રીતે બહુવિધ અને વિચાર-વિનિમય કરતાં આપણા સમાજ પર અસર કરે છે, તે જ રીતે આપણા મુખ્ય અભિગમ – “વસુધૈવ કુટુંબકમ” ને પણ પ્રભાવિત કરે છે. જેમ તે આપણી લોકશાહી પસંદગીઓને પ્રોત્સાહિત કરે છે, તે રીતે તે આપણી રાજકીય નૈતિકતાને પણ આકાર આપે છે. જે રીતે ચર્ચાઓ થાય છે, નિર્ણયો લેવામાં આવે છે અને મંતવ્યો વ્યક્ત થાય છે, આ તમામ પ્રક્રિયાઓ પોતાની સાંસ્કૃતિક છાપ ધરાવે છે. પરંતુ સૌથી મહત્ત્વનું એ છે કે તેઓ આપણા સામૂહિક વ્યક્તિત્વના કેન્દ્રમાં રહેલા મૂલ્યો અને નૈતિકતાઓને પ્રકાશિત કરે છે.

રાષ્ટ્ર ગાથા નાગરિકોની કલ્પના પર પક્કડ રાખવા માટે વિકસિત કરવામાં આવે છે, જે જ્ઞાન , માન્યતાઓ અને આદતોનું સત્વ છે. જેઓની સંસ્કૃતિઓ અને પરંપરાઓ ઇતિહાસના કપરા સમયગાળામાં દબાણ હેઠળ આવી, તેઓ માટે આ ગાથાઓ મહત્વપૂર્ણ પ્રેરક બની જાય છે. ખરેખર મહાન કથાઓ એવી સમજણ પ્રદાન કરે છે કે જે સીમાઓની બહાર પ્રભાવ વિસ્તારવામાં અને સંદેશાઓ પ્રસારિત કરવામાં મદદરૂપ થાય છે. તેથી આ કથાઓ વિશ્વમાં લાગુ કરી શકાય તેવા બોધપાઠ તારવવામાં માટે આકર્ષે છે. ખાસ કરીને સંકટના સમયગાળામાં, કથાઓમાની ઘટનાઓ અને પરિણામો માર્ગદર્શન આપી શકે છે,સમાનતાઓ આપી શકે છે અને આત્મવિશ્વાસ મજબૂત બનાવી શકે છે. ખરેખર આ મહાકાવ્યો સદાય માટે સાંપ્રત રહે છે, કારણકે તે કોઈપણ સમયગાળાની ઘટનાને સમજવા માટેની ઉપદેશાત્મક દ્રષ્ટિ આપે છે.

ભારતના બે મુખ્ય મહાકાવ્યો ‘રામાયણ’ અને ‘મહાભારત’ માંથી સામાન્ય રીતે રાજ્યવ્યવહાર અને રાજનીતિ સાથે મહાભારતને જ જોડવામાં આવે છે. આ અવલોકન માટે ઘણા કારણો છે, જેમાં મુખ્ય કારણ એની કથા છે. આ અવલોકન પાછળ એક તથ્ય પણ જવાબદાર છે કે બંને મહાકાવ્યો તદ્દન જુદા સમય દરમિયાન લખાયા છે અને પ્રત્યેક મહાકાવ્યથી અલગ અલગ વર્તનાત્મક અપેક્ષાઓ સંકળાયેલી છે. સતયુગમાં લખાયેલ રામાયણમાં વિચારોની પવિત્રતા અને ઉદાર આચરણ કેન્દ્ર સ્થાને છે. જયારે તેનાથી વિપરીત, કળયુગમાં લખાયેલ મહાભારત માનવ નબળાઈ અને મહત્ત્વાકાંક્ષા ના અનુસરણનો વધુ સચોટ વૃતાંત છે. આજની પરિભાષામાં, આપણે એકને નિયમો અને માપદંડોનું પાલન કરવા માટેની શોધ તરીકે જોઈશું, જ્યારે બીજાનું રાજ્યશાસ્ત્રમાં પ્રચલિત વિવિધ પ્રથાઓ તરીકે મૂલ્યાંકન કરીશું. આંતરરાષ્ટ્રીય વ્યવસ્થા અનિયંત્રિત સ્પર્ધા પર આધારિત ન હોઈ શકે, તેથી ધોરણો સ્થાપિત કરવા અને જાળવવા માટેની કવાયત હંમેશા પ્રાસંગિક રહી છે. તે કદાચ આજના જુસ્સાથી

ભરેલા ખળભળાટ વાળા વિશ્વમાં વધુ પ્રાસંગિક છે. રામાયણનો આ દૃષ્ટિકોણથી અભ્યાસ કરી શકાય છે, જે નિયમ આધારિત વ્યવસ્થા બનાવવાના ગુણ અને પડકારોને ઉજાગર કરે છે.

રામાયણના નૈતિક પરિમાણો મહાભારતની તુલનામાં જ નહીં પરંતુ અન્ય સંસ્કૃતિઓના મહાકાવ્યોની તુલનામાં પણ અત્યંત મજબૂત છે. તેનું મૂળભૂત સમજૂતી એક સ્પષ્ટ યુદ્ધના આદર્શ પર આધારિત છે, અને એ છે સારા વિરુદ્ધ ખોટાનું યુદ્ધ. આ કારણોસર રામાયણ એશિયાના મોટા ભાગમાં ઉત્સવો અને કથાઓ થકી ઉજવાય છે. પરંતુ આ આદર્શ કથામાં પણ, કેટલીક જટિલતાઓ, સંશયો અને વિવશતા છે જે રાજનિતિના વિદ્યાર્થી માટે એક અભ્યાસનો વિષય છે. કેવી રીતે સદભાવનો લાભ લેવાય છે, પ્રતિબદ્ધતાઓ કરવામાં આવે છે, ગઠબંધનો બનાવવામાં આવે છે અને નિર્ણયો લેવામાં આવે છે આ તમામનું આબેહૂબ વર્ણન આ કથામાં કરવામાં આવ્યું છે. મોટાભાગે કથામાં નિર્ણયો દેખીતી રીતે જોઈ શકાય છે, પરંતુ મહત્વપૂર્ણ ઘટનાઓની કોઈને કોઈ સંદર્ભ કથા હોય છે. જો આ સંદર્ભકથાઓ અંગે જાણવામાં ન આવે તો આપણી સમજણ અધૂરી રહે છે.

મુખ્યરૂપે, રામાયણ એ એક દેવશક્તિની ગાથા છે જે દુષ્ટ લોકોનો નાશ કરવા માટે માનવી સ્વરૂપ ધરીને રામ તરીકે પૃથ્વી પર અવતરે છે. આ પ્રક્રિયામાં, તેઓ વ્યક્તિગત વર્તણૂક માટેના કેટલાક ધોરણો સ્થાપિત કરે છે અને સારા શાસનને પ્રોત્સાહન આપે છે. આ કારણસર, આપણે તેમના શાસનને નિયમ આધારિત વ્યવસ્થાના ઉદાહરણ તરીકે જોઈ શકીએ છીએ, જેને 'રામરાજ્ય' તરીકે ઓળખવામાં આવે છે. જેમ જેમ કથા આગળ વધતી જાય તેમ તેમ સમજાય કે તે ઉપરોક્ત દર્શાવેલ સમજુતીની સરખામણીએ કેટલું બધું જટીલ છે. શક્તિ ઘડતર અને ક્ષમતાઓની કેળવણી થી કથા શરુ થાય છે જે કથાના મુખ્ય નાયક રામની પ્રતિષ્ઠાને પ્રચંડ બનાવે છે. વિવિધ પરીક્ષાઓનો સામનો કરતાં કરતાં રામ એવી કુશળતા મેળવે છે જે તેમને અંતિમ પડકાર માટે તૈયાર કરે છે. તેમના સાવકા ભાઈ લક્ષ્મણ સાથે તેમનો સંબંધ ખૂબ જ ગાઢ છે, જો કે, અન્ય ભાઈઓ ભરત અને શત્રુઘ્નને પણ તેમના પર અપાર મમતા છે. કથા રાજકીય કાવતરાની છે, જેમ કે રામની સાવકી મા કૈકેયી તેમના પિતા દશરથ દ્વારા આપવામાં આવેલા બે વરદાનમાંથી એકનું આહવાન કરે છે, અને જે સમયે રામનો રાજ્યાભિષેક થવાનો હોય છે તે જ સમયે તેમના વનવાસ માટે જીદ કરે છે. વનવાસ દરમિયાન રાક્ષસ રાજ રાવણ દ્વારા રામની ધર્મપત્ની સીતાનું અપહરણ થાય છે તે આ કથાનું કેન્દ્રં બિંદુ છે જેની આસ પાસ કથાની અન્ય ઘટનાઓ રચાય છે.

સીતાને છોડાવવા માટેના અભિયાનની તૈયારી કરતી વખતે, રામે અનેક યુક્તિઓ ઘડી કાઢી, જે લોકકથાઓમાં પ્રખ્યાત બની છે. રામની અંતિમ વિજય સાથે સમાપ્ત થયેલું દસ દિવસનું યુદ્ધ ચિંતાજનક ક્ષણોથી ભરેલું હતું. ભક્ત, દૂત, મુખ્ય અનુભવી વ્યક્તિ અને સલાહકાર તરીકે હનુમાનની ભૂમિકા ખાસ કરીને નોંધપાત્ર છે. પરંતુ તે વિશ્વસ્ત મિત્રોની મહત્વતા હોય,

ગઠબંધન કરવાના પડકારો હોય, બિનશરતી પ્રતિબદ્ધતાના જોખમો હોય, વ્યૂહાત્મક સમાધાન કરવાનું જોખમ હોય, અસરકારક રાજનીતિનું મૂલ્ય હોય કે પછી માહિતી આધારિત યુદ્ધની જરૂરિયાત હોય, આજનું જગત આ યુગમાંથી ઘણું બધું શીખી શકે છે.

સૌથી અગત્યનું, ભગવાન રામની કથા એ એક ઉભરતી મહાસત્તાનું કથાનક છે જે પોતાના વિશેષ હિતોને વૈશ્વિક લાભ માટેના ધ્યેય સાથે સુસંગત કરવા સક્ષમ છે. તેમણે જે પરીક્ષાઓ આપવાની થઈ તે નીતિવિષયક સર્જનાત્મકતાને પ્રોત્સાહન આપે છે. ઘણા નિર્ણયો સિદ્ધાંતો પર આધારિત હોય છે, અને પરિણામે, પસંદગીઓ ઓછી અસ્પષ્ટ હોય છે. પરંતુ સ્વ-હિતના કેટલાક પ્રસંગો પણ છે, જ્યાં કૃત્યનું સમર્થન કોઈ ચોક્કસ જરૂરિયાત પર આધાર રાખે છે. દાખલા તરીકે, વાનર રાજાઓ વાલી અને સુગ્રીવ વચ્ચેના યુદ્ધમાં રામનો હસ્તક્ષેપ, જેને કથામાં પાછળથી વિસ્તૃત રીતે સમજાવવામાં આવ્યું છે. એવું નથી કે તેમાં કોઈ નૈતિકતા નથી; બસ એટલું જ કે નૈતિકતાની સમજ તેની પરંપરાગત ધારણાઓથી અલગ છે.

જીવનમાં ભાગ્યે જ કોઈ નક્કર પસંદગીઓ હોય છે, અને નિર્ણય પ્રક્રિયાની જટિલતાઓની કદર આંતરરાષ્ટ્રીય સંબંધોને સમજવાનો એક અનિવાર્ય ભાગ છે. જોકે, એક મુખ્ય ઉભરતી મહાસત્તા માટે ફક્ત ચોક્કસ પરિસ્થિતિના વિશ્લેષણ અને તેના પર કાર્ય કરવાની ક્ષમતા જ જરૂરી નથી. સૌ પ્રથમ તો તેણે તેના પોતાના મૂલ્યો અને માન્યતાઓ પર વિશ્વાસ રાખવો પડશે અને તે જ દ્રઢ પ્રતીતિના આધારે પોતાની નીતિઓ ગઢવી પડશે. ભારતની સંસ્કૃતિ, વરસો અને પરંપરાની સમગ્રતામાંથી જ આ તમામ પ્રક્રિયાઓનો ઉદ્ભવ શક્ય બનશે. અને તેથી જ ઈન્ડિયા ત્યારે જ ઉંચાઈઓ આંબી શકશે જયારે તે ભારત બનશે.

2

વિદેશ નીતિ અને તમે:

તમારા દૈનિક જીવનમાં પરિવર્તન

ભારત વિશ્વ માટે મહત્વ ધરાવે છે, તેમજ વિશ્વ ભારત માટે. પણ તેનો અર્થ એ નથી કે આપણે ભારતીયોએ પોતાના પર ધ્યાન ન આપવું જોઈએ. રાષ્ટ્ર તરીકે આમ વિચારીએ તો, 'સારી' વિદેશ નીતિ શું છે? આપણે કદાચ આ પ્રશ્નો ઉત્તર વધારે જટીલ બનાવી દઈએ છીએ જયારે આપણે સમજીએ છીએ કે રાષ્ટ્રના હિત માટે કાર્યરત રહેવું એટલે જટિલ નીતિઓનું ઘડતર કરવું. તેથી, પરિભાષાઓની પર જઈ અંતઃસ્ફૂરણાથી 'વિદેશ નીતિ'ને સમજવી વધારે મહત્વપૂર્ણ છે.

સારી વિદેશ નીતિ તમને વ્યક્તિગત રીતે લાભકારી હોવી જોઈએ. વિશ્વ પાસેથી તમારી સામાન્ય જરૂરિયાતો પૂરી થવી જોઈએ. આપણે રાષ્ટ્ર તરીકે એક સમૂહ છીએ, તેથી આપણી રાષ્ટ્રીય સુરક્ષા સુનિશ્ચિત થવી જોઈએ. અને જ્યારે આમ થાય ત્યારે આપણી લક્ષ્યાંકોની પ્રાપ્તિ સરળ થવી જોઈએ. બાહ્ય વિશ્વ સાથે રાષ્ટ્રને જોડતી કડી કોવાના કારણે વિદેશ નીતિ આપણને અપેક્ષાઓ સિદ્ધ કરવા માટે સક્ષમ બનાવવી જોઈએ. તે કદાચ ટેકનોલોજી હોય, મૂડી હોય, શ્રેષ્ઠ પ્રથાઓ કે પછી તે કામ કરવાની તકો હોઈ શકે છે. અને આમ જોવા જઈએ તો સ્વાભાવિક

રીતે આપણે બધાં જ સક્ષમ બનવા માંગીએ છીએ, સારા દેખાવા માંગીએ છીએ અને વળી ઈચ્છીએ છીએ કે આપણી કદર થાય.

આખરે જોવા જઈ તો, સારી વિદેશ નીતિ એટલે વૈશ્વિક પ્રવાહોની સચોટ સમજણ તથા આપણા રાષ્ટ્ર અને લોકો માટે સંભવિતતાઓ અંગેની ધારણા. અણધારી ઘટનાઓ ઘટે, ત્યારે ચપળ અને અસરકારક રીતે પ્રતિક્રિયા આપી શકાય, સાથે સાથે, આપણા આશયો સચોટ રીતે પ્રગટ થાય તેમજ આપણી છબી સારી રીતે પ્રસ્થાપિત થાય, વિદેશ નીતિ તેવી હોવી જોઈએ. કોઈપણ પ્રયાસ જે આ ધ્યેયોને સુનિશ્ચિત કરે છે તે શ્રેષ્ઠ છે. તે જરૂરી નથી કે તે ફક્ત સારી સારી લાગે; પણ તે અપેક્ષાઓ પર ખરી ઉતરવી જોઈએ.

કોઈ ભારતીય વિદ્યાર્થીની જગ્યાએ તમે પોતાની જાતને મૂકીને જુઓ, કે જે 24 ફેબ્રુઆરી 2022 ના રોજ યુક્રેનમાં હતો.વિચારતા હતાં શૈક્ષણિક સિધ્ધિઓ વિશે, અને અચાનક હવે ગંભીર સંઘર્ષપૂર્ણ પરિસ્થિતિમાં સપડાય ચૂક્યા છો. ફક્ત તમે અને તમારા જેવા અન્ય ભારતીય વિદ્યાર્થીઓ જ નહિ, પણ યુક્રેનના લાખો લોકો દેશ છોડવાનો પ્રયાસ કરી રહ્યાં છે. સ્થાનિક મુસાફરી જોખમી અને અટપટી છે. વળી, ચક્કાજામને કારણે, આંતરરાષ્ટ્રીય સીમાઓ વધારે ભયરૂપ અને ગૂંચવણભરેલી છે. હવાઈ હુમલાઓ અને તોપમારાના કારણે યુદ્ધગ્રસ્ત વિસ્તારોમાં તો બહાર પગ મુકવો પણ જોખમી છે.

આવી ગંભીર પરિસ્થિતિમાં તમે ખરેખર તમારી સરકાર પાસે આશા રાખો કે તમને ટેકો આપે અને આ પરિસ્થિતિમાંથી તમને બહાર લાવે. અને સાચે જ આવા કપરા સમયમાં જ સમગ્ર વિદેશ નીતિ તંત્ર કાર્યશીલ બની જાય છે, જેમ કે, 'ઓપેરેશન ગંગા' વખતે બની ગયું હતું. તે સમયે ટ્રેનો અને બસો સહિતની પરિવહન સુવિધાઓ પૂરી પાડીને મદદ કરી હતી. તેમજ સુરક્ષિત માર્ગ સુનિશ્ચિત કરવા રશિયા અને યુક્રેન વચ્ચે યુદ્ધ વિરામ થાય તે માટે ઉચ્ચ સ્તરીય હસ્તક્ષેપ કર્યો હતો. ફસાયેલાં ભારતીય સરહદ પાર કરી શકે તે સુનિશ્ચિત કરવા સીમા અધિકારીઓ સાથે સક્રિય રીતે સંકળાયેલા રહ્યાં હતાં. અને વધુ વિકટ પરિસ્થિતિઓમાં, જેમ કે સુમિ શહેર, તેમના પ્રતિનિધિઓએ સુરક્ષાની જરૂરિયાતોને સુનિશ્ચિત કરવા માટે અસરગ્રસ્ત ક્ષેત્રોમાં પણ પ્રવાસ કર્યો. જ્યારે તમે યુક્રેનની બહાર આવ્યા, ત્યારે રોમાનિયા, પોલેન્ડ, હંગેરી અને સ્લોવાકિયા જેવા પાડોશી દેશોની સરકારો સાથે કામ કર્યું, ટ્રાંઝિટ કેમ્પો સ્થાપિત કર્યા, હવાઈ મૈદાનોનો ઉપયોગ કર્યો અને વતન પરત આવવા માટેની ફ્લાઈટ્સનું આયોજન કર્યું. આ બધું શક્ય બનાવવા માટે ઉચ્ચ સ્તરથી લઈ વિવિધ સ્તરે કરાયેલા પ્રયત્નો, મધ્યસ્થીઓ અને સંબંધો અંગે વિચારો.

ત્યારબાદ,15 ઓગસ્ટ 2021ના કાબુલને યાદ કરો. કલ્પના કરો કે, જ્યારે તાલીબાને અચાનક કાબુલ પર કબજો જમાવ્યો હતો તે સમયે, કોઈ કારણસર, તમે ત્યાં ફસાયાં છો. તાલીબાનોની ચોકીઓ દ્વારા નિયંત્રિત શહેરમાંથી પસાર થવું એટલે ! તમે સમજી શકો છો કે વતન પરત ફરવું કેટલું મુશ્કેલ હોઈ શકે છે. અલબત, ભારતીય સરકારે ખૂબ જ પ્રયત્નો કરવાના

હતાં. તે એટલું જ પડકારજનક હતું જેટલું સુરક્ષિત અમેરિકન એરબેઝ પર પ્રવેશ મેળવવો, કે જે તે સમયે તણાવમાં હતું, નિરાશાથી ભરેલા અફઘાનો અને શંકાસ્પદ તાલીબાનોથી ઘેરાયેલું હતું. ઝડપી પ્રતિસાદ માટે 'તાજિક' સહયોગનો ઉપયોગ કરવો; ટૂંકી સૂચનાથી ઈરાની હવાઈ ક્ષેત્રનો ઉપયોગ કરવો; અને અખાતી સહયોગનો શાંતિપૂર્વક ઉપયોગ કરવો. સંવેદનશીલ વાટાઘાટો દ્વારા કેટલાક ભારતીયોને યુનાઈટેડ સ્ટેટ્સ ઓફ અમેરિકા (US), યુનાઈટેડ કિંગડમ (UK), યુએઈ (UAE) અને ફ્રાન્સ જેવી ફ્લાઈટ્સનો લાભ અપાવવો. એક નજરે આ બધું એક જટીલ તંત્રનો ભાગ લાગે, પરંતુ તે તેના કરતાં કંઈક વધારે હતું: વર્ષોથી વિકસાવેલા સંબંધો. તેટલી જ મહત્વની છે, બહુવિધ સમાયોજન સાધતી તેવી સહજ અને વ્યવહારુ ભારતીય નીતિની અસરકારકતા.

કાબુલથી 'ઓપરેશન દેવી શક્તિ' ફ્લાઈટ્સ કદાચ ખૂબ જ તણાવમય હતી, છતાં ખૂબ જ ઓછા સમયમાં તેનું આયોજન થઈશક્યું. જો વ્યાપની વાત હોય તો, કોવિડ મહામારી દરમિયાન ઉત્પન થયેલી પરિસ્થિતિને પહોંચી વળવા ભારતે ખૂબ બહોળા પ્રમાણમાં પ્રતિસાદ આપ્યો હતો. વંદે ભારત મિશન, કે જેમાં હવા, સમુદ્ર અને જમીન દ્વારા લાખો ભારતીયોને અનેક દેશોમાંથી પરત લવાયા હતા, કદાચ તે ઈતિહાસમાં નોંધાયેલું સૌથી મોટું સ્થળાંતર હતું. લોકોનું સ્થળાંતર તો માત્ર આઈસબર્ગની ટોચ માત્ર હતું. પરંતુ તેનું સમગ્ર સંચાલન એટલે જટીલ અને ગૂંચવણભરી પ્રક્રિયાઓ; જેમ કે, આયોજન, એકત્રીકરણ, પરીક્ષણ, સ્વદેશ પરત ફરતાં લોકોને રહેઠાણ તેમજ ખોરાક પૂરો પાડવો.

વુહાનથી શરૂ કરીને, પછી ઈટાલી અને તેનાથી પણ આગળ, આ પ્રક્રિયામાં સ્થાનિક, પ્રાદેશિક અને રાષ્ટ્રીય અધિકારીઓ સાથે વ્યાપક સક્રિય સહભાગિતા સામેલ હતી. અને તેમાં તમામને આવરી લેવામાં આવ્યા હતા, પ્રવાસીઓ અને વિદ્યાર્થીઓથી લઈને વ્યાવસાયિકો અને કામદારો સુધી, ત્યાં સુધી કે યાત્રાળુઓ, માછીમારો અને નાવિકો પણ. આ માત્ર વતન પરત ફરતા ભારતીયો માટે મર્યાદિત ન હતું. વિદેશમાં રહેતા ઘણાં લોકો, ખાસ કરી ને ખાડીના દેશોમાં વસતાં તમામ લોકોને સીધે સીધી મદદ કરવામાં આવી હતી અથવા તો સ્થાનિક સરકારો સાથે મધ્યસ્થી દ્વારા તેમને ટેકો આપવામાં આવ્યો હતો. અહીં પણ, રાજકીય નેતાઓ અને રાજદૂતોએ કરેલા પ્રયત્નો ફળ્યા હતાં.

વધુ તાજેતરનું ઉદાહરણ એપ્રિલ 2023માં સુદાનમાં સશસ્ત્ર નાગરિક સંઘર્ષમાં ફસાયેલા ભારતીય સમુદાયનું હતું. તણાવ છેલ્લા એક વર્ષથી સતત વધી રહ્યો હતો, તેમ છતાં, જ્યાં સુધી ખરાબ પરિસ્થિતિઓ સર્જાય નહીં ત્યાં સુધી વિદેશી નાગરિકો સામાન્ય રીતે દેશ છોડવા માટે અચકાતા હોય છે. આવા સંજોગોમાં, જ્યારે આ ઘટના અચાનક ઘટી, ત્યારે લગભગ 4,000 જેટલા ભારતીય નાગરિકો જોખમમાં આવી ગયા. રાતો-રાત, ભારતીય પ્રતીકારો સક્રિય બની ગયા અને ઘર આંગણે 'ઓપેરેશન કાવેરી' નામનું કમાન્ડ સેન્ટર પ્રસ્થાપિત કરવામાં આવ્યું. સાથે

સાથે, તાત્કાલિક ઉડાન માટે ભારતીય વિમાનોને સાઉદી અરબમાં તૈનાત કરવામાં આવ્યા હતા, જ્યારે ભારતીય નૌકાઓને રાતા સમુદ્ર પર મોકલવામાં આવી હતી. બચાવની પ્રક્રિયા ફરી એકવાર ખૂબ જ જટિલ બની ગઈ હતી કારણ કે આપણા નાગરિકો નાનાં નાનાં જૂથોમાં વિશાળ વિસ્તારમાં ફેલાયેલા હતા. આંતરવિગ્રહની પરિસ્થિતિમાં, કાયદો અને વ્યવસ્થા સંપૂર્ણપણે તૂટી પડ્યાં હતાં અને મૂળભૂત જરૂરીયાતો પણ પ્રાપ્ત કરવી મુશ્કેલ બની ગઈ હતી. યુદ્ધ કરનારાઓએ ભારતીય દુતાવાસો પર કબજો મેળવી લીધો હતો, આવી સૌથી પડકારજનક પરિસ્થિતિમાં પણ ભારતીય દુતાવાસે કામ કર્યું હતું. ઉકેલ એ હતો કે શક્ય તેટલું સુરક્ષિત, ગુપ્ત રીતે અને ઝડપથી સ્થળાંતર કરાવવામાં આવે, પરંતુ આ ત્રણેય બાબતો એક સાથે શક્ય બનતી નહી, ખાસ કરીને જ્યારે વ્યક્તિગત અને રાજકીય દબાણ વધારે હોય.

તેમ છતાં, આ એક સફળ અભિયાન હતું કારણ કે તે પ્રતિબદ્ધ અધિકારીઓની હાજરી, પાડોશી દેશો સાથેની રાજનૈતિક મધ્યસ્થી અને વર્ષોથી ઘડાયેલી સક્ષમ SOP નું જોડાણ હતું. અમારા રાજદૂતોએ અને સૈન્યકર્મીઓએ અસાધારણ પ્રદર્શન કર્યું, ઘણી વખત વ્યક્તિગત જોખમો લીધા. અમે સાઉદી, બ્રિટિશ અને ઈજીપ્તીયન જેવા ભાગીદારોને પણ મદદ કરવા માટે આગળ આવ્યા. આ તણાવયુક્ત અનુભવોને જોડતી જો કોઈ કડી હોય તો તે છે મોટા જોખમો, જે વ્યક્તિગત જીવનને અસર કરે છે. અને એ, હકીકતમાં, સમગ્ર માનવ ઈતિહાસની વિષમ પરિસ્થિતિ છે.

***

જ્યારે એક ઋષિ પહેલી વખત રામ અને લક્ષ્મણને તેમના આશ્રમને રાક્ષસોથી મુક્ત કરવા લઈ ગયા, ત્યારે તેઓને ભાગ્યેજ ખ્યાલ હશે કે આ આમનો-સામનો તેમના જીવન સંઘર્ષની શરૂઆત માત્ર છે. દૈત્ય શક્તિઓ સાથેનો આ તેમનો પ્રથમ સંઘર્ષ હતો, તેથી દુષ્ટ તાકતો અંગે તેમની સમજણ અધકચરી હતી. વાસ્તવમાં, જે મરીચિને ભગવાન રામે પ્રથમ વખત નિષ્ફળ બનાવ્યો હતો, તે જ પછી સોનાનું હરણ બનીને તેમને છેતરવા આવ્યો હતો. વર્ષો પછી, તેમના દેશવટાના પ્રારંભિક તબક્કામાં, તેમણે ફરીથી શરભંગાના ઋષિઓની રક્ષા કરવાના પ્રણ લીધા, તે સમયે કદાચ ખબર ન હતી કે આ ઘટના તેમને ક્યાં લઈ જશે.

આવા તો કેટલાય ઉદાહરણો છે જેમાં યોગાનુયોગ ઘટેલી જટીલ ઘટનાઓ ભવિષ્ય નિર્ધારિત કરે, જેમ કે, વાનરરાજ વાલીનું ભાગ્ય હોય કે પછી ગીધરાજ જટાયનું. ઘણાં ઓછા લોકોને ભવિષ્યનો અંદાજ આવી જતો હોય છે, જેમ કે મરીચિ, પણ તે પોતાના ભવિષ્યને રોકવા માટે અસમર્થ હોય છે. વાસ્તવમાં, રાજા દશરથના વરદાન વાળી ઘટના તેનું ઉત્તમ ઉદાહરણ છે જેમાં અનાયાસે લેવાયેલો નિર્ણય અનિશ્ચિત ઘટનાઓ તરફ દોરી જાય છે. સીતાહરણનો આખો પ્રસંગ પણ એ જ દર્શાવે છે કે રાવણને આ અપહરણના અંતિમ પરિણામોની કલ્પના પણ ન હતી.

આધુનિક દુનિયામાં, આપણે પણ અનિશ્ચિતતાઓ અને પરિસ્થિતિઓ સાથે જીવીએ છીએ. ગમે તેટલી આગાહી કરી લઈએ પરંતુ તે આવનાર ભવિષ્ય માટે સંપૂર્ણ તૈયાર થવા માટે અપુરતી રહેવાની. છતાં, આપણે હમેશાં પરિસ્થિતિનો તાગ મેળવતા રહેવો પડે અને તે પ્રમાણે યોજના બનાવી, પ્રતિકાર આપવા તૈયાર રહેવું પડે. પોતાની વિચારધારામાં નાગરિકોના કલ્યાણને કેન્દ્રસ્થાને રાખતી હોય તેવી સમજદાર સરકાર સ્વાભાવિક રીતે અનિશ્ચિત પરિસ્થિતિઓ માટેના ચોક્કસ નિયમો, નિયમન, ઢાંચા અને પ્રણાલીને યોગ્ય સ્વરૂપ આપશે. તે તેમનાં અનુભવોના આધારે તેમાં સતત સુધારો લાવશે. છેલ્લા દાયકામાં આ એક મોટો બદલાવ આવ્યો છે, અને જો આપણે ભૂતકાળ તરફ નજર કરીએ, તો સમજાશે કે સામાન્ય નાગરિકને શું ફર્ક પડ્યો છે.

***

વૈશ્વિક અસ્તિત્વ સાથે સંવાદ

આ જ સમયગાળામાં જાહેર આરોગ્યમાં થયેલા સુધારા એ નિદર્શન યોગ્ય ઉદાહરણ છે. વર્ષ 2020માં કોવિડની પ્રથમ લહેર ભારત પર ત્રાટકી હતી ત્યારે, આપણે વૈશ્વિક સ્તરે વ્યક્તિગત રક્ષણાત્મક સાધન (PPE), માસ્ક અને વેન્ટિલેટર મેળવવા માટે દોડધામ કરી હતી, અને માંગ કરતાં પુરવઠાની એકદમ અછત ઉભી થવાના કારણે આપણે વિક્રેતા બજારમાં પણ જવું પડ્યું હતું. દવાઓના ઉદ્યોગ માટે જરૂરી વિવિધ તત્વોની માંગ અચાનક વધી ગઈ હતી. અહીં સુધી કે દસ એક બહુરાષ્ટ્રીય કંપનીઓ કોવિડની રસીનું નિવેશ કરતી હતી, જે આપણા માટે ખૂબ જ પ્રાથમિકતા ધરાવતી હતી. આ પરિસ્થિતિને ફક્ત વ્યાપાર જગત પંહોચી વડે તેમ ન હતું, અસરકારક પ્રાપ્તિ તેમજ નિયમનકારી અનુમોદન માટે સંપર્કો જરૂરી હતા. વર્ષ 2021માં બીજી લહેર દરમિયાન, વિદેશી ઓક્સિજન અને વિશિષ્ટ દવાઓની માંગમાં પણ વધારો થયો હતો. પુરવઠા શોધી કાઢવા, વાટાઘાટો કરવી અને કરાર કરવા ભારતીય વ્યવહાર નીતિની પ્રાથમિકતા બની ગઈ. અને ખરેખર આ માંગ પૂરી કરવા ભારતે કમર કસી લીધી હતી. આ ઉદાહરણો અસાધારણ પરિસ્થિતિઓમાં મળતાં પરિણામોના હોઈ શકે છે, પરંતુ તે એક અવિવાદિત વાસ્તવિકતા દર્શાવે છે: આપણા દૈનિક જીવન પર વિશ્વમાં અન્યત્ર થતી ઘટનાઓનો, એ પછી મુશ્કેલીઓ હોઈ કે ઉકેલો, મોટો પ્રભાવ છે.

તો, હવે જયારે તમે કોઈ વિદેશી મુલાકાત જોઈ રહ્યા હોવ, મહત્વપૂર્ણ સંબંધ અંગેની ચર્ચા સાંભળી રહ્યા હોવ કે વિદેશી હિત અંગેની ચર્ચા વાંચી રહ્યા હોવ, તેને ગંભીરતાથી લેજો. યાદ રાખો કે આ તમારા પર સીધી અસર કરી શકે છે. વિદેશ નીતિ માત્ર મુશ્કેલ પરિસ્થિતિઓ પૂરતી જ મહત્વપૂર્ણ નથી. પણ, તે તમારી સુરક્ષા, નોકરી, જીવનની ગુણવત્તા, અને હમણાં જ આપણે જોઈ ગયા તેમ, તમારા આરોગ્ય પર પણ અસર કરી શકે છે. તે તમારા ગૌરવ, મૂલ્યો, પ્રતિષ્ઠા

અને છબીને ઘડે છે. આ તમામ તથા અન્ય કારણોસર, વૈશ્વિક ઘટનાઓમાં વધુ રસ લેવો તેમજ પોતાના ભવિષ્ય માટે તે કેટલું જરૂરી છે તે સમજવું ખૂબ જ મહત્વપૂર્ણ છે.

હવે, આપણે જોઈએ કે વ્યક્તિગત રીતે વિદેશ નીતિ તમને શું અસર કરે છે. જો તમે ભારતીય વિદ્યાર્થી છો, તો તે વિઝા મેળવવામાં સુગમતા કરી શકે છે, કોવિડ સમયે મુસાફરી માટે સુવિધા આપી શકે છે અને અભ્યાસ પછી કદાચ રોજગારી મેળવવામાં મદદ કરી શકે છે. જો તમે વાણિજ્ય સાથે સંકળાયેલા છો, તો તે વિદેશી બજારોમાં પ્રવેશ મેળવવામાં, નિયમન અને વ્યવહારો વિશે માહિતી મેળવવામાં અને જરૂરીયાત ઉભી થાય તો સમસ્યાઓનો ઉકેલ શોધવા જરૂરી સહાયતા મેળવવામાં મદદરૂપ થઈ શકે છે. વ્યાવસાયિકો અને કર્મચારીઓ માટે, જયારે રોજગારીના યોગ્ય કરાર સુનિશ્ચિત કરવાના હોય તથા મુશ્કેલીના સમયમાં સજ્જડ સુરક્ષા કે સુખાકારીની બાબત હોય ત્યારે વિદેશ નીતિ સામે આવે છે. વિદેશમાં ફસાયેલાં પ્રવાસીને સહાનુભૂતિશીલ દૂતાવાસ ખૂબ જ જરૂરી મદદ અને આધાર પૂરા પાડે છે અને વધુ જોખમકારક પરિસ્થિતિઓમાં સ્થળાંતર પણ કરાવે છે.

પરંતુ, જરૂરી નથી કે તમે વિદેશમાં હોવ ત્યારે જ વિદેશ નીતિની જરૂરિયાત ઉભી થાય; તે સમગ્ર દેશવાસીઓ માટે પણ તેટલી જ મહત્વની છે. જ્યારે બાહ્ય કે આંતરિક સુરક્ષાની વાત આવે છે, તો વિદેશ નીતિ કોઈક વાર પ્રતિકારાત્મક ઉપાય તરીકે, તો કોઈ વાર મધ્યસ્થી કરાવનાર કે પછી સમસ્યા હલ કરનાર તરીકે કામ કરે છે. જેવી રીતે વિદેશ નીતિ સામાન્ય ખતરાઓની સામે લડવા અન્ય રાષ્ટ્ર સાથે ગઠબંધન કરી શકે છે, તે જ રીતે આવા સામાન્ય ખતરાઓ અંગે જાગૃતિ પણ લાવી શકે છે. તેથી જો તમે સરહદ પર રક્ષણ આપતા સૈનિક છો અથવા આતંકવાદ સામે લડતા પોલીસકર્મી છો, તો સારી વિદેશી નીતિ તમારું કામ થોડું સરળ બનાવે છે. ત્યારબાદ અર્થતંત્રને જોઈ લો, તે હમેશાં મૂડી રોકાણ, ટેકનોલોજી અને શ્રેષ્ઠ અમલીકરણ પર આધારિત હોય છે અને આ તમામ એક સારી વિદેશ નીતિ વડે શક્ય બને છે.

આ દરેક ક્ષેત્રમાં, વિદેશ સાથેના સંબંધો ભારતની પ્રગતિને ઝડપી બનાવે છે. આમ જોવા જઈએ તો, તેઓ રોજગારીમાં સુધાર લાવાની સાથે સાથે તમારા જીવનની ગુણવત્તા પણ સુધારે છે. તે પછી આયાત કરેલા રસોઈ તેલની કિંમત હોય કે પછી ભાગીદારીમાં સ્માર્ટ ફોનનું ઉત્પાદન, વિદેશ નીતિ પર લેવાતા મોટા નિર્ણયો તમારા ખિસ્સા પર અસર કરે જ છે. અને ખરેખર જો તેમાં કોઈ શંકા હોય તો યુક્રેન સંઘર્ષની અસરો અને તેની સામેના પ્રતિકારોને જોતાં આ શંકાનું સમાધાન થઈ જશે.

પણ આજના મોટા મુદ્દાઓ જેમ કે મહામારી, આતંકવાદ અને હવામાન પરિવર્તન તમારા જીવન પર કેવી રીતે અસર કરે છે તેના પર એક ક્ષણ વિચાર કરો. તમારી જાત ને પ્રશ્ન કરો કે શું આ મુદ્દાઓના ઉકેલ માટે આપણે સક્રિય થવું જોઈએ કે નહિ. આપણા માટે તે પણ મહત્વનું છે કે બીજા દેશો આપણા ભારત, આપણી સંસ્કૃતિ અને આપણા જીવનની રીત વિશે શું વિચારે છે.

આમ જોવા જઈએ તો, G20 અધ્યક્ષપદે આપણને વિશ્વને ભારત વિશે વધુ ને વધુ માહિતગાર કરવાની તેમજ દેશવાસીઓને વિદેશમાં રહેલી તકો શોધવા માટે તૈયાર કરવાની સુવર્ણ તક આપી છે. શું આપણે તો પછી આપણી પ્રતિષ્ઠાનું ઘડતર ન કરવું જોઈએ અને કથાનકને પ્રભાવિત ન કરવું જોઈએ? સાથે સાથે પડકાર એ છે કે, આમ કરતી વખતે રાષ્ટ્રની ચર્ચા તેમજ વિકાસમાં દખલગીરી કરવા માટે બાહ્ય શક્તિઓને મોકળો માર્ગ ના મળી રહે તેનું ધ્યાન રાખવું. આ બધું બીજું કંઈ નહિ પણ ઝડપથી જોડાતાં જતા વિશ્વમાં અન્યની વૃત્તિ, સમજ અને અભિરુચિ કેટલી પ્રસ્તુત છે તેના કેટલાક ઉદાહરણ છે. જો અન્ય રાષ્ટ્રોની આપણા પ્રત્યેની વૃતિ, સમજ અને અભિરુચિને સંભાળી રાખવી હોય અને તેમનાથી લાભ પ્રાપ્ત કરવો હોય, તો એ સમજવું ખૂબ જ જરૂરી છે કે સમગ્ર દેશ માટે વિદેશ નીતિ મહત્વપૂર્ણ છે.

રાજનીતિ અને રાષ્ટ્રીય સુરક્ષા

પ્રત્યેક સમાજ માટે સુરક્ષા એ તમામ પ્રાથમિકતાઓમાં અગ્રણી સ્થાન ધરાવે છે. તેનું કારણ સ્પષ્ટ છે: તે આપણા સંઘની પ્રકૃતિને અસર કરે છે. પ્રાદેશિકતા તેનું એક પાસું છે, સાથે સાથે સલામતી, કાયદો અને વ્યવસ્થા તેમજ સુખાકારી પણ અન્ય પાસાઓ છે. મોટા ભાગે આ પાસાઓ એકબીજા સાથે સંકળાયેલા હોય છે કારણ કે તેઓ સાથે મળીને રાષ્ટ્રીય ભાવના અને અસ્તિત્વને ટકાવી રાખે છે. ભારત ફક્ત બાહ્ય પડકારો જ નહી, પરંતુ તેના કરતાં પણ વધારે ગંભીર મુદ્દાઓનો સામનો કરી રહ્યું છે, કારણ કે આપણી આંતરરાષ્ટ્રીય સીમાઓ અંગેના વિવાદો હજી સપૂર્ણપણે સમાપ્ત થયા નથી. તેના પરિણામ સ્વરૂપે ઉદભવતી સ્પર્ધાઓ સ્પષ્ટપણે દ્રઢ નિશ્ચય અને વિવિધ સ્ત્રોતો પર આધાર રાખે છે. પાકિસ્તાન સાથે આપણને તેનો અનુભવ વર્ષોથી છે, તેમજ તાજેતરમાં ચીન સાથે પણ આપણે તેજ અનુભવ કરી રહ્યાં છીએ. પરંતુ બંને પરિસ્થતિની માંગ છે કે વાટાઘાટોની સાથે સાથે વાસ્તવિકતામાં પણ આપણી સ્થિતિ મજબૂત કરવા પાછળ આપણે આપણી તમામ તાકાત લગાવી દઈએ. મતભેદોના ગંભીર પરિણામોને ધ્યાન પર લઈએ તો, શાંતિ અને સમજોતા પણ અત્યંત મહત્વપૂર્ણ છે.

સંરક્ષણ એ રાજનીતિનું અભિન્ન અંગ છે. મોટા ભાગે સંરક્ષણ એ પ્રથમ સ્થાને હોય છે; પ્રસંગોપાત, તે દ્વિતીય સ્થાને પણ હોય શકે છે. આમ જોવા જઈએ તો દરેક લશ્કરી કવાયતો મોટાભાગે કોન્ફરન્સ ટેબલ પર વાટાઘાટોથી જ સમાપ્ત થતી હોય છે. ખરેખર, રાષ્ટ્રની પ્રગતિ અને વિકાસ માટે આધારભૂત બાબત છે વિદેશ નીતિ દ્વારા મેળવેલ સિધ્ધિઓ, જેમ કે, પડોશી રાષ્ટ્રો સાથેના સંબંધોમાં સ્થિરતા લાવવી.

જે પ્રમાણે આજે વિશ્વમાં પરિસ્થતિ ઉભી થઈ છે, સ્વહિત અને સંઘ ભાવના સંપૂર્ણપણે પડોશી દેશો સહિત અન્ય રાષ્ટ્રોના વ્યવહાર પર આધારિત હોઈ શકે નહિ. રાષ્ટ્રોની મહત્ત્વાકાંક્ષાઓ, ભાવનાઓ કે તેમના જોખમ લેવાની વૃત્તિ હંમેશા અનુમાનિત કરી શકાતી

નથી. ઘણાં ઓછા વ્યક્તિઓએ કદાચ ધારણા કરી હશે કે છેલ્લા ત્રણ વર્ષમાં ભારતના ચીન સાથેના સંબંધોમાં આટલી બધી પડતી આવશે. આથી એક સમજદાર રાજતંત્ર મજબૂત સૈન્યબળ તથા સંરક્ષણાત્મક વ્યૂહરચનાઓ થકી પોતાની સ્થિતિ મજબૂત બનાવી રાખે છે.

આવી આકસ્મિક પરિસ્થિતિઓ માટે શ્રેષ્ઠ વિકલ્પોનો સંપુટ તૈયાર કરવો તે ભારતીય રાજનીતિના માથે સૌથી મહત્વની જવાબદારી છે. એટલે કે, સંરક્ષણ સંસાધનો વિકસાવવા અને રાષ્ટ્રને સાનુકૂળ સમર્થક પરિણામ મેળવવા; આપણી નીતિઓ અને ક્રિયાઓ માટે આંતરરાષ્ટ્રીય કક્ષાએ સમજદારી કેળવવી, અને તે સંદર્ભમાં, વધુ તણાવપૂર્ણ પરિસ્થિતિઓને નાથવી અથવા તેનો ઉકેલ લાવવો. હવે, આપણે ચર્ચા કરીએ આ બધું જ છેલ્લા કેટલાક વર્ષોમાં કેવી રીતે શક્ય બન્યું.

વર્ષ 2015માં બાંગ્લાદેશ સાથેના ભૂમિગત સીમાઓ અંગેની સંધિનું નિષ્કર્ષણ અને અમલીકરણ તે મોદી સરકારની નોંધપાત્ર સિદ્ધિ હતી. તેની સકારાત્મક અસર દરિયાઈ સીમાઓને લગતા મતભેદોના ઉકેલની સાથે સાથે, પૂર્વમાં સુરક્ષાને લઈ ને જે પરિસ્થતિ હતી તેના પર પણ પડી છે. વધુમાં, આ સમગ્ર ઉપખંડ માટે પરસ્પર આર્થિક સહકાર તેમજ ફાયદાકારક જોડાણો માટેની ભરપૂર શક્યતાઓના દ્વાર ખુલી ગયા છે. વાણિજ્ય અને પ્રવાસની દ્રષ્ટીએ, તેનો ફાયદો ફક્ત ભારત અને બાંગ્લાદેશ કે પછી નેપાળ અને ભૂતાનને જ થયો હોય તેમ નથી, પરંતુ સમગ્ર ઉત્તર પૂર્વીય રાજ્યોને પણ તેનો નોંધપાત્ર ફાયદો થયો છે.

આપણી પશ્ચિમી સીમા પર પાકિસ્તાન સાથે આપણે એક અનોખા પડકારનો સામનો કરી રહ્યાં છીએ. એ સીમાને લઈને શરૂઆતમાં, ભારતની વ્યુહાત્મક નીતિનો હેતુ હતો કે પાકિસ્તાનના સીમાપારના આતંકવાદને ખુલો પાડવો અને ક્યાદાકીય રીતે તેને ખતમ કરવો. વર્ષ 2016 માં ઉરી તેમજ 2019માં બાલાકોટમાં જે ઘટ્યું તેના પ્રતિકારરૂપે ભારતે જે પગલાં લીધા તેના માટે વ્યુહાત્મક નીતિ હતી કે સૌ પ્રથમ આ પ્રતિકારને સમગ્ર વિશ્વ કેવી રીતે જોશે તે સુનિશ્ચિત કરવું.

ચીનના સંદર્ભમાં જોઈએ તો, 2020ના મે મહિનાથી સૈન્ય તૈનાત કરવાની સાથે સાથે વ્યૂહાત્મક વાટાઘાટો ચાલી રહી છે તે દર્શાવે છે કે વિદેશ અને સરક્ષણ નીતિઓ એકબીજા સાથે ગાઢ રીતે સંકળાયેલી છે. અહીં પણ વૈશ્વિક સમર્થન અને પ્રશંસાનું મૂલ્ય સ્પષ્ટ છે. બહુધ્રુવીય વિશ્વ તરફથી પ્રાપ્ય ટેકો ખાસ કરીને આપણા સંરક્ષણ દળોને મળી રહેતા જરૂરી હથિયારો અને ટેક્નલોજીમાં સ્પષ્ટ રીતે દ્રશ્યમાન થાય છે. ફ્રાંસથી રાફેલ વિમાનની ખરીદી તે જ સમયે શક્ય બની છે જે સમયે યુએસથી એમએચ-60 હેલિકોપ્ટર અથવા પી-8 વિમાન, રશિયાથી એસ-400 મિસાઈલ સિસ્ટમ અને ઈઝરાયલથી સ્પાઈસ બોમ્બની ખરીદી શક્ય બની. આ આપણા રાષ્ટ્રની ચપળતા દર્શાવે છે. સામન્ય રીતે આ તમામ પ્રક્રિયાની સાથે સાથે સૈન્યનો ઉપયોગ અને નીતિઓનો વિનિમય પણ થાય છે જેના કારણે વ્યૂહાત્મક યોજનાઓ સરળ બને છે. ટૂંકમાં, વ્યૂહાત્મક નીતિઓ રાષ્ટ્રીય સુરક્ષાને ટેકો આપે છે, સશક્ત કરે છે અને સુવિધાપૂર્ણ બનાવે છે.

આવા કેટલાક ઉદાહરણો સ્થાનિક કક્ષાએ પણ જોવા મળે છે, અલબત સ્પષ્ટપણે નહિ. પડોશી દેશોમાંથી કાર્યરત હોય તેવા કેટલાક વિદ્રોહી જૂથો અવારનવાર દેશમાં શાંતિ ભંગ કરતાં આવ્યાં છે. જોકે, કુશળ વ્યુહાત્મક નીતિઓએ પડોશી મુલ્કોને આવા બળવાખોર જૂથોને આશ્રય તેમજ ટેકો આપવામાં નાસીપાસ કર્યા છે. સમયાંતરે, સફળતાપૂર્વક પરિણામો મેળવવામાં થોડી વધારે મહેનત કરવી પડી છે. પણ, તેને સમજાવટપૂર્વક યોગ્ય ઠેરવી શકાયું છે.

જ્યાં બોલવાની આઝાદીના હકનો દુરુપયોગ થાય છે તેવા દુરના પ્રદેશોમાંથી અલગાવવાદ, હિંસા અને કટ્ટરતાનો પ્રચાર પ્રસાર કરવામાં આવે છે. કેનેડા અને યુકે બન્નેમાં આ પ્રકારના બનાવો જોવા મળ્યા છે. આ બધાની સામે સખત અને સતત પ્રતિકાર જરૂરી છે, કારણકે કેટલાક લોકોને અન્યની વિરુધમાં હિંસાની હિમાયત થાય તે લોકશાહીની વિરુદ્ધ હોય તેમ નથી લાગતું. જ્યાં દલીલ અને સમજાવટથી નહિવત્ પરિણામ મળતા હોય, ત્યાં મજબૂત વ્યૂહાત્મક પગલાં લેવા જરૂરી બને છે. આપણા સર્વગ્રાહી વલણથી એક પ્રકારની છાપ ઉભી થઈ છે કે ભારત હવે કોઈ અન્યની રાજનૈતિક રમતો માટેનો અખાડો નથી રહ્યું.

હમેશાં તર્કબદ્ધ દલીલો હોવી જ જોઈએ, પણ વિવાદાસ્પદ દલીલો સામે યોગ્ય જવાબો આપવા જરૂરી બની જાય છે. સુસંકૃત સમાજના નામે કે પછી ઓળખના નામે કેટલાક જૂથો કટ્ટરતા અને સરકાર સામેના અન્ય પડકારો પ્રત્યે સહાનુભૂતિ દર્શાવે છે તેમજ તેને સમર્થન આપે છે, તેવા જૂથો માટે મજબૂત પ્રત્યોત્તર આપવો જરૂરી છે. સીમારહિત રાજકારણની દુનિયામાટે પોતાના આગવા રસના વિષયો હોય છે, જે ચોક્કસ હેતુથી લોકોની વિચારસરણી સાથે ચેડા કરવાની પ્રણાલી ને પ્રતિપોષણ આપે છે. સમાજમાં કેટલાક શક્તિશાળી તત્વો હોય છે કે જેમના પોતાના અલગ જ એજન્ડા હોય છે અને જેઓ લોકશાહી પસંદગીઓના અવળાં સશક્તીકરણને પ્રોત્સાહન આપે છે. તેઓ પોતાનાથી અલગ વિચારધારા ધરાવતા વ્યક્તિઓ પ્રત્યે અસહિષ્ણુ હોય છે અને જયારે તેઓ આ અલગ વિચારોને માન્યતા નથી આપતાં ત્યારે તેમના આ વર્તનમાં તેમની અસહિષ્ણુતા પ્રગટ થાય છે. જયારે સર્વસ્વીકૃત સમાચારપત્રો યુ.એન. દ્વારા જાહેર કરવામાં આવતા આંકડાનો ઉપયોગ પોતાના ઓપિનિયન પેજ માટે કરે છે અથવા તો પ્રખ્યાત પ્રસારકો રાજકારણ પ્રેરિત પ્રહારો કરે છે ત્યારે તે તેમનાં માનસની સાથે સાથે તેમના ઉદેશ્યો પણ છત્તા કરે છે. ટેકનોલોજીની તાકાત તથા સુસંકૃત સામાજિક સંગઠનો જેવા ઘણાં અસરકારક પરિબળો છે જે પડકારોને વધુ જટીલ બનાવે છે. રાજકારણની બાબતમાં, કથાનકનું યુદ્ધ સતત ચાલતું રહે છે. ભારતે ધીરજપૂર્વક સિદ્ધ કરવું પડશે કે રાષ્ટ્ર હિત તથા વિશ્વ કલ્યાણની જે તે હિમાયત કરે છે તે બંને એકબીજાને સુસંગત છે. મોટાભાગેના ઉત્તરો વાદવિવાદના વિશ્વમાં તથા સંચારની અસરકારકતામાં જ છે. આમ, વ્યૂહાત્મક નીતિએ રાજ્યવ્યવસ્થા માટે કવચ અને તલવારની બેવડી જવાબદારી નિભાવવાની છે.

ભારતને લગતી વૈશ્વિક ચર્ચાઓની અસર આપણી સુરક્ષા પર વર્તાય છે. વિશિષ્ટ

વૈવિધ્યસભર રાજકીય પ્રણાલી ધરાવતા દેશ તરીકે, હમેશા સંઘ રાષ્ટ્રને પ્રાધાન્ય આપતાં રહેવાનું વલણ સાંપ્રત સમયમાં સૌથી વધુ પ્રશંસનીય હોવું જોઈએ. છતાં, આપણે એ જોઈ છે કે રાષ્ટ્રીય એકતા, સર્વભૌમત્વ અને અખંડિતતા મજબૂત કરવાના પ્રયાસોનું તથ્યોને ખોટી રીતે રજૂ કરીને વારંવાર અવમૂલ્યન કરવામાં આવે છે. આશ્ચર્યની વાત તો એ છે કે શાસન સુધારણા, ટેકનોલોજીના ઉપયોગ અને લાંબા ગાળાના પ્રશ્નોના સમાધાનને સ્વતંત્રતા માટે નુકસાનકારક બાબતો તરીકે દર્શાવવામાં આવે છે. અગ્રણી સંસ્થાઓ પણ વ્યક્તિગત પ્રયોજનો માટે ખોટા પ્રચારમાં જોડાય છે. ઇતિહાસને બદલી દેવામાં આવે છે અને અપ્રિય ઘટનાઓને અનુકૂળતાપૂર્વક અવગણવામાં આવે છે. આગળ શોધતા અમને જાણવા મળ્યું છે કે રાજકીય મતબેંકો વાસ્તવિકતામાં વિદેશી ધોરણે પણ મજબૂત છે. આ પ્રકારના અવમૂલ્યન સામે રાષ્ટ્રનું મજબૂત રક્ષણ એ એક પ્રતિબદ્ધતા માંગી લે છે, તે સ્વીકારવું જ જોઈએ.

જો આ માત્ર ચર્ચા જ હોત, તો કદાચ તે એટલી મહત્વપૂર્ણ ન હોત. પરંતુ તે એક કઠોર વાસ્તવિકતા છે. તેમાંથી કેટલીક વૈચારિક હોઈ શકે, પરંતુ એ સત્ય છે કે આંતરરાષ્ટ્રીય સંબંધોની પ્રકૃતિ સ્પર્ધાત્મક હોય છે. સ્પષ્ટ રીતે કહીએ તો, હંમેશા કેટલાક હિતો એવા રહ્યા છે જે મજબૂત અને એકીકૃત ભારતની વિરુદ્ધ હોય છે. ભૂતકાળમાં, તેમણે આપણા સમાજમાં પ્રવર્તમાન દરેક પ્રકારના ભેદભાવનો ઉપયોગ કર્યો: ધર્મ, ભાષા, જાતિ અને સામાજિક સ્તર. આજે, નવા અભિગમ અને નવી દલીલો સાથે, તેઓ પહેલાં કરતાં વધુ સક્રિય છે. કદાચ, આપણે વધુને વધુ આત્મમંથન કરવું જોઈએ કે શા માટે ભારતમાં સક્રિય અલગાવવાદી વિચારધારાને વિદેશમાંથી નિયમિતપણે સમર્થન મળી રહે છે. તે જ રીતે, કેવી રીતે આપણી સામે થયેલ આતંકવાદને સહાનુભૂતિપૂર્વક રજુ કરવામાં આવે છે કે પછી તર્કસંગત બતાવવામાં આવે છે. ખરેખર, કેટલાક વિદેશી મંચો આપણા વિક્રમ અને સિદ્ધિઓને બદનામ કરવા માટે સ્વેચ્છાએ આટલી તત્પરતા કેમ બતાવે છે. વિદેશ નીતિનું કાર્ય આ પ્રકારની યુક્તિ-પ્રયુક્તિઓનો સામનો કરતાં કરતાં મજબૂતીથી તેનો પ્રતિકાર કરવાનું છે, સાથે સાથે આપણા પોતાના વિમર્શને આગળ ધપાવવાનું છે.

રાષ્ટ્રીય વિકાસને વેગ આપવો

સમૃદ્ધિ માટેની ઝુંબેશ તમામ સમાજો માટે એક સ્થાયી પ્રયત્ન છે, તેથી તેવું માનવું સ્વાભાવિક છે કે નીતિનિર્માણ પણ આ લક્ષ્યને સમર્પિત હોય. વેપાર અને રોકાણના પ્રોત્સાહનમાં તે સૌથી વધુ સ્પષ્ટ રીતે જોઈ શકાય છે. બજારો હંમેશા સ્વયં-સંચાલિત હોતા નથી; વાસ્તવમાં, લગભગ દરેક વ્યક્તિ પ્રોત્સાહન અને સુવિધાઓનો ઉપયોગ કરે છે. આમ જોવા જઈએ તો, ઐતિહાસિક રીતે વંચિત અને વિમુખ લોકો પાસે સજ્જડ કારણ છે આમ કરવાનું. આપણે હજી પણ ઔદ્યોગિકીકરણ, ટેકનોલોજીના વિકાસ અને સ્પર્ધાત્મકતા માટે સતત પ્રયત્નશીલ છીએ અને

અમુક સમય સુધી આ પ્રક્રિયા ચાલુ જ રહેશે.

માત્ર સ્થાનિક કક્ષાએ ક્ષમતાઓનું નિર્માણ કરવું પુરતું નથી. વિદેશમાં વેપાર સુનિશ્ચિત કરવા માટે માહિતી, પ્રત્યાયન-વિનિમય તંત્ર અને પ્રવેશ-હક જરૂરી છે. અહીં એક શુભચક્ર કાર્યરત છે, જેના દ્વારા વિકસિત વેપાર અને આર્થિક પ્રવૃત્તિઓ સ્થાનિક કક્ષાએ કૌશલ્યો, ક્ષમતાઓ અને રોજગારીને મજબૂત બનાવે છે. અને તે, પાછળથી, સતત આપણી ક્ષમતાને સુધારે છે અને ચકાસે છે. ઘણી રીતે, વિદેશ નીતિ સ્પર્ધાત્મકતાની કવાયત છે અને તેનું આર્થિક પાસું એક વિશિષ્ટ ક્ષેત્રમાં પ્રતિબિંબત થાય છે.

છેલ્લા થોડા વર્ષોમાં, ભારતે મહત્ત્વાકાંક્ષી નિકાસ લક્ષ્યો હાંસલ કર્યા છે જે થોડા સમય પહેલાં અશક્ય માનવામાં આવતાં હતાં. હવે, આ ફક્ત અપેક્ષાઓનો જ નોંધપાત્ર વધારો નથી, પણ આપણે આ લક્ષ્યાંક ત્યારે હાસિલ કર્યો જ્યારે વિશ્વ હજી પણ કોવિડ-19 મહામારીની અસરમાંથી બેઠું થઈ રહ્યું છે. આ આત્મવિશ્વાસ માટેનો આધાર ઉત્પાદન, શ્રમ, નાણાં, કૌશલ્ય અને વેપાર સુવિધામાં કરવામાં આવેલ શ્રેણીબદ્ધ સુધારાઓમાં રહેલો છે. તેમાં હજુ ઉમેરવામાં આવે તો તે છે વ્યવસાય કરવાની સુલભ સુવિધામાં સતત સુધારો. વિદેશી વાણિજ્ય નીતિનું કાર્ય એ છે કે તે બજારોમાં પ્રવેશ મેળવવા અને વેપારમાં આવતાં અવરોધો ઘટાડવા માટે કામ કરે. આમ જોવા જઈએ તો આ પ્રક્રિયા પરંપરાગત રીતે કરી શકાય છે, પણ વ્યવહારુ સમજણ દ્વારા, મુક્ત-વેપાર કરારો (FTAs) અને વૈશ્વિક પુરવઠા શૃંખલાઓ દ્વારા આ જ પ્રક્રિયા ઝડપથી પૂર્ણ કરી શકાય છે. આ કદાચ પોતે એક લક્ષ્ય હોઈ શકે છે. તેમજ રોજગારી અને સમૃદ્ધિ માટે તેનું વિશિષ્ટ મહત્વ સ્પષ્ટ છે.

વિદેશ નીતિ સ્થાનિક કક્ષાએ નવી ક્ષમતાઓના નિર્માણમાં વધુમાં વધુ યોગદાન આપે છે. એશિયામાં, તમામ આધુનિકીકરણ કરતા અર્થતંત્રોએ પોતાનો વિદેશી વિનિમય ફક્ત અને ફક્ત મૂડી મેળવવા પર, ટેકનોલોજી અને શ્રેષ્ઠ પ્રણાલીના વિકાસ પર કેન્દ્રિત કર્યો છે. 'મેઈજી યુગ' દરમિયાન જાપાન આ બાબતે અગ્રેસર રહ્યું હતું, અને ડેંગ શિયાઓપીંગ પછી, ચીન આ બાબતે પ્રમાણમાં સૌથી સફળ રહ્યું હતું.

છેલ્લાં થોડાં વર્ષોમાં, ભારતે પણ આ વિચારધારા અપનાવી છે. એન્ટરપ્રાઇઝ અથવા રાષ્ટ્રીય પ્રોજેક્ટ્સમાં લોકોના લાભના ઉદાહરણો નોંધનીય છે. તે માહિતી પ્રોદ્યોગિક (IT) હોય કે ઓટો મેન્યુફેક્ચરિંગ, ખાદ્ય ઉત્પાદન અથવા ખાદ્ય પ્રોસેસિંગ હોય, મેટ્રો અથવા બુલેટ ટ્રેન હોય, સ્પેસને લગતી ક્ષમતાઓ અથવા ન્યુક્લિયર એનર્જી હોઈ શકે છે: વિદેશી સાથ-સહકારના સફળ પરિણામો નરી આંખે જોઈ શકાય તેમ છે.

હરિત વિકાસ તથા જળવાયું પરિવર્તન અંગે લેવાતાં પગલાં જેવા નવા પડકારોએ વધુ ને વધુ નવી શક્યતાઓ માટે મેદાન મોકળું કર્યું છે. આપણા સહયોગીઓ જૂના ઔદ્યોગિકકરણ

પર આધારિત અર્થતંત્ર થી લઈ ને નવીનતમ અર્થતંત્ર સુધી વિસ્તર્યા છે. આ બધું જ શક્ય બનવાનું કારણ છે કે આપણે અનેક ક્ષેત્રોમાં વિદેશમાં હિતના અવસરો ઓળખવામાં, જોડાવામાં, વાટાઘાટ કરવામાં અને લાભ લેવામાં સક્ષમ છીએ. સૌથી અસરકારક વિદેશ નીતિ તે છે જે વિકાસ પર ધ્યાન કેન્દ્રિત કરે છે અને પરિણામો આપે છે.

બાહ્ય સહકાર દ્વારા પૂરા પાડવામાં આવતા સંસાધનો અને અવસરો સ્થાનિક અર્થતંત્રમાં સહજ રીતે થતી વૃદ્ધિને વેગ આપે છે. પણ, તે ઘણાં મુલ્યવાન હોવા છતાં, સ્થાનિક કક્ષાએ વિકાસ પામતી આપણી ક્ષમતાઓનું ક્યારેય સંપૂર્ણપણે સ્થાન લઈ શકતાં નથી. જેમ કે આપણને અનુભવો દ્વારા જાણવા મળ્યું છે કે આ મુદ્દાઓ પરની મૂંઝવણો આપણને નુકશાનકારક પરિણામો આપી શકે છે.

ત્રણ દાયકાઓ પહેલા, ભારતે અત્યંત જરૂરી એવા સુધારાઓ કર્યા અને તેના અર્થતંત્ર માટેના દ્વાર ખોલી કાઢ્યા. એના લાભ અવિવાદિત છે. જો કે, કાર્યક્ષમતા અને આધુનિકતાના નામે, લઘુ અને મધ્યમ ઉદ્યોગો (એસએમઈ)ના ભોગે સરળ વિકલ્પો અપનાવવામાં આવ્યા હતા. સ્થાનિક કક્ષાએ પ્રભાવશાળી પુરવઠા શૃંખલા બનાવવાની જગ્યાએ, આપણે વધુ નફાકારક અને ઓછા ઉદ્યમી એવા સંઘટન અને મૂલ્યવર્ધન પર વધારે ધ્યાન આપ્યું. આપણા પોતાના સ્થાનિક ઉદ્યોગોને તાલીમ મળી રહે તે માટેના પ્રયત્નો કરવાની જગ્યાએ માળખાકીય(ઈન્ફ્રાસ્ટ્રક્ચર) પ્રોજેક્ટ્સ સીધે સીધા અન્ય લોકોને આપી દેવાયા હતાં. લઘુગાળાના લાભના અન્વેષણના કારણે આપણે ખુબજ મહત્વની એવી મહત્ત્વાકાંક્ષાઓ ગુમાવી બેઠા, અને તેની સાથે સાથે સ્થાનિક કક્ષાએ વ્યૂહાત્મક નીતિઓ ઘડવાની ક્ષમતા પણ ગુમાવી. પરિણામે, આર્થિક વિકાસ તો થયો પરંતુ કૌશલ્યો, ઉર્જા અને ક્ષમતાઓને યોગ્ય કે અનુરૂપ રીતે આપણે આગળ વધારી શક્યા નહિ.

છેલ્લા દાયકામાં, આપણે સમજણ કેળવી કે વૈશ્વિકીકરણના મંત્રોને જો વિચાર્યા વિના લાગુ કરવામાં આવે તો તે વાસ્તવમાં નુકશાન કરે છે. તેટલું જ નહિ, જો આર્થિક પસંદગીઓ વ્યૂહાત્મકસંદર્ભોમાં કરવામાં ન આવે તો તે દેશને ખૂબ જ જોખમભર્યા માર્ગે લઈ જઈ શકે છે. ખરેખર જોવા જઈએ તો વિવાદ એ નથી કે આપણે ખુલ્લું અર્થતંત્ર હોવું જોઈએ કે પછી સંરક્ષિત, વાસ્તવિક ચર્ચા તો એ છે કે આપણે રોજગાર કેન્દ્રિત અને ક્ષમતા આધારિત સમાજ છીએ કે પછી ફક્ત બજાર સુધી સિમિત રહેતો અને નફો રડી ખાતો સમાજ. અત્યાર સુધી, ખામીઓની સાથે સાથે પરાવલંબિત માનસિકતાને પણ તર્કબદ્ધ રીતે યોગ્ય ઠેરવવામાં આવતી હતી, જે વૈશ્વિક વિચારધારા તરીકેનો ફક્ત ડોળ કરે છે. ભારતનું ભાગ્ય ફક્ત બીજા દેશોના ભવિષ્યનો એક ભાગ બનવું નથી, પરતું તેનાથી કૈંક વિશેષ છે. વાસ્તવિક વિકાસ ફક્ત GDP વધારવા વિશે નથી; તે ઈન્ફ્રાસ્ટ્રક્ચર, પૂરવઠા શૃંખલા, કૌશલ્ય, નાણાં અને સામાજિક-આર્થિક પ્રગતિ વિશે પણ છે. જ્યારે આપણે આ પ્રગતિના ભોગે GDPના વિકાસ પર ધ્યાન કેન્દ્રિત કરીએ છીએ,

ત્યારે આપણા લાંબા ગાળાના ધ્યેયો જોખમમાં મુકાઈ જાય છે. અજાણતાથી જ આપણે કોઈ વ્યૂહાત્મક જાળમાં ફસાઈ જઈએ છીએ. વિદેશ નીતિ નિશ્ચિત રૂપે આપણા વ્યૂહાત્મક માર્ગને આગળ વધારવાનું સાધન બની રહે છે; અને તેજ રીતે તે આપણી દૂરદર્શિતાને સમર્થન આપનારું પરિબળ બની રહે છે.

વધુ પરસ્પર અવલંબન અને આંતરપ્રવેશના યુગમાં, તે પણ અપેક્ષિત છે કે બધા દેશો તેમની રાષ્ટ્રીય સીમાઓની બહાર પણ તેમનો ઊંડો પ્રભાવ ધરાવતાં હોય તેવા વિસ્તારોનું વિસ્તૃતિકરણ કરવાનો પ્રયત્ન કરશે. અગાઉ, આમ કરવાં માટે વેપાર, નાણાં, સૈન્ય અને સ્થળાંતર જેવા કેટલાક સાધનોનો ઉપયોગ થતો હતો. આજકાલ, જોડાણો અને સામાજિક-આર્થિક સહકારની ભૂમિકા આ પ્રક્રિયામાં વધુ નોંધપાત્ર બની છે. આ પ્રકારના વિસ્તરણમાં રાજકીય ભાગલાંના કારણે અવરોધ ઊભો થયો છે તેવા ભારત જેવા દેશ માટે આ સમજણ કેળવવી ખૂબ જ મહત્વપૂર્ણ છે. આપણે વિવિધ પરિમાણોમાં વિકાસ કરી રહ્યાં હોય, વ્યૂહાત્મક સમજણ સૂચવે છે કે આપણી સમૃદ્ધિ સમગ્ર પ્રદેશને પ્રોત્સાહન પુરું પાડે છે. આ બાબતને ધ્યાનમાં રાખીને મોદી સરકારે પાડોશી રાષ્ટ્રો સાથેના જોડાણ અને સહકારની પહેલને મહત્વપૂર્ણ રીતે વિસ્તારી છે. જેનું પરિણામ નવા માર્ગ અને રેલ્વે જોડાણ, જળમાર્ગો, બંદરનો પ્રવેશ-હક અને પરિવહન હક, પાવર ગ્રીડ તેમજ ઇંધણ પ્રવાહ, અને ખાસ કરીને લોકોની અવરજવર માં દેખાય છે.

સૌને લાભદાયી હોય તેવા પરિણામોને વધારે પ્રોત્સાહન આપીને તેમજ અન્ય સહભાગી સભ્યો તરફથી સંપૂર્ણ ટેકો મેળવીને દક્ષિણ એશિયા સાચા અર્થમાં પરિવર્તન પામી રહ્યું છે. આ સંદર્ભમાં, ભારત 'પડોશી પ્રથમ' જેવી વિચારધારાના અમલીકરણ દ્વારા નજીકના પડોશી રાષ્ટ્રોમાં અને તેવી જ રીતે સમાન રણનીતિઓ દ્વારા થોડા દૂરના પડોશી રાષ્ટ્રોમાં પ્રાદેશિક સહકારને પ્રોતસાહન આપી રહ્યું છે. કોવિડ સમયગાળા દરમિયાન પાડોશી રાષ્ટ્રોને ભારત તરફથી મળેલું સમર્થન પણ આ જ વિચારધારાને પ્રતિબિંબિત કરે છે.

જો કે, પરસ્પર અવલંબન પોતે ખામીયુક્ત છે અને વૈશ્વિક ધોરણોની અવગણના કરવામાં આવે છે ત્યારે તેનો અન્યાયપૂર્ણ ગેરલાભ પણ ઉઠાવાય છે. તેથી, રાષ્ટ્રો વચ્ચેના સ્પર્ધાત્મક જોડાણનું સતત નિરીક્ષણ જરૂરી છે. આપણે હમેશાં તે માની ના શકીએ કે અન્ય બધાં જ નિયમો પ્રમાણે વર્તન કરશે. આ કારણસર, વિશ્વનું અર્થઘટન કરતી વખતે વ્યૂહાત્મક નીતિ કોઈ ચેતવણીને અવાજ આપવાની ભૂમિકા પણ ભજવે છે. જે રીતે તે વિવિધ તકો અંગેની સમજણ આપે છે તે જ રીતે તે સમાજને જોખમો અને મુશ્કેલીઓ સામે ચેતવે પણ છે. આ પ્રક્રિયાને વ્યવસ્થિત અને સુઆયોજિત રીતે પાર પડવી એ વ્યૂહાત્મક નીતિ ઘડવાનો એક મહત્વનો ભાગ છે. વિદેશ નીતિ સ્વાભાવિકપણે એક વ્યાપક દૃષ્ટિકોણ વિકસાવે છે અને અન્ય ક્ષેત્રોને માર્ગદર્શન આપી શકે છે. આ ક્ષેત્રો વેપાર અને ટેકનોલોજી, અથવા શિક્ષણ અને પ્રવાસન હોઈ શકે છે. ખાસ કરીને હાલના સમયમાં, આંતરરાષ્ટ્રીય સંબંધો માટે એક સર્વગ્રાહી અભિગમની

જરૂર છે.

વૈશ્વિક કાર્યસ્થળ સુધીનો માર્ગ:

એમ કહી શકાય કે ભારત પાસે વિશાળ માનવ મૂડી એક આશીર્વાદના સ્વરૂપે છે. પણ, ઘણી બધી ક્ષતિઓમાંની એક ક્ષતિ છે આ લાભનો સંપૂર્ણપણે ફાયદો ઉઠાવવામાં અસમર્થતા. જીવનના ઘણાં બધા પાસાઓ બદલાઈ રહ્યાં છે, તેમ જ આ બાબતે પણ બદલાવ આવી રહ્યો છે. વર્ષ 2014 પછી શરૂ થયેલા રાષ્ટ્રીય અભિયાનો લિંગ ભેદભાવ અને આરોગ્યથી લઈને શિક્ષણ, કૌશલ્ય અને રોજગાર સુધીના વિશાળ શ્રેણીબદ્ધ સામાજિક-આર્થિક પડકારોને ઉકેલવા માટે હાથ ધરાયેલા છે. આ સમયગાળા દરમિયાન, લગભગ દરેક ક્ષેત્રે પ્રગતિશીલ નીતિ નિર્માણના કારણે પરિવર્તન આવ્યું છે. ઈન્ફ્રાસ્ટ્રક્ચરની વૃદ્ધિ, ઉત્પાદનનું વિસ્તરણ, સ્માર્ટ શહેરો અને મજૂર કાયદાઓને કેટલાક નોંધનીય ઉદાહરણો તરીકે જોઈ શકાય છે. મૂળભૂત જરૂરિયાતની વ્યાખ્યા હવે બદલાઈ ગઈ છે, હવે, તેમાં પાણી, વીજળી, રહેઠાણ અને આરોગ્યનો પણ સમાવેશ થાય છે. આ નવી વ્યાખ્યાના પરિણામો માત્ર આપણી રાષ્ટ્રીય મહત્ત્વાકાંક્ષાઓ સુધી જ સીમિત નથી, પણ વૈશ્વિક સમાજ માટે તેટલા જ પ્રાસંગિક છે.

જ્યારે લોકશાહીનો અભાવ વિકસિત વિશ્વને અસર કરી રહ્યો છે, ત્યારે ભારતીયોને વૈશ્વિક કાર્યસ્થળમાં નોંધપાત્ર લાભ મળી રહ્યો છે. અત્યાર સુધી, ભારતીય નાગરિકો માટે આ ઘટના સ્વ-પ્રેરિત રહેલી છે, જેમાં નીતિ નિર્માતાઓની ભૂમિકા નહિવત રહી છે એમ કહી શકાય. જોકે, વિશ્વ મંચ પર આપણા માનવ મૂડીને પ્રોત્સાહન આપવા માટેનો જાગૃત પ્રયાસ અલગ જ પ્રકારના પરિણામો આપી શકે છે.

યુએસ, કેનેડા, ઓસ્ટ્રેલિયા અને યુરોપમાં અભ્યાસ કરતા ભારતીય વિદ્યાર્થીઓની રોજગારની શક્યતાઓ હવે આપણી કાર્યસૂચિમાં મુખ્ય છે. પોર્ટુગલ, યુનાઈટેડ કિંગડમ, ઑસ્ટ્રેલિયા, ફ્રાન્સ, જર્મની અને ઈટાલી સાથે સ્થળાંતર અને સમાજિક ગતિશીલતા અંગે ભાગીદારી કરવામાં આવી છે, જ્યારે અન્ય યુરોપિયન દેશો પણ આ દિશામાં આગળ વધી રહ્યા છે. હકીકતમાં, કોવિડ-પ્રેરિત અનિશ્ચિતતાઓના સમયગાળામાં, વિદ્યાર્થીઓના શૈક્ષણિક હિતને ધ્યાનમાં રાખવું મુખ્ય વિષય બની ગયો છે.

કૌશલ્યના મામલે, પ્રયત્ન કરીએ છીએ કે ભારતીય પ્રતિભા યુએસ, કેનેડા, ઓશિઆનિયા અને યુરોપમાં ગેર-ભેદભાવપૂર્વક વર્તાય. જ્યાં તેઓ પહેલેથી જ રહે છે, ત્યાં સમુદાય કલ્યાણ અને સાંસ્કૃતિક ચિંતાઓ પણ અમારા ધ્યાન પર છે. સૌથી વધુ સંખ્યામાં અને સૌથી મોટી જરૂરિયાત વાળા લોકો ખરેખર ખાડી પ્રદેશમાં છે. તેમનું કલ્યાણ અમારા માટે સર્વોચ્ચ પ્રાથમિકતા છે, અને તે નિર્ણય પ્રક્રિયામાં પૂરેપૂરી રીતે સ્પષ્ટ રીતે જોઈ શકાય છે. ભારતીય

સમુદાય કલ્યાણ ફંડ (ICWF)નો અમે ઉદાર હાથે ઉપયોગ કરી રહ્યાં છીએ અને તકલીફમાં રહેલા આપણા લોકો માટે નોકરીની તાલીમ તથા અન્ય સુવિધાઓ માટેના કાર્યક્રમો પણ ચલાવી રહ્યાં છીએ, જે ભારતીય સમુદાયો પ્રત્યેની અમારી જવાબદારીના ભાવને સૂચિત કરે છે. કુવૈત સાથે ઘરમાં કામ કરનાર કામદારોના હકને લઈને કરાર કરવામાં આવ્યાં છે, જે વિદેશમાં શ્રેષ્ઠ કામકાજનું વાતાવરણ સુનિશ્ચિત કરવા માટેની અમારી પ્રતિબદ્ધતાનું એક ઉત્તમ ઉદાહરણ છે. અન્ય ઉદાહરણ છે વિદેશમાં સામાજિક સુરક્ષાના માટે ચૂકવેલ ભંડોળને પાછા મેળવવા માટેના અમારા સતત અને અથાગ પ્રયત્નો. ખરેખર, વિઝા મેળવવાની પ્રક્રિયાને સરળ બનાવવી તે આપણી વ્યૂહાત્મક નીતિના કેન્દ્રમાં છે.

આ વલણ હકીકતમાં વધુ મોખરે જોવા મળે છે, કેમ કે હવે ઘરેથી જ પાસપોર્ટ મેળવવાની પ્રક્રિયા ઘણી સરળ બની ગઈ છે. અરજી કેન્દ્રો ચાર ગણાં વધારવાથી અને ચકાસણી પ્રક્રિયાને સરળ બનાવવાથી, નાગરિકોની વિદેશ પ્રવાસ અને નોકરી મેળવવાની સક્ષમતામાં ઘરમૂળથી બદલાવ આવ્યો છે. આજકાલ, વાટાઘાટો દ્વારા થયેલા કરારોના પરિણામે જાપાન, યુરોપ, ખાડી અથવા રશિયા સાથે ભારતીય કૌશલ્ય માટે નવા અવસર ખુલ્યા છે. વિદેશ નીતિ આ રીતે સામાન્ય ભારતીય માટે વિશ્વને વધુ સગવડવાળી બનાવી રહી છે. અને તેઓ અગાઉ કરતાં વધુ આત્મવિશ્વાસ સાથે દેશની બહાર નીકળે છે, કેમ કે તેઓ જાણે છે કે મુશ્કેલીના સમયમાં અમે તેમની પાછળ ઉભા છીએ. વંદે ભારત મિશન, જે અંતર્ગત અમે કોવિડની બંને લહેરો દરમિયાન કરોડો ભારતીયોને પાછા લાવ્યા હતા, તે અમારી ક્ષમતાની સાથે સાથે આપણા કામદારો, વિદ્યાર્થીઓ, સમુદ્રી યાત્રીઓ અને પર્યટકો પ્રત્યેની પ્રતિબદ્ધતાની પણ ઘોષણા હતી.

એ શક્ય છે કે તાજેતરમાં સ્થળાંતરિત થયેલા લોકોની સંખ્યામાં ખૂબ મોટા પાયે વધારો જોવા મળે, પરંતુ એ ભૂલવું ન જોઈએ કે સાંપ્રત સમયમાં સ્થળાંતર કરતાં જૂથો ઐતિહાસિક રીતે સ્થાપિત સમુદાયોમાં જોડાય છે અને દુનિયાની સૌથી મોટી સ્થળાંતરિત જનસંખ્યા (ડાયસ્પોરા) બનાવે છે. તેથી સાહજિક રીતે, તેમની સુખાકારી અને હિત અન્ય રાષ્ટ્રની વિદેશ નીતિ સાથે ઘનિષ્ઠ રીતે જોડાયેલા હોય. ભારતની વૈશ્વિક સ્થિતિ ઉંચી જતાં, તેમને પણ આંતરરાષ્ટ્રીય જોડાણના લાભ મળ્યા છે. આ લાભો તેમના વસવાટના દેશોમાં તેમણે હાંસલ કરેલી અદ્વિતીય ઉપલબ્ધિઓથી થોડા અલગ છે. વધુ વૈશ્વીકૃત વિશ્વમાં, તેઓ ભારત સાથેની વધુ અસરકારક કડી તરીકે ઉભરી આવ્યાં છે. સાથે-સાથે, આત્મવિશ્વાસથી ભરેલ ભારત દેશ પણ તેમની સફળતાઓ પર ગૌરવ અનુભવી રહ્યો છે, તદુપરાંત, તેમની સાથેના સંબંધો થી દેશને કોઈ સંકોંચ નથી.

આમ જોવા જઈએ તો, ભારતીય ડાયસ્પોરા અનોખો છે, કારણ કે અન્ય સમુદાયોની માફક પોતાના દેશમાં પ્રવર્તમાન ધાંધલ-ધમાલના કારણે તેમણે સ્થળાંતર નથી કરવું પડ્યું. ઉપરથી, વધારે અધિકૃત પ્રતિનિધિત્વ મળતું હોવાના કારણે, ભારત માતા સાથેનો તેમનો ભાવાત્મક

લગાવ વધુ ને વધુ મજબૂત બન્યો છે. 2014માં મેડિસન સ્ક્વેર ગાર્ડન પર યોજાયેલ પ્રસંગ ડાયસ્પોરા સાથેના જોડાણો માટે એક નવા યુગની શરૂઆત છે. તેની ભૂમિકા બંને છેડા પર વધારે મૂલ્ય ધરાવે છે. વિદેશ નીતિ માટે, આ કદાચ વધારાની જવાબદારી છે, પરંતુ નિશ્ચિતપણે તે વધુ સમર્થનના સ્ત્રોતો પ્રદાન કરે છે. પરિણામે, ડાયસ્પોરા સંબંધિત લીધેલ પહેલનું સતત વિસ્તરણ થયું છે, જેથી તે ભારત સાથેના તેના જોડાણને વધુ મજબૂત બનાવે.

સંવેદનશીલ વિદેશ નીતિઓએ સ્પષ્ટપણે મુખ્ય જરૂરિયાતને લગતા મુદ્દાઓ ઉકેલવા જ જોઈએ. જોકે, સાથે સાથે મોટા પ્રશ્નોને પણ ધ્યાને લેવા જોઈએ, ખાસ કરી ને જ્યારે મોટા રાષ્ટ્રોની વાત હોય. તાજેતરના ધ્યાન પર લેવા જેવા ત્રણ મહત્વના વૈશ્વિક મુદ્દાઓ છે - મહામારી, આતંકવાદ અને જળવાયુ પરિવર્તન. કોઈપણ રાષ્ટ્ર આવા પડકારોની અવગણના કરી શકતું નથી અથવા તેના પ્રત્યે બેદરકારી દાખવી શકતું નથી. નાના નાના રાજ્યો પર તેની અસર થાય છે; મોટા રાજ્યો પર વધારે મોટી અસર થાય છે. ભારત જેવા રાષ્ટ્ર માટે, વિદેશ નીતિમાંથી પ્રાપ્ત થતાં સીધા પરિણામો સિવાય પણ અન્ય જરૂરીયાત છે કે વૈશ્વિક ચર્ચાને એક ચોક્કસ દિશા આપવામાં આવે. તેથી, આ કવાયત જેટલી જવાબદારી માટેની છે તેટલીજ પ્રભાવ પાડવા માટેની પણ છે.

આ મુદ્દાઓ પરના તાજેતરના અહેવાલોની તપાસ પરથી શીખવાનું મળે છે. આતંકવાદ વિરોધી વૈશ્વિક ચર્ચામાં ભારત મહત્ત્વનું પરિબળ બન્યું છે. જો આતંકવાદના ખતરાની વિરુદ્ધ જાગૃતિ વધી છે અથવા તો તેના પ્રત્યે વૈશ્વિક કક્ષાએ સહિષ્ણુતા ઓછી થઈ છે, તો ચોક્કસ આપણા પ્રયત્નો રંગ લાવ્યા છે. ભારતે 2015માં પેરિસમાં જળવાયું પરિવર્તનના મુદ્દા પર માત્ર સર્વસંમતિ જ ઉભી કરી તેમ નહિ, પરંતુ અન્ય રાષ્ટ્રોની સરખામણીએ આ મુદ્દાને લઈને પોતાની પ્રતિબદ્ધતાને વફાદાર પણ રહ્યું હતું. વળી, 2021માં ગ્લાસગોમાં, આપણી આ પહેલને વધુ ઉચ્ચ સ્તરે લઈ ગયા હતા. આંતરરાષ્ટ્રીય સૌર ગઠબંધન (ISA) અને આપત્તિ પ્રતિકારક ઇન્ફ્રાસ્ટ્રક્ચર માટે ગઠબંધન (CDRI) જળવાયું ગતિવિધિમાં નેતૃત્વના બે નોંધપાત્ર ઉદાહરણો છે. મહામારીમાં, તેની દવાઓ અને રસીની પૂર્તિ અને વિદેશમાં ટીમોની નિમણૂક તેના આંતરરાષ્ટ્રીયતાની સાબિતી આપે છે.

ગયા દાયકામાં, ભારતના પ્રયત્નોમાં નવી ઉર્જા સ્પષ્ટપણે દેખાય છે, ખાસ કરીને વડાપ્રધાન મોદી પોતે સક્રિય રહ્યાં છે. તે દ્વિપક્ષીય મુલાકાતોના સંદર્ભમાં હોય, સમૂહ શિખર સંમેલન, કે વિકાસમાં ભાગીદારી અથવા તો નવા દુતાવાસો ખોલવાના સંદર્ભમાં હોય, ભારતીય રાજનીતિ ઘણીખરી બદલાઈ છે. દરેક ભારતીય નાગરિકને હવે વિશ્વાસ છે કે તેમના મુદ્દાઓ પર ધ્યાન આપવામાં આવે છે અને તેમના હિતોનો પણ વિકાસ થઈ રહ્યો છે.

વિદેશમાં વધુ સક્રિય રેહવાની નીતિના ફાયદા સ્થાનિક કક્ષાએ પણ દેખાય છે. વૈશ્વિક સ્તરે, ભારતની વધુ મહત્વપૂર્ણ પ્રસ્તુતતા વિવિધ રીતે સાબિત થઈ રહી છે. કેટલાક અંશે તેની ઝાંખી

ખાસ કરીને આતંકવાદ અને કાળા નાણા વગેરેને લાગતાં સંભાષણ અને કાર્યસુચીમાં પ્રદર્શિત થઈ હતી. તો વળી, પેરિસ અને ગ્લાસગોમાં જળવાયું પરિવર્તનના સંદર્ભમાં મેળવેલ પરિણામો અને લીધેલ પહેલોમાં પણ તેની ઝાંખી સ્પષ્ટ દેખાય હતી. આપત્તિઓ વેળાએ રાહત માટે આગળ આવવાની આપણી તૈયારી તેમજ કોવિડ પડકારને પહોંચી વળવાની આપણી તૈયારી આંતરરાષ્ટ્રીય સમુદાય દ્વારા વખાણવામાં આવી છે. લોકશાહી પર હોય, નવીનતા, યોગ, મીલેટ્સ અથવા આયુર્વેદ પર હોય, આપણી રાષ્ટ્રીય ઓળખને ચોક્કસ માન્યતા મળી છે. છેલ્લા કેટલાક વર્ષોમાં, આપણે પ્રથમ પ્રતિસાદકર્તા, વિશ્વની ફાર્મસી, પ્રતિભાનો સ્ત્રોત, જળવાયું પ્રવૃતિઓનું નેતૃત્વ કરનાર, વિકાસમાં ભાગીદાર અને સાંસ્કૃતિક શક્તિ તરીકેની એક છબી બનાવી છે.

જ્યારે 10 ASEAN અથવા પાંચ મધ્ય એશિયાઈ નેતાઓ (વર્ચુઅલી) આપણા પ્રજાસત્તાક દિવસમાં હાજરી આપે છે, 27 યુરોપિયન એક સાથે બેઠક કરે છે અથવા 41 આફ્રિકન નેતાઓ શિખર સંમેલન માટે ભારત આવે છે, ત્યારે તે સ્પષ્ટ છે કે કંઈક સકારાત્મક બદલાવ આવ્યો છે. આ તે ભારત છે કે જેણે G20ની અધ્યક્ષતા ત્યારે સાંભળી જ્યારે વિશ્વ હાલ છે તેવું અત્યંત ધ્રુવીકૃત હતું. આ પ્રસંગનો ઉપયોગ કરીને આપણે ઘણા સહયોગી રાષ્ટ્રો સાથે જોડાવાના અભિગમની માત્ર પુષ્ટિ જ નથી કરી, પરંતુ વિકસિત રાષ્ટ્રો માટે અવાજ પણ ઉઠાવ્યો છે.

પોતાના મૂળ અને સંસ્કૃતિને વફાદાર તેવું મજબૂત અને વધુ સક્ષમ ભારત સાંપ્રત વિશ્વને આલેખતી પુનઃસમતોલનની પ્રક્રિયાનું મુખ્ય પરિબળ છે. એવા સમયમાં જ્યાં ઘણાં બધાં રાષ્ટ્રો મહાસત્તાની હોડમાં છે, ત્યારે આ બહુધ્રુવીય વિશ્વમાં ભારતે પોતાનું સ્થાન મજબૂતી થી પ્રાપ્ત કરી લીધું છે. વૈશ્વિકીકરણના યુગમાં, આપણી પ્રતિભાઓ, ક્ષમતાઓ અને યોગદાનનું મૂલ્ય બાકીના વિશ્વ માટે સતત વધતું જાય છે. જ્યારે આપણે 75 વર્ષની સ્વતંત્રતાની ઉજવણી કરી રહ્યાં છીએ, ત્યારે ભારતમાટે એક મજબૂત કારણ છે કે તે પોતાની વૈશ્વિક સંભાવનાઓ માટે વધુ આત્મવિશ્વાસ ધરાવે. પરંતુ તેના માટે તે પણ એટલું જ મહત્વનું છે કે ભારત વિશ્વમાં પ્રવર્તમાન તકો અને પડકારો અંગે સતત જાગૃત રહે. નિશ્ચિતપણે, આ ત્યારે થશે જ્યારે આપણે સમજીશું કે વિદેશ નીતિ આપણા માટે ખરેખર મહત્વ ધરાવે છે.

3

વિશ્વની સ્થિતિ

બહોળા ફલકને સમજવું

જ્યારે વડાપ્રધાન મોદીએ સપ્ટેમ્બર 2022માં સમરકંદ (ઉઝબેકિસ્તાનનું શહેર)માં જણાવ્યું હતું કે 'આ યુગ યુદ્ધનો નથી', ત્યારે આ નિવેદન સમગ્ર વિશ્વમાં પ્રતિધ્વનિત થયું. આમ થવાનું કારણ તેનો પ્રાસંગિક સંદર્ભ હતો. પરંતુ આ સંદેશ બધાં રાષ્ટ્રો વચ્ચેની આંતરનિર્ભરતા દર્શાવે છે, જેને કારણે રાષ્ટ્રો વચ્ચે નો આંતરવિગ્રહ બધાં જ માટે ખૂબ જ જોખમરૂપ બની જાય છે. એક રીતે તો, આ એક ચેતવણી પણ હતી તે લોકોને જે કદાચ આંતરનિર્ભરતા થી વિપરીત પોતાના અન્ય વિકલ્પો પર વિચાર કરી રહ્યાં છે. આ પ્રકારનું નિવેદન આપવું પડ્યું તે બાબત સાંપ્રત વૈશ્વિક વ્યવસ્થાની અનિશ્ચિતતા દર્શાવે છે. આ વૈશ્વિક વ્યવસ્થા અત્યારે સંક્રાતિ માંથી પસાર થઈ રહી છે તે બાબત સર્વસામાન્ય છે. પરંતુ જે આજે આપણે જોઈ રહ્યાં છીએ આ પ્રકિયાનું સ્વરૂપ, તે આવું હશે તેમ બહુ ઓછા લોકો ધારણા કરી શક્યા હતાં.

2020માં, જ્યારે મેં 'ધ ઇંડિયા વે' પુસ્તક લખ્યું, ત્યારે દુનિયા પહેલેથી જ અનિશ્ચિત અને અણધારી લાગતી હતી. તે સમયે આપણને થોડી ખબર હતી કે આપણે તો હજી સુધી કંઈ જોયું

જ નથી! જે વર્ષો પસાર થયા છે, તે દરમિયાન આપણે કોવિડ મહામારીથી આઘાત પામ્યા છીએ, યુક્રેન સંઘર્ષથી પ્રભાવિત થયા છીએ, પશ્ચિમ એશિયામાં નવા સ્તરે હિંસા સાથે સંઘર્ષ કર્યો છે, વારંવાર જળવાયુની ઘટનાઓથી પીડિત થયા છીએ અને ગંભીર આર્થિક તણાવનો સામનો કર્યો છે. તેનાથી પૂર્વ-પશ્ચિમ ધ્રુવીકરણ અને ઉત્તર-દક્ષિણ વિભાજન એમ બંને મુદાઓ વધારે વણસ્યા છે. જો ભૂતકાળના મારા પ્રયાસો સતત ચાલુ રહ્યાં છે તો તે મહત્વપૂર્ણ તથ્યમાં રહેલા છે કે સંઘ રાજ્યો, જે હજી પણ આંતરરાષ્ટ્રીય સંબંધોની મુખ્ય સંકલ્પના છે, વૈશ્વિકીકરણની સમસ્યાઓ સાથે કેવી રીતે સંઘર્ષ કરે છે. આજ બાબત મુખ્ય મુદ્દાઓને પણ લાગુ પડે છે: કે વિશ્વ આપણા દરેક માટે ભૂતકાળમાં હતું તેના કરતાં વધારે મહત્વપૂર્ણ છે. જો આપણે આ બાબત ધ્યાને લઈએ તો દરેક ભારતીયએ આ પ્રશ્નનો સામનો કરવો પડે કે સમકાલીન યુગમાં આપણા મૂલ્યો, મહત્વ અને સંભાવનાઓ શું હોઈ શકે? આમ કરવાથી પણ તાત્કાલિક ભવિષ્યમાં શું છે તે આપણે જાણી શકતા નથી કારણ કે ટેકનોલોજીકલ, આર્થિક અને સામાજિક બદલાવની ગતિ ખૂબ જ તેજ થઈ ગઈ છે. હવે આ વધુ ચલ ઘટકોનો મુદ્દો નથી; આપણે ખરેખર અજાણ્યા ક્ષેત્રમાં પ્રવેશી રહ્યા છીએ. સ્વાભાવિક રીતે, આવા સમયે, આપણા પૂર્વજોએ તેમના યુગની અનિશ્ચિતતાઓ સાથે કેવી રીતે કામ લીધું તે વિશે વિચારવું યોગ્ય છે. અને તે સંદર્ભમાં, ભૂતકાળની સમરુપતાઓ નિશ્ચિતપણે કેટલીક માર્ગદર્શિકા આપે છે.

***

ભારતીય પરંપરાઓમાં વ્યૂહરચનાત્મક નીતિઓ સાથે સૌથી વધુ જાણીતા બે પૌરાણિક પાત્રો નિશ્ચિતપણે સંકળાયેલા છે: રામાયણના હનુમાન અને મહાભારતના શ્રી કૃષ્ણ. એકને સેવા માટેની શ્રેષ્ઠમૂર્તિ તરીકે માનવામાં આવે છે, જે કોઈપણ અવરોધોથી ડર્યા વિના પોતાની ફરજો બજાવે છે. બીજાને રાજદ્વારી અને સલાહકાર તરીકે માનવામાં આવે છે, જે કઠિન ક્ષણોમાં જ્ઞાનનો સ્રોત છે. દરેકની ચોક્કસ પરિસ્થિતિમાં મહત્વપૂર્ણ ભૂમિકા છે, અને હનુમાન અનિશ્ચિતતાઓ અને કઠિન પરિસ્થિતિઓનો સામનો કરતી વખતે શ્રેષ્ઠ છે. એક રાષ્ટ્રના ઉદ્ભવની પ્રક્રિયા બન્ને પત્રોની જટિલ યાત્રાઓથી કંઈ અલગ નથી, અને તે તેમણે આપણી ચેતનામાં ઊંડાણપૂર્વક જડેલી છે. વાસ્તવમાં, આ એક અભિયાન કરતા પણ વધુ છે; તે સંભાવનાઓને વિસ્તૃત કરવાનું અનંત કાર્ય છે. હનુમાનની જેમ, આ કાર્ય માટે સાચા આસ્થાવાન અને સમસ્યા ઉકેલનારા લોકોની જરૂર છે, જેઓ ચોવીસે કલાક કાર્યમાં રચ્યા પચ્યા રહે.

લંકામાં ભગવાન શ્રી રામના દૂત તરીકે, હનુમાન પોતાની ચપળતાથી શત્રુ વિશે મહત્વપૂર્ણ માહિતી મેળવે છે અને કેદ થયેલી રાણી સીતા સુધી પહોંચે છે, સમગ્ર કથામાંઆ નિર્ણાયક વિકાસ હતા. આ ઉપરાંત, રાક્ષસોએ તેમની પૂંછડીમાં આગ લગાવી તે દુર્વ્યવહારનો ઉપયોગ કરીને તેમણે શહેરને આગ લગાવીને અપાર નુકસાન પહોંચાડ્યું. પરંતુ સાથે સાથે તેમણે રાવણના સ્વભાવ અને તેના સલાહકારો વિશે મુખ્ય જાણકારી પણ એકત્રિત કરી. અને તેમજ,

સમાન રીતે મહત્વપૂર્ણ છે વિભીષણનો ન્યાય, હનુમાનને દરબારમાં લાવવામાં આવ્યાં ત્યારે તેણે એકલાએ તેમનું સમર્થન કર્યું. ઉપરાંત, એ હનુમાનનું વિભીષણની પ્રમાણિકતા માટેનું પ્રમાણીકરણ હતું જેનાથી રામ પ્રેરિત થયા અને રાવણથી અલગ થયેલા વિભીષણનું તેમને સ્વાગત કર્યું. સામાન્ય રીતે, લોકો રાજદૂતત્વને માત્ર મધ્યસ્થી તરીકે જ માને છે. પરંતુ વાસ્તવમાં, તે તેના કરતાં કંઈક વધારે છે, જેમાં સ્પર્ધકો, મિત્રો અને પરિસ્થિતિને યોગ્ય રીતે કળવાની ક્ષમતા પણ સામેલ છે.

હનુમાનની દૃઢતા પણ નોંધપાત્ર છે, જ્યારે તેમના સાથી વાનરો રાણી સીતાની શોધ છોડી દેવા ઈચ્છતા હતા ત્યારે તેમની દ્રઢતા દ્રશ્યમાન થઈહતી. જ્યારે તેમણે માત્ર એક જીવ બચાવનાર છોડ લાવવાના હેતુથી આખે આખો પર્વત ઉચક્યો ત્યારે તેમની સમસ્યાઓ ઉકેલવાની અને તત્કાલ નિર્ણય કરવાની ક્ષમતા છતી થઈ હતી. યુદ્ધના અંતે, તેમને એક અતિ મહત્વપૂર્ણ કાર્ય માટે મોકલવામાં આવ્યાં હતાં. તેમણે ભરતને યુધ્ધના પરિણામની જાણ કરવાની હતી અને ભગવાન રામના અયોધ્યામાં પરત આવતાં ભરત તેમનું ઉમળકાથી સ્વાગત કરશે કે નહિ તે કડવાનું હતું. આજના સમયમાં આ દરેક ગુણો સફળ રાજદૂતના માનીતા ગુણો છે.

રાજદૂતત્વમાં રહેલી જટિલતાઓનું જુદું ઉદાહરણ વાનર રાજકુમાર અંગદ દ્વારા દર્શાવવામાં આવ્યું છે. તેને પણ રામ દ્વારા રાવણના દરબારમાં લંકામાં મોકલવામાં આવ્યો હતો અને તેણે પોતાની શક્તિઓનો ચતુરાઈથી ઉપયોગ કર્યો. તેના કિસ્સામાં, ખાસ કરીને તેના પગની શક્તિ હતી, જે જમીન પર મજબૂતીથી મૂકવામાં આવે તો હલાવી શકાતો નથી. આ શક્તિને આધારે તેમણે પડકાર નાખ્યો અને તે તમામ લોકોને શરમાવ્યા જેઓએ તેના અંગો હલાવવાનો નિષ્ફળ પ્રયાસ કર્યો. અંતે, તેણે રાવણને શરમાવ્યો જ્યારે રાવણે તેના અંગ સુધી પહોંચવાનો પ્રયત્ન કર્યો અને તેનો મુકુટ પડી ગયો, જેને અંગદે ઉઠાવી અને પાછો ભગવાન રામ તરફ ફેંક્યો. એક દૂત તરીકે, તેણે માત્ર રાવણ દ્વારા કરાયેલ ખુશામતને નકારી ન કાઢી, પરંતુ ત્વરિત વિચારીને પોતાની વાતોને અસરકારક રીતે રજૂ પણ કરી. જ્યારે તેને બેસવાની જગ્યા ન આપી, તો એવું કહેવાય છે કે તેણે પોતાની પૂંછને લાંબી કરીને એક આસન બનાવ્યું અને રાક્ષસ રાજાની બિલકુલ સામે બેસી ગયો. અંતે, માનસિક ખેલ રાજદૂતત્વનો મુખ્ય તત્વ છે.

અંગદની માતા અને અગાઉ જેનો વધ ભગવાન રામ દ્વારા કરવામાં આવ્યો હતો તેવો વાનર રાજ વાલીની પત્ની તારા એ અલગજ પ્રકારનું કૌશલ્ય દર્શાવ્યું. હનુમાન અને અંગદના કિસ્સાઓમાં, તેમણે રાવણ, જે એક અહંકારી અને અસમાધાનકારક શત્રુ છે, તેની સાથે કામ પાર પાડયું હતું. એક બાજુ તેમનું કાર્ય જાણકારી મેળવવાનું હતું અને બીજી બાજુ સામેના શત્રુના મનોબળને અસર કરતા માનસિક ઘા ઝીંકવાનું હતું. તારાના કિસ્સામાં, તેમણે તેમના વર્તમાન રાજા સુગ્રીવના મિત્રો રામ અને લક્ષ્મણના ગુસ્સાનો સામનો કરવાનો હતો. વાલી પછી રાજસિંહાસન પ્રાપ્ત કરનાર સુગ્રીવ ત્યારબાદ સીતાની શોધ કરવાના પોતાના વચન પાળવામાં

નિષ્ફળ રહ્યો હતો. તે પછી તારાને લક્ષ્મણ સાથે વાર્તાલાપ કરવા મોકલવામાં આવી હતી, જે આક્રમક બની તેમના ધનુષના તાર ખેંચતા ખેંચતા છેક કિશ્કિંધા નજીક આવી ગયા હતાં. તેમની વ્યૂહરચના ચતુર હતી અને શરૂઆતમાં જ તેમણે સુગ્રીવની ચંચળતાનો સ્વીકાર કરીને લક્ષ્મણને શાંત કર્યા. આમ કર્યા પછી, તેમણે સુગ્રીવની ભગવાન રામ પ્રત્યેની ભક્તિને ભારપૂર્વક દર્શાવી અને સીતાની શોધની શરૂઆત થઈ ગઈ છે તે બાબત પર વધારે ભાર મૂકીને તથ્યને થોડું સુશોભિત કર્યું. ભલે વિગતો સાથે થોડી સ્વતંત્રતા લેવી પડી, પણ ભાઈઓ અને વાનરો વચ્ચેના સંઘર્ષને નિવારવાના તેમના પ્રયત્નોમાં તે સફળ રહ્યા. તારા ખાસ કરીને અલગ તરી આવે છે, કારણ કે તેમના સંબંધીઓની સ્વાર્થલિપ્તાને બદલે તે સમજણ અને ચતુરાઈ બતાવે છે.

ત્રણેય કિસ્સાઓ તેમના લક્ષ્યો અને અભિગમોમાં અલગ હોઈ શકે છે, પરંતુ તેમને સોંપવામાં આવેલ મહત્વના કાર્ય કરવાની ત્રણેયની સહિયારી સમજણ તેમને એક સાથે લાવે છે. તેમને ખતરાની મહત્તાને સમજવી પડશે અને ઉકેલો શોધવામાં સક્રિય રીતે યોગદાન આપવું પડશે. વધુ ગંભીર પરિસ્થિતિના સંદર્ભમાં સંવેદનશીલતા અને તેમના પોતાની વિષમ પરિસ્થિતિની જાગૃતિ હોવી જરૂરી છે. વ્યૂહાત્મક પસંદગીઓને આગળ ધપાવવી પડશે, પરંતુ કૌશલ્યપૂર્ણ રીતે. પ્રતિબદ્ધતાઓનું સન્માન કરવું અને સિદ્ધાંતોનું પાલન કરવું જરૂરી છે, પરંતુ સાથે સાથે તેને અસરકારક પણ બનાવવાની જરૂર છે. વ્યૂહાત્મક નીતિમાં રણસંગ્રામ અને રણનીતિ વચ્ચેની જટિલ ગતિશીલતા હંમેશા એક મૌલિક મુદ્દો છે. બંનેને યોગ્ય રીતે પ્રાપ્ત કરવું સફળતા માટેની પૂર્વશરત છે.

અનિશ્ચિત, અસુરક્ષિત ભવિષ્ય તરફ

આપણા સમયની જટિલતાઓ પર વિચાર કરતાં, આપણે ચિંતનથી શરૂઆત કરવી જોઈએ કે કેવી રીતે એક મહામારી, જેણે પ્રથમ એક દૂરના ચીની શહેરને ભરડામાં લીધું હતું, પછી આપણા જીવનને બે વર્ષથી વધુ સમય માટે સંપૂર્ણપણે કબજે કરી લીધું. અથવા તો યુરોપમાં ચાલી રહેલો સંઘર્ષ, જે આપણાથી આખો એક ખંડ દૂર છે, હવે કેવી રીતે અને શા માટે આપણા દૈનિક જીવન અને તેની કિંમતને પ્રભાવિત કરી રહ્યો છે. અને તે સંદર્ભમાં, જેને આપણે ખૂબ જ હલકામાં લઈએ છીએ તેવી જળવાયુને લગતી કેટલીક ઘટનાઓ ઘણી બધી પ્રક્રિયાઓને અસર કરે છે. અથવા તો તે એક અલગ જ પ્રકારની આઘાતજનક બાબત હોઈ શકે, જો આપણે કોઈ આતંકવાદી કૃત્ય અથવા દુર પ્રદેશમાંથી પ્રેરિત હિંસામાં ફસાઈ જઈએ. કેટલાક કિસ્સાઓમાં, જેમ કે આપણે યુક્રેનમાં ફસાયેલા વિદ્યાર્થીઓ અથવા કોવિડ દરમિયાન ફસાયેલા મુસાફરો સાથે જોયું, જ્યારે આપણે આપણા દેશની બહાર હોઈએ ત્યારે તણાવો પેદા થાય છે. પરંતુ, અન્ય કિસ્સાઓમાં તે કોવિડ હોય, સંઘર્ષ, આતંકવાદ હોય કે પછી કુદરતી આપત્તિઓ, આ પ્રકારની હલચલ આપણા દરવાજા સુધી પહોંચી શકે છે, અને ક્યારેક તો આપણા ઘરોમાં

પણ. વૈશ્વિકરણના યુગમાં, વૈશ્વિક ઘટનાઓને કોઈ ટાળી શકતું નથી.

તેનો અર્થ એ નથી કે આપણે વૈશ્વિક વિકાસ અંગે હમેશાં ચિંતિત રહેવું જોઈએ અથવા આપણા અભિગમમાં રક્ષણાત્મક થઈ જવું જોઈએ. આ પરસ્પર નિર્ભરતાની બીજી બાજુ એ છે કે આ જ વિશ્વ સંભવનાઓથી ભરપૂર પણ છે. જો આપણે કોવિડ દરમિયાન વંદે ભારત મિશન દ્વારા 70 લાખથી વધુ ભારતીયોને પાછા લાવી શક્યા, તો સાથે સાથે તે પણ યાદ રાખવું જોઈએ કે આજનું ભારત વૈશ્વિક કાર્યસ્થળનો વ્યાપક ઉપયોગ કરી રહ્યું છે. તેનું મુખ્ય કારણ એ પણ છે કે આપણી પ્રતિભાઓ અને કુશળતાઓ હવે વૈશ્વિક નવાચાર, ઉત્પાદન અને સેવાઓના આંતરિક ઘટક બની રહ્યાં છે. આ તે પણ દર્શાવે છે કે કેટલી મોટી સંખ્યામાં ભારતીયો વ્યક્તિગત અથવા વ્યાવસાયિક હેતુઓ માટે મુસાફરી કરી રહ્યાં છે. ખરેખર, આ જ મુદ્દાઓ હવે ભારતીય રાજનીતિની પ્રાથમિકતાઓમાં કેન્દ્રસ્થાને છે. આપણા પ્રતિભાશાળીઓને ઉત્તમ માર્ગ-પ્રવેશ, આપણા કર્મચારીઓ માટે મજબૂત સુરક્ષા, આપણા વિદ્યાર્થીઓ માટે વધુ તકો અને આપણા વેપારીઓ માટે વધુ ન્યાયસંગત બજારો સુનિશ્ચિત કરવા માટે અમે પ્રયત્નશીલ છીએ.

પણ દુનિયા માત્ર સમુદાયના ઉત્થાન અને સ્થળાંતર માટે જ નથી. તે ભાગીદારી, કરારો અને સમજણ માટે પણ એટલી જ મહત્વની છે, જે તમામ પક્ષોમાટે સારી રીતે કાર્યરત છે. ખરેખર, એક ગાઢ સંલગ્નતા આપણા રાષ્ટ્રીય વિકાસને વેગ આપી શકે છે, વધુ બજારોનું અન્વેષણ શક્ય બનાવે છે, સંસાધનોની પ્રાપ્તિમાં વધારો કરી શકે છે, જીવનની ગુણવત્તા સુધારી શકે છે, રોજગારનું વિસ્તરણ કરી શકે છે અને, ખાસ કરીને, આપણા ગ્રહનું ભવિષ્ય નક્કી કરતા મહત્વપૂર્ણ વૈશ્વિક મુદ્દાઓને આકાર આપી શકે છે.

વિશ્વ આપણા માટે શું છે તે સારી રીતે જાણવા માટે, સૌપ્રથમ તો એ માનવું જ રહ્યું કે આપણે જે વૈશ્વિકીકરણના યુગમાં જીવી રહ્યા છીએ, તે સ્પષ્ટપણે બે ધાર વાળી તલવાર છે. આજની પરિસ્થિતિમાં, સંવેદનશીલતાને અવલંબનથી અથવા જોખમોને લાભોથી અલગ કરવાં મુશ્કેલ છે. કોવિડ - 19 થી આપણામાંથી ઘણાનાં ઘરોમાં ભૂચાલ આવ્યો હતો, પરંતુ તે જ ઘણાં બધા લોકોની આજીવિકાનો બહુ મોટો સ્ત્રોત પણ બન્યો હતો. જ્યારે કાર્યરત ન હતી ત્યારે પુરવઠા શૃંખલા ઘણાં બધા વિક્ષેપો પેદા કાર્ય હતાં, તે જ પુરવઠા શૃંખલા જ્યારે કાર્યરત બની ત્યારે વરદાનરૂપ બની હતી. તેની જટિલતા હાલ વર્ણવવી તેટલી જ મુશ્કેલ હોઈ શકે છે, જેમ ખરેખર મુશ્કેલ છે જીવનના કટોકટીભર્યા પાસાઓમાં તેનું મુહ્ત્વ વર્ણવવું. પરંતુ કોવિડ યુગે આપણને ભાન કરાવ્યું કે આપણે બધા જ સરહદ પારના માલ-સામાન અને સેવાઓ પર કેટલા નિર્ભર છીએ. કોઈ આશ્ચર્યની વાત નથી કે ભારત આ બાબતે યોગદાન આપનાર તેમજ લાભાર્થી તેમ બંને ભૂમિકામાં હતું. આપણે લગભગ સો દેશોમાં રસીના જથ્થાઓ મોકલી આપ્યાં હતાં. પણ આપણે ઘણા દેશો તરફથી ઘટકો પણ પ્રાપ્ત કર્યા. ખાડીના દેશો તેમના દૈનિક વપરાશ માટે ભારતીય નિકાસ પર નિર્ભર હતા. આ જરૂરીયાતની ઊંડી સમજણ હોવાથી આ નિકાસ કોઈ

પણ વિક્ષેપ વિના સતત ચાલુ રહી. 2021 માં તબીબી ઑક્સિજન સંકટ દરમિયાન આપણને આનો લાભ મળ્યો, જ્યારે આ જ દેશોએ આપણને જથ્થાઓ મોકલી આપવા તૈયારી બતાવી.

ખરેખર, જો કોવિડના અનુભવથી વૈશ્વિક અર્થતંત્ર માટે કોઈ એક મોટો પાઠ મળ્યો હોય, તો તે વધુ ક્ષમતા અને વિકલ્પોનો છે. સીમિત ભૂમિમાં કેન્દ્રિત તેવો 'જસ્ટ-ઇન-ટાઇમ' (સમયસર ઉત્પાદન અને વિતરણ) અભિગમેં દર્શાવ્યું કે સંકટ દરમિયાન દુનિયા કેટલી સંવેદનશીલ હોઈ શકે છે. વૈશ્વિક અર્થતંત્રને જોખમ મુક્ત કરવાં માટે હવે વધુ વૈવિધ્યસભર ઉત્પાદનની સાથે 'જસ્ટ-ઇન-કેસ' (માંગને આધારિત ઉત્પાદન અને વિતરણ) અભિગમની જરૂરિયાત છે. જ્યાં સુધી ભારતનો પ્રશ્ન છે, આ એક એવી તક છે જ્યાં આપણે ઉત્પાદન ક્ષેત્ર રૂપી બસ પકડી શકીએ છીએ જે અગાઉ આપણે કેટલીકવાર ચુકી ગયા છીએ. અને 'ઈઝ ઓફ ડૂઈંગ બિઝનેસ' (વ્યાપાર કરવાની સરળતા) અભિગમ અને 'પ્રોડક્શન-લિંક્ડ ઈન્સેન્ટિવ્સ' (ઉત્પાદન સાથે જોડાયેલ પ્રોતસાહન) બરાબર આજ સુનિશ્ચિત કરવાનો ઈરાદો ધરાવે છે.

છેલ્લાં થોડાં વર્ષોએ આપણને વધુ ડિજીટલ થવા માટે પ્રોત્સાહિત કર્યા છે. ભારતમાં આપણે એક રેકોર્ડ ધરાવીએ છીએ જે સારા કારણોસર વ્યાપક આદર પેદા કરી રહ્યો છે. ખાદ્ય પદાર્થો હોય, નાણાં, આરોગ્ય, પેન્શન કે પછી સામાજિક લાભો હોય આપણી ડિજીટલ વિતરણની વ્યાપકતા વિશ્વમાં ચર્ચાનું કારણ બની છે.

અહીં પણ, આ પરિવર્તનની કાર્યકુશળતા સ્પષ્ટ રીતે જોઈ શકાય તેવી છે, પણ તેની સાથે સાથે ડેટા પ્રાઇવસી અને ડેટા સિક્યુરિટી સંબંધી જોખમો જોડાયેલા છે. આપણો ડેટા ક્યાં રહે છે અને તેને કોણ સંકલિત કરે છે તે ખૂબ જ મહત્વનું બની રહ્યું છે. ડેટાની આવી સંચય વ્યવસ્થા અથવા પ્રક્રિયાને લગતું રાજકીયનીતિવિષયક સમાજશાસ્ત્ર હવે અપ્રાસંગિક નથી.

પરિણામે, ડિજિટલ નિર્ણયો લેતી વખતે વિશ્વાસ અને પારદર્શકતા મહત્વના માર્ગદર્શક પરિબળો બની ગયા છે. આ વધારે પ્રાસંગિક બની જાય છે જ્યારે આપણે આર્ટીફીશીયલ ઈન્ટેલીજન્સ(AI) દ્વારા વધુને વધુ સંચાલિત દુનિયામાં પ્રવેશ કરીએ છીએ. આવશ્યક અને ઉભરતી ટેક્નલોજી, (CET)ની સંભવિતતાના પણ અલગ જ પ્રશ્નો છે. જળવાયું પરિવર્તન માટે હોય કે પછી વ્યૂહાત્મક બાબતો માટે, રાષ્ટ્રો વધુ હરિત તથા સ્વચ્છ ઉર્જા અને ગતિશીલતા તરફ નજર કરી રહ્યાં છે. આ સાથે જોડાયેલા સંસાધનો, ટેક્નોલોજી અને ઉત્પાદન તેમની પોતાની કેન્દ્રિતતાઓ અને પરિણામ સ્વરૂપ જોખમો ધરાવે છે. પરિણામે, રાષ્ટ્રોએ તેમની રાષ્ટ્રીય ક્ષમતાઓ તેમજ તેમના સહયોગી પ્રયાસો માટે CET ને પ્રાથમિકતા આપી છે.

પુરવઠા શૃંખલાની જટિલતાઓ અને ડેટા હાર્વેસ્ટિંગની સંવેદનશીલતાઓથી આગળ વધીને, આંતરરાષ્ટ્રીય બાબતોમાં મોટા બદલાવ આવી રહ્યા છે. આ બદલાવ એવી વિવિધ સેવાઓ અને પ્રવૃત્તિઓના શસ્ત્રીકરણમાંથી ઉભા થાય છે, જેને અત્યાર સુધી અત્યંત

કલ્યાણકારી માનવામાં આવતી હતી. તાજેતરના સમયગાળામાં, આપણે જોયું કે વેપાર, જોડાણો, ઋણ, સંસાધનો અને પ્રવાસન પણ રાજકીય દબાણના મુદ્દાઓ બની ગયા હતા. યુક્રેન સંઘર્ષે આવી વધુમાં વધુ ફાયદા માટેની ઉપયોગીતાનો વિસ્તાર તેમજ તેની તીવ્રતા ઘણી વધારી દીધી છે. નાણાકીય પગલાંઓ, ટેક્નોલોજી નિયંત્રણો, સેવા પ્રતિબંધો અને સંપત્તિ જપ્ત કરવાની વ્યાપકતા ખરેખર આશ્ચર્યજનક છે. સાથે સાથે, આ પણ એક નિર્વિવાદ સત્ય છે કે વૈશ્વિક નિયમો, સંસ્થાઓ અને પ્રણાલીઓને દશકાઓથી રાષ્ટ્રીય ફાયદા માટે ચાલાકીથી ઉપયોગ કરવામાં આવ્યાં છે. આવી પરિસ્થિતિમાં, તુલનાત્મક ફાયદાની દુનિયા 'અનિયંત્રિત અર્થશાસ્ત્ર' સામે કોઈ તક ધરાવતી નથી. પૂર્વના યુગની નિષ્ક્રીયતા સ્પષ્ટપણે સમાપ્ત થઈ ગઈ છે, અને દરેક પ્રશ્નાવલી હવે ગાઢ અસ્વસ્થ અનુભૂતિ પેદા કરી રહી છે. મહાસત્તાની તીવ્ર સ્પર્ધા અનિવાર્ય રીતે અનેક ક્ષેત્રોમાં તણાવના પરિબળોમાં વધારો કરી રહી છે. સ્થાપિત હિતો અને રાજકીય ચોક્કસાઈ તેને છુપાવવા માંગે છે તેવા કારણોથી તે અટકવાની નથી. ભારત સહિતના ઘણા દેશો માટે પડકાર એ છે કે શું તેઓ આ પ્રકારની તકોમાં પરિવર્તિત થઈ શકે છે.

એક સ્તરે, આજની અનિશ્ચિતતાઓ આંતરરાષ્ટ્રીય અભિદર્શન પર વધુ સાવધાની પ્રેરિત કરે છે, ભલે આપણે તેને વ્યૂહાત્મક અમલીકરણના દૃષ્ટિકોણથી જોતા હોઈએ કે પછી નબળાઈઓનું નિર્મૂલન કરવાના દ્રષ્ટિકોણથી. ભારત બંને બાબતોમાં ચિંતિત છે. પરંતુ એક હદ પછી, તેને સંપૂર્ણ રીતે સુરક્ષિત કરી શકાતું નથી, કારણ કે આપણા અસ્તિત્વની પ્રકૃતિ હવે ખૂબ જ વૈશ્વિક છે. દરેક દેશ માટે, ખાસ કરીને મોટા દેશો માટે, જોખમો અને લાભોને મહત્તમ બનાવવા માટે કોઈ સમાધાન શોધવું જ પડશે.

આ પ્રક્રિયા આપણને વ્યૂહાત્મક સ્વાયત્તતાના પુનઃપ્રવર્તન તરફ દોરી જાય છે, જે હવે મુખ્ય અને સંવેદનશીલ ક્ષેત્રોમાં રાષ્ટ્રીય ક્ષમતા સુનિશ્ચિત કરવાના રૂપમાં ફરી વ્યાખ્યાયિત થાય છે. વૈશ્વિક ક્રિયાપ્રતિક્રિયાના વિવિધ આધાર તરફ સમાયોજિત થવાની આ પ્રક્રિયાએ સ્વાભાવિક રીતે પોતાનો અલગ દ્રષ્ટિકોણ વિકસાવ્યો છે. આપણી પોતાની સ્થાનિક ચર્ચામાં, આપણે તેને આત્મનિર્ભર ભારત તરીકે ઓળખીએ છીએ, એટલે કે, સ્વનિર્ભર ભારત. ડિજિટલ ક્ષેત્રે પણ આ જ રીતે સમાન ફરજીયાતપણાનું સ્વરૂપ જોવા મળ્યું છે.

2020ના ઘટનાક્રમોએ ભારતમાં દાયકાઓથી બનેલી એક્સ્પોઝર અંગેની જાગૃતતા વધુ તેજ કરી. 'ક્લીન એપ' અભિગમ અને 'વિશ્વસનીય પ્રદાતાઓ' અને 'વિશ્વસનીય ભૂગોળ' જેવી સંકલ્પનાઓને સ્વીકારવું એ તેનું ફલિત પરિણામ છે.

ઘણી રીતોથી આ વિસંગતિ છે કે જ્યારે આપણે ટેક્નોલોજી અને વિજ્ઞાનની પ્રગતિ વિશે વાત કરીએ છીએ, ત્યારે વિશ્વનું રાજકારણ ખરેખર 'ભવિષ્ય તરફ પાછા'(back to the future) જઈ રહ્યું છે, એટલે કે ભવિષ્યની સંભાવનાઓ સિદ્ધ કરવા માટે વિશ્વનું રાજકારણ ભૂતકાળનો સહારો લઈ રહ્યું છે. આમાંથી કેટલાક મુદ્દાઓ અને પડકારો વૈશ્વિકીકરણ પર

મૂકાયેલી વધુ પડતી આશાવાદી અપેક્ષાઓના કારણે ઉત્પન્ન થયા છે. આ કહેવાનો અર્થ એ નથી કે આધારભૂત આર્થિક પરસ્પર નિર્ભરતા સારી રીતે સ્થાપિત નથી. પરંતુ સમાજો વચ્ચે અને તેમની અંદરના વ્યાપક તફાવતો અને નવા વૈશ્વિક સમીકરણોની રચના દર્શાવે છે કે વૈશ્વિકીકરણના વિરોધી બળો કાર્યાન્વિત થયા છે. એકવાર પડકારોનું સ્પષ્ટીકરણ કરવામાં આવ્યુ પછી, વૈશ્વિકીકરણ મોડેલનો બચાવ કરવો સરળ નહોતું કારણ કે તેના લાભો ખૂબ જ પક્ષપાતી હતા.

વૈશ્વિકીકરણના રાજકીય અભિવ્યક્તિએ પણ પોતાનો વિરોધ ઊભો કર્યો છે. જ્યારે પોતાને સત્યના રક્ષકો માની બેઠેલાઓ લોકશાહીથી ચૂંટાયેલા પ્રતિનિધિઓ પર પોતાનો નિર્ણય સંભળાવા લાગે છે, ત્યારે તેઓ આશા ના કરી શકે કે તેમનો વિરોધ થશે નહિ, ખાસ કરી ને ત્યારે જયારે પરિણામો સ્પષ્ટ રીતે જોઈ શકાતાં હોય. વધારામાં જોઈએ તો, કેટલાક રાષ્ટ્રો પોતાના મોડેલના પાસાઓને વિદેશમાં ઉદાહરણ તરીકે પ્રોત્સાહન આપે છે. સામૂહિક રીતે, આ બાબત એવી પરિસ્થિતિ તરફ દોરી જાય છે જેમાં આર્થિક પ્રવાહો અંતર્ગતના તણાવો પેદા કરી ને રાજકીય અને સામાજિક ઓળખો મજબૂત રીતે ફરી ઉભરી આવી છે. આ વિકટતાઓને હલ કરવી સરળ નથી કારણ કે તે સતત પુનરાવર્તિત થયા કરે છે.

પરિણામે, વિવિધ દેશો યોગ્ય સંતુલન શોધવામાં સંઘર્ષ કરી રહ્યા છે, જોકે દરેક કિસ્સામાં કારણો ભિન્ન હોઈ શકે છે. કેટલાક પ્રદેશોની સુરક્ષાને સંબોધિત કરવા માંગે છે, તો બીજા ટેક્નોલોજીમાં તેમની પ્રમુખતા અથવા જીવનશૈલીની રક્ષા કરવા માંગે છે, તો વળી કેટલાક હજુ પણ અન્ય દેશો પર તેમની નિર્ભરતા માર્યાદિત કરવા માગે છે અને તેમના પોતાના માટે સ્થાનિક કક્ષાએ ક્ષમતા વધારવા માંગે છે. આ સ્પર્ધાના નવા સ્વરૂપો સ્વાભાવિક રીતે આપણા યુગના રાજકારણની મૂળભૂત લાક્ષણિકતાઓમાં સમાવિષ્ટ હશે. આપણું વૈશ્વિકીકૃત વિશ્વ કેટલીક રીતે વિખંડિત થશે અને ખાસ કરીને વિવાદાસ્પદ ક્ષેત્રોમાંથી પસંદગીયુક્ત રીતે વિમુક્ત થશે. આ કેટલીક અનિવાર્યતાઓ છે જેના માટે ભારતને બુદ્ધિપૂર્વક આયોજન કરવાની જરૂર છે.

પ્રેરણાદાયક વિશ્લેષણ અને નીતિઓ:

હાલની પરિસ્થિતિઓના ઉદાહરણો નવી નવી પ્રણાલિકાઓને પ્રતિબિંબિત કરી શકે છે, પરંતુ આપણે એ ભૂલી શકતા નથી કે જુના જમાનાની રાષ્ટ્રીય હરીફાઈઓ હજુ પણ મોખરે છે. ખાસ કરીને 2008 પછી, દુનિયાએ એક મોટું પુનઃસંતુલન અને સ્થિર રીતે વિકાસ પામેલ બહુધ્રુવીયતાનું અવલોકન કર્યું છે. છેલ્લા દાયકામાં યુએસના વિશ્વ સાથેના જોડાણના સંદર્ભમાં તેની બદલાતી શરતો એક મુખ્ય પરિમાણ રહ્યું છે. અફઘાનિસ્તાનમાં 'કાયમી યુદ્ધ'ની સમાપ્તિ થવી તે માત્ર અમેરિકાની સુરક્ષા સુનિશ્ચિત કરવાની અને તેના હિતોને આગળ વધારવા માટેની વિવિધ રીતોમાની એક રીતની શરૂઆત હતી. પરંતુ તે જે રીતે થયું, તે એક એવા પ્રકારની

નબળાઈને દર્શાવતું હતું જેને ખરેખર દર્શાવવા માટેનો કોઈ હેતુ ન હતો. આ પણ એક સુધારાની પ્રક્રીયામાંથી પસાર થઈ રહ્યું છે.

ચીનનો ઉદય પણ એટલી જ મહત્વપૂર્ણ ઘટના છે, જેના વૈશ્વિક પરિણામો વધુ સ્પષ્ટ બની રહ્યા છે. ઘણું બધું સ્થાપિત ઢાંચાઓની બહાર થઈ રહ્યું હોવાથી તે નીતિ નિર્માતાઓ અને વિશ્લેષકો માટે સકારાત્મક રીતે પડકારજનક છે. આ ઘટનાઓ માત્ર 'ઝીરો સમ ગેમ' નથી, પરંતુ જે વિકાસ થયો છે જેના કારણે અન્ય સભ્યો માટે પણ જગ્યા બની છે, તેમાંથી કેટલાક આવશ્યક રીતે પ્રાદેશિક છે અથવા ભવિષ્યની સારી સંભાવના ધરાવતા સભ્યો છે. નિશ્ચિત રીતે, વિશ્વ ભારતને વધુ સંભાવના ધરાવતું સભ્ય માને છે. વિશ્વમાં આ પ્રકારની ઘટનાઓ ઘટી રહી છે ત્યારે, યુરોપના વ્યૂહાત્મક ગતિવિધિઓ પર વધારે ભાર મૂકીને યુક્રેનના સંઘર્ષે રશિયાની મહત્વતાને ઉજાગર કર્યુ છે. વિશ્વનું આ વાતાવરણ પહેલીથી જ અટપટું લાગે છે. તદુપરાંત, આર્થિક પડકારોની શૃંખલાના વિશ્વ પરના પ્રભાવના કારણે આ અસ્થિરતા ચાર ગણી વધી ગઈ છે. વધુમાં તેમાં ઘણાં જુના અને અવગણેલ પ્રશ્નો પણ ઉમેરી દો, તો પરિણામે, આખી દુનિયા વધુ અનિશ્ચિત અને અસુરક્ષિત ભવિષ્યનો સામનો કરતી દેખાશે.

આવા પરિપ્રેક્ષ્ય સ્પષ્ટ રીતે વધુ રાજદ્વારી ઉર્જા અને રાજનૈતિક સર્જનાત્મકતા માટે આહ્વાન કરે છે. હવે વધુ જરૂરી બની ગયું છે કે રાષ્ટ્રીય હિતોની પુર્તિ સાથે સામૂહિક સાર્વજનિક હિતની જવાબદારીનો સુમેળ સાધવમાં આવે. ભારત જેવા રાષ્ટ્ર માટે, જ્યાં મોટાભાગની વસ્તી સંવેદનશીલ છે, ત્યાં સૌ પ્રથમ કાર્ય આ નકારાત્મક પ્રવૃતિઓના પ્રભાવને ઘટાડવાનું છે. તેમ કરવામાં અમે માત્ર આપણા કલ્યાણ માટે જ કટિબદ્ધ નથી રહેતા પરંતુ વિકાસશીલ રાષ્ટ્રો વતી પણ અવાજ ઉઠાવીએ છીએ. ખરેખર, સમાન વિકાસને મજબૂત રીતે સમર્થન આપતો સ્થાનિક કક્ષાનો એક આદરણીય દ્રષ્ટિકોણ વિદેશમાં પણ આવો જ અભિગમ દર્શાવવાની સહજ વૃત્તિ ધરાવે છે.

સાથે સાથે, આજના સમયમાં, બાકી રહેલા વિકાસશીલ રાષ્ટ્રો સાથે મળીને ગરમાઈ રહેલ વૈશ્વિક રાજનીતિને ઠંડુ કરવાનું આપણો સ્પષ્ટ ધ્યેય છે. આ રાતોરાત થઈ જવાનું નથી, પરંતુ,આપણે તેના માટે ધીરજપૂર્વક પ્રયત્નશીલ રહેવું પડશે. તાત્કાલિક દબાણો ઉપરાંત, કેટલાક વર્તમાન વિશ્વ વ્યવસ્થાના રચનાત્મક પડકારો છે જેનો સામનો કરવો પડશે. એમાંથી મોટાભાગના પડકારો દ્વિતીય વિશ્વયુદ્ધના પરિણામો તેમજ 1945માં થયેલ આંતરરાષ્ટ્રીય સ્થાપત્યના ગઠનમાંથી ઉદભવે છે. પરંતુ તેઓ પશ્ચિમી પ્રભુત્વ ધરાવતી કેટલીક શતાબ્દીઓ દ્વારા સમર્થિત છે, કે જેના બૌધિક અને સાંસ્કૃતિક પાસાઓ હજી પણ પ્રમુખ સ્થાને રહે છે. રાજનીતિના પુસ્તકમાં સૌથી જૂની રીત એ છે કે સમયને તમારી અનુકુળતા પ્રમાણે સ્થગિત કરો. અને આ રીત લાભદાયી ઘટનાઓ અને પરિણામોની પસંદગીમાં પ્રગટ થાય છે, અને જયારે તેમને સામાન્ય ઘટનાઓ કે પરિણામો તરીકે રજૂ કવામાં આવે છે તેમાં દ્રશ્યમાન થાય છે. તેમજ

ચોક્કસ વ્યવસ્થાઓ અને સંકલ્પનાઓની રચના કરવામાં અને તેમને અચળ તરીકે દર્શાવવામાં આ રીત પ્રગટ થાય છે. આ જ બાબતો છે જેને કેટલાક દેશોએ છેલ્લા આઠ દાયકામાં ખૂબ જ સફળતાપૂર્વક અપનાવી છે. બહુરાષ્ટ્રીય ક્ષેત્રમાં સુધારાને અનુસરી રહ્યાં છીએ અને સુનિશ્ચિત કરી રહ્યા છીએ કે વૈશ્વિક નિર્ણય પ્રક્રિયામાં લોકશાહી સંબંધી વાસ્તવિકતા પ્રતિબિંબિત થાય, આ નાની સરખી બાબત નથી.

વિચારધારામાં ભૂતકાળને પ્રભાવિત થવા દેવું, તદ્દનપણે અન્ય પર આરોપી શકાય તેવી પરિસ્થિતિ નથી. ક્યારેક, તે એક એવી ધારણા છે જે આપણે પોતે જાળવી રાખીએ છીએ કારણ કે તે એક ખાસ અનુભવનો પડઘો પાડતી રહે છે. આમ, છ દાયકાઓ બાદ પણ, 1962 ના ચીન સાથેના યુદ્ધ હજુ લોકોના મનમાં ચીન પ્રત્યેની શંકાઓ જીવિત રાખે છે. સમાન રીતે, પશ્ચિમ સાથેના આપણા અવિશ્વાસપૂર્ણ સંબંધો તે 1947, 1965 અને 1971 ના સંઘર્ષોની યાદોને કારણે છે. આ જ બાબત હકારાત્મક બાજુ પર પણ લાગુ પડે છે. ઉદાહરણ તરીકે, 1991ના આર્થિક સુધારાઓ એટલા પ્રભાવશાળી હતાં કે તાજેતર સુધી તેને મજબૂત કરવા પર મહત્વ આપવામાં આવ્યું ન હતું. આવી નિષ્ક્રિયતાએ, દાયકા પહેલા સુધી, ઉત્પાદન મજબૂત બનાવવા અને ટેકનોલોજી વિકસાવવા તેમજ આપણા સામાજિક સૂચકાંકો સુધારવા તરફ ઉદાસીનતા દાખવી છે.

ભારતના વિકાસના આ તબક્કે, આપણામાં પોતાના ભૂતકાળને ફરીથી ઢંઢોળવાની અને વિદેશ તેમજ સ્થાનિક કક્ષામાંથી યોગ્ય પાઠ શીખવાની હિંમત હોવી જોઈએ. ક્યારેક, આ રાજકારણીય દુરી છે તેવી ગેરસમજ ઉત્પન્ન કરવામાં આવ છે, પરંતુ વાસ્તવમાં, આ એક નિષ્પક્ષ આત્મમંથન છે. અનુભવોની માત્ર કેદમાં રહેવું જોખમી નથી, પરંતુ તેના ખયાલોમાં હંમેશા રાચતા રહેવું વધુ જોખમી છે. હવે આપણી પાસે સમગ્ર પરિસ્થિતિને વધુ મહત્વપૂર્ણ રીતે આકાર આપવાની ક્ષમતા છે અને તેનો ભરપૂર ઉપયોગ કરવો જોઈએ. તે નવા વિચારો જેમ કે ઇન્ડો-પેસિફિક, ક્વોડ અથવા I2U2 જેવા વ્યવસ્થાતંત્ર અને આઈએસએ જેવી લીધેલી પહેલમાં વ્યક્ત થાય છે. સીમા પરના ઈન્ફ્રાસ્ટ્રક્ચર અને સેના તૈનાતી, વાસ્તવમાં વૈશ્વિક ગતિશીલતાઓમાંથી ઉત્પન્ન થયેલી તકોનો ઉપયોગ આ તમામ બાબતોની ભૂતકાળમાં અવગણના કરવામાં આવી હતી. ચીનના પડકારનો પ્રતિકાર કરવો હોય તો ભૂતકાળની આ ભૂલો પર પૂર્ણવિરામ મુકવું પડશે. આર્થિક મોરચે, ખરેખર આપણા હિતને પ્રતિપોષણ આપતું હોય તેવી FTAs અને ફ્રેમવર્ક્સની પસંદગીમાં આપણે વિવેકપૂર્ણ રહેવું જોઈએ. વિશ્લેષણ અને નીતિ બંનેને નવેસર થી ઓપ આપતાં રહેવાની જરૂરીયાત આ જોખમી વિશ્વમાં હમેશા વધતી જ રહેવાની.

સાતત્ય અને ફેરફાર

કોઈપણ રાજકીય પદ્ધતિ માટે, રાષ્ટ્રીય સુરક્ષાનું નિર્વિવાદપણે મહત્ત્વ છે. તેના વિશે સૌથી વધારે ભારતીયો જાણે છે કારણ કે છેલ્લા 75 વર્ષમાં રાષ્ટ્રીય સુરક્ષાને ઘણી વાર પડકારવામાં આવી છે. વાસ્તવમાં, જ્યારે આપણે નેતૃત્વની ગુણવત્તાનું મૂલ્યાંકન કરીએ છીએ, ત્યારે તે મોટા ભાગે સંકટોનું નિરાકરણ કરવું અને સુવિધાઓ પૂરી પાડવાની બંને પ્રક્રિયાઓમાં સમાન રીતે જોવામાં આવે છે. આપણી વિદેશ નીતિનો મોટો ભાગ આપણી રાષ્ટ્રીય સુરક્ષાને લગતા ખતરાઓને દૂર કરવા, તેનું શમન કરવું અને પ્રતિકાર કરવાની પ્રક્રિયાને સમર્પિત છે. સ્પષ્ટ રીતે કહીએ તો સમય આવી ગયો છે કે આપણે સ્પર્ધાત્મક વિશ્વ જેનો હમેશા સામનો કરે છે તેવી લાંબા સમયની નબળાઈઓને યોગ્ય રીતે ઓળખીએ. 2019ના ઓગસ્ટમાં આર્ટિકલ 370ની સમસ્યાનો મજબૂત ઉકેલ રાજકારણીય આંચકો હોઈ શકે છે. પરંતુ હકીકત તો એ છે કે જમ્મુ અને કાશ્મીરનો મુખ્ય ધારા સાથેનું જોડાણ લાંબા સમયથી બાકી હતું અને ફક્ત સ્થાપિત હિતો જ આમાં રોડો નાખી રહ્યાં હતા.

આપણી સીમાઓને અસરકારક રીતે સુરક્ષિત કરવા માટે સખત પગલાં લેવાની તાતી જરૂરીયાત છે, જેમ કે 'વાઈબ્રન્ટ વિલેજીઝ પ્રોગ્રામ'ના પ્રોત્સાહન દ્વારા સીમા સુરક્ષા વધારવી. તે જ સમયે, જેમ કે વિશ્વ આપણા દૈનિક જીવનમાં વધુ અગ્રણી રીતે પ્રવેશ કરી રહ્યું છે, ત્યારે સામન્ય માનવામાં આવતા પ્રશ્નોઅંગેની જાગૃતિનો અને તેમનો યોગ્ય પ્રતિચારનો વિકાસ કરવો જોઈએ. આ રોજિંદા કાર્યોથી ઉભા થતાં ખતરાં છે, જેમ કે તે ડિજિટલ, નાણાકીય, વૈચારિક કે ગતિશીલતાને લાગતાં ખતરા હોઈ શકે છે. જેમ આંતરરાષ્ટ્રીય અર્થતંત્ર નવી પ્રણાલીઓના પડકારનો સામનો કરે છે, તેમ જ રાષ્ટ્રીય સુરક્ષાએ પણ વધુ આધુનિક ખતરાઓને સંબોધવાં જોઈએ.

એક વિદેશ નીતિ આપણા જીવનના ઘણા પાસાઓને અસર કરે છે, તે સમજણપૂર્વક આપણી સલામતી, સુખાકારી, અપેક્ષાઓ અને તકો પર વધુ અંગત અસર કરે છે. ખાસ કરીને આર્થિક અને ટેકનોલોજીના ક્ષેત્રોમાં વિદેશ નીતિઓ વ્યવહારિક અને સહકારાત્મક હોય છે. સ્વાભાવિક રીતે, બદલાવની નિશ્ચિતતાની સાથે સાથે તેમાં એક પ્રકારની સાતત્યતા પણ જોવા મળે છે. હંમેશની જેમ, વિદેશ નીતિ સત્તા બનાવવી તથા તેમાંથી ઉત્પન્ન થતા પ્રભાવનો ઉપયોગ કરવાની એક સતત કવાયત છે. આ કવાયત રાષ્ટ્રીય કે પછી સામૂહિક હેતુઓ માટે હોઈ શકે છે. તે વિચારો, મૂલ્યો અથવા સંસ્કૃતિની સ્પર્ધા હોઈ શકે છે જે ભવિષ્યની દ્રષ્ટિ રજૂ કરવા એક બીજા સાથે જોડાય છે. પારસ્પરિક અવલંબન અને પારસ્પરિક પ્રવેશના યુગમાં, પ્રત્યેક જૂના અને નવા પાસાઓ કદાચ વધુ ગતિશીલ રીતે અન્ય સાથે સહઅસ્તિત્વ ધરાવે છે. આંતરરાષ્ટ્રીય સંબંધો અગાઉ કરતાં વધુ ક્ષેત્રોમાં અને વધુ સંકલનમાં વિકાસ પામ્યાં છે. પરંતુ સાંપ્રત સમયમાં આપણને ખૂબ ગાઢ રીતે અસર કરતી હોવાથી, દરેક દેશોની ગતિવિધિઓમાં આપણે રસ લેવો ફરજીયાત બની ગયું છે.

જ્યારે આપણે પ્રતિબંધો, અવરોધો, આદતો અને અનિશ્ચિત ઘટનાઓ પર કાબૂ મેળવીએ છીએ, ત્યારે યુવા પેઢીએ ખાસ કરીને એ સમજવું જોઈએ કે હવે વિશ્વ ભારતને અલગ રીતે જુએ છે અને તેની કદર કરવી જોઈએ. ખરેખર, છેલ્લા કેટલાક વર્ષોના ઘણી સમસ્યાઓનો આપણે જે રીતે ઉકેલ લાવ્યા છીએ તે માટે આપણને શ્રેય મળ્યો છે. ભારતના રાજકીય મંતવ્યો, આર્થિક મહત્તા, ટેકનોલોજીકલ ક્ષમતા, સાંસ્કૃતિક પ્રભાવ અને વિદેશમાં રહેતા ભારતીયોની સફળતા – આ બધાનું સંયોજન દેશને ઉચ્ચ સ્તરે લઈ જઈ રહ્યું છે. ખરેખર, ઘણી ખરી કામગીરી કરવાની હજુ બાકી છે. પરંતુ તેમ છતાં, વિશ્વએ સ્વીકાર્યું છે કે અંતે ભારત પોતાના કાર્યોને સુવ્યવસ્થિત કરી આગળ વધી રહ્યું છે. કેટલાક નિરીક્ષકો એ કહ્યું છે કે વડાપ્રધાનશ્રી મોદીએ ભારતને એવી રીતે ઝંઝોળી મુક્યું છે જેની પહેલા કલ્પના પણ નતી કરવામાં આવી.

સમાન રીતે, એ વાતનો અહેસાસ પણ છે કે આપણા સમયના મોટા મુદ્દાઓ ભારતના યોગદાન કે ભાગીદારી વગર ઉકેલી શકાતાં નથી. આ એક એવી ક્ષણ છે જ્યારે ભારત વિશ્વ સાથેના તેના જોડાણોની શરતોનું નવીનીકરણ કરી શકે છે. આ એ સમય છે જ્યારે આપણે વધુ જવાબદારીઓ લેવાની તૈયારી હોવી જોઈએ. G20 અધ્યક્ષપદે આપણને આપણી આ મજબૂત પરિસ્થિતિ વિશ્વને બતાવવા માટે એક મહત્વપૂર્ણ તક આપી છે. નવા વિચારો રજૂ કરીને, કાર્યસુચી બનાવીને, સંમતિ સુનિશ્ચિત કરીને, કામગીરીના આયોજનને ગોઠવીને અને G20ના વિસ્તરણને પ્રોત્સાહન આપી, ભારતે આ પરિસ્થિતિનો સંપૂર્ણ ફાયદો ઉઠાવ્યો.

જે લોકો જીવનની શરૂઆત કરી રહ્યા છે, તેમને માટે હું એમ જ કહીશ કે તેમની પાસે તમામ કારણો છે વધુ આત્મવિશ્વાસ કેળવવાના. આજે ભારત પાસે મક્કમતા છે, દ્રષ્ટિ છે અને સાથે સાથે વૈશ્વિક શાખ વધારવા માટેની ધીરજ પણ છે. જેઓ વધારે અનુભવ ધરાવે છે અને છેલ્લા 75 વર્ષથી આપણી યાત્રાનો ભાગ રહ્યાં છે, તેઓ સતત આવતા પરિવર્તન અને તે દ્વારા ઉત્પન્ન થયેલા પરિણામોની સરાહના કરશે. પરંતુ તેઓ બધા નિશ્ચિતપણે એ પ્રતીતિ કરશે કે આજે, ભલે વિશ્વ તોફાની નવા યુગમાં પ્રવેશી રહ્યું છે, પણ આપણે વિશ્વ માટે વધુ મહત્વ ધરાવીએ છીએ. અને યોગ્ય નેતૃત્વ સાથે, આપણે નિશ્ચિતપણે પ્રતિકૂળ પરિસ્થિતિઓનો સામનો કરી શકીએ છીએ અને તકોનો સંપૂર્ણ ઉપયોગ કરી શકીએ છીએ. આ બધું આપણે જે આત્મવિશ્વાસથી હાંસિલ કરીશું તે ભારતના વ્યાખ્યાયિત લક્ષણોમાંનું એક છે.

4

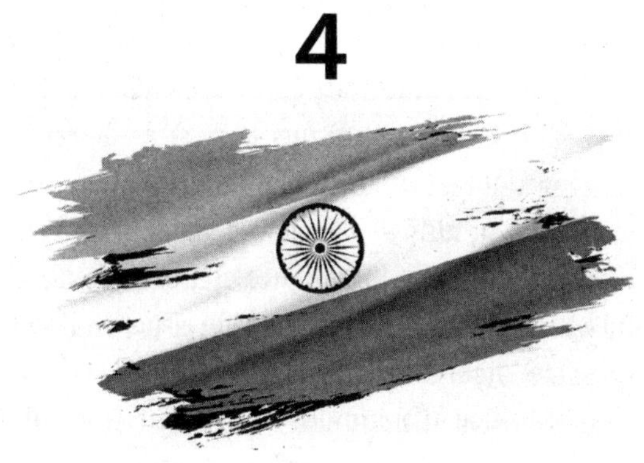

ભવિષ્ય તરફ પાછા

જ્યારે રાષ્ટ્રીય સુરક્ષા વૈશ્વિકરણને સંતુલિત કરે છે

2014 સુધી, બાકીના વિશ્વની જેમ, મોટા ભાગે ભારત પણ વૈશ્વિકરણના નિરવ અવાજોથી મોહિત થઈ ગયું હતું. સૌપ્રથમ બ્રેક્સિટ અને યુરોપીયન પ્રયોગને તેનો પડકાર આવ્યો. થોડા સમય પછી ડોનાલ્ડ ટ્રમ્પની ચૂંટણી અને 'અમેરિકા પ્રથમ' તેવી ઉદ્ઘોષણા સમય આવ્યો. ચીન-અમેરિકા સંઘર્ષ, જે પહેલા ફક્ત કથિત રીતે વ્યૂહાત્મક હતો, સમયની સાથે તે ખરેખર ગંભીર બની ગયો. દરેક ઘટનાઓએ અર્થતંત્ર અને ટેક્નલોજી પર વધારે ધ્યાન કેન્દ્રિત કરવાથી ઉભા થયેલા જોખમો અંગેની સમજણમાં વધારો કર્યો. પછી આવી કોવિડ મહામારી, જેણે ખૂબજ આર્થિક રીતે અને વૈશ્વિક કાર્યક્ષમતાના નામે અનેક અર્થતંત્રોને અંદરથી ખાલી હોવાનું પૂરવાર કર્યું. નવી સમજણ પ્રબળ બની કે વિશ્વસનીય અને મજબૂત પુરવઠા શ્રૃંખલા, તેમજ ડિજિટલ વિશ્વાસ અને પારદર્શિતા કેટલી મહત્વપૂર્ણ છે. આ દરમિયાન, અમેરિકાના સૈનિકોના અફઘાનિસ્તાનથી અચાનક બહાર નીકળી જવાથી વર્ષો જૂના મુદ્દાનો ઝડપથી અંત આવી ગયો. આ પછી યુક્રેનનો સંઘર્ષ આવ્યો, જેના વૈશ્વિક પ્રભાવે પુષ્ટિ કરી કે આપણે બધાં કેટલી ગાઢ રીતે એક બીજા સાથે જોડાયેલા છીએ. અને અંતે, પશ્ચિમી એશિયાની

વિસ્ફોટક ઘટનાઓએ સૌથી ભયંકર આગનો ડર ઉજાગર કર્યો.

આમ, વૈશ્વિક રાજકારણના બધાં નકારાત્મક પાસાંઓ પુનઃપ્રવર્તન પામ્યા, જેને આપણે અત્યાર સુધી કાળવિપર્યાસ માનતા હતા. શું આપણે ખરેખર આ ઘટનાઓથી અજાણ હતાં? શું આપણે આ મુદ્દાઓ નકારી રહ્યાં હતા? કદાચ, સ્થાપિત હિતો દ્વારા આ બંનેના કેટલાક સંયોજને તેમની આંતરરાષ્ટ્રીય સમુદાયને મોહિત કરવાની ક્ષમતા અને માનવની વૃત્તિઓની પ્રબળતામાં શ્રેષ્ઠ પરિણામો માટે વધારો કર્યો હતો. જે બધું વૈશ્વિકરણના આશાવાદીઓએ માનતા હતાં કે આપણી પાછળ છે, તે હવે એક ધડાકા સાથે પાછું આવ્યું છે. ટેક્નોલોજી, નાણાં, વેપાર અને સંસાધનોની ગાઢ પરસ્પર નિર્ભરતા સાથે વિશ્વ રાજનીતિ અત્યારે સંઘર્ષ કરી રહી છે, અને તેની સાથે જ સુરક્ષા, સાર્વભૌમત્વ, પ્રાઈવસી અને મૂલ્યોની વ્યાપક મજબૂરીઓ પણ છે. પહેલી બાબત આપણને નજીકના સંબંધો વિકસાવવાની તરફ દોરી જાય છે, જ્યારે બીજી બાબત તેના જોખમી પરિણામો અંગે સાવચેત કરે છે. આ વિરોધાભાસોનું સંચાલન નક્કી જ આપણાં બધાની સર્જનશીલતાને પડકારશે કારણ કે વર્તમાનની તંગદીલી હવે ભવિષ્યની સંભાવનાઓ સાથે સંઘર્ષ કરે છે. તેના ગૂંચવાયેલા પરિણામોમાંથી આંતરરાષ્ટ્રીય સહકારની એક અલગ જ શક્યતા ઉદભવશે, જે મૂલ્યો અને હિતો માટે તેટલી જ સંવેદનશીલ હશે જેટલી રોજગારી અને સંસ્કૃતિ માટે. એવું નથી કે એકવીસમી સદીની શરૂઆત કંઈ ખાસ સારી રીતે થઈ હોઈ.

શરૂઆતમાં જ, ન્યૂયોર્કમાં 9/11ના હુમલાઓએ આ સદીની વૈશ્વિક દિશાને આકાર આપ્યો. તેના પરિણામોએ પછીના બે દાયકાઓ માટે વિશ્વને વ્યસ્ત કરી દીધું. જે કઈ ઘટ્યું તેના વિશે તે સમયે કોઈ જ અનુમાન કરી શક્યું ન હતું, જેમ કે, તેનું પણ અનુમાન કરવું અશક્ય હતું કે એક સત્તાની ગતિવિધિઓ અન્ય માટે માર્ગ મોકળો કરી આપશે. પછી થોડા સમય બાદ, ઈરાકમાં એક અનાવશ્યક સંઘર્ષે વધુ અનિશ્ચિત પરિણામો ઉત્પન્ન કર્યા. આર્થિક મોરચે, વિશ્વ માંડ માંડ એશિયાઈ નાણાકીય સંકટમાંથી નીકળી શક્યું હતું ત્યાં એક જ દાયકામાં વૈશ્વિક નાણાકીય સંકટ ઉભું થયું.

2001માં ચીનના વિશ્વ વેપાર સંસ્થા (WTO)માં પ્રવેશને વૈશ્વિકરણના એક મોડેલનો સંકેત આપ્યો, કે જેનાથી ઘણાં સમુદાયો પર રાજકીય અને સામાજિક એવા નક્કર પરિણામો અસર કરવાના હતાં. ઘણાખરા લોકોને તેના ધોરણ, મોડેલની પ્રકૃતિ, અથવા મોટી સબસિડી જેવા વિવિધ કારણોસર સ્પર્ધામાં તેઓ ઉભા રહી શકશે નહિ તેવું લાગ્યું. પરિણામ સ્વરૂપે ઉદ્ભવેલી આ આંતરિક ખોખલાપણાની અનુભૂતિએ સમય જતાં અલગ જ રાજનૈતિક રંગ ધારણ કર્યો.

જ્યારે આ લાંબી પ્રવૃત્તિઓ આગળ વધી, ત્યારે અલગ અલગ પ્રદેશો અને દેશોએ પોતાના વ્યક્તિગત પડકારો અને તકો સાથે સંઘર્ષ કર્યો. રોજગારી માટે વધુ સંવેદનશીલતા, ટેક્નોલોજીનું રક્ષણ અને ડિજિટલ દુનિયામાં ડેટાનું રક્ષણ નોંધપાત્ર બાબતો હતી. મજબૂતીથી જોડાયેલા વિશ્વમાં, તેમની સ્થાનિક કક્ષાએ થતું મંથન વધુ મજબૂતીથી વૈશ્વિક મંચ પર

પ્રતિબિંબિત થવા લાગ્યું.

જ્યારે આપણે બીજા દાયકાના અંત સુધી પહોંચ્યાં, ત્યારે એ સ્પષ્ટ હતું કે વિશ્વ વ્યવસ્થાની બધી જ મૂળભૂત બાબતો બદલાઈ રહી હતી. પ્રચલિત પ્રવાહોએ વધુ જોખમી ઉથલપાથલ અને સત્તાઓ વચ્ચેના સંઘર્ષ તરફ સંકેત કર્યો હતો, જેણે આપણને કોઠે પડી ગયેલી ધારણાઓને પડકારી હતી. કોઈએ આશા રાખી નહોતી કે પહેલેથી જ મુશ્કેલીઓથી ઘેરાયેલું વિશ્વ મહામારી જેવા 'સદીમાં એક વાર' આવતાં આઘાત માંથી પસાર થશે. એમાં પણ જ્યારે આપણે અફઘાનિસ્તાન અને યુક્રેનના પરિણામોને ઉમેરો કરીએ, તો ભવિષ્ય વધુ અનિશ્ચિત દેખાય છે. આ ચોક્કસપણે એક નવું વિશ્વ છે, પણ ચોક્કસ રીતે એક સાહસિક દુનિયા નથી.

મહાસત્તાઓ વચ્ચેની સ્પર્ધાને મહત્વપૂર્ણ બનાવવી

આપણી વિચારધારાને ઓપ આપનાર પૂર્વધારણાઓમાં સૌથી અગ્રણી પૂર્વધારણા છે આંતરરાષ્ટ્રીય પ્રણાલીમાં યુએસની કેન્દ્રીયતા. પરંતુ સ્પષ્ટ છે કે અફઘાનિસ્તાન અને ઈરાકમાં થયેલા બે 'હંમેશા માટેના યુદ્ધો'એ આ રાજનીતિ પર મોટી અસર કરી છે. એક યુદ્ધનું કારણ સંકલ્પનાની ગુચવણ હતી, તો બીજું યુદ્ધ ટાળી શકાય તેમ હતું, પણ આમ જોવા જઈએ તો તે આપણી ચર્ચાનો મુદ્દો નથી. રસ ધરાવનાર લોકો દ્વારા બંને સંઘર્ષ પાછળના તર્ક-વિતર્કોને લઈને હજુ પણ ચર્ચા થતી રહે છે. પરંતુ જે થયું તે થયું, પણ યુ.એસ. માટે આ યુદ્ધોના પરિણામો ખૂબ જ નકારાત્મક રહ્યાં છે.

આ સમયગાળામાં એક પરિબળવાદી આર્થિક દબાણ પણ વધી રહ્યું હતું, અને આ એક વિરોધાભાસ છે કે યુ.એસ. પર આ દબાણ વિપરીત રીતે યુએસ દ્વારા જ બનાવવામાં આવ્યું હતું. વૈશ્વિકીકરણ મોડેલ જેને ઘણા અમેરિકનોએ ઉત્સાહથી સમર્થન આપ્યું છે, તેણે પોતાની જ તાકતો અને ક્ષમતાઓને કાટ લગાડે તેવો પ્રભાવ ઉત્પન કર્યો છે. તેને આગળ વધારવાના સૌથી નબળા કારણો પૈકીનું એક છે તેણે સ્વયં ઉત્પન્ન કરેલી તેની પરાધીનતાનું મહત્વ. પરંતુ અમેરિકન ઉત્પાદનની પ્રાવિણ્યતા અને ટેકનોલોજીના ક્ષેત્રમાં, નેતૃત્વ માટેના પ્રભાવોને પ્રથમ રાજકીય પ્રતિક્રિયા અને ત્યારબાદ રાષ્ટ્રીય સુરક્ષાના પડકાર તરીકે વ્યક્ત કરવામાં આવ્યાં છે. ટ્રમ્પના રાષ્ટ્રપતિ પદે કેટલાક નિર્ણાયક મુદ્દાઓ ચોક્કસથી નક્કી કરવામાં આવ્યાં હતાં, પરંતુ બાઈડન પ્રશાસનમાં તે મુદ્દાઓ વધુ રીતે પરિપક્વ બન્યા અને એક વ્યવસ્થિત વલણ તરીકે ઉભરી આવ્યાં. આ વિકસિત વ્યૂહાત્મક દ્રષ્ટિના ચોખ્ખા પરિણામો યુ.એસ.ના વ્યૂહાત્મક વિકાસમાં દેખાય છે કે જે તેના વિદેશી નીતિને લઈને બદલાયેલા વલણો તેમજ વિશ્વ સાથેના જોડાણોને લગતી વિવધ શરતોમાં પ્રગટ થાય છે.

આ પરિસ્થિતિ કંઈ રાતોરાત ઊભી થઈ નથી. વિપરીત રીતે, એક પ્રકારનો પ્રચાર હોવા

છતાં, 2008 થી યુએસની સત્તાના પ્રક્ષેપણને લઈને સતર્કતામાં વધારો જોવા મળ્યો છે. સાથે, તેના આ પ્રક્ષેપણના વધારાને પહોંચી વળવા માટે સતત પ્રયત્નો પણ કરવામાં આવ્યા છે. હકીકતમાં, આ બાબતે ત્રણેય પ્રશાસનોમાં એકરુપતા જોવા મળે છે, પણ જેને તે સરળતાથી સ્વીકારી શકશે નહીં. તે આ ઘટનાઓના પદચિહ્નો હોય, કે વૈશ્વિકીકરણની પ્રક્રિયામાં સામેલ થવાનો વ્યાપ કે પછી તેની ગતિવિધિઓના પ્રકાર હોય, આપણે અત્યારે ઘણાં જ અલગ પ્રકારના અમેરિકાની પ્રતીતિ કરી રહ્યાં છીએ. અને આ અમેરિકા, પોતાને અને વિશ્વને લઈને વધુ વાસ્તવવાદ તરફ વધી રહ્યું છે, કારણ કે તે વધુ ખર્ચ-પ્રભાવશાળી રીતે વૈશ્વિક લક્ષ્યો હાંસલ કરવા માંગે છે. એક 'ઓફ શોર બેલેન્સર'તરીકે, અમેરિકા તેના પ્રભાવને સુરક્ષિત રાખીને અને જોખમોને વધાર્યા વિના વધુ વિસ્તૃત વલણ ધારણ કરી શકે છે. આના વિવિધ પાસાં છે, જેમાંથી મુખ્ય છે તેના આંતરિક પુનઃપ્રવર્તન અને બાહ્ય જવાબદારીઓ વચ્ચે વધુ સારું સંતુલન પ્રાપ્ત કરવાનો પ્રયાસ.

સાંપ્રત યુગનું પ્રતિનિધિત્વ કરતી એવી નવી ઉભરતી બહુધ્રુવીયતા અને વધતી જતી વ્યૂહાત્મક સ્વાયતતાને ખૂબજ મોટી ઓળખ પ્રાપ્ત થઈછે. અને તે જૂના સંબંધોને મજબૂત બનાવવાની સાથે સાથે નવા વિકલ્પોની શોધને પણ પ્રેરિત કરે છે. માત્ર પરિસ્થિતિજન્ય પડકારોની ઊંડાણપૂર્વકની સમજણ જ વિકસી નથી, પણ તેવો અનુભવ પણ થયો છે કે આ પડકારો ચોક્કસ રીતે આગળ વધ્યાં છે. ખરેખર તો પ્રશ્ન એ છે કે યુએસ પોતાનું પુનઃમૂલ્યાંકન અને પુનઃનિર્માણ કરવા સક્ષમ છે કે નહીં. વિશ્વ માટે આ એક નવા પ્રકારની રાજનીતિ છે, જે પોતાની મર્યાદાઓથી પરિચિત છે, અને તેથી સાંપ્રત સમયની મોટી તથા વધુ ને વધુ ભાગીદારીઓની મૂલ્યવત્તાની સાથે વધુ સુસંગત છે.

આ તમામ ઘટમાળની સાથે સાથે, વિશ્વ ચીનના ઉદયને પણ જોઈ રહ્યું છે. ખરેખર, આ બે રાષ્ટ્રોના નિર્માણ વચ્ચેના સંબંધ વિશે વિવાદ કરવો મુશ્કેલ છે. વૈશ્વિક સ્તરે સત્તાનો ઉદય એ કોઈ પણ પરિસ્થિતિમાં એક અનોખી ઘટના છે. આ એક 'વિભિન્ન' પ્રકારની રાજકીયતા છે, જે વૈચારિક અને સાંસ્કૃતિક તેમ બંને રીતે પરિવર્તન પ્રત્યેની સંવેદનામાં વધારો કરે છે. સોવિયેટ યુનિયન (USSR) કદાચ કેટલીક સમાનતાઓ ધરાવતો હતો, પરંતુ વૈશ્વિક અર્થતંત્રને લઈને તેને તેટલું મહત્વ ક્યારેય મળ્યું નથી જેટલું હાલમાં ચીનને મળી રહ્યું છે. તેથી, અમે 1945 પછીની પરિસ્થિતિથી ઘણાં જુદા જ દ્રશ્યો પર વિચારણા કરી રહ્યા છીએ.

ખાસ કરીને, તેની આંતરિક સાતત્યતાના વૈશ્વિક કક્ષાના વિસ્તૃતિકરણના કારણે ચીનની વધતી જતી ક્ષમતાઓના પરિણામો ખૂબ જ મહત્વપૂર્ણ છે. પરિણામે, સંદેશાવ્યવહાર, ટેકનોલોજી કે વેપાર હોય, સત્તા અને તેના પ્રભાવના બદલાયેલા સ્વરૂપ પર હવે સતત ચર્ચા ચાલી રહી છે. અલગથી, આપણે સમગ્ર એશિયામાં પ્રદેશીય મુદ્દાઓ ને લઈને તંગદીલીમાં વધારો થતો જોયો છે. વર્ષોની જૂની સમજૂતીઓ અને સમજણ પર હવે પ્રશ્નાર્થ ચિહ્ન મુકાયું છે.

2020માં, સરહદો પર ચાલતી તંગદીલીને લઈને ભારતે પોતાના અલગ જ અનુભવો કેળવ્યા છે.

નિશ્ચિત રૂપે સમય જતાં વધુ જવાબો મળશે. પણ એ સ્પષ્ટ છે કે બહુધ્રુવીય વિશ્વની આધારશિલા બની રહે તેવા બહુધ્રુવીય એશિયાની સ્થાપના કરવી હવે પહેલા કરતા વધુ જરૂરી છે. દેખીતી રીતે, આ બધું જ મોટી સત્તાઓઓ વચ્ચેની વધતી સ્પર્ધાની પૃષ્ઠભૂમિ હેઠળ થશે, અને તેથી તે કેવી રીતે વિકસસે તે સમજવું અત્યંત મહત્વપૂર્ણ છે. અહીં પણ, રામાયણના કેટલાક ઉપદેશો પ્રેરણાદાયી છે.

***

રામાયણ પાછળના કથાનકમાં બે ઋષિઓ વચ્ચેની પ્રતિસ્પર્ધાની વાત છે, જેમાં એકને સ્થિર તેમજ શક્તિમાન ગણવામાં આવે છે અને અન્યને ઉદયમાન શક્તિ તરીકે ગણાવી શકાય છે. તેમનો આ સંઘર્ષ રાજા કૌશિક દ્વારા ઋષિ વસિષ્ઠની ખાસ ઉત્પાદક ગાયને બળજબરીથી કબજે કરવાનો પ્રયાસ કરવાથી શરૂ થઈ. આ યુદ્ધમાં , તેમના તમામ પુત્રો અને તેમની સમગ્ર સેના નાશ પામી. કૌશિકે પછી તપસ્યા દ્વારા ભયંકર હથિયારો મેળવ્યા, પણ વસિષ્ઠ પર તેમના હુમલાઓ ફરી નિષ્ફળ રહ્યા. તેમણે પછી તેમની તપસ્યા વધુ તીવ્ર બનાવી અને ઋષિઓના હોદ્દાઓમાં સતત આગળ વધ્યા. પણ આ પ્રક્રિયામાં, તેમને અહેસાસ થયો કે ઉદયમાન થવું અને તે પણ ખાસ કરીને શિખર પર પહોંચવું, સરળ કામ નથી. વધુમાં, તેમની ખાસ નબળાઈ એ હતી કે જયારે તેમને ઉશ્કેરવામાં આવે ત્યારે તે તુરંત ગુસ્સે થઈ જતા અને તેમની શક્તિઓનો વ્યય કરી નાખતા. અને આવી પરિસ્થિતિઓ વારંવાર ઉભી થતી હતી, કેટલીક પરિસ્થિતિઓ તો તેમની વસિષ્ઠ સામેની શત્રુતાના કારણે ઉત્પન્ન થતી, પરંતુ અન્ય ઘણી બધી જાણીબુઝીને તેમના માર્ગમાં મુકવામાં આવેલ વિક્ષેપોના કારણે આવતી હતી. ભગવાન બ્રહ્મા તરફથી 'રાજઋષિ' તરીકેની ઉપાધિ મેળવવામાં તેમને કોઈ સંતોષ ન થયો, તેમણે અંતે 'બ્રહ્મઋષિ 'ની ઉચ્ચતમ ઉપાધિ મેળવવા માટે પોતાના પર દબાણ કર્યું. પરંતુ ત્યારે પણ, કૌશિકને ત્યાં સુધી સંતોષ ન થયો, જ્યાં સુધી તેમણે વસિષ્ઠના મોઢેથી આ માન્યતાની પુષ્ટિ ન મેળવી.

આ બે ઋષિઓની કથામાં વર્તમાન વિશ્વના મામલાઓના વિકાસ સાથેની થોડી સમાનતાઓ દેખાઈ આવે છે. સ્થિર સત્તાઓને એક માપદંડ તરીકે જોઈને ઉદયમાન સત્તાઓ સતત પોતાને આગળ ધકેલી રહી છે. અન્ય રાષ્ટ્રો શાંતિપૂર્ણ હોવા છતાં, કેટલાક અપમાનને લગતી સ્મૃતિઓથી પ્રેરિત થતાં હોય છે. આ વિશ્વના પુનર્વ્યવસ્થાની પ્રક્રિયામાં, માત્ર હરીફોની માન્યતા મેળવવી જ પૂરતી નથી. સાથે સાથે, ઔપચારિક રીતે આ સમાનતાની સ્વીકૃતિ મેળવવાની પણ અદમ્ય ઈચ્છાઓ હોય છે. આ પ્રકારની શોધને પ્રેરિત કરતો જુસ્સો કોઈપણ કિંમતે જીતવાની માનસિકતાને પ્રોત્સાહિત કરી શકે છે. અને આજના સમયમાં તે જ, નિયમો આધારિત વિશ્વ વ્યવસ્થા સ્થાપિત કરવાની પ્રક્રિયા સામે એક મોટો પડકાર છે. તે ભૂલવું જોઈએ નહિ કે ઋષિ વસિષ્ઠની જેમ જ સ્થિર સત્તાઓ પાસે એક ઊંડો પ્રભાવ છે જેને સરળતાથી પરાશ કરી શકાય

તેમ નથી.

જો ઈતિહાસમાં અવિરત ચાલતી બીજી કોઈ લાક્ષણિકતા હોય તો તે છે રાજકારણીય શંકા. ઘણાં બધાં આ બાબતે સ્વીકૃતિ આપશે નહિ, પરંતુ એ તથ્ય છે કે સૌથી ગાઢ સંબંધથી જોડાયેલા રાષ્ટ્રો પણ વિપરીત સંકેતોને કળવા માટે એકબીજા પર નિગરાની રાખે છે. ખરેખર એ ચર્ચા કરવા યોગ્ય પ્રશ્ન છે કે રામના રાજ્યાભિષેકના દિવસે જ પોતાના સગા પુત્ર ભરતની ગેરહાજરીએ રાણી કૈકેયીની પોતાના પુત્રના, કે પછી કહી શકાય કે, પોતાના ભવિષ્ય અંગેની ચિંતામાં વધારો કર્યો કે કેમ. ચોક્કસપણે, જેણે રાજા દશરથ દ્વારા અપાયેલા બે વરદાનોનો દુરુપયોગ કરીને અયોગ્ય માંગણીઓ કરવા કૈકેયીને પ્રેરિત કરી હતી તેવી તેમની દુષ્ટ દાસી મંથરા એ જ કૈકેયીના આ પ્રકારના વિચારોને વધારે વેગ આપ્યો હતો. આ ઘટના એક ઉદાહરણરૂપ છે કે કેવી રીતે એક નાનો વ્યક્તિ પોતાના હેતુઓ પાર પાડવા માટે મોટા વ્યક્તિની અસુરક્ષાઓનો ફાયદો ઉઠાવી શકે છે. આપણા પડોશી રાષ્ટ્રોમાં આ પ્રકારની રાજનીતિ આપને જોઈ શકીએ છીએ.

પણ રાષ્ટ્રના વ્યક્તિત્વને લગતી બાબતો બાજુ પર રાખીએ તો, કડવી વાસ્તવિકતાએ છે કે આંતરરાષ્ટ્રીય સંબંધોના મૂળમાં સ્પર્ધા અને લાભો રહેલા છે. વૈશ્વિકીકરણ અને સામાન્ય કલ્યાણની ચર્ચા છતાં, પોતાની લાગણીઓ બાજુ પર મૂકી દઈને તમામ રાષ્ટ્રો પોતાના વિશિષ્ટ લાભોની ગણતરી કરે છે. વિશ્વ કદાચ બદલાઈ રહ્યું છે, પણ કેટલીક રીતે, તે જેટલું વધુ બદલાય છે, તે એટલું જ વધુ એકસરખું રહે છે.

***

વેસ્ટફેલિયન રાજકારણને પેલે પાર

જ્યારે યુએસ અને ચીનને લગતા વિકાસને એક અનુબંધ સાથે જોવું ખૂબ જ સ્વાભાવિક છે, ત્યારે તેમને 'ઝીરો સમ ગેમ' તરીકે જોવું એક ઉપલકિયું મંતવ્ય ગણાશે. શરૂઆતમાં, બંને એક મોટા વૈશ્વિક પુન:સંતુલનના પાસાં છે. નિશ્ચિતરૂપે, તેમણે પરસ્પર એકબીજાને અસર કરી છે અને તેમની વચ્ચે અનિયત જોડાણો છે. અમેરિકાએ કરેલી પીછેહઠના કારણે ચીની પ્રભાવને વધુ અવકાશ પ્રદાન થયો છે, કારણ કે તે અનેક ક્ષેત્રોમાં ફેલાયેલો છે. મોટાભાગનું વિશ્વ ઉપનિવેશિક સમયગાળાને પાછળ છોડી ચુક્યું છે, અને તેથી આર્થિક ગતિવિધિઓના નવાં કેન્દ્રો અવશ્ય રીતે અસ્તિત્વમાં આવ્યા છે. નિશ્ચિતપણે, આ પરિવર્તનની ગતિ અને ગુણવત્તા રાજકીય પસંદગીઓના આધારે આકાર પામ્યા છે, ખાસ કરીને યુએસના સંદર્ભમાં.

ચીન કદાચ ગઈ સદીની ભૌગોલિક રાજનીતિના ખાસ લાભાર્થી રહ્યા હશે. પરંતુ હકીકત એ છે કે અમેરિકાના કારણે ઉદભવેલ ખામીઓની ચીની ક્ષમતાઓની વૃદ્ધિથી સંપૂર્ણપણે

ભરપાઈ થઈશકે તેમ નથી. તે મુખ્યત્વે બે બાબતોમાં પ્રદર્શિત થાય છે, યુ.એસ. વિશ્વમાં હજુ પણ વ્યાપક રીતે ફેલાયેલું છે અને તેની આંતરરાષ્ટ્રીય વ્યવસ્થા પર હજુ પણ મજબૂત પકડ છે. પરંતુ બંને રાજ્યોની મૂળભૂત પ્રકૃતિમાં પણ એક મહત્વનો તફાવત છે.

યુ.એસ. સાર્વત્રિકવાદ પર હમેશા ગર્વ કરતું આવ્યું છે અને સભાનપણે તેના લક્ષણોને પ્રોત્સાહન આપતું રહ્યું છે. તેનાથી તદ્દન વિરુદ્ધમાં, ચીન પોતાને અદ્વિતીય માને છે અને તેનું વૈશ્વિકીકરણ સરળતાથી સાર્વત્રિકવાદમાં રૂપાંતરિત થઈ શકતું નથી. દરેક પોતપોતાની તાકતોને મહત્વ આપશે. રસપ્રદ રીતે, બંને વિલક્ષણતા એક અભ્યાસનો વિષય રહેશે. એક તેની ખુલ્લી વિચારસરણી અને વૈવિધ્યતાના પરમ લાભનો ઉપયોગ કરશે અને વૈશ્વિક પ્રતિભાને આકર્ષવાની તેની વિશિષ્ટ ક્ષમતાને આગળ વધારશે; જ્યારે અન્યએ વિશ્વને સજાગ કરીને પોતાની પ્રચંડ તાકતો વિકસાવી છે, અને તે જ સમયે અસાધારણ એકીકરણ દ્વારા પોતાની અદ્વિતીય ક્ષમતાઓને વિકસાવી છે. વિપરિત રીતે, બંનેની સમક્ષ એક મોટો પડકાર એ છે કે તેમના આ વિરોધાભાસ ધરાવતા ગુણધર્મોનો પારસ્પરિક દુરુપયોગ થતો અટકાવવો.

આપણા હેતુ માટે વધારે ઉચિત એ છે કે વિશ્વ પ્રત્યેના તેમના દ્રષ્ટિકોણ સંપાતમાં સતત ઘટાડો થાય. અને તે અનિશ્ચિતતાઓ, મર્યાદાઓ અને વૈશ્વિક મુદ્દાઓને લઈને ઘર્ષણના સમય તરફ દોરી જશે. આ સૌથી વધુ સ્પષ્ટ થશે વૈશ્વિક જોડાણોમાં, જેમ કે પુરવઠા શૃંખલાઓ અને ડેટા પ્રવાહો, અને તેજ રીતે પ્રદર્શિત થશે પડકારોમાં, જેવા કે નૌકાદળ સુરક્ષા, મહામારી અને આતંકવાદ. અંતે, આપણે એક એવી પરિસ્થતિમાં છીએ જ્યાં માત્ર સત્તાના વિતરણમાં જ પરિવર્તન નથી આવ્યું, પરંતુ સાથે સાથે હવે જે લોકો વધુ પ્રભુત્વ ધરાવવાના છે તેમના લક્ષણોમાં પણ પરિવર્તન આવ્યું છે. તેમની સાથે મળીને કામ કરવા સક્ષમ છે કે નહિ તે એક અલગ બાબત છે, પરંતુ તેઓ સ્ફૂર્તિપૂર્વક પોતાનો લાભ મેળવવા માટે કેટલો પ્રયાસ કરશે અને વૈશ્વિક જનહિતની સુરક્ષા માટે કેટલું યોગદાન આપશે આ બધાં નિરુત્તર પ્રશ્નો છે જેના ઉત્તર માટે સમગ્ર વિશ્વ રાહ જોઈ રહ્યું છે.

ભારતે માત્ર પૂર્વ તરફ ઈંડો-પેસિફિક વિસ્તારમાં જ નહીં, પણ દરેક જગ્યાએ વિપુલ રીતે અલગ પરિસ્થિતિનો સામનો કરવો પડે છે. જ્યારથી અફઘાનિસ્તાનમાંથી અમેરિકાનું પ્રસ્થાન થયું છે ત્યારથી પશ્ચિમ તરફના આપણા પડોશી રાષ્ટ્રોની રાજનીતિમાં ઘરખમ પરિવર્તન આવી રહ્યું છે. આતંકવાદ અને ઉગ્રવાદ, મહિલાઓ અને અલ્પસંખ્યકો સાથેના વર્તન, મુસાફરીની સ્વતંત્રતા અને સમાવેશી શાસનના સંદર્ભમાં રાજદૂતોએ આંતરરાષ્ટ્રીય સમુદાયની ચિંતાઓને સંયુક્ત રાષ્ટ્રમાં કદાચ રજૂ કરી હોય. પરંતુ પ્રદેશની સારી એવી સમજણ ધરાવતા તેવા પારંગત રાજનીતિજ્ઞો પણ એ સ્વીકારવા માટે મજબૂર છે કે ભવિષ્યની સંભાવનાઓ સમગ્ર પ્રદેશ માટે કેવી રીતે અનિશ્ચિત બની ગઈ છે. મૂલ્યો, વિચારધારાઓ અને હિતોના સંતુલનને દરેક સંબંધિત પક્ષો બારીકાઈથી તોલી રહ્યા છે.

તદુપરાંત, અમેરિકન પ્રશાસનોમાં આવેલ બદલાવ તેમજ ઈરાનના પરમાણુ કાર્યક્રમ અને પ્રાદેશિક પ્રભાવ પરની વાટાઘાટોમાંથી ઉત્પન્ન થતું હોય તેવું અન્ય પરિવર્તન સામે આવ્યું છે. આ પ્રક્રિયા ક્યાં જઈને અટકે છે તે જાણવું ખૂબ જ મહત્ત્વનું છે. વિપરિત રીતે, પશ્ચિમી એશિયા એક જ સમયે બે વિરોધાભાસી પ્રવૃત્તિઓનો અનુભવ કરી રહ્યું છે: ભૂતકાળના સંઘર્ષોમાંથી તે ઉગ્ર રીતે અલગ થયું છે, અને તેમ છતાં આ સંઘર્ષોની તીવ્રતામાં ઉત્તરોત્તર વધારો થયો છે. પરિણામે ઉદ્ભવેલ સંતુલન સક્રાંતિકાલીન હોવા છતાં સ્પષ્ટ નથી. પરંતુ તે સ્પષ્ટપણે કહી શકાય કે હાલના તબક્કામાં પશ્ચિમી એશિયાના રાજકારણની માળખાકીય બાબતોમાં આમૂલ પરિવર્તન આવી રહ્યું છે.

કેટલેક અંશે સ્વાયતપણે ઉદારતાવાદી તેવી પશ્ચિમી રાજનીતિ કેટલાક રાષ્ટ્રોની સરકારો સાથે સંઘર્ષમાં છે. આ બાબતને લઈને પુનઃમૂલ્યાંકનને વેગ મળ્યો છે જે વિકસતી જતી વૈશ્વિક ગતિશીલતાના કારણે આગળ વધ્યું છે. પોતાની રીતે, અબ્રાહમ સંધિઓ નોંધપાત્ર છે, માત્ર પોતાની પરિસ્થિતિઓથી અચળ રીતે અળગા રહેવા માટે જ નહિ, પરંતુ ખાસ કરીને આર્થિક અને જોડાણના મુદ્દાઓને લગતા તેમણે આપેલા વચનો માટે. I2U2 એક નવું જૂથ વિભાજન છે જે ભારતીય સમાવેશન સૂચવતી વિચારધારાનો મર્મ ધરાવે છે. અને જરૂરી નથી કે આ બાબતે આ એક જ પરિબળ સક્રિય હોય. સાઉદી અરબનું એશિયા પર વધુ ધ્યાન કેન્દ્રિત કરવું પણ ભારતને તકો પ્રદાન કરે છે. તેમાં જોડાણો, તંત્ર અને ઉર્જા ક્ષેત્રે સહકારની સંભાવનાઓ સૂચવતી IMECની પહેલ સામેલ છે. અરેબિયા મારફતે ભારત અને યુરોપ વચ્ચેના સંપર્કોની પરંપરા પર આધાર રાખીને, તે 'ઈતિહાસના પુનરાગમન'ને પ્રદર્શિત કરે છે. અંતિમ વિશ્લેષણમાં, દ્રઢ રાજનીતિ અને ઉદ્ભવતી આર્થિકતાઓ વચ્ચેનું સંતુલન બાકીની દુનિયા માટે પ્રદેશની મહત્વતાને નિર્ધારિત કરશે.

જ્યાં સુધી યુરોપનો સવાલ છે, તેણે યુક્રેનના આઘાત પહેલા જ પોતાની 'ફોર્ટેસ મેન્ટાલીટી' (રૂઢીચુસ્ત/રક્ષણાત્મક માનસિકતા) માંથી બહાર આવવાનું શરુ કર્યું છે. તેનું એક લક્ષણ એ છે કે વૈશ્વિક હિતોને લઈને તે કેવી રીતે ધીરે ધીરે વધું સક્રિય બન્યું છે. યુરોપિયન સંગઠન (EU) એ ઈન્ડો-પેસિફિક પર અને જોડાણો પર નીતિઓ અપનાવી એ ખૂબ જ મહત્વપૂર્ણ સંકેત હતો. તેમ છતાં, યુક્રેન સંકટની વિશાળતાએ સ્પષ્ટ રીતે વ્યક્તિગત રાષ્ટ્રોની તેમજ રાષ્ટ્રોના સમૂહની સુરક્ષા અંગેના દ્રષ્ટિકોણને સ્વાભાવિક રીતે ઘરમૂળથી પરિવર્તિત કરી દીધો. તેણે વ્યૂહાત્મક વૈશ્વિકીકરણને ઝડપથી આગળ ધકેલી દીધું, કેમ કે, યુરોપે પોતે જ તે માળખામાં પ્રભાવ અને પ્રતિસાદને વ્યાખ્યાયિત કરવાનું પસંદ કર્યું હતું. આ ખરેખર એક પડકારરૂપ છે કે જે ખંડ હમેશાં 'વ્યાપાર દ્વારા પરિવર્તન' જેવી પ્રણાલીમાં જબરદસ્ત માન્યતા ધરવાતો હતો અને પોતાના હિત માટે ચોક્કસ રીતે જડ હતો, તે હવે વિશ્વ પાસે થી સમર્થન અને સમજણની અપેક્ષા રાખી રહ્યો છે. કેટલાક મુશ્કેલભર્યા સમય દરમિયાન આ ખંડે પોતાને સિફતથી સાંભળી રાખ્યું છે, અલબત

અન્ય નબળા રાષ્ટ્રો માટે તેણે સંઘર્ષપૂર્ણ સમય દરમિયાન કઠોર વિકલ્પોની હિમાયત કરી છે. તે રશિયાથી ઉર્જા આયાત બાબતમાં સૌથી વધારે સ્પષ્ટ દેખાય છે, જોકે તે વાણિજ્યના અન્ય પાસાઓમાં પણ સમાન રીતે પ્રદર્શિત થાય છે.

જો ધુમ્મસ થોડું ઘણું દૂર થાય, તો ભારત માટે સૌથી વધુ રસપ્રદ બાબત હશે યુરોપના અટલાંટિક પારના અને યુરાલ્સ તરફના બદલાયેલા સંબંધો. આ બંને બાબતો એશિયા સાથેના તેના જોડાણના પુનમૂલ્યાંકનને પ્રેરિત કરશે તે શક્ય છે. સૌથી મોટી આકસ્મિક બાબતો છે જર્મન અભિગમનું ભવિષ્ય, જે બે દાયકામાં આકાંક્ષાપૂર્વક બનાવવામાં આવ્યું છે અને કેટલા રાષ્ટ્રો હાલ પરિસ્થિતિએ તેની મૂંઝવણમાંથી લાભ લેવા માંગે છે. જ્યાં સુધી એશિયાની વાત છે, યુરોપિયન પરિસ્થિતિઓ અનિવાર્યપણે યુએસથી અલગ રહેવાની, કારણકે તે હવે વૈશ્વિક સર્વોપરિતાનો બચાવ કરી રહ્યું નથી. સાથે સાથે, છેલ્લા કેટલાક વર્ષોમાં જોખમ અંગેની જાગૃતતા ચોક્કસપણે વધી છે. અનેક રીતે, પરિણામો એ દબાણયુક્ત મજબૂરીઓ અને મધ્યમ-મુદતી ગણતરીઓ વચ્ચેનું સમાધાન રહેશે.

જોકે, પરિવર્તન એ આપણા સમયનું મુખ્ય શક્તિશાળી પરિબળ છે. પ્રભાવશાળી અમેરિકનોએ દલીલ કરી છે કે વૈશ્વિક પભુત્વ ઘટતું હોવાથી અમેરિકાને હવે પહેલાની જેમ આર્થિક ઉદાર નીતિ પરવડી શકે તેમ નથી. તેમના સંશય માત્ર મુક્ત વેપાર સમજૂતી સુધી મર્યાદિત નથી, પરંતુ તે વૈશ્વિક પુરવઠા શૃંખલાઓના સ્વરૂપ સુધી વિસ્તરે છે. પરિણામે, સ્થાનિક વાસ્તવિકતાઓમાટે વધુ સંવેદનશીલ એવા આર્થિક જોડાણોને વિદેશમાં વધુ મજબૂત બનાવવાના અવનવા પ્રયાસો થાય છે. ઉદાહરણ તરીકે, ઇન્ડો-પ્રશાંત આર્થિક માળખું (IPEF), જે ટોક્યોમાં 2022માં યોજાયેલી ક્વોડ શિખર સંમેલનની સાથે સાથે શરૂ થયું અને 2023 એશિયા-પ્રશાંત આર્થિક સહકાર (APEC) મીટિંગ સુધી આગળ વધ્યું છે.

તેવું નથી કે ફક્ત યુ.એસ. જ તકોનો અલગથી ઉપયોગ કરવા પ્રયાસ કરી રહ્યું છે. યુક્રેન સંઘર્ષના સંદર્ભમાં રચાયેલી વ્યૂહરચના પણ આપણા યુગની નબળાઈઓને ઉજાગર કરવા માટે બોધદાયક બની રહી છે. ખરેખર તો આખીએ રમત તે છે કે કયો પક્ષ અન્યને પકડીને વધુ સારી રીતે ઉપયોગમાં લેવા વધારે સક્ષમ છે. એકસાથે અનેક મોટા પડકારોનો સામનો કરવામાં અમેરિકાની ક્ષમતા કેટલી? – તે એક મુખ્ય પ્રશ્ન છે. અને નિશ્ચિતપણે, આ જ આપણા સમયની પ્રભુત્વ ધરાવતી સત્તાને બીજાઓથી અલગ બનાવે છે. વ્યૂહાત્મક સ્પર્ધા અંગેની અમેરિકાની જાગૃતિ વધુ છે, અને તેને વધારે સારું બનાવવાની અને સુરક્ષિત રાખવાની સ્થાનિક જવાબદારીઓનું તેમાં ઉમેરણ થાય છે. કેટલોક લાંબા સમયથી ચાલી આવતો, તો વળી કેટલોક વધુ તાત્કાલિક તેવો એકંદરે આ વિકાસ ખરેખર પરિવર્તનકારી છે.

હાલમાં જે આપણે અનુભવી રહ્યાં છીએ તે વેસ્ટફીલીયન રાજનીતિની રૂઢિગત માન્યતાથી પર છે તેવી કેટલીક બાબતોથી પણ આકાર પામ્યું છે. નિશ્ચિતપણે, શીત યુદ્ધે એક એવી

સુઆયોજિત હરીફાઈ જોઈ છે કે જેમાં કોઈ એક મૂલ્યોના સમૂહની શ્રેષ્ઠતા અન્યની ઉપર થોપવામાં આવી હતી.પરંતુ તે હરીફાઈને પોસ્ટ-કોલોનીયલ વ્યવસ્થાની મજબૂત સાર્વભૌમત્વની લાગણીઓ દ્વારા સંતુલિત કરવામાં આવી હતી. આ દરમ્યાન, એક વ્યાપક સમાધાન પણ પ્રાપ્ત થયું હતું જ્યાં આંતરિક બાબતોનો આદર કરવામાં આવ્યો હતો, જ્યારે થોડા વધુ આઘાતજનક કિસ્સાઓને અપવાદો બનાવવામાં આવ્યા હતા. અને તેને પણ ભારપૂર્વક વ્યૂહાત્મક વિચારણાઓથી સુસંગત બનાવવમાં આવ્યાં હતાં; ધારા-ધોરણો અંગેની પ્રત્યેક ગેરમાન્યતાઓને સમાન રીતે જોવામાં આવી ન હતી.

જ્યારે અર્થતંત્રની વાત આવે છે, વ્યવહારવાદ ઘણો વધી ગયો હતો અને સમાજોને 'બ્લેક બોક્સ' ગણવામાં આવતાં હતાં. વિશાળ ફલક પર, આર્થિક પસંદગીઓ વ્યક્તિગત નહોતી; તે માત્ર વેપાર હતો. બોક્સની અંદર શું થઈ રહ્યું છે તેનાથી કોઈને કોઈ નિસ્બત ન હતો. પરંતુ વૈશ્વિકીકરણથી સમાજો વચ્ચેની આંતરપ્રવેશતા વધારે ને વધારે પ્રોત્સાહિત થઈ હતી, જેના કારણે આંતરિક ગતિવિધિઓને સંપૂર્ણપણે નકારી શકાય નહિ.આપણે આપણા જીવનમાં એવા ખેલાડીઓને આવવા દીધાં જે વિશ્વાસ રાખી શકે છે, વિચાર કરી શકે છે અને ખુબ જ અલગ રીતે કામ કરી શકે છે. હવે તેમના ઉત્પાદનોની આયાત કરવાનો જ ફક્ત પ્રશ્ન નહોતો; હકીકતમાં, તેઓ હવે આપણા પ્રદેશમાં પણ સક્રિય રીતે સંચાલન કરી રહ્યાં હતા. અને જ્યારે કેટલીક બાબતોમાં આપણી ચિંતાઓ ભૌતિક હોઈ શકે છે, ત્યારે ડિજિટલ યુગ એ સુનિશ્ચિત કરે છે કે આપણી આ તમામ ચિંતાઓમાં AI સૌથી મોખરે રહે.

આવા અસરકર્તા પરિબળોએ સ્વાભાવિક રીતે પારદર્શિતા અને વિશ્વાસ અંગે ચિંતાઓ ઉભી કરી હતી. જે સામાન્ય પ્રતિબંધો અને ફાયરવોલ્સ આપણા માટે છે જો તે સામે વાળા માટે ન હોય તો તે આપણને સ્વાભાવિક રીતે ચિંતિત કરે છે. માત્ર એટલું જ નહીં, વૈશ્વિક બાબતોના સંદર્ભમાં વર્તણુંકને લાગતાં ફેરફારોએ વૈશ્વિક માળખા પર અસર કરવાનું શરૂ કર્યું છે. વધુ સાનુકૂળ સમયમાં, આપણે મુખ્યત્વે કાર્યક્ષમતા અને સ્પર્ધાત્મકતાની ઉપર જ ભાર આપતા હતાં. જો કે, બજાર હિસ્સો(માર્કેટ શેર) અને પરસ્પર નિર્ભરતા વ્યૂહાત્મક રીતે કામ લેવા માંડી, તે સમયે આપણી સંલગ્નતાનો વ્યાપ એક રાષ્ટ્રીય સુરક્ષાની ચિંતાના મુદ્દા તરીકે ઉભરી આવ્યો. આ પ્રકારના દ્રષ્ટાંત અગાઉ પણ અસ્તિત્વમાં હતા; ફર્ક એટલો હતો કે તેઓ આટલી વ્યાપક રીતે ક્યારેય નિયંત્રિત કરવામાં આવ્યાં ન હતાં. અહીં શંકાને કોઈ સ્થાન નથી કે આપણે હવે અલગ પ્રકારની રાજનૈતિક સંસ્કૃતિમાં પહોંચી ગયા છીએ, જેમાં ઓછા પ્રતિબંધ છે અને વધુ બળજબરી છે. છેલ્લા દાયકાના મુખ્ય ગતિવિધિઓમાંની એક હતી રોજીંદી બાબતને હથિયાર બનાવવું. તે વેપાર, પ્રવાસન, જોડાણ અથવા તો નાણાંની બાબત હોઈ શકે છે. પરિણામે, હવે દરેક વસ્તુને રક્ષણ પુરું પાડવાની જરૂરીયાત ઉભી થઈ છે. આવી રોજીંદી ચિંતાઓ પુરવઠા શૃંખલાને લગતી મોટી ચિંતાઓમાં પરિણમી છે. રાજનૈતિક અજ્ઞેયવાદનો યુગ હવે અનિવાર્ય રીતે સમાપ્ત

થયો છે.

વ્યંગાત્મક રીતે, અફઘાનિસ્તાનમાં ઘટેલી ઘટનાઓના વળાંકને વિપરીત દિશામાં લઈ જવાયો છે તેમ કહી શકાય. ઘણા લોકો માટે, ખરેખર સમસ્યા એ હતી કે તે દેશમાં ખાસ કરીને રાષ્ટ્ર નિર્માણના લક્ષ્ય સાથે જોડાયેલ વિદેશી ઉપસ્થિતિ, નિંદનીય બન્યા પછી, કેટલી બધી હદે દખલગીરીરૂપ બની ગઈ હતી. તે એક ચર્ચવા યોગ્ય મુદ્દો છે કે 9/11 પછી અફઘાનિસ્તાનમાં વિદેશી ઉપસ્થિતિ કોઈ નકારાત્મક પરિણામો વગર સ્વયં માર્યાદિત થઈ શકી હોત કે નહિ. પણ કદાચ આ વિવાદ જ સાવ ખોટો છે. સાચો પડકાર એ લક્ષ્યપ્રાપ્તિની મહત્ત્વાકાંક્ષાઓનો નહિ પણ સંદર્ભિત ભાષ્યને સમજવાનો હતો. બે દાયકાઓ સુધી, યુ.એસ.એ આ વિરોધાભાસ સાથે સંઘર્ષ કર્યો, અને તે એ હતો કે જે દેશ તેની વિરુદ્ધ લડાઈને ઇંધણ પૂરું પાડતો હતો તે જ તેનો તંત્ર(લોજિસ્ટિકસ) માટે મહત્વપૂર્ણ હતો. સમસ્યા એટલી ગંભીર હતી કે પાકિસ્તાનમાં ઓસામા બિન લાદેનની ઉપસ્થિતિ પણ તેને સમાપ્ત કરી શકી નહીં. આ મુદ્દો ભટકાવવો ન જોઈએ કે કેવી રીતે પાકિસ્તાની સૈન્યે કુશળતાથી અમેરિકન સૈન્ય અને રાજકીય નેતાઓની એક આખી પેઢીને 'દુશ્મન' કે પછી 'મિત્ર' તેવી અસ્પષ્ટ ઓળખ સાથે અથવા '(IFF) સિસ્ટમ' સાથે સાવ છોડી દીધા!

આજે, તેમ છતાં, વિશ્વ વિપરીત સમસ્યાનો વિચાર કરે છે. તે અત્યંત આશા રાખે છે કે અફઘાન સમાજમાં કોઈ પણ પ્રકારની પરિસ્થિતિ વિકસિત થઈ હોય, પણ તેના પર કોઈ બાહ્ય નકારાત્મક અસર ન થાય. કેટલાક દેશો તેને આતંકવાદ અને ઉગ્રતાના સંદર્ભમાં વ્યાખ્યાયિત કરે છે. શરણાર્થીઓનો રાફડો ફાટવાની અથવા મહિલાઓ સાથેના દુર્વ્યવહારની શક્યતાઓને લઈને અન્ય લોકો વધુ ચિંતિત છે. જે કંઈ પણ થાય, સત્ય એ છે કે વધુ સઘન રીતે એકીકૃત થયેલા વિશ્વમાં મોટા પાયે વિવિધતા ધરાવતી સંસ્કૃતિઓને સમાધાન કરવાના મુદ્દા સામે આંતરરાષ્ટ્રીય સંબંધો અસમાધાનકારી વલણ સાથે ઝઝૂમી રહ્યા છે.

'અન્ય લોકો' (OTHERS) નું આગમન

કેવી રીતે પોતાના હિતોને શ્રેષ્ઠ રીતે આગળ વધારી શકાય તે મુદ્દા પર વર્તમાન પરિસ્થિતિના કેટલાક ઘર્ષણવાળા પાસાઓએ પોતાના સંભાષણનું સર્જન કર્યું છે. ઓછા વ્યૂહાત્મક યુગના પરિણામોને સુધારવાના પ્રયાસ રૂપે, વિભક્તિકરણ (ડીકપલિંગ)ના ગુણધર્મો અને વ્યવહાર્યતા વિશે ચર્ચા થઈ છે. અન્ય સંકલ્પનાઓની જેમ જ, અતિશય ભાષ્યોથી બચવું એ સંવેદનશીલ બાબત છે.

વૈશ્વિક અર્થતંત્ર આજે એકદમ ગાઢ રીતે પરસ્પર જોડાયેલું છે કે રાષ્ટ્રીય કક્ષાએ તેનું વિભક્તિકરણ વ્યાપક રીતે શક્ય નથી. તદુપરાંત, કોઈ પણ સમાજને ખરેખર વૈશ્વિક અર્થતંત્રનું

વિભક્તિકરણ થતું જોવું પરવડે નહિ, અને તે જ કારણ છે કે આમ થશે નહિ. તે જ સમયે, વ્યૂહાત્મક સ્પર્ધાને લગતી ચર્ચાઓ ખુલી છે અને તેને પણ ટાળી શકાય તેમ નથી. સ્પર્ધકો સ્પષ્ટપણે એકબીજા પર એક હદ પછી વિશ્વાસ કરશે નહિ. સામન્ય રીતે મજબૂત રાષ્ટ્ર કે પછી ચપળ રાષ્ટ્ર જે યોગ્ય રીતે અનુમાન કરી શકે છે તે કોઈપણ દ્વિ-માર્ગીય શૃંખલા, તે વેપાર, સંસાધનો, જોડાણો કે પછી પાઈપલાઈનો હોય, તેનો બરાબર ઉપયોગ કરશે. સર્જનાત્મકતા અને પ્રગતિને નિર્દેશિત કરતી નિખાલસતા કોઈ વાર અસ્થિરતા પેદા કરે છે. આવા વલણોની સંભવિત અસરો પસંદ કરેલા ક્ષેત્રોમાં સ્વાયત્તતા અને રક્ષણને પ્રોત્સાહન આપશે અને તે જ સમયે અન્ય ક્ષેત્રમાં જરૂરી જગ્યાએ વહીવટ અને વિશ્વસનીયતાને વિકસાવવા પ્રયાસ કરશે. આ નિકાસ નિયંત્રણો અને ટેક્નોલોજી શેરિંગ પર નવેસર થી ધ્યાન આપવા તરફ દોરી જશે. ચિપ્સ અને અર્ધપરિમાણક પ્રવાહક (સેમી કંડકટરસ) તેના સ્પષ્ટ ઉદાહરણ છે. તેમજ તેના સામાજિક અને રાજકારણીય પરિણામો પણ આવશે, કારણ કે વિવિધ રાષ્ટ્રો તેમની પ્રક્રિયાઓ અને પ્રથાઓને ઓછી વિશ્વાસપાત્ર નૈતિકતા પ્રમાણે અનુકૂલિત કરશે. શિક્ષણ થી માંડી વ્યવસાય, સંશોધનથી લઈને મુસાફરી, વિશ્વ આ અસર આવનારા દાયકામાં જોઈ શકશે. આ બધામાં સૌથી ઉપર, રાજકીય અર્થતંત્ર અને પરંપરાગત સુરક્ષા સતત કાર્યરત રહેશે.

જ્યારે બાહ્ય પર્યાવરણ ઓછું અનુકૂળ હશે ત્યારે કોણ લાભ મેળવશે અને કોને નુકસાન થશે તે એક રસપ્રદ બાબત છે. સત્તાના વિભેદકો કેવી રીતે પોતાનું પ્રતિપાદન કરે છે તે પણ મહત્વપૂર્ણ છે. આપણે પહેલા જ જોઈ ચૂક્યા છીએ કે કેટલાક સભ્યોએ અન્યોના કૌશલ્યપૂર્ણ સંસ્કૃતિને પ્રત્યે ગેરસમજ કેળવી છે, જેના અણધાર્યા પરિણામ ઉપજ્યા છે. વિશ્વ કેટલીક બાબતોમાં વધુ એકતાવાળું છે પરંતુ અન્ય ઘણી બાબતોમાં વધુ સંઘર્ષ કરી રહ્યું છે, આ નિશ્ચિત રીતે એક નવો અનુભવ હશે.

રાજ્યોની પ્રતિક્રિયા સ્વાભાવિક રીતે બદલાયેલ પરિસ્થિતિઓ અને પરિબળોને આધીન હોય છે. તેથી, જે માળખાકીય પરિવર્તનો ચાલી રહ્યા છે તેની કદર કરવી વધુ મહત્વપૂર્ણ છે. વાસ્તવિકતા એ છે કે યુ.એસ.ની મર્યાદાઓ અને ચીનના ઉદય દ્વારા રચાયેલ માળખામાં ઢીલાશ આવતાં અન્ય માટે જગ્યા થઈ છે. આપણી પાસે બે મોટા સત્તા-કેન્દ્રો હોઈ શકે છે, અલબત, તે બંને સમાન સ્તરે નથી. પરંતુ આ પણ પરંપરાગત રીતે ચાલતી આવતી દ્વિધ્રુવિયતામાં પરિણમશે નહિ. હવે ઘણા વધુ સભ્યો છે જેઓની વૃદ્ધિ સ્વાયત્ત છે અને વિશ્વમાં જેમનું વજન પડી રહ્યું છે. વિવિધ અંશે, તેઓ ખાલી પડેલી જગ્યાનો ઉપયોગ કરશે, અને તે જ રીતે તેઓ સ્પર્ધાનો લાભ લેશે. તેમાંના કેટલાક પોતાના પૂર્વગ્રહો, સંલગ્નતાઓ અને હિતો દ્વારા મર્યાદિત રહેશે. પરંતુ વ્યાપક રુપમાં, તેઓ વધુ દૂરના લોકોની અસફળતાનો લાભ લેવા માટે પ્રલોભિત થશે. ગઠબંધનના હિતોનું વૈવિધ્યસભર હોવું યોગદાનકારક પાસું બની શકે છે.

અપણે એ પણ સમજવું જોઈએ કે ગઠબંધનો પોતે પરિસ્થિતિઓના સમૂહમાંથી ઉદભવ્યા

છે. યુ.એસ. દ્વારા બનાવવામાં આવેલ વ્યાપક અને ટકાઉ નેટવર્કની નકલ કરવી લગભગ અશક્ય છે. અન્ય કોઈ સત્તા પાસે એવું સામર્થ્ય નથી કે તેઓ તેની પ્રતિકૃતિ બનાવવાનો પ્રયત્ન પણ કરે. પરંતુ બદલાતો સમય વિવિધ મોડેલો ઉત્પન્ન કરે છે અને વૈશ્વિક શ્રેણીબદ્ધતાની અવિરત પ્રક્રિયા નિશ્ચિતપણે અપૂર્વ અભિવ્યક્તિઓ શોધી કાઢશે. આર્થિક સમન્વય અને નિર્ભરતા હવે નવી વ્યવસ્થા ઉભી કરવા માટેના નિર્ધારક પરિબળો તરીકે વધુ મહત્વ મેળવી શકે છે. વિકલ્પોની શક્યતા ઉદાસીન થવી જોઈએ નહી.

નાના-મોટા દેશો વચ્ચેની વિશાળ સત્તાનું ઓછી માળખાકીય જડતા સાથેનું વિસ્તરણ આકર્ષણ છે જે વિશ્વ મંચ પર 'અન્યોના' આગમનને વ્યાખ્યાયિત કરે છે. આ શ્રેણી પોતે એક ઈન્દ્રધનુષ હોઈ શકે છે, જેમાં કેટલાક સત્તાના પ્રક્ષેપણ અંગેનો લાંબો ઈતિહાસ ધરાવે છે તો કેટલાક વધારે નજીકના સમયમાં મહત્વ ધરાવતા બન્યાં છે. વળી, તેમાંથી થોડા ઘણાં રાષ્ટ્રો ભવિષ્યમાં વૈશ્વિક નેતૃત્વ સાંભળવાનું સ્વપ્ન જોઈ શકે છે, જ્યારે કેટલાક માત્ર પોતાની હયાત નેતૃત્વના રક્ષણમાં રસ ધરાવશે. વધુમાં, વૈશ્વિકકૃત વિશ્વમાં હવે રાષ્ટ્રને સ્પર્ધામાં ઊભા કરવા માટે સર્વાંગી વિકાસની જરૂરિયાત નથી. જો કેટલાક પાસાઓને પૂરતા પ્રમાણમાં વિકસિત કરવામાં આવે, તો તે પોતે જ પુરતી ક્ષમતા ધરાવે છે કે તેઓ વિશ્વમાં બદલાવ લાવી શકે. ભૂતકાળમાં હતું તેમ તે સૈન્યની તાકાત હોઈ શકે છે; કુદરતી અથવા નાણાકીય સ્રોતો; વ્યૂહાત્મક સ્થાન; અદ્યતન ક્ષમતા; અથવા પ્રભાવી મંચ હોઈ શકે છે. આ તમામનું સંયોજન એક મહત્વશીલ પ્રભાવ ઉત્પન્ન કરી શકે છે.

આવી સત્તાઓનું પ્રાધાન્ય વધતી જતી પ્રાદેશિકતામાં વ્યક્ત થઈ રહ્યું છે. તે આફ્રિકામાં હોય, પશ્ચિમ એશિયામાં, ખાડી કે પછી ઓશિયાનામાં હોય, તમામ તફાવતો અને વિવાદો વધુ સ્થાનિક રીતે ઉકેલવામાં આવી રહ્યા છે. વાસ્તવમાં, ચાલી રહેલા પરિવર્તન દ્વારા પૂરી પાડવામાં આવેલી તકો એટલી મહત્ત્વપૂર્ણ છે કે નાના રાષ્ટ્રો દ્વારા પણ તેનો લાભ લેવામાં આવી રહ્યો છે.

પશ્ચિમ એશિયાની સરખામણીએ કેટલાક પ્રદેશોએ તે વધારે સુસ્પષ્ટપણે પ્રદર્શિત કર્યું છે. નાના મોટા સ્થાનિક સભ્યો દ્વારા પ્રેરિત સંઘર્ષો અને તણાવમાં પ્રદેશની વધુ મજબૂત પ્રાદેશિકતા પ્રકટ થઈ છે. જ્યારે બાકીનું વિશ્વ હજી પણ મહત્ત્વની હિસ્સેદારી ધરાવે છે, જો કે તેની હસ્તક્ષેપ કરવાની ક્ષમતા અને ઝુકાવ સ્પષ્ટપણે ઘટી રહ્યા છે. કુદરતી સંસાધનોનો લાભ લેવો એ લાંબા સમયથી ચાલી આવતી પરંપરા છે. હવે તેમાં ટેક્નોલોજીના નવીન ઉપયોગો ઉમેરવામાં આવ્યા છે. યમન હોય કે પછી ગાઝા, આપણે જોઈ રહ્યા છીએ કે લાંબા સમયથી ચાલી રહેલી સમસ્યાઓ કેવી રીતે અત્યંત ગંભીર અને આધુનિક સ્વરૂપ ધારણ કરી રહી છે. આનો મોટો હિસ્સો પ્રાદેશિક સ્પર્ધામાં પણ પોષણ પામ્યો છે, ખાસ કરીને મધ્યમ સત્તાઓમાં.

પરસ્પર નિર્ભર વિશ્વમાં વધુ ચપળતા અને ઓછા બંધનો સાથે કામ કરતા અસંખ્ય સભ્યો વ્યાવહારિકતાની દલીલ મજબૂત કરે છે. કેટલીક રીતે, સમાન હિતો આદર્શવાદી અથવા

પ્રણાલીગત તફાવતોનો અસ્વીકાર કરવામાં મદદરૂપ થાય છે. ઊર્જા, જોડાણ કે પછી ટેક્નોલોજીનું ક્ષેત્ર હોય, જેઓ પાસે અન્ય કોઈ સામાન્ય હિતો નથી, તેઓ પણ તેમના વ્યક્તિગત લાભ માટે સાથે જોડાયા છે. પરંતુ અહીં પણ, આપણી સમક્ષ જે પ્રગટ થઈ રહ્યું છે તેમાં વિશાળ માળખાકીય તર્ક છે. એ હવે સ્પષ્ટ છે કે કોઈ પણ વ્યક્તિગત સત્તાનો એકપક્ષીયવાદ પ્રમાણભૂત રીતે સંચાલિત સિદ્ધાંત તરીકે અસમર્થનીય છે. 1990s ના દશકાઓ આપણી પાછળ જ છે અને નવી ઉભરતી સત્તાઓમાંના સૌથી પ્રભાવી સત્તાઓમાટે પણ તેની પુનઃશોધ શક્ય નથી.

સાથે જ, વિશ્વની સમસ્યાઓ પણ એટલી જટિલ બની ગઈ છે કે કોઈપણ દ્વિપક્ષીય સંબંધ પોતે એક નિયમિત રીતે ઉકેલ પ્રદાન કરવા માટે પૂરતો નથી. સૈદ્ધાંતિક રૂપે, તેમાં સારી એવી પ્રાચીન બહુપક્ષીયતાનો સમાવેશ થાય છે, જે દરેક માટે માનીતી રહી છે. પરંતુ તેની નબળાઈઓ અને ખામીઓ વધુ સ્પષ્ટપણે પ્રદર્શિત થાય છે. તે માત્ર કાલગ્રસ્ત જ નથી પણ સૌથી ઓછી સહિયારી બાબતો પર કાર્ય કરે છે, અને તે પણ સ્થાપિત હિતોને ધ્યાનમાં રાખીને. આ બહુપક્ષીયતા સુવિધા માટેની વ્યવસ્થાઓને પોતાનું પ્રતિપાદન કરવા માટે આવશ્યક બનાવે છે.

આવો લઘુપક્ષવાદ વિવિધ સંયોજનોમાં વિવિધ મુદ્દાઓ પર અમલમાં મૂકવામાં આવે છે. જેમ જેમ તે આગળ વધે છે, તેમ એક વિશાળ બહુપક્ષીયવાદની સંસ્કૃતિ પ્રગટ થવા માંડે છે. તે સંપૂર્ણ રીતે કંઈ નવું નથી. અગાઉ, એક પ્રાદેશિક સમજણને સાથે મળીને કામ કરવા માટે આધાર પૂરો પાડવામાં આવ્યો હતો. તેથી, EU, ASEAN, SAARC, GCC, વગેરે ઉદ્ભવ્યા છે, જ્યાં નિકટતા સમાન પ્રવૃત્તિઓ માટે એક મૌલિક આધાર બની હતી. આપણે વિશિષ્ટ મુદ્દાઓ જેવા કે સમુદ્રી સુરક્ષા, આતંકવાદનો વિરોધ, નિકાસ નિયંત્રણો, અપ્રસારણ અને જળવાયું પરિવર્તન પર રાષ્ટ્રોને પરસ્પર સહકાર કરતી પણ જોઈ છે. તે પણ પુનઃસંતુલનને અસર કરવા માટેના અને બહુધ્રુવીયતાને આગળ વધારવાના પ્રયાસો હોઈ શકે છે. ભૌગોલિક પરિસ્થિતિઓની પર જઈ ને આ પ્રયાસ થયો હતો. BRICS એ એક ઉદાહરણ છે, જ્યાં ચાર ખંડોના પ્રતિબિંબને એક સભ્યપદમાં વ્યક્ત કરવામાં આવ્યું હતું.

હવે તફાવત એ છે કે આવા જૂથીકરણો તેમના એજન્ડામાં વ્યાપક બની શકે છે, જ્યારે તેઓ તેમના કાર્યમાં વધુ ઉદ્દેશ્યપૂર્ણ બને છે. આ સંદર્ભમાં, ક્વોડ આવા બદલાતા સમયનું એક પ્રતીક છે. ઘણો ઓછો ઓવરહેડ (પરચુરણ) ખર્ચ આ ફોર્મેટને વધુ આકર્ષક બનાવે છે. તેમાં કોઈ કરાર, બાધ્યતાઓ, સંસ્થાઓ અથવા ત્યાં સુધી કે સુધારાઓ નથી જે સુધરેલા સંબંધો સાથે આવે છે. એવું લાગે છે કે હવે રાજદ્વારીના ક્ષેત્રમાં ગણતરીની કરકસર પણ એક ગુણ છે.

જ્યારે બહુધ્રુવીયતાની વાત આવે છે, ત્યારે એ જરૂરી છે કે આપણે આ જટિલ વિશ્વને એક સરળ માપદંડથી ન જોઈએ. આ અદ્વિતીય ઘટના વૈશ્વિક પરિણામને અસર કરનારી અનેક ભરોસાપાત્ર તાકતોની શ્રેણી દર્શાવે છે. પરંતુ વાસ્તવિકતા એ છે કે રાષ્ટ્રોએ એવી વિભેદક ક્ષમતાઓ કેળવી છે કે જે તેઓ વધુને વધુ ક્ષેત્રની વિશિષ્ટતાઓના આધારે પ્રદર્શિત કરે છે. એક

રાષ્ટ્રના દ્રષ્ટિકોણથી આ બાબત સમજવા માટે તમે ભારતનું ઉદાહરણ લઈ લો. રાજકીય બહુધ્રુવીયતામાં એક સ્પષ્ટ સમૂહ છે, જેમાં UNSCના P-5 રાષ્ટ્રો, EU અને ASEAN જેવા મંડળો અને પ્રાદેશિક રીતે મહત્વપૂર્ણ તેવાં વ્યક્તિગત રાષ્ટ્રો છે. પરંતુ આર્થિક બહુધ્રુવીયતા ખૂબ જ અલગ દેખાય છે કારણ કે તે કેટલાક અન્ય પરિબળો પર પણ આધારિત હોય છે.

ભારતના સૌથી મોટાં વેપારના ભાગીદાર યુરોપીયન યુનિયન (EU), અમેરિકા, ચીન, ગલ્ફ દેશો અને ASEAN છે. ઊર્જાના ક્ષેત્રમાં આ ગણિત કંઈક અલગ છે. આ ક્ષેત્રના મુખ્ય ભાગીદારોમાં ઈરાક, સાઉદી અરેબિયા, રશિયા, યુએઈ અને અમેરિકાનો સમાવેશ થાય છે. ટેકનોલોજીના દ્રષ્ટિકોણથી જોતાં, પશ્ચિમી અર્થતંત્રનું વધારે મહત્વ જણાઈ આવે છે. ગતિશીલતા અને કૌશલ્ય માટે, ખાડીને મહત્વ આપવું પડે છે, પરંતુ પશ્ચિમ વધુ મૂલ્યવર્ધન પૂરુ પાડે છે.

જ્યારે બહુપક્ષીય પરિણામો અને વૈશ્વિક મુદ્દાઓની વાત આવે, ત્યારે આ બધું એક વ્યાપક વૈશ્વિક સંરચના દ્વારા પુરું પાડવામાં આવે છે. રાષ્ટ્રોની મતદાન પધ્ધતિ મોટાભાગે બ્લોક દ્વારા દર્શાવવામાં આવે છે અને ભારતની અપીલ તે મુજબ ધ્યાનમાં રાખવામાં આવે છે. આ જટિલ ચિત્ર દર્શાવે છે કે આ યુગમાં વિદેશી નીતિની ગતિવિધિઓ કેટલા બધા સ્તર ધરાવે છે. એક મોટો દેશ અને ઉદયમાન સત્તાઓ નિશ્ચિતપણે પોતાની રણનીતિને રેખીય શરતોમાં અથવા મર્યાદિત ચલ દ્વારા જોઈ શકતા નથી. અને આપણા ભિન્ન વિશ્વની સુંદરતા એ છે કે દરેક જણ પોતાની જ પરિસ્થતી અનુસરી રહ્યાં છે.

ઓગસ્ટ 2023 માં દક્ષિણ આફ્રિકામાં BRICSના વિસ્તરણની સાથે જોડાયેલ ટિપ્પણીઓ ખરેખર ધ્યાનમાં લેવા લાયક છે. વધુમાં, એમ કહેવાયું છે કે ખાસ કરીને અમેરિકા અને સામાન્ય રીતે પશ્ચિમ અહીં બે મુખ્ય મુદ્દા હતા. હકીકતમાં, સત્ય એકદમ જ અલગ હતું. સત્તાઓ વચ્ચેના સહિયારા મુદ્દાઓ શોધવા માટેની જટીલ વાટાઘાટોના સ્વરૂપે પરિણામો ઉભરી આવ્યાં હતાં. દરેકની પોતાની સ્વતંત્ર માર્ગ શોધવાની આકાંક્ષા હતી અને તેમની વચ્ચે થોડી સમાનતાઓ હતી. આમંત્રિત છ રાજ્યો (સાઉદી અરેબિયા, યુએઈ, ઈરાન, ઈજિપ્ત, ઈથોપિયા અને આર્જેન્ટિના) ભારત સાથે અને BRICSના અન્ય સભ્યો સાથે મજબૂત અને સ્થાપિત સંબંધો ધરાવે છે. અંગત રીતે તેમનો ઝુકાવ બહુધ્રુવીયતા તરફ રહેલો છે.

આ અવસર UNSC સુધારણા પર દબાણ વધારવાનું કારણ બન્યું, જેના પરિણામે BRICSના સહિયારા સ્થાને મહત્વપૂર્ણ વિકાસ થયો. અન્ય સંપાત તે હતો કે બંને, હાલના અને સંભવિત, સભ્યો વ્યાપારિક નાણાકીય વ્યવહારોમાં રાષ્ટ્રીય ચલણના ઉપયોગને પ્રોત્સાહિત કરવા પરસ્પર સહમત હતાં. મુખ્ય વાત એ છે કે આજની આંતરરાષ્ટ્રીય પદ્ધતિ વધુ સ્વતંત્ર અને વિવિધ દિશાઓમાં આગળ વધી રહી છે. તેને ફક્ત પશ્ચિમ વિરોધી દ્રષ્ટિકોણ તરીકે જોવું બિલકુલ યોગ્ય નથી.

કોવિડ પછીની દુનિયા

લાંબા ગાળાની દૃષ્ટિ જેટલું જ પડકારજનક, પરંતુ કોવિડ મહામારીની વિશાળતા માટે આપણે કોઈપણ રીતે તૈયાર ન હતાં. માનવોના મૃત્યુ જ માત્ર હૃદયદ્રાવક ન હતાં, પણ રોજીંદા જીવન જે રીતે વેરવિખેર થઈ ગયાં હતાં તે અકલ્પનીય હતું. તેનું મુખ્ય કારણ હતું કે છેલ્લે જ્યારે વિશ્વ આ પ્રકારેના સંકટમાં મુકાયું હતું ત્યારે વિશ્વ અત્યારે છે તેટલું ઘનિષ્ટ રીતે સંકળાયેલું ન હતું. સ્પેનિશ ફ્લૂ અને કોવિડ વચ્ચેનો તફાવત વૈશ્વિક સમાજના વિકાસ અંગેનું એક મહત્વનું વિધાન છે. આંતરરાષ્ટ્રીય સહકારના લાભોને જે રીતે તે અસર કરે છે તે જ રીતે તેઓ પ્રભાવી પ્રત્યાઘાત માટેની આપણી અપેક્ષાઓને પણ પ્રભાવિત કરે છે. આ પ્રકારના પ્રભાવનું મૂલ્યાંકન માત્ર સમસ્યાઓ અને તેના ઉકેલોના દ્રષ્ટિકોણથી જ કરવું જોઈએ નહી, પરંતુ માનસિકતાના દ્રષ્ટિકોણથી તેનું મૂલ્યાંકન વધુ થવું જોઈએ.

આંતરરાષ્ટ્રીય સંબંધો માટેનાં પરિણામો ખાસ કરીને દૂરગામી છે. કોવિડના અનુભવે છેલ્લા ત્રણ દાયકામાં સ્થાપિત થયેલ વૈશ્વીકરણના મોડલને પડકાર્યો છે. કાર્યક્ષમતા માટેની ગ્રસ્તતા ઘણી હદ સુધી રક્ષણાત્મક માનસિકતા દ્વારા સંતુલિત થઈછે, અને રસીકરણને લઈને થયેલા અનુભવથી વૈશ્વિક દક્ષિણમાં પોતાના હિતો વિશે જાગૃતિ વધી છે.

આ મહામારી કદાચ સ્મૃતિમાં સૌથી ગંભીર રીતે જડાયેલી છે, પરંતુ તેને એકવારના પડકાર તરીકે નહીં, પુનરાવર્તિત પડકાર તરીકે જોવી જોઈએ. તે એવી સહકારની માંગણી કરે છે જેની પૂર્વે કલ્પના પણ કરી શકાતી ન હતી. ભલેને રાષ્ટ્રીય ક્ષમતા ગમે તેટલી વધારે હોય, પણ તે મહામારી બાબતે પૂરતી ન હતી. અને વિશાળ ક્ષમતાઓ વાળા રાષ્ટ્રોમાંથી પ્રાપ્ય વધુ જથ્થા પણ સ્પષ્ટ રીતે વૈશ્વિક જરૂરિયાતોને પહોંચી વળવા પૂરતા નથી. જો તે હાલની ક્ષમતાઓના કુલ જથ્થા પર આધારીત હોય તો તેવો સહિયારો પ્રત્યાઘાત પણ ટૂંકો પડી શકે છે. હવે જેના વિશે વધારે ચિંતન કરવું પડશે તે મુદ્દા છે કે દુનિયા કેવી રીતે કામ કરે છે અને તેનું પુનરનિર્માણ કઈ રીતે કરવું જેથી આવા વિનાશક ઘટનાઓને પ્રતિસાદ આપી શકાય. નિશ્ચિતરૂપે, મહામારીએ પુરવઠા શૃંખલા, વૈશ્વિક શાસન, સામાજિક જવાબદારી અને નૈતિકતા જેવા મુદ્દાઓ પર ચર્ચાઓનો આરંભ કર્યો છે. મહામારી સમાન રીતે સાંપ્રત વિશ્વ અંગેના તટસ્થ મૂલ્યાંકનને પણ પ્રેરે છે, જેથી આપણે આવતીકાલ માટે વધુ સજ્જ થઈ શકીએ.

રાષ્ટ્રો જ્યારે વિશ્વ પર વિચાર કરે છે, ત્યારે શંકાને કોઈ સ્થાન નથી કે કોવિડે સોઈ ડરની દિશામાં ખસેડી છે. આ રાષ્ટ્રિય સુરક્ષાની વધુ વ્યાપક વ્યાખ્યા મેળવવાની જરૂરિયાતમાં પ્રતિબિંબિત થાય છે. ભૂતકાળની વાત કરીએ તો સંરક્ષણ, રાજકારણ અને ગુપ્તચર સેવાઓના સંદર્ભે પરિસ્થિતિનો ક્યાસ કાઢવા માટે સંસાધનો, ઉર્જા અને ટેકનોલોજી જેવા ક્ષેત્રોનો ઉપયોગ થતો હતો. કેટલાક નોંધપાત્ર અપવાદોને બાદ કરતાં, તેમની માંગણીઓ વૈશ્વિક વિનિમય,

આર્થિક કાર્યક્ષમતા અને સામાજિક આદતોની આવશ્યકતાઓ દ્વારા સંતુલિત હતી. વાસ્તવમાં વૈશ્વિકીકરણના મંત્રોના મૂળ ઊંડા જવાથી આ વલણો મજબૂત બન્યાં.

તેમ છતાં, મહામારી દરમ્યાન એ જોવા મળ્યું કે ક્ષમતાઓનો લાભ લેવાયો, પ્રતિબદ્ધતાઓ સચવાઈ નહિ, પુરવઠા શૃંખલાઓ અટકી ગઈ, તંત્રમાં વિક્ષેપ પડ્યો અને અછત ઉભી થઇ. જ્યારે PPE, દવાઓ અને વેન્ટિલેટરની વાત આવી ત્યારે આપણે સ્વાસ્થ્ય સુરક્ષા માટે જાગ્યા. જેમણે તેમના આવશ્યક પુરવઠા સામે ખતરાનો અનુભવ કર્યો, તેમને ખોરાક સુરક્ષાનું મૂલ્ય સમજાયું. જ્યાં સામગ્રીને લગતા વિક્ષેપોના કારણે અર્થતંત્ર ધીમું પડ્યું, ત્યાં હવે આપણે ઉત્પાદકતાની સુરક્ષા જરૂરી છે તે વાત સમજીએ છીએ. તેને રાષ્ટ્રીય ખરીદી, મધ્યમ વર્ગની ચિંતા, દ્વિ-પરિભ્રમણ(dual circulation)ની આર્થિક નીતિ અથવા સ્વાવલંબન કહો; તેની મૂળભૂત સમજણ બદલાવાની નથી. અન્ય લોકોની કાર્યક્ષમતાએ સાનુકૂળ સમયમાં નફા-નુકસાનને લગતી બાબતોને મજબૂત બનાવી છે; પરંતુ, હવે પ્રતિકૂળ સમયમાં તેમની આ નીતિ વિશ્વાસપાત્ર નથી.

કોવિડના અનુભવની પ્રકૃતિ એવી હતી કે હવે પારદર્શિતાની લગતી ચિંતાઓ વધી છે. અપારદર્શિતા હવે અવગણવી શકાતી નથી; બાકીના વિશ્વ પર તેની ખરેખર અસરો છે. અછત અને વિક્ષેપનો સામનો કરવાનો અનુભવ પણ ખરાબ હતો, તે એટલો ખરાબ હતો કે તે દબાણનું એક પરિબળ બની ગયો હોત. આર્થિક વિક્ષેપોની કારણયુક્ત ચિંતાઓ પણ છે કે તે નવા જોખમો તરફ દોરી શકે છે. પરિણામે, વ્યૂહાત્મક સ્વાયત્તતા હવે વધુ આત્મનિર્ભરતા, મજબૂત ભાગીદારી અને વિકલ્પોની વિવિધતા તરીકે ચર્ચાઈ રહી છે, જેને બધા જ જોખમ ઘટાડવાના અખંડ ભાગ તરીકે જોવામાં આવે છે. આવનાર દિવસોમાં તેના ભૌગોલિક તથા આર્થિક પરિણામો આવી શકે છે.

વર્તણુંકને લાગતાં પાસાઓ પણ અસરકરતાં પરિબળો છે. તણાવના કારણે સ્વ-કેન્દ્રીકરણની વ્યાખ્યા સંકુચિત બની ગઈ છે અને સહિયારા પ્રયાસોની અવગણના થાય છે. કેટલાકે નીતિબોધ આપતાં આપતાં તેનું આચરણ પણ કર્યું; કેટલાકે તો સંપૂર્ણપણે નીતિબોધ આપવાનું જ બંધ કરી દીધું. અનાયાસે, સંસ્કૃતિ, હિતો અને મૂલ્યોની આંતરક્રિયાને લઈને અંતરદ્રષ્ટિ ઉદભવી. બહુવિધ સામાજો વિશ્વ સાથે વધુ જોડાયેલા રહ્યા અને તેમની વચ્ચે એકતા મજબૂત રીતે ટકી રહી. અને જેમણે વિશ્વને માત્ર બજાર તરીકે નહિ પણ પોતાના કાર્યક્ષેત્ર તરીકે જોયું, તેમણે વિશ્વ સાથે જોડાયેલા રહેવામાં જ વધારે રસ દાખવ્યો.

ગમે તેટલી પડકારરૂપ હોવા છતાં, આપણાં સમયની મૂળભૂત સત્યતાઓને નકારી શકાય તેમ નથી. આપણું વૈશ્વિકીકરણ ઊંડાણ ધરાવતું તથા વ્યાપક છે અને તે પ્રવૃત્તિઓ અને વ્યૂહરચનાઓને આકાર આપતું રહેશે. કોવિડ-19નું હાલનું સ્વરૂપ કેટલાક ખાસ જોખમો બહાર લાવ્યું છે. આપણી આગળની જવાબદારી એ છે કે તે જોખમને ઓછું કરીશું, સાથે સાથે અન્ય

હેતુઓ પણ પૂર્ણ કરીશું, જેમાં ઝડપી આર્થિક પુનરુત્થાન શામેલ છે.

દરેક ઉકેલ, જો કે, નવા પ્રશ્નો ઉભા કરે છે. જે ઘણાં પ્રકારના પ્રદાનને સક્ષમ બનાવી રહ્યું છે તેવું ડિજિટલ ક્ષેત્ર ગોપનીયતા અને સુરક્ષાના પ્રશ્નો ઉઠાવે છે. અને AIની વધતી જતી ટેકનોલોજી સાથે તેને વધારે વેગ મળ્યો છે. જેમ જેમ ઊર્જા, ગતિશીલતા અને પ્રત્યાયનના ક્ષેત્રે ક્રાંતિ આવતી ગઈ છે, તેમ તેમ નિર્ણાયક અને ઉભરતી ટેકનોલોજીઓ મહત્વપૂર્ણ બની રહી છે. નવી પુરવઠા શૃંખલા વૈશ્વિક અસુરક્ષાઓને વધારશે નહીં તે સુનિશ્ચિત કરવું ખુબજ મહત્વપૂર્ણ છે. ભારત માટે, આ યુએસ સાથે દ્વિપક્ષીય, જાપાન અને ઓસ્ટ્રેલિયા સાથે ત્રિપક્ષીય અને ક્વોડ (Quad) સાથે સમૂહમાં જોડાણનો વિષય છે. યુરોપીયન યુનિયન સાથે કરેલ પહેલની સમાંતર વ્યાપાર અને ટેકનોલોજી પરિષદની સાથે પણ પહેલ કરવાની કવાયત કરવામાં આવી હતી.

હવે એ સ્પષ્ટ છે કે કોવિડના અનુભવથી આવેલી સાવચેતી વિશ્વસનીય સહયોગના વિશાળ પડકારને કેન્દ્રમાં લાવી છે. સત્ય એ છે કે બજાર અર્થતંત્રો અને લોકશાહી સમાજો એક હદ સુધીનું આશ્વાસન આપે છે કે આંતરરાષ્ટ્રીય સમુદાય આવનારા સમયમાં મહત્વપૂર્ણ બનશે. આ વિચાર સાથે સાથે વધતી જતી સમજણ છે કે મુક્ત વ્યાપાર કરાર (FTA)ને લગતી પસંદગીઓ નીતિગત દિશાઓથી અલગ ન હોવી જોઈએ. સ્પષ્ટપણે કહીએ તો, તેનું મુખ્ય કારણ એ છે કે ભારતે જે હાંસિલ કરવું છે તે આ સમજણ થકી શક્ય છે, જરૂરી ભાગીદારી અને સંસાધનોનો પ્રવેશહક મેળવવામાં આપણે મહત્તમ રસ ધરાવીએ છીએ.

જોકે, ભારત પોતાના માટે થઈને આ પ્રક્રિયામાં નથી જોડાયું. કોવિડના આઘાતમાંથી હજુ સુધી બહાર નીકળી શક્યા ન હતાં તેવા વિકાસશીલ રાષ્ટ્રો માટે યુક્રેનના સંઘર્ષે આઘાતમાં વધારો કર્યો છે. વેપાર અને પ્રવાસનના વિક્ષેપના કારણે ખોરાક, ઈંધણ અને ખાતર અંગેના જોખમોમાં વધારો થયો. વિકાસશીલ રાષ્ટ્રોની ગંભીર પરિસ્થિતિ માટે વિકસિત રાષ્ટ્રોની અસંવેદનશીલતા અંગેની ચિંતાઓ વધી છે. જયારે અછત પોતાના શિખર પર હતી, ત્યારે ખુલ્લાં બજારો પર અટકળો કરવામાં આવતી, અને તેથી વેક્સિનની અસમાનતાનો અનુભવ ફરીવાર અન્ય ક્ષેત્રોમાં પણ થઈશકે છે તે વાતને લઈને ઘણા લોકોમાં ડર વ્યાપી ગયો.

આ સ્થિતિમાં, ભારતે તેના ઉત્પાદન ક્ષમતાની સાથે સાથે એકતા દર્શાવવાની જરૂર છે. અમુક અવરોધો હોવા છતાં, આપણે દક્ષિણની આર્થિક સુરક્ષાને આગળ વધારવાના મામલામાં આગેવાની લીધી છે. આ બાબતમાં ઉદાહરણરૂપ બની રહેવું તે પોતે એક મજબૂત સંદેશ છે. નાગરિકોના હિતો સાથે કોઈ પણ પ્રકારના સમાધાનનો અસ્વીકાર કરીને આપણે કોવિડ દરમ્યાન વિષમતાઓની સામે મક્કમપણે ઉભા રહ્યાં. ઉર્જા સુરક્ષા એ અલગ મામલો છે પરંતુ તદ્દન અલગ લડાઈ નથી, અને આપણા કાર્યનો પ્રભાવ દૂર સુધી પહોંચ્યો છે.

ચાલો, આપણે શું સામનો કરી રહ્યા છીએ તેનો વિચાર કરીએ. હાલની પરિસ્થિતિએ,

આઠમા દાયકામાં પહોંચેલ વિશ્વ વ્યવસ્થા સંપૂર્ણપણે વિકસિત થઈચુકી છે અને હવે બદલાવ માટે તૈયાર છે. વિશ્વ વ્યવસ્થા મહાન સત્તાઓની રાષ્ટ્રીય આશાઓ તેમજ વધુ સંતુલન અને બહુધ્રુવિયતાના સંયુક્ત પ્રભાવ દ્વારા સંચાલિત છે. જ્યાં સત્તા અને પ્રભાવની સંકલ્પનાઓને નવા અર્થ મળ્યા છે તેવા વધુ પરસ્પર આધારિત, ટેક્નોલોજી કેન્દ્રિત અને સરહદ વિહિન વિશ્વએ આ પરિસ્થતિ વધુ જટીલ બનાવી છે. આવું સંમિશ્રિત વિશ્વ હવે અનુભવી રહ્યું છે - એક મહામારી જે તમામ સ્મૃતિઓમાં મોખરે રહે છે; એક સંઘર્ષ જે હંમેશાથી સુખાકારીમાં રહેતા આખેઆખા ખંડને અસર કરે છે; અફઘાનિસ્તાન જેવા સંવેદનશીલ ક્ષેત્રમાં સત્તાને લઈને વ્યાપેલો શૂન્યાવકાશ તેમજ પશ્ચિમી એશિયા જેવા અસ્થિર ક્ષેત્રમાં જોવા મળેલ મોટા બદલાવ તથા સ્થિતિસ્થાપકતા. કેટલાક મુખ્ય સભ્યોએ તેમની દુર્દશા અંગેની જાગૃતિ વધારી છે જ્યારે અન્યોએ સત્તાનું પ્રતિપાદન કર્યું છે. સાચે જ બહુવિધ વ્યૂહાત્મક સ્પર્ધાઓનો આ નવો યુગ છે. પરિણામે, સર્વત્ર અસ્થિરતા વ્યાપેલી છે, અને તેનો અસરકારક રીતે સામનો કરવા માટે ભારત જેવા સંસ્કૃતિલક્ષી રાષ્ટ્રનું મનોબળ અને સાતત્યતા જરૂરી છે.

5

એક પરિવર્તનકારી દાયકો

મહાસત્તાનો શિલાન્યાસ

2015 માં, વડા પ્રધાન નરેન્દ્ર મોદીએ જાહેરમાં ભારતના મહાસત્તા બનવાના સ્વપ્નને વ્યક્ત કર્યું. જ્યારે ઘણા લોકોએ તેને માત્ર એક ઘોષણા ગણાવી હતી, તે હકીકતમાં એક આકાંક્ષાની અભિવ્યક્તિ હતી. ગયા દાયકામાં, આ હકીકત વધુ સ્પષ્ટ થઈ છે કે આ દિશામાં ગંભીરતાથી કામ થઈરહ્યું છે. 2023 માં ભારત મંડપમના ઉદ્ઘાટન સમયે, વડા પ્રધાને ત્રીજી સૌથી મોટી વૈશ્વિક આર્થિકતાના રૂપમાં ઉદ્ભવવા માટેની આ જ વિચાધારાને પુનરાવર્તિત કરી હતી. અને એક વર્ષ પહેલાં, પરંપરાથી વિપરીત, તેમણે એક કાર્યકાળ માટે નહીં પરંતુ સંપૂર્ણ યુગ માટે વિચારવાની અને આયોજન કરવાની જાહેર અપીલ કરી. તેને અમૃતકાળ તરીકે ઓળખાવવામાં આવ્યું હતું - એક પચીસ વર્ષની સમયસીમા જેના લક્ષ્ય તરીકે ભારતને વિકસિત રાષ્ટ્રના રૂપમાં ઉદય કરવું છે.

આ તમામ પ્રતીપાદનો પર વિદેશ નીતિનો પ્રભાવ છે, ખાસ કરીને કારણ કે તે વ્યાપક અભિપ્રાય તરીકે નહીં પણ નિશ્ચિત લક્ષ્યો અને ધ્યેય સાથે પ્રતિપાદિત થયા છે જેના માટે ભારત હવે વ્યૂહરચના તૈયાર કરી રહ્યું છે. ગયા દાયકાની સફળતાઓ દર્શાવે છે કે કેવી રીતે દ્રઢતાપૂર્વક

અને વ્યવસ્થિત રીતે વૈશ્વિક પદચિન્હો માટેના પાયા નાખવામાં આવ્યાં છે.

વડા પ્રધાન તરીકેના પહેલા જ દિવસે, નરેન્દ્ર મોદીએ દેશની વિદેશ નીતિ પર પોતાનો પ્રભાવ મૂક્યો. તેમણે 2014 માં પોતાની શપથવિધિ સમારંભમાં પાડોશી નેતાઓને આમંત્રણ આપીને રાજનૈતિક કલ્પનાશક્તિ દર્શાવી, આ એક એવું પગલું હતું કે જે પરંપરાગત વિચારધારાએ ક્યારેય વિચાર્યું પણ નહોતું. ત્યારબાદ, તે જ વર્ષે તેમની અમેરિકાની મુલાકાતે જાહેર રાજનીતિનો નવો પ્રકાર રજૂ કર્યો. પુરોગામીઓથી તદ્દન અલગ રીતે જનતા સુધી ઉત્કટતા અને વ્યાપ સાથે પહોંચી તેમણે ભારતીય પ્રયાસોમાં વધુ ઊર્જા નાખી છે. ગત વર્ષોમાં, વડાપ્રધાનશ્રી મોદીએ વિવિધ ભૌગોલિક વિસ્તારોમાં તેમજ ઉર્જાથી લઈને જળવાયું, આંતકવાદ વિરોધી વલણ થી લઈને જોડાણો જેવા વિવિધ ક્ષેત્રે નવીનતમ વિચારો અને અભિગમો પ્રતિપાદિત કર્યા છે. તેમણે મુખ્ય વૈશ્વિક મુદ્દાઓ પર સક્રિયતાથી કાર્ય કર્યું છે અને અવારનવાર સીધા પરિણામોને ઓપ આપ્યો છે.

તેઓ એવા વ્યક્તિ નથી જે માત્ર પોતાના સાંસ્કૃતિક વારસાના આધારે ચર્ચાઓ કરી, સંતોષ માની અને બેસી રહે. તેના જગ્યાએ, તેમણે વિદેશ નીતિને વધુ વ્યૂહાત્મક સ્પષ્ટતા, મજબૂત સંકલ્પનાનો આધાર, ઉન્નત પ્રવૃત્તિઓ અને ઉત્તમ પરિણામ આપ્યું છે. આ બાબત નજદીકી પડોશી દેશોની સાથેના સંવાદમાં અને દૂરના પડોશી દેશોની સક્રિયતામાં સ્પષ્ટ દેખાયું હતું. વિશ્વ વ્યવસ્થાના મૂલ્યાંકનમાં અને મોટી સત્તા-કેન્દ્રો સાથે મજબૂત સંબંધોના નિર્માણમાં પણ તે નજરે પડ્યું હતું. ત્યારબાદ, વિકસિત સત્તાઓ, પ્રદેશો અને ઉપપ્રદેશોના સંવર્ધન માટે આયોજનબદ્ધ પ્રયત્નો કરવામાં આવ્યા. આ સાથે જ વૈશ્વિક દક્ષિણના હિતોને જાહેરમાં સમર્થન પણ આપવામાં આવ્યું. ત્યાં ભારતીય પ્રોજેક્ટના પ્રદાન વિશાળ સુધાર જોવા મળ્યો, જે દેખીતી રીતે "નવા ભારત"નું પ્રતિક બન્યું. સર્વપ્રથમ પ્રતિક્રિયા આપનાર તરીકેની ક્ષમતાઓ અસરકારક રીતે દર્શાવવામાં આવી, જેમ કે વિદેશમાં આપણા નાગરિકોની તકલીફ સમયે દેખરેખ રાખવાની ક્ષમતા. નવીનતમ વ્યૂહાત્મક ખ્યાલો ઉદ્ભવ્યા, અને તેની સાથે સાથે નવા માળખા તેમજ સભ્યતાઓ પણ ઊભી થઇ.

આ તમામ પરિણામો ભારતની વર્તમાન વૈશ્વિક ઉંચાઈમાં દેખાયા. અન્ય પરિસ્થિતિઓમાં, કહી શકાય કે આ એક પરિવર્તનકારી દાયકો હતો. પરંતુ, નક્કી કરેલા મહત્ત્વાકાંક્ષી લક્ષ્યોને ધ્યાનમાં લેતા, હજુ સાચા પરિવર્તનોની બસ શરૂઆત જ થઈછે. હજુ લાંબી મંજલ કાપવાની બાકી છે.

***

રાષ્ટ્રો અને વ્યક્તિઓ શક્તિના પ્રદર્શન દ્વારા પરિપક્વ થાય છે. આ સંદર્ભે રામાયણમાં એક સંબંધિત પ્રસંગ આપેલ છે: જ્યારે રામ મિથિલાના રાજા જનકના દર્શન માટે જાય છે અને

ત્યાં તે શિવના ધનુષ્યને તાણે છે. આ એ અત્યંત શક્તિશાળી હથિયાર હતું, જે શિવે પોતે સલામત રાખવા માટે જનકના પૂર્વજ દેવરથને આપ્યું હતું, પરંતુ તે સમયે જનકને આત્મવિશ્વાસ ન હતો કે તે પોતાની લાગણીઓને નિયંત્રિત કરી શકશે. જનકે નક્કી કર્યું હતું કે તે માત્ર એ વ્યક્તિને જ પોતાની પુત્રી સીતાના લગ્ન માટે મંજૂરી આપશે જે આ ધનુષ્યને ઉઠાવીને તાણશે. આ યાત્રાની શરૂઆત તે પરાક્રમ સાથે થઈ હતી, જેના કારણે રામ અને સીતાનું લગ્ન નક્કી થયું અને રામનો ક્ષત્રિયોના જગતમાં પ્રવેશ થયો. તેમની ક્ષમતાની તરત જ પરીક્ષા થઈજ્યારે તેમનો આમનો સામનો પરશુરામની સાથે થયો, જે એક સન્યાસી હતાં અને ક્ષત્રીય સમાજ સામે અત્યંત વિરોધ દાખવતાં હતા. શિવધનુષ્યની સમક્ષ એવું વિશ્વકર્મા દ્વારા રચવામાં આવેલ વિષ્ણુના ધનુષ્યને તેમણે પકડ્યું અને તાણ્યું અને તેની સાથે જ રામ પરશુરામને માત આપવામાં સફળ થયા. આ માત્ર શરૂઆત હતી, અને તેમના પ્રત્યેક પગથિયા પર, ભગવાન રામે પડકારોનો સામનો કર્યો અને પોતાની જાતને સાબિત કરી.

મુખ્ય પડકારો અચાનક જ ઉભા થતાં નથી. મોટા ભાગે, મહત્વના પુરોગામી અનુભવોનો આ પડકારો પર પ્રભાવ હોય છે. આ જ વ્યક્તિઓનો અને સાથે સાથે રાષ્ટ્રોનો કુદરતી વિકાસ છે. રામના કિસ્સામાં, તેમની યાત્રાની શરૂઆત ત્યારે થઈજયારે ઋષીઓએ તેમના યજ્ઞમાં ભંગ પડાવતા રાક્ષસોના ત્રાસમાંથી છુટકારો અપવવા માટે ગુહાર લગાવી. સ્વાભાવિક રીતે દશરથ તેમને આવા જોખમોનો સામનો કરવા દેવામાં થોડા અચકાયા, અને ખૂબ જ ખચકાટ સાથે છેલ્લે તેમણે પોતાની સંમતિ આપી. આ પ્રકારની પ્રણાલીગત પ્રતિક્રિયા દરેક રાષ્ટ્રના કિસ્સામાં જોવા મળે છે જયારે તે નવા જોખમોનો સામનો કરવાનું હોય છે.

રામના મામલે, તેમણે પ્રથમ કામાશ્રમના જંગલમાં દાનવી તાટકાને હરાવી. સિદ્ધાશ્રમમાં તેમની આગામી મુઠભેડો વધુ ખતરનાક રાક્ષસો મારીચ અને સુબાહુ સાથે થઇ. એક પર વિજય હાંસિલ કરી અને બીજાને રાખમાં ફેરવી દીધો. પછી રામ અને લક્ષ્મણે ગૌતમ ઋષિના આશ્રમની તરફ પ્રયાણ કર્યું, જ્યાં શ્રાપિત એવી ઋષિ ગૌતમની પત્ની અહલ્યાને જીવંત કરવાનું રામના ભાગ્યમાં લખાયેલું હતું. ત્યારબાદ, બંને ભાઈઓ મિથિલા પહોંચ્યા જ્યાં રામે શિવના ધનુષ્ય સાથેનું પરાક્રમ કર્યું.

ભારત જેવા રાષ્ટ્ર માટે, અગ્રણી સત્તા બનવાની પ્રક્રિયામાં નદીઓ અને પર્વતોના પડકારો ઉભા થાય તે સહજ છે. કેટલાક સીધા પડકારો હોઈ શકે છે, જ્યારે અન્ય મોટી પરિસ્થિતિઓના પરિણામરૂપ હોઈ શકે છે. આવી પરિસ્થિતિઓનું પુનરાવર્તન પણ થઈશકે છે, જેમ કે ભગવાન રામનો ફરીથી રાક્ષસ મારીચ સાથે થયેલો અનુભવ. અંતમાં, સત્તાનો ઉદય એક ખંત, સહનશીલતા અને માનસિક બળની એક કવાયત છે. પ્રાચીનકાળની આ ઘટનાઓનો સાંપ્રત સમયના સંદર્ભમાં વિચાર કરતાં, પ્રતિષ્ઠા અને મક્કમતા સાથે ભારત તેના ઈન્ફ્રાસ્ટ્રક્ચરનું નિર્માણ, માનવ સંસાધનોમાં સુધાર, પ્રદેશીય પડકારોનો સામનો, ઊંડા શક્તિઓનો વિકાસ,

ન્યુક્લિયર વિકલ્પનો ઉપયોગ અને શાસન ગુણવત્તામાં સુધારો કરશે. તેના ઉદયના આગામી સ્તરે, ભારતે પોતાની દ્રષ્ટિ વિસ્તૃત કરવાની, સ્પર્ધકો વિશે વધુ જાગૃત બનવાની અને સમગ્ર રાષ્ટ્રીય શક્તિ મજબૂત કરવાની જરૂર છે.

***

નવી મંડળા

કોઈપણ મૂલ્યાંકનમાં, બદલાવની ભાવના દર્શાવવા માટે વ્યક્તિગત ઘટનાઓ અને પરિણામો તરફ ઈશારો કરવો સરળ છે. આ વ્યક્તિગત ઘટનાઓ જરૂરથી યોગ્યતા દર્શાવે છે, પરંતુ તે સમગ્ર વૃતાંત ન હોઈ શકે. કથાનકમાં આવતાં નાના મોટા વળાંકોની પ્રકૃતિ પણ તેવી જ છે; તેમનો ઉદેશ્ય મહત્વના પ્રવાહોની મહત્તા દર્શાવવાનો છે. ભારત જે હાંસિલ કરવાની કોશિશ કરી રહ્યું છે તેના વ્યાપને જોતા, તેના લક્ષ્યોની પ્રાપ્તિ માટે એક વ્યાપક અભિગમ અપેક્ષિત છે. ખરેખર, તે જ આ સમયગાળામાં ક્રમશ બહાર આવ્યું છે.

કેટલાંક બાબતોને ઉજાગર થવા માટે કોઈ એક અવસર આવશ્યક હતો, જેમકે 2015 માં મોરેશિયસની વડાપ્રધાનની મુલાકાત દરમિયાન થયેલી સાગર વ્યૂહરચના (SAGAR)ની ઉદઘોષણા. અન્ય કિસ્સાઓમાં, અગાઉની નીતિઓને વધારે કાર્યક્ષમ બનાવવા તેને હાલની વિદેશ નીતિ સાથે સંલગ્ન રાખીને પગલાં લેવામાં આવ્યાં, જેમ કે 2014ની શપથવિધિ સમારંભ પછી 'પાડોશી પ્રથમ નીતિનું' ઔપચારિકરણ થયું, અથવા, ASEAN તથા તેના જેવા અન્ય કિસ્સાઓમાં,'લૂક ઈસ્ટ' નીતિમાં કેટલા ઉમેરણ કરીને નવી નીતિ 'એક્ટ ઈસ્ટ'ને ઓપ આપવામાં આવ્યો.

પરંતુ કેટલાક સખત વ્યૂહાત્મક નિર્ણયો પણ લેવાયા, જેમકે ઈંડો-પેસિફિકના પ્રભાવના પ્રસાર માટેની પ્રતિબદ્ધતા વધી. ક્યારેક, નવી કવાયત શરૂ કરવા માટે વિશિષ્ટ ઘટનાઓ ઉભી કરવામાં આવી, ઉદાહરણ તરીકે ફોરમ ફોર ઈન્ડિયા-પેસિફિક આઈલેન્ડ્સ કોપરેશન (FIPIC) શિખરો. તો ક્યારેક, ચોક્કસ પરિસ્થિતિઓ ગર્ભિત વિચારોને બહાર લાવી, જેમકે કોવિડ અને યુક્રેન સંઘર્ષના પરિણામ રૂપ ગ્લોબલ સાઉથ સમિટના પ્રભાવમાં વધારો થયો. એક દાયકો પૂર્ણ થવા આવ્યો છે ત્યારે, કુલ વ્યૂહરચના પહેલા કરતાં વધારે સ્પષ્ટ થઈ ગઈ છે. છુટા છવાયા બિંદુઓ અર્થપૂર્ણ રીતે રેખામાં જોડાયા છે, અને સામાન્ય હિતના સમકેન્દ્રીય વર્તુળો પણ રચાયા છે.

તો પછી આજે ભારતની દુનિયા વિશેની વિચારસરણીને ભારપૂર્વક પ્રદર્શિત કરતી મંડળા શું છે? એ સ્પષ્ટ છે કે તેના કેન્દ્રમાં મોટે ભાગે મોદીની 2014ની શપથવિધિ સમારંભમાં સૌનું ધ્યાન ખેંચ્યું હતું તેવા નજદીકના પડોશી રાષ્ટ્રો છે. અહીં મુખ્ય અભિગમ એ છે કે ભારત તેના

મોટા આકાર, સ્થાન અને વધતી જતી આર્થિક તાકતના કારણે ઉપમહાદ્વીપમાં અનોખું સ્થાન ધરાવે છે તે વિચારના પુષ્ટીકરણથી શરૂઆત કરવી. ભારતની ફરતે આવેલો આસપાસનો વિસ્તાર સ્થિર, સુરક્ષિત અને સંવેદનશીલ રહે તે સ્પષ્ટપણે ભારતના હિતમાં છે. અને આ સ્પર્ધાત્મક દુનિયામાં તે સુનિશ્ચિત કરવા માટે વિશાળ પ્રદેશને ટેકો આપવો અને સંકુલ ભૂગોળને વધુ સંકળાયેલ બનાવતા જોડાણો, સહકાર અને સંપર્કોમાં રોકાણ કરવું ખૂબ જ જરૂરી છે. આ દિશામાં ઈતિહાસ, સમાજશાસ્ત્ર અને અર્થશાસ્ત્રને લગતા મોટા પડકારોનો સામનો કરવો પડશે. જેને વ્યવસ્થિત કરવાની જરૂર છે તેવી 'પાડોશી પ્રથમ' નીતિનો મુખ્ય ઉદ્દેશ્ય એ છે કે ભારત તેના નજદીકના પાડોશીઓને ગાઢ જોડાણોના ફાયદાઓ સમજાવે અને પછી વાસ્તવમાં તેને હાંસિલ કવાની દિશામાં આગળ વધે. અને આજ બધું આપણે મૂળરૂપે 2014 પછીથી અમલી થતાં જોયું છે.

આજે, આપણે એક અલગ જ દૃશ્ય જોઈ રહ્યાં છીએ, જ્યાં સીમાપાર પ્રેષણ સંકલન (ટ્રાન્સ-બોર્ડર ટ્રાન્સમીશન ગ્રીડ), ઇંધણ પાઈપલાઈનો, સડક, રેલવે તથા જળમાર્ગો, અને સહજ સરહદ પાર કરવી આપણા સમય માટેની વિશિષ્ટતા બની ગઈ છે. આ બધું જ એકબીજાની ક્ષમતાઓના યોગ્ય ઉપયોગ પર આધારિત છે, પછી તે માલની હેરફેર હોય, બંદરો કે પછી વીજ ઉત્પાદન હોય. આજ પરિસ્થતિએ સમગ્ર પ્રદેશને મોટા પાયે અને વધુ કાર્યક્ષમતા દ્વારા લાભાન્વિત કર્યું છે. 'પડોશી પ્રથમ' નીતિની ખરેખર કસોટી શ્રીલંકાના આર્થિક સંકટ દરમિયાન થઈઅને ભારતની ઝડપી પ્રતિક્રિયાએ તેના વલણની વિશ્વસનીયતામાં ચોક્કસપણે વધારો કર્યો.

આપણી બીજી પ્રાથમિકતા પાડોશી રાષ્ટ્રો સાથેના સંબંધોનું વિસ્તૃતિકરણ છે. દરેક દિશામાં, મોદી સરકારે અત્યાર સુધીમાં એક જટિલ પ્રતિબદ્ધતા યોજનાનું નિર્માણ કર્યું છે. ASE-AN અને પેસિફિક રાષ્ટ્રોના મામલે, સહકારની પ્રક્રિયામાં જે સુધાર લાવવામાં આવ્યો છે તે સુરક્ષા, વિકાસ અને ડિજિટલ જેવા ક્ષેત્રોમાં પ્રદર્શિત થાય છે. પરિણામે, 'એક્ટ ઈસ્ટ' નીતિ માત્ર દક્ષિણપૂર્વ એશિયામાં ભારતની ઉપસ્થિતિને ગહન નથી કરતી, પરંતુ તે પેસિફિક તથા અન્ય પ્રદેશોને પ્રક્ષેપણ માટે એક મંચ પુરું પાડે છે.

અખાતની વાત કરીએ તો, 'લિંક વેસ્ટ' અભિગમે વિવિધ ક્ષેત્રોમાં પ્રવૃત્તિઓની અભૂતપૂર્વ મહત્તા જોઈ છે. ખાસ કરીને UAE સાથેના સંબંધોએ પ્રગતિની ગતિને વેગ આપવામાં મદદ કરી છે. અન્ય રાષ્ટ્રો સ્પર્ધા માટે સખત પ્રયાસ કરતા હોવાથી ભારતને સ્પષ્ટ રીતે લાભ મળશે. શરૂઆતમાં અખાત અંગેની આપણી દૂરદર્શિતા માત્ર ઉર્જા અને શ્રમ સુધી મર્યાદિત હતી, તે હવે તકનીક, શિક્ષણ, નવીનતા, રોકાણ અને સુરક્ષા સુધી વિસ્તરી છે. ઉર્જા જેવા પરંપરાગત ક્ષેત્રોએ પણ વ્યાપક ભારતીય ભાગીદારી જોઈ છે. આટલું જ નહીં, અખાત એ આફ્રિકા સાથેના આપણા ગહન જોડાણ માટે એક સેતુ તરીકે ઉપયોગી બની રહે છે.

દક્ષિણમાં, સાગર (SAGAR) દ્રષ્ટિકોણ આપણા સમુદ્રી પડોશીઓને એકીકૃત રીતે જોડે છે.

શ્રીલંકા અને માલદિવ જેવા કેટલાક દેશો 'પાડોશી પ્રથમ' નીતિ અંતર્ગત ભારત સાથે જોડાયેલા છે. પરંતુ અન્ય રાષ્ટ્રો એ બાબત ધ્યાનમાં લે છે કે ભારત તેના પડોશી રાષ્ટ્રોને વધારે કેન્દ્રમાં રાખી વધારે સંસાધનો પુરા પાડવામાટે તૈયારી બતાવી રહ્યું છે. મોરેશિયસ સાથેની આપણી વિકાસને લગતી ભાગીદારી આ સંદર્ભમાં આદર્શ રૂપે ઉભરી આવી છે. સમુદ્રી સહકારને આધાર બનાવીને આદર્શ રૂપે સુરક્ષા પરિષદની સ્થાપના થઈ છે જે વધુ સહકારી વિચારધારાને પ્રોત્સાહિત કરે છે.

ઉત્તરમાં, 'મધ્ય એશિયા સાથેનું જોડાણ' (કનેક્ટ સેન્ટ્રલ એશિયા) નીતિ એ ઉખાણાંનો છેલ્લો ભાગ છે જે સાંસ્કૃતિક રીતે અનુકૂળ ભાગીદારો સાથે વધુ વ્યવસ્થિત જોડાણો બનાવે છે. અહીં, મુખ્ય ઉદેશ્ય વધુ જોડાણ, ડી-રેડિકલાઇઝેશન અને વિકાસ છે. આ રાષ્ટ્રોમાંના ઘણાંખરા રાષ્ટ્રોને ભાર એક વિકલ્પ પ્રદાન કરે છે જે તેમની સમગ્ર પરિસ્થિતિને મજબૂત બનાવે છે.

સ્પષ્ટ છે કે ભારત પોતાની બહુવિધ શોધખોળમાં કેટલું સરળતાથી આગળ વધી રહ્યું છે તે અગ્રણી સત્તાઓ સાથેના તેના સંબંધોની પ્રકૃતિ પર આધાર રાખે છે. કેટલાક કિસ્સાઓમાં, સમગ્ર યુરોપના કેટલાક સભ્ય રાષ્ટ્રોને વ્યક્તિગત રીતે જોડવાની પણ જરૂર છે. તેમાંના ઘણા આ પ્રક્રિયાને સુગમ બનાવવાની ક્ષમતા ધરાવે છે; તો કેટલાક તે અવરોધિત કરવાની ક્ષમતા પણ ધરાવે છે. સ્વાભાવિક રીતે, આ સંદર્ભમાં એક શ્રેષ્ઠ મિશ્રણનું સર્જન કરવાની દિશામાં આપણા સતત પ્રયાસો રહ્યાં છે. અને આ હંમેશા મધ્યમ માર્ગ પર રહીને અથવા મુશ્કેલ સમસ્યાઓથી દૂર રહીને કરી શકાય તેમ નથી. સ્પષ્ટપણે, સાવચેતી અને ધીરજ બન્ને જરૂરી છે. પરંતુ તે સમજી લેવું વધુ મહત્વપૂર્ણ છે કે કયો સંબંધ કયા મુદ્દાઓના સંદર્ભમાં આપણા હિતમાં શ્રેષ્ઠ રહેશે. પરિણામે, આધુનિક રાજનીતિ સીધી રેખા જેવી નથી લગતી, અને ઘણી વખત દેખીતી રીતે તે વાંકી ચુકી રેખાઓ તરીકે ઉભરી આવે છે. પરંતુ તેની અસરકારકતાની ખરેખર કસોટી એ છે કે તે વિશ્વ વ્યવસ્થાની આ સ્પર્ધામાં ભારતને આગળ લાવી શકે છે કે કેમ. અને તેથી, નીતિની અધિકૃતતા તેમજ પ્રવાહની સુધારણા તેમ બંનેમાં જ્યાં જરૂર ઉભી થાય ત્યાં આવા નિયતકાલિક મૂલ્યાંકન મહત્તા ધારણ કરે છે.

વૈશ્વિક પદચિહ્ન માટે તૈયાર થવાનો એક જરૂરી ભાગ છે ક્રિયાપ્રતિક્રિયાની વ્યાપકતાનું વિસ્તૃતિકરણ. સત્ય તો એ છે કે ઘણા મોટા રાષ્ટ્રો ઘણા વર્ષોથી ભારત સાથે ઉપલક્રિયું જોડાણ ધરાવે છે. આજેપણ, કેટલાક રાષ્ટ્રો છે જે પોતાના ઈતિહાસમાં પ્રથમ વખત ભારતીય વિદેશ મંત્રીને પોતાના દેશમા આમંત્રિત કાર્ય હોય. આ સમજણ કેળવીને, છેલ્લા દાયકામાં આપણે વૈશ્વિક રાજકારણના વ્યવસ્થાપન માટે વધુ અસરકારક રીતો શોધવા પર ધ્યાન કેન્દ્રિત કરવાના પ્રયાસો કરી રહ્યાં છીએ.

હાલની પદ્ધતિમાં સક્રિય ભાગીદારી અને નવી પદ્ધતિની શોધ આ પડકારનો સામનો કરવા માટે મદદરૂપ બને છે. ઈન્ડો-પેસિફિકમાં ક્વોડ (Quad) અને ફિપીક (FIPIC), પશ્ચિમ એશિયામાં

I2U2, અને યુરોપમાં ઈન્ડિયા-નોર્ડિક સમિટ, આ તમામ ઉચ્ચ સ્તરીય યોગ્ય ઉદાહરણો છે. આ યાદીમાં સૌથી નવી પહેલ IMEC છે. આ ઉપરાંત ASEAN, EU, આફ્રિકા અને BRICS સાથેના જોડાણો પણ સતત ગતિએ ચાલુ રહ્યાં છે. પરંતુ આ દફતરી સ્તરે મધ્ય યુરોપ, કેરિબિયન અને મધ્ય અમેરિકા સાથેના ઢાંચા દ્વારા પણ પૂરક છે. યુરોપ અને બાકીના એશિયા સાથે, આપણે આફ્રિકા અને લેટિન અમેરિકા જેવા વિસ્તૃત ભૌગોલિક વિસ્તારો સાથે વધુ ઉદ્દેશ્યપૂર્ણ રીતે સંબંધ બાંધી શકીએ છીએ. ખાસ કરીને આફ્રિકામાં નવો દુતાવાસ ખોલવાનું આ જ પ્રયત્નનો એક ભાગ છે.

વિદેશી દેશોમાં ભારતીય વ્યાપારના રોકાણ, વેપાર અને પ્રોજેક્ટ્સમાં વૃદ્ધિ એક મહત્વપૂર્ણ શક્તિનું સ્રોત છે. ભારત આજે આફ્રિકા અને લેટિન અમેરિકાના ઘણા દેશોના ટોચના પાંચ આર્થિક ભાગીદારોમાં સ્થાન ધરાવે છે. આપણા વ્યાવસાયિકોના વિદેશમાં સ્થળાંતર આપણા ઘણા બધાં સંબંધોમાં એક વધારાનું સ્તર ઉમેરવાનું કાર્ય કરી રહ્યાં છે. તેજ રીતે, 78 વિકાશશીલ દેશોમાં ગ્રાન્ટ અને સુલભ લોન દ્વારા સમર્થિત વિવિધ વિકાસ પ્રોજેક્ટ્સ સ્થાનિક જરૂરિયાત માટેના ઉકેલ તેમજ ક્ષમતાને પ્રદર્શિત કરે છે. આપણી રાષ્ટ્રીય છાપની સાથે સાથે, વાસ્તવમાં વિવિધ રૂપે પ્રદર્શિત થતી આપણી ઉપસ્થિતિ જ ભારતને દૂરનાં સમાજોના મનમાં અસરકારક રીતે સ્થાપિત કરી રહી છે.

સ્થળલક્ષી મંડળની સાથે સાથે એક પ્રત્યયાત્મક મંડળ પણ છે. ભારતીય વિદેશ નીતિ આજે પ્રાથમિકતાઓ નિર્ધારિત કરવા અને પસંદગીઓ નિશ્ચિત કરવામાં રાષ્ટ્રીય સુરક્ષાની મહત્તાનું વધુ સ્પષ્ટપણે પુષ્ટિકરણ કરે છે. પરંતુ સુરક્ષા પોતે જ વિશાળ અને ઊંડા અર્થમાં સમજાય છે. 'આત્મનિર્ભર ભારત અભિયાન' તથા 'મેક ઈન ઈન્ડિયા' એ આર્થિક સંરક્ષણવાદ નથી કે પછી નથી તે રાજકીય સૂત્રો. ખરેખર, તેઓ રાષ્ટ્રને અગ્રણી સત્તા બનાવવાની દિશામાં જરૂરી એવા પ્રયાસો છે. ટેકનોલોજિકલ સુરક્ષાની સાથે સાથે આર્થિક સુરક્ષા પણ તેટલી જ જરૂરી છે.

તેની સૌથી વધારે સ્પષ્ટ અભિવ્યક્તિ ડિજિટલ ક્ષેત્ર છે, જોકે તે એકમાત્ર નથી. ભારતનું લક્ષ autarky (સ્વાવલંબન) તરફ સૂચકને આગળ ધકેલવાનું નથી, પરંતુ તેના બદલે વૈશ્વિક સ્તરે વધુ સક્રિય સભ્ય બનવા માટેની ક્ષમતા કેળવવાનું છે. મજબૂત અને વિશ્વસનીય પુરવઠા શૃંખલાની માંગ એ એક તક છે જે યોગ્ય નીતિઓ સાથે અન્વેષણ કરી શકાય છે. તે જ રીતે, જ્ઞાન અર્થતંત્ર એ તેની એક મોટી તક છે, અને પારદર્શક અને વિશ્વસનીય ડેટા પ્રવાહો ભારતને મૂલ્ય પ્રધાન કરે છે, તે બાબતની પ્રસંશા થવી જોઈએ. વૈશ્વિક અર્થતંત્રમાં વધુ વ્યાપક રીતે ભાગ લેવા માટે માત્ર સારી તૈયારી અને યોગ્ય દ્રષ્ટિકોણ જ નહીં પરંતુ યોગ્ય માનવીય સંસાધનો પણ જરૂરી છે.

હવે જેટલાં સ્ટાર્ટ-અપ્સ અને નવોત્થાન દ્વારા ભારતીય પ્રતિભાને પ્રોત્સાહન આપવાના

પ્રયત્નો મહત્વના છે તેટલું જ મહત્વનું છે તેમને આધુનિક સમય માટે કુશળ બનાવવા માટેનું જરૂરી રોકાણ. આ માત્ર આર્થિક કે સામાજિક પહેલ જ નથી, પરંતુ આંતરરાષ્ટ્રીય સંબંધો માટે ઊંડા અર્થવાળા વ્યૂહાત્મક પગલાં છે. આપણે ભૂલવું જોઈએ નહિ કે ભારત-અમેરિકા વચ્ચેના બદલાયેલા સંબંધનો એક મહત્વપૂર્ણ ચલક એ H1B વિઝા પ્રવાહ હતો. સ્થાનિક કક્ષાએ લોકોની વધતી આવશ્યકતાઓને પૂરી પાડવી અને વિદેશમાં મહત્ત્વાકાંક્ષાઓને સમજવી આ બંને એક સિક્કાની બે બાજુઓ છે.

ભારતની કહાની

જ્યાં વિશ્વ સાથે સંકળાવવાની રીત વધુ ધ્યાને લેવામાં આવે છે, ત્યાં આ જોડાણોની અસરકારકતાનું મૂલ્યાંકન વાસ્તવમાં હવે દુનિયા આપણને કેવી રીતે જુએ છે તેના આધારે થશે. તેથી, ભારતની બદલાતી વિદેશને લગતી ધારણાઓ પર ચિંતન કરવું યોગ્ય છે. તેમાં ઘણાંખરા અંશે રાષ્ટ્રની આર્થિક અને ટેકનોલોજીકલ પ્રગતિ કેન્દ્રમાં છે. આપણે ઘણા વર્ષોથી વિશ્વ માટે એક પૂરક શક્તિ સ્ત્રોત (બેક ઓફિસ) તરીકે જોવાયા, પરંતુ ભારત હવે તે મર્યાદિત છબીથી ઘણું આગળ વધ્યું છે. જ્ઞાન અર્થતંત્રે આપણને ઘણા અર્થતંત્રો માટે મહત્વપૂર્ણ ટેકનોલોજીના ભાગીદાર બનાવ્યા છે. હવે સંરક્ષણ ઉત્પાદન અને અર્ધવાહકો જેવા જટિલ ક્ષેત્રોમાં સહકારની ચર્ચા થઈ રહી છે. આપણા ઈન્ફ્રાસ્ટ્રક્ચરમાં થયેલ સુધારાની સાથે સાથે આપણે ત્યાં વ્યાપાર કરવાની સુગમતા ના કારણે, આપણે વિદેશી સીધા રોકાણ (FDI) માટે સૌથી મોટું સ્થળ બન્યા છીએ. કોવિડના અનુભવે આપણને 'વિશ્વની ફાર્મસી' તરીકે સ્થાપિત કર્યું. ભારતે કોવિડ પરિસ્થિતિને ખૂબ સારી રીતે સંભાળી છે અને વ્યાપક પ્રમાણમાં તેની સરાહના થઈ છે, પરંતુ આર્થિક ઉછાળને વધારે મહત્વપૂર્ણ ઘટના તરીકે જોવામાં આવે છે.

વિદેશમાં ચર્ચાતા ભારતના કિસ્સાઓમાં સૌથી મોટો હિસ્સો સુધારેલ શાસન સાથે જોડાયેલો છે. આટલા વિશાળ પાયે ડિજિટલ ડિલિવરી એક ખાસ આકર્ષણ છે. સસ્ટેનેબલ ડેવલપમેન્ટ ગોલ્સ (SDG) ક્ષેત્રે થયેલ પ્રગતિની વાતો હમેશાં ગતિશીલ એવા સમાજની ચેતનાને વધારે મોટા ફલક પર પ્રદર્શિત કરે છે. આ સમગ્ર આલેખન ઘણાં નાના નાના ઘટકોથી સર્જાયેલ છે, જેમાં કેન્સર વેક્સિન અને હેલ્થ ઈન્ડસ્ટ્રીથી લઈને 5G સ્ટેક અને સ્પેસ લૉન્ચ સુધી, અથવા શૈક્ષણિક બ્રાન્ડિંગ કે પછી 'મેક ઇન ઈન્ડિયા'ના પરિણામો જેવાં તમામ ઘટકોનો સમાવેશ થાય છે. G20ની અધ્યક્ષતાએ પણ નીતિ-નિર્ધારકો અને પ્રભાવક વર્ગોને ઈન્ફ્રાસ્ટ્રક્ચર સુધારણા અને શાસન પ્રગતિથી વાકેફ કરાવ્યા છે. વિતરણ પર મુકવામાં આવતો ભાર વધુ અસરકારક રીતે વિદેશમાં ચાલતાં પ્રોજેક્ટના અમલીકરણ પ્રત્યેની પ્રતિબદ્ધતાઓ તરફ દોરી ગયો છે. અંદાજપત્રોને સંકુલિત કરવાની પ્રક્રિયા દરમિયાન જે પ્રકારે કાળજી લેવાય છે તે ફરીથી સાબિત કરે છે કે રાજનીતિ કેવી નાની નાની વિગતો પર વધારે ધ્યાન કેન્દ્રિત કરવાની કળા છે. સફળ

ડાયસ્પોરા ચોક્કસપણે આ સકારાત્મક દ્રષ્ટિકોણને વધારવાનો પ્રયાસ કરે છે.

ત્યાં નેતૃત્વના પરિબળો અને નિર્ણય લેવાની બાબતો પણ મહત્વની છે. આમ જોવા જઈએ તો, ભારત પ્રાથમિકતાઓ નક્કી કરી શકે અને વધુ સારી રીતે આયોજન કરી શકે તે માટે વધારે ગહન વ્યૂહાત્મક સ્પષ્ટતાએ તેને સક્ષમ બનાવ્યું છે. "પાડોશ પ્રથમ" નીતિ અને વાસ્તવિકતામાં તેના અમલીકરણ માટેની ગંભીરતા તેનું એક ઉચ્ચ કોટિનું ઉદાહરણ છે. સામાન્ય રીતે પશ્ચિમ સાથેના અને વિશેષ રીતે અમેરિકાની સાથેના ઇતિહાસને લાગતી અસમંજસને દૂર કરવી તે અન્ય ઉદાહરણ છે. અહીં પણ, ભારતે પ્રશાસનમાં થતા ફેરફારોને તેના લક્ષ્યોને મેળવવાની પ્રક્રિયામાં વિઘ્ન બનવા દીધું નથી. તે જ સમયે, તે સુનિશ્ચિત કરે છે કે અન્ય સંતુલનો પણ જાળવવામાં આવે જેથી આ એક સરળ પ્રયત્ન બની રહે.

વ્યૂહાત્મક સ્પષ્ટતાને વ્યૂહાત્મક સંચાર સાથે પણ જોડવામાં આવ્યું છે. ભારતના હિતો અને ઉદેશ્યોને યોગ્ય ફોરમમાં સતત સંદેશવામાં આવ્યા છે તેમજ તેમને બદલાતી પરિસ્થિતિઓને અનુરૂપ કરવામાં આવ્યાં છે. આ હિતો અને ઉદેશ્યો ઇન્ડો-પેસિફિક, મહત્વની ટેકનોલોજીઓ, કોવિડ સંબંધિત જરૂરિયાતો અથવા યુક્રેન સંઘર્ષ વિશે હોઈ શકે. ભાગીદારોને આપણા વિચારો વિશે કોઈ ગૂંચવણ નથી કે આપણા ઉદેશ્યો વિશે કોઈ શંકા પણ નથી. એક મજબૂત સ્વતંત્ર અભિગમ ભારતને વધુ બહુધ્રુવીય અને વિભાજીત વિશ્વમાં અસરકારક રીતે દિશાદર્શક બનાવવામાં મદદરૂપ થયો છે.

વધુમાં, વૈશ્વિક મુદ્દાઓ જેવા કે જળવાયું પરિવર્તન માટેના પગલાં, મહામારી, આતંકવાદ અને ડિજિટલ ઈન્ફ્રાસ્ટ્રક્ચર જેવા વૈશ્વિક મુદ્દાઓને આકાર આપવા માટે પણ સભાન પ્રયત્નો કરવામાં આવી રહ્યા છે, અને પછી તે સૌર ઉર્જા હોય, આપતીઓ સામે પ્રતિકાર હોય, ટકાઉ જીવનશૈલી, ખાદ્ય સુરક્ષા કે પછી સુખાકારી હોય, આ તમામને લગતી વિચારધારાને મજબૂત બનાવવામાં આવી રહી છે. ભારતીય પરંપરાઓ, ઇતિહાસ અને સંસ્કૃતિને વૈશ્વિક મંચ પર વધારે સ્પષ્ટ રીતે પ્રદર્શિત કરીને આ પ્રયાસોને સમર્થન આપવામાં આવ્યું છે.

નવું ભારત એ સ્થાનિક કક્ષાએ પ્રતિપાદિત થતો મજબૂત સંદેશ હોઈ શકે છે; તેમજ, વિદેશમાં નવું ભારત એક નવી છબી છે. વિશ્વ જે રીતે ભારતને જુએ છે તેમ તે માત્ર એક વધુ શક્તિશાળી અને સક્ષમ રાષ્ટ્ર જ નથી; પરંતુ, તે વધુ અધિકૃત અને સહભાગી છે, જે તેના રાષ્ટ્રવાદી ભાવ સાથે જેટલું સહજ છે તેટલું જ સહજ તેના તેના આંતરરાષ્ટ્રીય યોગદાન સાથે પણ છે.

ભારત સાથે જોડાવવામાં વધતો જતો રસ આજે અનેક ક્ષેત્રોમાં દૃશ્યમાન છે. જ્યારે ટેક્નોલોજી અને અર્થતંત્રના મુદ્દાઓની વાત હોય ત્યારે વિશ્વસનીય ઉત્પાદનને લગતા પડકારના સંદર્ભમાં આપણી પ્રસ્તુતાને લઈને બહોળી રામજ વ્યાપેલી છે. તેનું મુખ્ય કારણ છે કે આ તમામ

પ્રક્રિયાઓ વ્યાપક રીતે માહિતી પ્રધાન બની ગઈ છે. તેનું એક મહત્વનું પાસું છે આપણી રાજકીય અને સામાજિક લક્ષણોમાંથી ઉત્પન્ન થતી વિશ્વસનીયતા. આખરે, એ સ્પષ્ટ છે કે આપણે એક રાજકીય લોકશાહી, બહુમુખી સમાજ અને બજાર અર્થતંત્ર છીએ.

વૈશ્વિક વસ્તી અને માંગણી વચ્ચે વધતી જતી અસંગતતા વધુ ટેકનોલોજી સંચાલિત યુગમાં આંતરરાષ્ટ્રીય અર્થતંત્ર માટે આપણા માનવ સંસાધનોને મૂલ્યવાન બનાવે છે. યુરોપિયન યુનિયન સાથે 'વ્યાપાર અને ટેક્નોલોજી પરિષદ'ની સ્થાપના આ બાબતે દિશાસૂચક છે. આ મોરચે અમેરિકા સાથે, અને ખરેખર અન્ય બે ક્વોડ (Quad)ભાગીદારો સાથે પણ વધુ પ્રગતિ થઈ છે.

વૈશ્વિક સમુદાય, ખાસ કરીને ઇન્ડો-પેસિફિક,ની સ્થિરતા અને સુરક્ષામાં આપણું યોગદાન એક અલગ પરિમાણ છે. તે જ સમયે, ભારત BRICS અને 'શાંઘાઈ સહયોગ સંગઠન' (SCO) જેવા ફોરમમાં મૂલ્યવાન ભાગીદાર છે. આપણું સ્વતંત્ર વલણ હંમેશા રહ્યું છે કે કોઈ પણ વિસંવાદની નાબૂદી અથવા તેના ઉકેલ માટેની ભાગીદારી માટે આપણે તત્પરતા દાખવીએ. કોવિડ સહાયતા, ડિજિટલ ડિલિવરી અને વિકાસ પ્રોજેક્ટ્સના સંયોજનને કારણે ગ્લોબલ સાઉથમાં એક ઊંડો સમર્થક વર્ગ ઊભો થયો છે. વિકાસશીલ વિશ્વના લોકો માટે આ વાત નવી નથી કે આપણે ગ્લોબલ સાઉથ શિખરના મજબૂત આવાજ બનીને G20 અધ્યક્ષતાની શરૂઆત કરી હતી. તેમજ, AUના G20 સભ્યપદને આપણે સમર્થન આપ્યું હતું.

છેલ્લા દાયકામાં એ સબળ રીતે સાબિત થયું છે કે ભારતીય વિકાસ ખરેખર માંગ-સંચાલિત છે અને તેની પાછળ અન્ય કોઈ પણ છુપો ઉદેશ્ય નથી. ખરેખર, વૈશ્વિક રાજનીતિના મોટા વિસંવાદોને કાબુમાં રાખવાની ભારતની ક્ષમતા તેના વૈશ્વિક સ્તરનો એક ભાગ છે.

મોદી-યુગની રાજનીતિનું ડિકોડિંગ:

અત્યાર સુધી આપણે જોયું કે ભારતે દુનિયા સાથે કેવી અલગ રીતે વ્યવહાર કર્યો છે અને તેના બદલામાં કેવી રીતે ભારત વિશે વૈશ્વિક દ્રષ્ટિ ઉદ્ભવી. તેમ છતાં, જો આપણે વિદેશ નીતિ વિશેની સમજણમાં આવેલા ફેરફારની પૂરતી નોંધ લેતા નથી, તો આપણી પ્રશંસા ખરેખર અધૂરી રહે છે. તે એક નજરે પ્રાધાન્યતાની ફેરબદલી જેવું લાગશે, પણ તે તેનાથી કંઇક વધારે છે.

વિદેશ નીતિને હવે રાષ્ટ્રીય વિકાસ અને આધુનિકીકરણને ઝડપી બનાવવા માટેના એક સીધા સાધન તરીકે જોવામાં આવે છે. ટેકનોલોજી, મૂડી અને શ્રેષ્ઠ પ્રથાઓનો પ્રવાહ તેના પછીના મુખ્ય મુદ્દા છે. દુનિયાને આકર્ષવું એટલે રોકાણકારોને ભરપૂર પ્રોત્સાહન આપવું, ખાસ કરીને વેપાર કરવાની સુગમતા આપવી. આ રોકાણકારો સાથેનું પ્રત્યાયન તેટલું જ વારંવાર થાય છે જેટલું ટેકનોલોજી પ્રદાતા અને વિવિધ ક્ષેત્રોમાં ઉચ્ચ સિદ્ધિઓ હાંસિલ કરનારાઓ સાથે થાય

છે. 'આત્મનિર્ભર ભારત અભિયાન' અને 'મેક ઇન ઇન્ડિયા' એક માળખું પ્રદાન કરે છે જે આવા પ્રયત્નોને સુલભ બનાવે છે, અને જેને ઉત્પાદન ક્ષેત્રમાં 'ઉત્પાદન-લિંક્ડ પ્રોત્સાહન (PLI)' અથવા ઈન્ફ્રાસ્ટ્રક્ચરના ક્ષેત્રમાં 'ગતિ શક્તિ' જેવી પહેલ દ્વારા ટેકો આપવામાં આવે છે.

યુએસમાં બેટરી સ્ટોરેજની સુવિધા, દક્ષિણ કોરિયામાં નદીની સફાઈ, જાપાનમાં બુલેટ ટ્રેન, સિંગાપોરમાં કૌશલ્ય વિકાસ, અથવા જર્મનીમાં રેલવે સ્ટેશનના સંદર્ભમાં વડાપ્રધાનશ્રીનો વિદેશ પ્રવાસ ટેક્નોલોજી અને શ્રેષ્ઠ પ્રથાઓની શોધને સ્પષ્ટપણે દર્શાવે છે. આ પ્રકારનું વલણ જ્યારે બહાર લાગુ કરવામાં આવ્યું હતું, તે સમયે ભારતની સુધારેલી ક્ષમતાઓ દર્શાવતા પ્રોજેક્ટ્સ, પેદાશ અને સેવાઓની નિકાસ પણ જોવા મળી. આમાં દક્ષિણ એશિયા, આફ્રિકા અને લેટિન અમેરિકા સુધી વિસ્તરતી વિવિધ ઈન્ફ્રાસ્ટ્રક્ચર, જોડાણો અને જાહેર સુવિધાઓનો સમાવેશ થાય છે, અને ખાસ કરીને, વિકાશશીલ રાષ્ટ્રોમાં સંરક્ષણને લગતી નિકાસમાં થયેલ સતત વધારાનો પણ તેમાં સમાવેશ થાય છે.

એકંદર પરિણામ એ આવ્યું છે કે ભારતની વધુ મહત્વના સાથી તરીકે ગણતરી થવા લાગી છે. તેના કારણે નિકાસ અને વિદેશી બજારોમાં પ્રવેશ હક મેળવવામાં ખૂબ સારી સહાય મળી છે, જેનાથી સ્થાનિક કક્ષાએ લાભદાયી પરિણામો મળ્યા છે. જયારે વડાપ્રધાન જાતે જ આ બાબતે બધાં રાજદૂતો સાથે વાટાઘાટો કરે ત્યારે ખરેખર આપણને લાગે કે ભારતમાં બદલાવ આવ્યો છે.

વિદેશ નીતિમાં નિર્ણય લેવાની પ્રક્રિયાની સંસ્કૃતિ અનેક રીતે નવા યુગ માટે અનુકૂળ કરવામાં આવી છે. વધુ અસરકારક સહકાર, સખત વ્યુહરચના અને મજબૂત પ્રતિસાદ દ્વારા નકારાત્મક રીતે અસર કરતાં જૂથો પર અંકુશ મેળવવા માટે કરવામાં આવતા સભાન પ્રયત્નો આ પ્રયાસના કેન્દ્રમાં રહ્યાં છે. તે વૈશ્વિક વેપાર સંધિઓ હોય, રાષ્ટ્રીય સુરક્ષા પરિસ્થિતિઓ અથવા વિકાસના બહુપક્ષીય મુદ્દાઓ, આ તમામ સંદર્ભે સામૂહિક વિચારવિમર્શ અને નિર્ણય પર વધારે ભાર મુકવામાં આવે છે. મંત્રીઓ અને સચિવોથી શરૂ કરીને આની સહજ અસર સમગ્ર અધિકારી વ્યવસ્થા (બ્યૂરોક્રેસી) પર પડી છે.

વિશિષ્ટ ભાગીદારો અને મુખ્ય મુદ્દાઓ અંગે પણ આ જ દૃષ્ટિકોણનું નિદર્શન કરવામાં આવ્યું છે. આ સમય દરમ્યાન સિંગાપુર સાથેનો બહુમંત્રાલયી સંબંધ, યુરોપીયન યુનિયન સાથે રચાયેલ 'વ્યાપાર અને ટેકનોલોજી પરિષદ'નું માળખું અને મહત્વપૂર્ણ દેશો સાથેના રક્ષા અને વિદેશ મંત્રાલયના '2+2 મંત્રીમંડળ સંવાદમાં' આ જોઈ શકાય છે. આ પ્રક્રિયા પાછળ ભારતના આંતરરાષ્ટ્રીય સંબંધોને પ્રાથમિકતા આપવા, તેનો મહત્તમ ઉપયોગ કરવા અને તેને મજબૂત બનાવવા માટેના સભાન પ્રયાસો રહેલા હતાં. નેતૃત્વ કક્ષાએ થતી આપલેને કેન્દ્રમાં રાખવી, ઉદાહરણ તરીકે પ્રજાસત્તાક દિને મુખ્ય મહેમાનોને વધારે મહત્તા આપવામાં આવી હતી, અને સાથે સાથે આ આપલે વ્યાપક રણનીતિમાં કેવી રીતે સુસંગત છે તે અંગે વિચારણા કરવી આ

બધી બાબતોને કેન્દ્રમાં રાખવી તે આપણા સતત પ્રયાસોમાં સામેલ છે. પ્રતિસાદના સંદર્ભમાં, રાષ્ટ્રીય સ્તરે 'સક્રિય શાસન અને સમયસર અમલીકરણ' (PRAGATI) કવાયતને વિદેશ નીતિના ઉદ્દેશ્યો માટે અનુકૂળ બનાવવામાં આવી. ચોક્કસ વિલંબ, વિઘ્નો અને નીતિ વિષયક અવરોધો પર ગહન વિચાર કરીને તેમને ઓળખવા અને સંબોધવામાં મદદ મળી. પરિણામે, વિદેશી વિકાસ પ્રોજેક્ટ વધુ કાર્યક્ષમ રીતે અમલી બન્યા.

તે વંદે ભારત મિશન હોય કે વેક્સિન મૈત્રીની પહેલ, આ તમામ વ્યવસ્થિત સુધારાઓ કોવિડ દરમિયાન કરવામાં આવ્યા. યમન અને નેપાળથી લઈ અફઘાનિસ્તાન, યુક્રેન અને સુદાન સુધીની સ્થળાંતર કવાયતો દરમિયાન આ સુધારાઓનું નિદર્શન કરવામાં આવ્યું.

2014થી તેવી પ્રતીતિ થઈ રહી છે કે ભારતે વૈશ્વિક કાર્યસુચીઓ ઘડવામાં વધુ સક્રિય બનવું જોઈએ. ભારત માટે સ્વાભાવિક રીતે મહત્વ ધરાવતી મુખ્ય બાબતો, જેવી કે આંતકવાદ અને કરચોરીને વૈશ્વિક પરીષદમાં યોગ્ય મહત્વ આપવામાં આવ્યું ન હતું. સામુદ્રિક સુરક્ષા જેવા અન્ય મુદ્દાઓ પર ભારત મહત્વપૂર્ણ યોગદાન આપી શક્યું હતું. સમયાન્તરે, જ્યારે પરસ્પર જોડાણો જેવા મહત્વના મુદ્દાઓ પર મહત્વપૂર્ણ ચર્ચાઓ થવા લાગી ત્યારે મોદી સરકારે મજબૂત આત્મવિશ્વાસ સાથે તેમાં નેતૃત્વ કર્યું. પર્યાવરણને લગતા પડકારોની વાત આવે ત્યારે, ભારતને 2014 સુધી મોટા ભાગે એક અણછાજતા ભાગીદાર તરીકે જોવામાં આવતું હતું. ત્યારથી, તે પુનઃઉર્જાનો શ્રેષ્ઠ ઉદાહરણ બનીને અને સંસાધન પૂર્તિનો હિમાયતી બનીને પર્યાવરણ ક્રિયા અને પર્યાવરણ ન્યાયના મજબૂત ચેમ્પિયન તરીકે ઉભરી આવ્યું છે.

આપણી વિચારધારાને આગળ ધપાવવાની જગ્યાએ આપણે મોટા પાયે અન્ય લોકોની પહેલનો પ્રતિસાદ આપતા હતા તેવી સામાન્ય માન્યતા પ્રસરેલી હતી. પરંતુ, યુએન, G20 સમિટ અથવા COP મીટિંગ્સમાં, વિચારોનો પ્રવાહ વધુ માળખાગત પ્રસ્તાવોમાં ફેરવાઈ ગયો, જેમ કે આઈએસએ અને સીડીઆરઆઈ. આ સર્જનાત્મકતા ચાલુ રહી, જેમાં આપણે તાજેતરના ઉદાહરણો જોઈ શકીએ છીએ, જેમ કે 'એક સૂર્ય, એક વિશ્વ અને એક માળખું' (OSOWOG), પર્યાવરણ માટે જીવનશૈલી (LiFE) અને આંતરરાષ્ટ્રીય મિલેટનું વર્ષ (2023). એજન્ડા આગળ વધારવા માટે જ્યાં જરૂર પડે ત્યાં નવા સાથીદારો અને સહકારની શોધખોળ સંદર્ભે એક નિખાલસ વર્તાવ અપનાવાયો હતો. ક્વોડ , I2U2 અને SCO તેના પ્રસ્તુત ઉદાહરણ છે. જેમ જેમ વૈશ્વિક ઉકેલો તરફ આપણા યોગદાન આપવાની ક્ષમતાને લઈને આપણો આત્મવિશ્વાસ વધતો ગયો તેમ તેમ તે વિવિધ સ્વરૂપે પ્રગટ થયો; જેમ કે આફ્રિકાની વિકાસ કાર્યસુચીના કિસ્સામાં તે સામુહિક રૂપે પ્રગટ થયો અને વેક્સીન મૈત્રીના સંદર્ભે એકપક્ષીય રૂપે પ્રદર્શિત થયો. આપણી ઉપસ્થિતિને વધુ મજબૂત બનાવવા અંગેના આપણા પ્રારંભિક વિચારો હવે પ્રયોગ અને કલ્પનાશક્તિના બળે વાસ્તવિકતામાં ફેરવાયા છે.

ભારતની પ્રગતિના વાસ્તવિક પડકારોનો સામનો કરતી વખતે, એક ઉભરતા સાંસ્કૃતિક

રાજ્ય તરીકે ભારતની છબીના વ્યાપક પ્રક્ષેપણ અંગે વિચારણા કરવામાં આવતી હતી. હકીકત તો એ છે કે બે સદીના ઔપનિવેશિકતા કાળ દરમિયાન વૈશ્વિક કથાનકને પશ્ચિમની તરફ તે રીતે ઝૂકાવી દેવામાં આવ્યું હતું કે બાકીની દુનિયાનો વારસો, સંસ્કૃતિ અને પરંપરાઓ હાશિયે ધકેલાઈ ગઈ હતી. કેટલેક અંશે આ પરિસ્થિતિ માટે વિકાસશીલ રાષ્ટ્રોનું નેતૃત્વ પણ જવાબદાર છે. તેમના માટે આધુનિકતા અને વિકાસનો પર્યાય એટલે પશ્ચિમનું અનુકરણ. વૈચારિક અને રાજકીય એમ બંને કારણોસર, તેમાંના ઘણાં રાષ્ટ્રો અવારનવાર પોતાના ભૂતકાળને નિમ્ન દાખવતાં હતાં.

પરિણામે, આર્થિક અને રાજકીય પાસાઓની સાથે સાથે સાંસ્કૃતિક પુનઃસંતુલનની આવશ્યકતા સમય સાથે વધતી જતી રહી છે. આ બાબતમાં વડાપ્રધાન મોદી ખુલીને આગેવાની કરી છે. 2015 માં યોગને વૈશ્વિક સ્તરે ઉજવવા માટેની તેમની પહેલ અભૂતપૂર્વ રીતે સફળ રહી છે. આપણા ઔષધ અને સ્વાસ્થ્ય પદ્ધતિઓના પ્રચારને પણ ગતી મળી છે. પર્યાવરણની બાબતમાં, જીવનશૈલીમાં બદલાવની હિમાયતનું વ્યાપક પ્રમાણમાં સ્વાગત કરવામાં આવી રહ્યું છે. આ બાબતમાં ભોજનની આદતો પણ મહત્વપૂર્ણ છે, જેમાં આપણા પ્રાચીન અનાજ મિલેટના ઉત્પાદન અને ઉપભોગમાં ભારતીય પ્રયાસો ઉદાહરણીય રૂપે જોવા મળે છે. આમાંના કેટલાક પ્રયાસો નેતૃત્વ કેવી રીતે સ્વયંને રજૂ કરે છે અને પોતાના વિચારો વ્યક્ત કરે છે તેમાં પ્રદર્શિત થાય છે.

આંતરરાષ્ટ્રીય સંબંધોના આધુનિક ગહન સિદ્ધાંતો અને રૂઢિગત માન્યતાઓના મુદ્દાઓને લઈને હજુ વધુ અસરકારક નિવારણની જરૂર છે. આ હજી પ્રક્રિયામાં છે, પરંતુ આશા છે કે આવનારા વર્ષોમાં તેમાં સુધારો થશે.

મોદી યુગની રાજનીતિની બીજી એક મહત્વની વિશેષતા તેનો લોક-કેન્દ્રિત અભિગમ રહી છે. માનવીય ઘટક પર વધુ ભાર મૂકવા માટેના ઘણાં પરિબળો હતાં. નિશ્ચિતરૂપે, તેમાનું એક પરિબળ હતું વિકાસ સૂચકાંકોમાં સુધારો કરવા માટે તેમજ સામાજિક કલ્યાણને વિસ્તૃત કરવા માટેના સ્થાનિક કક્ષાએ ચાલતાં અભિયાનનું બાહ્ય કક્ષાએ પ્રતિબિંબિત થવું. વિદેશમાં ભારતીયોને સહાયતા આપવી આ અભિગમનું સહજ પાસું છે.

બીજું પરિબળ એ સમજણ હતી કે જ્ઞાન અર્થવ્યવસ્થા માટેની આવશ્યકતાઓ માટે ભારતે તૈયાર થવું પડશે. તે ખુબજ આવશ્યક છે કે માત્ર વેપાર ક્ષેત્ર તરીકે જ નહિ પણ વૈશ્વિક કાર્યક્ષેત્ર તરીકે વિશ્વની સંકલ્પના કરવામાં આવે. અને એનો અર્થ થાય છે કે આપણા નાગરિકોને સ્થળાંતર કરાવતા ધંધાદારીઓના ભરોસે છોડી દેવાની જગ્યા એ જરૂરી સંસ્થાકીય વ્યવસ્થાઓ અને પ્રણાલીઓને કામે લગાડવી.

પછી, વિદેશમાં રહેલા ભારતીયોના મહત્વ અને યોગદાન અંગેની વધુ સભાનતા હતી, ભલે

તે વિદ્યાર્થીઓ હોય, વ્યાવસાયિકો હોય કે પછી ત્યાં સ્થાયી થયેલા હોય. તેમની ક્ષેમકુશળતાને આપણી જવાબદારી તરીકે જોવામાં આવી હતી, જેનું વહન ખૂબ જ ગંભીરતાથી થવું જોઈએ. અને છેલ્લે, એ સમજણ પોતે હતી કે ભારત બદલાઈ રહ્યું છે. ઉભરતી સત્તાએ પોતાના લોકોને મુશ્કેલીઓના સમયે તેમના હાલ પર છોડી દેવા જોઈએ નહિ. આવો અલગાવવાદ આપણી પ્રતિષ્ઠા પર ખરાબ પ્રભાવ પાડી શકે છે અને વિદેશમાં ભારતીયોના વિકાસ પર ઉલટી અસર કરી શકે છે.

સીમાપાર જ્યાં જરૂરી લાગે ત્યાં મજબૂત કલ્યાણકારી પગલાં લેવા, કટોકટી વાળી પરિસ્થિતિમાંથી આપણા નાગરિકોને સહીસલામત બહાર લાવવા, અને કોવિડ મહામારી દરમિયાન થયેલી સ્વદેશ પરત ફરવાના કાર્યક્રમનું આયોજન કરવું આ દિશામાં લેધેલા પગલાં છે. નિશ્ચિત રીતે, પાસપોર્ટ જારી કરવાની સરળતામાં મૂલ્યવાન સુધારા સાથે પરિવર્તન સ્થાનિક કક્ષાએથી જ શરૂ થાય છે. સાથે સાથે, કોઈપણ પ્રકારના ભેદભાવ વિના ભારતીયોને મદદરૂપ થાય તેવા પ્રયાસો દ્વારા સ્થળાંતરને લગતી સુવિધા પૂરી પાડવાના પ્રયત્નો કરવામાં આવ્યાં હતા. ઓસ્ટ્રેલિયા થી જર્મની સુધીના દેશો સાથે સ્થળાંતર અને ગતિશીલતા ભાગીદારી કરાર (MMPAs)ની સમાપ્તિમાં આ પ્રકારની નીતિઓ પ્રદર્શિત થાય છે.

ભાગીદારી પર કાર્ય

છેલ્લા દાયકાના પ્રગતિ અહેવાલ પ્રોત્સાહક છે. રાજનૈતિક ઉર્જા અને પ્રવૃત્તિઓની મજબૂત અભિવ્યક્તિએ સ્પષ્ટ રીતે વૈશ્વિક પરિષદોમાં ભારતની શાખ વધારી છે. ખાસ કરીને, વડાપ્રધાન મોદીને વૈશ્વિક નેતા તરીકે જોવામાં આવે છે, જે તેમના રાષ્ટ્રીય હિતને આગળ વધારવાની સાથે સાથે એક દીર્ઘદ્રષ્ટિ ધરાવે છે અને સમુહ કલ્યાણ માટે પ્રતિબદ્ધતા ધરાવે છે. વૈશ્વિક મુદ્દાઓમાં ઉદ્દભવતા જટિલ પડકારોની બાબતમાં, ભારત હવે કઠિન નિર્ણયોને ટાળતું નથી.

2014થી ઉપખંડમાં પ્રાદેશિક માન્યતાઓમાં બદલાવ આવવાની શરૂઆત થઈ ગઈ છે. સ્પષ્ટ રીતે, આ કોઈ સીધે સીધો માર્ગ નથી, પરંતુ એકંદરે જોડાણ, સહકાર અને સંપર્કોમાં થયેલ અદ્વિતીય પ્રગતિ માટેની સરાહના છે. પાડોશી રાષ્ટ્રો પણ ભારતના મજબૂત હેતુ અને લાંબા સમય પછી થતાં ઉચ્ચ-સ્તરીય મુલાકાતોની કદર કરે છે. રક્ષણ, ટેક્નોલોજી અને ઉર્જા પર ઘણા ભાગીદારો સાથેનું જોડાણ હોય અથવા ખરેખર, આંતરરાષ્ટ્રીય દબાણોથી તેના રાષ્ટ્રીય હિતોને સુરક્ષિત રાખવા માટે અડીખમ રહેવાની બાબત હોય, મોટી સત્તાઓએ પણ ભારતને વધુ આત્મવિશ્વાસપૂર્વક અને સ્વતંત્રપણે જોડાતું જોયું છે.

વિશ્વ માટે ભારતની પ્રગતિનું વૈશ્વિક પરિમાણ પણ એટલું જ મહત્વપૂર્ણ છે. ઘણી રીતે, આપણે એવા વિવિધ આંતરરાષ્ટ્રીય મુદ્દાઓ પર સક્રિય રહ્યા છીએ જે વાસ્તવિક રીતે આપણા આધુનિક યુગને આકાર આપે છે. ઋણ મુક્તિ હોય, વૈશ્વિક લઘુત્તમ કર હોય કે પછી ન્યાયસંગત

બજાર પ્રવેશ, ભારત વૈશ્વિક ચર્ચામાં એક મજબૂત અવાજ રહ્યું છે. આંતકવાદની વાત કરીએ તો, આતંકવાદ વિરુદ્ધ ભારતની પોતાની ઝુંબેશના કારણે તથા આતંકવાદીઓને મળતી નાણાકીય સહાયને માર્યાદિત કરવા માટે અને આતંકવાદીઓની સત્તાવાર યાદી જાહેર કરવા માટે ભારત તરફથી અન્ય રાષ્ટ્રોને મળતાં સહકારના કારણે અંતરરાષ્ટ્રીય જાગૃતિમાં બહોળા પ્રમાણમાં વધારો થયો છે. આપણે માત્ર સમુદ્ર સુરક્ષા પરની ચર્ચાને UNSCમાં નથી લઈ ગયા, પરંતુ ઈન્ડો-પેસિફિકમાં નક્કર શરૂઆતોમાં ભાગ લઈ રહ્યા છીએ, જેમાં એક મુખ્ય ફ્યુઝન સેન્ટરનું યજમાનત્વ પણ સામેલ છે.

ભારતે જુદા જુદા ક્ષેત્રોમાં મહત્વપૂર્ણ ફેરફારો કર્યા છે, જેમાંનું એક છે જોડાણ. જેને લઈને ભારતીય નીતિનિર્માતાઓએ સર્વગ્રાહી અને સ્પષ્ટ દ્રષ્ટિકોણ અપનાવીને વધુ પારદર્શિતા અને વધુ ટકાઉપણાને સમર્થન આપતી ચર્ચાને આકાર આપ્યો છે. પરંતુ કોવિડ મહામારી દરમિયાન ભારતનું વલણ એ વૈશ્વિક ધારાને પ્રભાવિત કરનાર મહત્વપૂર્ણ બાબત રહી છે. 100 સહયોગીઓને રસી અને 150 દેશોને દવાઓ અને સામગ્રી પૂરી પાડીને, ભારતે વૈશ્વિક જવાબદારીનું એક અલગ જ સ્તર દર્શાવ્યું છે. વર્તમાન પરિવર્તનશીલ સમયમાં, ઉપાર્જિત થયેલ ભારતની પ્રતિષ્ઠા તેની આભાને સ્પષ્ટપણે વાખ્યાયિત કરવામાં મદદરૂપ રહી છે.

અંતરરાષ્ટ્રીય સહકારમાં, ઘણી બધી બાબતો એ વાત પર આધાર રાખે છે કે કેવી અસરકારક રીતે વાટાઘાટો કરવામાં આવે છે. દાયકાઓ સુધી, આપણે મુખ્યત્વે તાલીમ અને વિનિમય દ્વારા તો ક્યારેક પ્રોજેક્ટ્સ દ્વારા અન્ય રાષ્ટ્રો સાથે તેમના વિકાસના પ્રયાસોમાં સહકાર આપવા માટે જાણીતાં હતા. છેલ્લા દાયકામાં, આ વિકાસમાં મોટા પાયે વધારો થયો છે. ક્રેડિટ લાઈન (સરળ લોન), ગ્રાન્ટ સહાય, ક્ષમતા નિર્માણ, માળખાકીય અને આર્થિક પ્રોજેક્ટ્સ તેમજ માનવ સંસાધન ઉન્નતિ જેવી તમામ બાબતોમાં દ્રશ્યમાન રીતે વિસ્તરણ થયું છે.

પરંતુ આ વિકાસથી પણ વધુ જે વાસ્તવિક બદલાવ આવ્યો છે તે છે વિતરણની કાર્યક્ષમતા. સતત અને મજબૂત દેખરેખ હેઠળ, લાંબા સમયથી બાકી રહેલા પ્રોજેક્ટ્સને સફળ રીતે સમાપ્ત કરી, નવા પ્રોજેક્ટ્સને વધુ વ્યાવસાયિકતાથી હાથ ધરવામાં આવ્યા. આપણી નજીકની પાડોશમાં જોડાણો, સામાજિક-આર્થિક સુવિધાઓ, વ્યવહારુ તંત્ર અને ઊર્જા ખાસ લાભાર્થી રહ્યા છે. નેપાળમાં ભૂકંપ પછીના પ્રોજેક્ટ્સ અને મોરિશિયસમાં માળખાકીય સુવિધાઓ ઉન્નત વિતરણની ગુણવત્તાના જાણીતા ઉદાહરણો છે. કોવિડના પડકારો હોવા છતાં, ભારત પણ 'ભારત-આફ્રિકા મંચ શિખર સંમેલન ' (IAFS)ના ભાગરૂપે આફ્રિકન દેશોને આપેલા મોટા ભાગના વચનો પાડી શક્યું હતું.

આ સમયગાળા દરમિયાન, ભારતની આંતરરાષ્ટ્રીય ભાગીદારીનો વ્યાપ પણ દ્રશ્યમાન રીતે વિસ્તર્યો છે. હવે તે પેસિફિકમાં પુનઃપ્રાપ્ય ઊર્જાથી લઈને કેરેબિયનમાં સમુદાય પ્રોજેક્ટ્સ સુધી વ્યાપી રહ્યો છે. તે મોંગોલિયાની રિફાઈનરી હોય, મોરિશિયસના મેટ્રો એક્સપ્રેસ, કેન્યાના

કાપડ ફેક્ટરી અથવા ટાન્ઝાનિયામાં પાણી પુરવઠાની બાબત હોય, ભારત દ્વારા સમર્થિત અનેક પ્રયાસો સહકારી દેશો માટે મહત્વપૂર્ણ ફેરફાર લાવનાર પરિબળ બન્યા છે.

વધુ ઉત્સાહી ભારત તેના વધતા જતા મૂલ્યની પુષ્ટિ કરતાં નવા સંબંધો વિકસાવવામાં સફળ રહ્યું છે. સ્પષ્ટ ઉદાહરણ ક્વોડ છે, જેણે ટેકનોલોજી, પુરવઠા શૃંખલા , શિક્ષણ, સમુદ્રી સુરક્ષા વગેરે જેવા ક્ષેત્રોમાં અન્ય ઈન્ડો-પેસિફિક ભાગીદારીઓને સુવિધાજનક બનાવી છે. યુરેશિયાની વાત આવે ત્યારે, 2017 માં SCO સાથે થયેલા ભારતના જોડાણ તે સમૂહની કાર્યસૂચિના સંદર્ભમાં ભારતની મહત્તા પર પ્રકાશ પાડે છે. આ સમયગાળા દરમિયાન, ભારતે જેનું નેતૃત્વ કર્યું હતું તેવી ખાસ કરીને ટકાઉપણાને લઈને બહુપક્ષીય શરૂઆતો જેટલી મહત્વની છે તેટલું જ મહત્વનું છે મિસાઇલ ટેકનોલોજી કંટ્રોલ રેજિમ, ઑસ્ટ્રેલિયા જૂથ અને વસેનાર વ્યવસ્થાઓ જેવા નિકાસ નિયંત્રણ તંત્રોમાં ભારતનું સભ્યપદ. આ સભ્યપદો પણ ભારતની ઉન્નતી અને તેને લઈને વિશ્વએ આપેલા પ્રતિસાદ જેવી અદ્વિતીય ઘટનાઓને ઉજાગર કરે છે. 54 આફ્રિકન રાજ્યોએ IAFS શિખર સંમેલનમાં હાજરી આપી, 2018ના ગણતંત્ર દિવસમાં બધા 10 ASEAN નેતાઓ ઉપસ્થિત રહ્યા અને 2021માં પોર્ટોમાં ભારતે 27 EU દેશો સાથે જોડાણ કર્યું અને 2023માં વોઈસ ઓફ ગ્લોબલ સાઉથ સમિટમાં 125 દેશો હાજર રહ્યાં હતા, આ તમામ બાબતો દર્શાવે છે કે આજે ભારતની પરિસ્થિતિ કેટલી મજબૂત છે.

અવારનવાર, આ નિષ્કર્ષ આંતરરાષ્ટ્રીય સંસ્થાઓની ચૂંટણી દરમિયાન પરીક્ષિત થાય છે, અને મોટા ભાગે, ભારત આ પરીક્ષામાં સફળ રહે છે. ખરેખર, વિવિધ મંચોમાં ભાગ લેવા માટેની વધતી માંગ, વિવિધ બંધારણોમાં ભાગીદારી અને અનેક પ્રસંગોમાં ઉપસ્થિત થવું એ આપણા વૈશ્વિક હિસ્સેદારીનું પ્રતિબિંબ છે.

આપણા પોતાના માટે નિરાકરણ:

કોવિડમાંથી બહાર આવતાં અન્ય દેશોની જેમ, ભારત પણ પોતાના ખર્ચની આકારણી કરી રહ્યું છે, અનુભવોનું મૂલ્યાંકન કરી રહ્યું છે અને તેમાંથી શીખ મેળવી રહ્યું છે. થોડાક અંશે વિશ્વાસ સાથે કહી શકાય છે કે આપણે આ તોફાનને બીજા ઘણાં કરતાં સારી રીતે પાર પાડયું છે. મજબૂત અને મૂળભૂત માળખા તેમજ વિચારીને બનાવેલી નીતિઓ સુનિશ્ચિત કરે છે કે ભારત ભવિષ્યની અગ્રણી સત્તા બનવાના માર્ગ પર છે. આ બાબત જયારે મોટાભાગે સતત ક્ષમતાઓ વધારવા પર નિર્ભર છે, ત્યારે તે તેટલું જ આવશ્યક છે કે ભારત પોતાની ભવિષ્યની સંભાવનાઓને લઈને આત્મવિશ્વાસ કેળવે. છેલ્લે, આપણે દાયકાઓ સુધી ઘટ, (હાઈફનેશન) આંતરસંબંધ, બિન-સંલગ્નતા અને જોખમથી દૂર રહેવા માટે સંઘર્ષ કર્યો છે.

ભવિષ્ય માટેનો માર્ગ પ્રખર સ્વતંત્રતાની માનસિકતા પર આધારિત છે, જો કે આ

માનસિકતાને આધુનિક સમયમાં નવીનતમ બનાવવી એ એક પડકાર છે. વધતી જતી તાકતોની સાથે આ પ્રકારના દ્રષ્ટિકોણને વ્યક્ત કરવાની આપણી ક્ષમતા સ્વાભાવિક રીતે બદલાઈ ગઈ છે. આજના સમયમાં, વિદેશમાં હાંસિલ કરવાના આપણા રાષ્ટ્રીય લક્ષ્યાંકો માટે આપણી પાસે અનેક ગણા વધારે સ્ત્રોત અને સાધનો છે. પરંતુ ક્ષમતાઓ અને આકાંક્ષાઓ પણ ત્યારે જ પરિણામ આપે છે જ્યારે આપણે જે દુનિયામાં રહીએ છીએ તેને લગતી સચોટ સમજણ દ્વારા તેમનું નિસ્પંદન કરવામાં આવે.

આથી, પરિસ્થિતિનું વ્યાપક વિશ્લેષણ રાજનીતિનું એક મહત્વપૂર્ણ પાસું, જે નીતિ વિષયક વિકલ્પોની પસંદગી માટે અત્યંત આવશ્યક વિરોધાભાસો અને સૂચનાઓને પકડે છે. સર્વોચ્ચ સ્તરે, આ વિશ્લેષણ જ્યારે મોટા રાષ્ટ્રો વચ્ચેના વિરોધાભાસોને ધ્યાનમાં લે છે ત્યારે તે બહુધ્રુવીયતા અને પુનઃસંતુલન પર કેન્દ્રિત થાય છે. આ પ્રક્રિયામાં પ્રદેશથી પ્રદેશ સુધી ઊંડા ઉતરવું એટલે કે અસર કરતાં મુદ્દાઓનું સૂક્ષ્મ રીતે મૂલ્યાંકન કરવું. આ બધામાં, વૈશ્વિકીકરણની સૌથી મોટી વાસ્તવિકતા એ સિદ્ધાંતો છે જે ઘણીવાર સરળ વિચારસરણી દ્વારા આપણને ખોટી દિશામાં પણ લઈ જઈ શકે છે. વધુને વધુ શોધતા જાણવા મળ્યું છે કે એક સત્ય સાર્વત્રિક રીતે બધાને લાગુ પડતું નથી.

સ્થાનિક સુધારણા અને આધુનિકકરણ અંગે લેવાયેલી પહેલોથી ક્ષમતાઓ વિકસાવવાની શોધને સ્પષ્ટપણે લાભ મળે છે. આ સ્થાનિક કક્ષાના સુધારણા અને આધુનિકરણના સહસંબંધને તેવી દલીલ થી ખારીજ કરી દેવામાં આવ્યો હતો કે 8 ટકા વૃદ્ધિ શ્રેષ્ઠ વિદેશ નીતિ છે! હકીકતમાં વાસ્તવિકતા તે છે કે પાયાગત અને માળખાગત પરિવર્તન વગર મેળવેલ વૃદ્ધિની સહજ રીતે કેટલીક મર્યાદાઓ હતી. આ દાયકામાં પરિણામે એક ખૂબ જ વ્યાપક પ્રયાસ થયો છે જે સ્થાપિત મંત્રોથી ઘણો અલગ છે. તે વિશ્વિકરણની ઓછી વ્યૂહાત્મક સમજણ દ્વારા રજૂ કરાયેલા મુશ્કેલીઓને પણ ટાળવા માગતું હતું. આ સંદર્ભમાં 2019 માં આરસીઈપી કરાર પર સહમતી ન આપવાનો ભારતનો નિર્ણય મહત્વપૂર્ણ હતો. બદલાયેલ અભિગમનો એક મહત્વપૂર્ણ સંકેત તેની સંકલ્પનામાં જ હતો. પહેલી વાર, ભારતીય નીતિનિર્માતાઓએ ભારતના ઉદ્ભવને 'અમૃત કાળ' તરીકે ઓળખાતા એક યુગના સ્વરૂપમાં ઘડવાનું શરૂ કર્યું. આમ કરીને, તેઓ લાંબા ગાળાના, વ્યાપક અને પરિવર્તનકારી વિચારોને વ્યક્ત કરે છે. અને હકીકત એ છે કે છેલ્લા દાયકાની સિદ્ધિઓ એવા દ્રષ્ટિકોણને ન્યાયસંગત ઠેરવે છે.

તાજેતરના વર્ષોમાં થયેલી પ્રગતિ તરફ ઈશારો કરતાં ઘણાં બધાં દિશા સૂચકો છે. અને આ સૂચકો ભારતને જેનો હજુ પણ સામનો કરવો પડે છે તેવા પડકારોની ગહનતાને કોઈપણ રીતે નકારતા નથી. પરંતુ તેમાંથી, કદાચ તેવા સૂચકો પર ધ્યાન કેન્દ્રિત કરવું યોગ્ય છે જે આંતરરાષ્ટ્રીય વ્યવસ્થામાં ભારતના ઉદ્ભવ માટે સીધી રીતે સંબંધિત હોય. શરૂઆતમાં જોવા જઈએ તો તે ગરીબીમાં આવેલો ભારે ઘટાડો છે, જે માત્ર ભારતમાં સામનો કરવાની વધુ અતિશય

સમસ્યાઓમાંની એક હોવાને કારણે નોંધપાત્ર નથી, પરંતુ તે સમાજ પર વ્યાપક પ્રવાહ પણ દર્શાવે છે. તેટલો જ મહત્વનો છે ભારતીય મધ્યમ વર્ગ, જે અમૃત કાળ, એટલે કે, 2047 સુધીમાં બમણો થઈ જશે તેવી અપેક્ષા છે. વિશ્વ આ વિકાસગાથાનું મૂલ્યાંકન નિશ્ચિતપણે યોગદાન અને વપરાશના દ્રષ્ટિકોણથી કરે છે. ભારતના માનવ સંસાધનોની ગુણવત્તાનો અભ્યાસ કરતા, તે વિશ્વવિદ્યાલય, મેડિકલ અને નર્સિંગ કોલેજો અને ઇજનેરી અને તકનીકી કૌશલ્યોના મોટા પ્રમાણમાં વિસ્તરણને પણ નોંધશે. ખરેખર, શિક્ષણ અને કૌશલ્યને વધારે વિશ્વ-મૈત્રીપૂર્ણ બનાવવાના ઉદ્દેશ્યથી તેમના વિકાસ માટેના અભિગમોમાં એક અમૂલ્ય પરિવર્તન ચાલી રહ્યું છે. માળખાકીય પરિવર્તન પણ ચાલી રહ્યું છે, જે હાઇવે, રેલવે, એરપોર્ટ અને ડિજિટલ નેટવર્કના વિસ્તરણમાં પ્રતિબિંબિત થાય છે. ભારતને હવે માત્ર સેવાઓ સુધી મર્યાદિત ગણવામાં આવતું નથી. સ્થાનિક કક્ષાએ પણ, ઊર્જાવાન ડિજિટલ વિતરણે શાસન પ્રક્રિયામાં ધરમૂળથી પરિવર્તન આણ્યું છે અને વિવિધ ક્ષેત્રોમાં ઊંડાણપૂર્વકની ભાગીદારી માટેનો તખ્તો તૈયાર કરવામાં મદદ કરી છે.

મૂળભૂત સુવિધાઓની વ્યાખ્યામાં વધારો કરીને અને, તેમાં પણ વધારે મહત્વપૂર્ણ રીતે, આ સુવિધાઓ બધા લોકો સુધી પહોંચાડીને, ભારત વિશ્વના છઠ્ઠા ભાગના જીવનની ગુણવત્તામાં ઝડપી બદલાવ લાવી રહ્યું છે. સંબંધિત દેશોની વાત હોય તો, ભારતને નવાચાર કરનાર, ઉત્પાદક, યોગદાન આપનાર અથવા ઉદાહરણરૂપ માનવામાં આવે છે. આ તમામ ગુણધર્મો તેને આંતરરાષ્ટ્રીય સંબંધોમાં વધુ આકર્ષક ભાગીદાર બનાવે છે.

કોઈની સંભાવનાઓને આગળ ધપાવવા માટે સાહસ અને મનોબળ વિકસાવવા એ લગભગ વાસ્તવિક ક્ષમતાઓને વધારવા જેટલું જ કઠિન છે. ઉચ્ચ સ્તરીય સ્પર્ધા કરવાનું શીખવું હોય તો તેમાં આત્મવિશ્વાસી નેતૃત્વ અને પ્રણાલિકાત્મક બદલાવની જરૂર પડે છે. જેમ જેમ હોડ ઉંચી થતી જાય છે, તેમ તેમ સ્પર્ધકોને બૌદ્ધિક રીતે માત આપવી અને માનસિક ખેલને ચાલુ રાખવો પણ જરૂરી બને છે. સત્તાના ઉદ્ભવના દરેક તબક્કામાં અલગ જ આધારચિહ્ન અને બદલાતા સમકક્ષ જૂથો હોય છે. આપણી મહત્ત્વાકાંક્ષાઓ અને ગણતરીઓને સતત સમાયોજિત કરવું ક્યારેય સરળ નહીં હોય. ભારતના કિસ્સામાં, આપણે ધીમે ધીમે પાકિસ્તાન સાથેનું સંયુક્ત જોડાણ વધારી નાખ્યું છે અને આપણને વધુને વધુ અદ્વિતીય પરિબળ તરીકે જોવામાં આવી રહ્યા છે.

સૌથી વધારે યોગ્ય ભાગીદારો સાથે યોગ્ય શરતો પર સાચી સમજણ સ્થાપિત કરવી એ પણ પડકારનો એક ભાગ છે. આપ-લેના સંતુલન કઈ રીતે જાળવવું તે મહત્વપૂર્ણ છે. આ બાબત વાણિજ્ય અને રોકાણના ક્ષેત્રમાં લાગુ થઈ શકે છે કે પછી વાસ્તવમાં ટેકનોલોજી અને જોડાણ જેવા ક્ષેત્રોમાં પણ લાગુ થઈ શકે છે. જો કોઈ રાષ્ટ્ર તેની તાકતો પ્રમાણે પ્રવર્તે તો હંમેશા લાભ મેળવવાની તકો તો હોય જ છે. સમાન રીતે, વિશ્વસનીય પુરવઠો, વિશ્વસનીય માહિતી અથવા

મહત્વપૂર્ણ ટેકનોલોજીઓની વૈશ્વિક માંગમાંથી વધારાની શક્યતાઓ ઉદ્ભવતી હોય છે.

આ બાબતને ધ્યાનમાં રાખતા, આપણે 75 વર્ષ કરતાં પણ પહેલા રચાયેલ વિશ્વ વ્યવસ્થાના માળખાગત અવરોધોની અવગણના કરી શકતા નથી. હકીકત એ છે કે તે મહત્વપૂર્ણ વર્ષોમાં, ભારત નામમાત્ર ઉચ્ચ મંચ પર હાજર હતું અથવા કહી શકાય કે ત્યાં હજી હતું જ નહીં. ખાસ કરીને 1947માં જે કંઈ થયું તેના કારણે, ભારત એવી દુનિયામાં કાર્યરત છે જ્યાં કયાંકને ક્યાંક ન્યાયના સંદર્ભમાં તમામ પાસાઓ તેના વિરુધમાં ફેંકાય છે. ખરેખર, છેલ્લા સાત દાયકાઓમાં ભારતનો ઉદ્ભવ મુખ્યત્વે વિશ્વ સાથેના તેના સબંધોની શરતો બદલવાની કથા છે, જેમાંથી ઘણા ખાસ કરીને આ યાત્રાની શરૂઆતમાં તેના માટે પ્રતિકૂળ હતા.

આ સમસ્યા માત્ર આર્થિક રીતે માપી શકાય તેવી નથી; તે વધુ ને વધુ ધારણાઓ અને કથાની સમસ્યા છે. વિશ્વ વ્યવસ્થા સંસ્થાઓ અને પ્રથાઓનો સમૂહ છે જે ઘણી વાર નજીકથી પરસ્પર જોડાયેલા હોય છે. તેઓ નક્કી કરે છે કે શું રાજકીય રીતે યોગ્ય છે અને શું નથી. અને કારણ કે તેના મુખ્ય સભ્યોએ માત્ર તેમના હેતુ પાર પાડવા માટે આખુંએ માળખું રચ્યું નથી, પરંતુ તેનું પ્રવર્તન કરવા માટેનો જરૂરી પ્રભાવ હજુ પણ જાળવી રાખ્યો છે, ભારત જેવી સત્તાએ લાંબા સમય સુધી આ પ્રવાહ સામે તરવું પડશે. ભારતે જે સૌથી પ્રચંડ પ્રવાહોમાંથી પસાર થવાનું છે તે એક પ્રકારના પડકારો છે જે 'ક્ષણને સ્થિર કરવાના' વિચાર માંથી ઉદ્ભવે છે. સમગ્ર પરિસ્થિતિમાંથી સૌથી લાભકારક રાષ્ટ્રોને કાયમી સભ્યપદ આપવું તે આધિપત્ય ધરાવતી સત્તાઓ દ્વારા સૌથી વધારે ઉપયોગમાં લેવાતી યુક્તિ છે.

તેના સૌથી વ્યાપક સ્તરે, આ યુક્તિ તે બાબતે વધુ પ્રત્યક્ષ થાય છે કે કેવી રીતે આંતરરાષ્ટ્રીય અધિક્રમને વ્યાખ્યાયિત કરવા માટે 1945ના પરિણામોનો ઉપયોગ કરવામાં આવ્યો હતો. ખરેખર તો યુક્તિ એ છે કે કોઈ વિશેષ ક્ષણને ચોક્કસ હેતુ સાથે વધારે પડતું મહત્વ આપીને પોષતા રહેવું અને ત્યાર બાદ તેમાંથી સતત લાભ મેળવવો. વિશ્વને વધુ આધુનિક બનાવવા માટેની દલીલોના મૂળ પરિણામને પડકારતા ઉભી થતી તકરાર દ્વારા ખંડન કરવામાં આવે છે.

આમ જોવા જઈએ તો, આ વિશ્વને ટકાવી રાખવા અથવા તેમાં બદલાવ લાવવા માટેના સંઘર્ષનું એક ઉદાહરણ છે. આવા ઘણાં ઉદાહરણો છે, તેમાંથી કેટલાક માર્યાદિત છે જયારે અન્ય વ્યાપક છે. તેઓ માળખાઓ બનાવવા અને જાળવવા, સંસ્થાઓને કાર્યરત અને તેનું રક્ષણ કરવા અને, મહત્વપૂર્ણ રીતે, કથાનકને સ્થાપિત કરવા અને તેને આગળ વધારવા માટે મદદ કરે છે. અને તેઓ મોટાપાયે સફળ થાય છે કારણ કે ઘણું ખરું વૈશ્વિક વર્તન વર્ષોથી વિકસાવેલ ઘરેડ દ્વારા આકાર પામે છે. આપણે માત્ર આપણી આદતો દ્વારા જ સંચાલિત નથી પરંતુ સામાજિક નિયમોનું પાલન કરીએ છીએ અને સામાન્ય કથાપ્રવાહોમાં વિશ્વાસ કરીએ છીએ.

આ તમામ પરિબળો એક સાથે મળીને હાલના સમયના તંત્ર અને વ્યવસ્થાપનને વ્યક્તિગત

કારણોસર ટેકો આપતાં સ્થાપિત હિતોને છાવરે છે. આ સ્થાપિત હિતો યુએન અને તેની કામગીરી હોઈ શકે છે, પરમાણુ શસ્ત્રોનો અપ્રસાર, ઈરાદાપૂર્વક અમુક માનવ અધિકારો પર ધ્યાન કેન્દ્રિત કરવાની વૃતિ, તેમજ વાસ્તવિક રાજકારણ અને ગણતરીના મૂલ્યો વચ્ચેનું સંતુલન હોય શકે છે, કે પછી શીત-યુદ્ધની છબીનો દુરુપયોગ હોય શકે છે. મહત્વપૂર્ણ ઘટનાઓ, જેમ કે 9/11ના હુમલા, સ્પષ્ટપણે વિરોધીઓને વ્યાખ્યાયિત કરે છે. સમાન રીતે, ભૂતકાળના સંઘર્ષો, ખાસ કરીને બીજા વિશ્વ યુદ્ધના દરમિયાન થયેલા સંઘર્ષો, આ વ્યાખ્યાને મજબૂત બનાવે છે. આના કારણે, વૈશ્વિક ચર્ચા અને વિચારધારાઓમાં ફેરફાર કરવાના પ્રયાસોને સખત વિરોધનો સામનો કરવો પડી રહ્યો છે. ભારત માટે આ પ્રતિકાર અપેક્ષિત છે; તેનો સામનો કરવા માટે ભારતે તૈયાર થવું જોઈએ.

એક ઉભરતી સત્તા તરીકે, ભારત એવા સમયનો સામનો કરી રહ્યું છે કે જ્યાં તેની પ્રગતિને અટકાવતા પરિબળો સક્રિય હોય. આ પરિબળો વિકાસગાથામાં અડચણ રૂપ તેવા વિવિધ રીવાજો અને પ્રણાલીઓના રૂપમાં ઉભરી આવી શકે છે. તે કારણથી જ ભારત સુધારાત્મક બહુપક્ષીયતાને મજબૂત ટેકો આપે છે. અન્ય સત્તાઓ પ્રત્યેના તેના અભિગમને તે આકાર આપી શકે છે, ક્યારેક તે નુકસાનકારક પણ નીવડે છે. આ જોડાણ માટે વધુ સમયોચિત શરતો બનાવવા માટે આત્મવિશ્વાસપૂર્વક વિચાર કરવાની જરૂર છે. ક્યારેક, અસરકારક ઘટનાઓ મજબૂત અભિપ્રાય તરફ દોરી જાય છે, જે નીતિ પર સમાયોજન સાધવા માટે દબાણ કરે છે. કેટલાક અંશે, 26/11ના મુંબઈના આતંકવાદી હુમલા પછી પાકિસ્તાનના કિસ્સામાં આ પરિસ્થિતિ જોઈ શકાય છે. ભારતીય જનતાએ સ્પષ્ટપણે શાસનની આ ઘટના પ્રત્યેની પ્રતિક્રિયાને નબળી નમણી તરીકે જોઈ અને એક બદલાવ માટે તના પર દબાણ કર્યું.

તેવી પણ પરિસ્થિતિઓ હોઈ શકે છે જ્યારે આપણે કોઈ પગલાં લેવાની જગ્યાએ ઝડપથી આગળ વધવું જોઈએ. ચોક્કસપણે અહીં, વાજપેયી સરકારનો કિસ્સો યાદ કરવો પડે જેઓ 1998ના પરમાણુ પરીક્ષણો પછી મુખ્ય ભાગીદારો સુધી પહોંચ્યા હતાં. કેટલીક વાર, તે રાષ્ટ્રોની કિસ્મત પણ હોઈ શકે છે કે તે અન્યના વિચાર અને માન્યતાઓને વારસામાં પ્રાપ્ત કરે છે. ભારતના સ્થાન અને પ્રભાવને લગતી વૈશ્વિક સમજૂતી એનું સંબંધિત ઉદાહરણ છે, જે અન્ય સત્તાઓ દ્વારા આકારમાં આવ્યું છે. છેલ્લા કેટલાક વર્ષોમાં, આપણે કેટલીક પરંપરાગત વિદેશ નીતિઓમાં રહેલી મર્યાદામાંથી મુક્ત થવામાં સફળતા મેળવી છે, જેમ કે ભાગલાં પછીના ભારત અને પાકિસ્તાનના વિદેશ નીતિ વિષયક જોડાણોમાં બદલાવ અને ભારતીય સમુદ્ર સુધી સિમિત રહેતી નીતિઓમાં બદલાવ. ઈન્ડો-પેસિફિક હાજરી પ્રત્યેની પ્રતિક્રિયા, તેથી, માત્ર અપેક્ષિત છે. પોતાના જ ઇતિહાસની કેદમાંથી મુક્ત થવું તે આ પરિવર્તનકારી દાયકાનું એક મહત્વનું પાસું રહ્યું છે.

ભૂતકાળની મુશ્કેલીઓ હંમેશા બોજ નહી હોય. રાજકીય નેતૃત્વની સર્જનાત્મકતા ક્યારેક

બદલાયેલા સંદર્ભમાં તેને પુંજી તરીકે બનાવવાની ક્ષમતા દ્વારા પ્રદર્શિત થાય છે. છેલ્લા થોડા વર્ષોમાં, આપણા રાષ્ટ્રએ નેતાજી સુભાષચંદ્ર બોઝ અને ભારતીય રાષ્ટ્રીય સેનામાં નવીન રસ દાખવ્યો છે, તેમજ જેમણે બ્રિટિશ શાસનનો વિરોધ કર્યો હતો તેમના પર પણ ધ્યાન આપ્યું છે. મહાન આદિવાસી નેતા બિરસા મુંડા અને ક્રાંતિકારી અલ્લુરિ સીતારામા રાજુ એના શ્રેષ્ઠ ઉદાહરણો છે. આ વિભૂતિઓએ તેમના તત્કાલીન લક્ષ્યોમાં સંપૂર્ણપણે સફળતા મેળવી નથી, તેમ છતાં, તેઓ પ્રેરણાદાયી ચિહ્નો તરીકે લાંબા ગાળાના પ્રભાવ સાથે આજે પણ સ્પષ્ટપણે જોવા મળે છે. ઈતિહાસમાંથી પ્રાપ્ત છબી ભવિષ્ય માટેની આશાઓને વ્યક્ત કરવામાં અત્યંત શક્તિશાળી હોય છે.

ખરેખર, જ્યારે આપણે આપણા છેલ્લા સાત દાયકાની રેકોર્ડ પર નજર કરીએ છીએ, ત્યારે 1962, 1965, 1971 અને 1999ના સંઘર્ષો જેવી ખાસ ઘટનાઓ સીમા-ચિન્હ તરીકે ઉભરાય છે. ભારતે આંતરરાષ્ટ્રીય અધિક્રમમાં ઉપર ચઢવા માટેના પ્રયત્નોમાં પ્રણાલીઓ અને આદતોને સ્થાપિત કરવા માટે કથાઓ તેમજ અનુભવોના ઉપયોગ દ્વારા આ રમત સારી રીતે રમવી પડશે.

ન્યુ દિલ્હી પણ મુખ્ય મુદ્દાઓ પર મજબૂત સંદેશો આપવા ખૂબ જ ઊર્જાવાન થઈ છે.'વસુધૈવ કુંટુંબકમ' (વિશ્વ એક પરિવાર છે) આંતરરાષ્ટ્રીય સહકાર માટેની પ્રતિબદ્ધતા વ્યકત કરે છે; 'સુધારેલા બહુપક્ષવાદ' સંયુક્ત રાષ્ટ્રોની કાર્યક્ષમતાને પહોંચી વળવાની તાત્કાલિકતા પર ભાર આપે છે; 'દુનિયા આતંકવાદમુક્ત' લાંબા ગાળાના ખતરાનો સામનો કરવા માટેના નિશ્ચયને રેખાંકિત કરે છે;'વિકાસ માટે ડિજિટલ' તે કેવી રીતે શાસન સાધન તરીકે અસરકારક રહ્યું છે તે દર્શાવે છે;' લોકશાહીની મા' આપણાં બહુપક્ષીય અને પરામર્શક પરંપરાઓના ઈતિહાસમાં ઊંડા ફેલાયેલા છે તેનો સંદેશ આપે છે; અને 'એક વિશ્વ એક આરોગ્ય' વૈશ્વિક આરોગ્ય પડકારોનો સમયસર, અસરકારક અને ભેદભાવમુક્ત પ્રતિસાદ આપવાની જરૂરિયાતનો દાવો કરે છે.

આપણી પોતાની શબ્દાવલી, સંકલ્પનાઓ, પદ્ધતિઓ અને વિચારોને વિકસાવવામાં અને તેમને વિશ્વ રાજનીતિમાં સામાજિકીકૃત કરવામાં જ ભારતની સતત ઉન્નતી દ્રશ્યમાન થાય છે. તેમનું વિસ્તારણ વૈશ્વિક મંચો પર ભારતની ઊર્જાવાન ભાગીદારીની વાસ્તવિકતા પર ભાર આપે છે.

ભારતમાં, આપણી વિદેશ નીતિના સન્દર્ભમાં સાતત્ય અને પરિવર્તન વચ્ચેના સંતુલન વિશે હંમેશા ઉત્સાહી ચર્ચાઓ નિરંતર થતી રહેશે. આ આશ્ચર્યજનક નથી અને કદાચ, કેટલીક રીતે , નવી વિચારધારાઓના ઉદયમાં યોગદાન આપી શકે છે. સામાન્ય રીતે, જ્યારે રાજનીતિની વાત આવે છે, ત્યારે આખું એ વિશ્લેષણ આપણે દુનિયાને અને તેની તમામ જટિલતાઓને કેવી રીતે જોઈએ છીએ તે બાબત પર ધ્યાન કેન્દ્રિત કરે છે. ક્યારેક, તેને ઉલટાવવું અને પરાવર્તિત કરવું

ઉપયોગી હોઈ શકે છે કે દુનિયા ભારતને અને તેમાંથી ઉદ્ભવતી તકોને કેવી રીતે જોઈ રહી છે.

ભારતનો ઉદય એક નિરંતર પ્રયત્ન છે જ્યાં સમજુ લોકો માત્ર મૂલ્યાંકન માટે વિરામ લે છે, વિજયની જાહેરાત કરવા માટે નહીં. ભૂતકાળને અવગણ્યા વિના, આપણે શ્રેષ્ઠ રીતે કાર્ય કરી શકીએ છીએ જ્યારે આપણી નજર ક્ષિતિજ પર સ્થિર હોય અને આપણે આંતરરાષ્ટ્રીય પરિસ્થિતિને યોગ્ય રીતે સમજીએ અને તે પ્રમાણે આપણી વ્યૂહરચનાઓ અને યુક્તિઓને અનુકૂળ રીતે રચીએ. પરંતુ, આ બધું જ અને તેના કરતાં પણ વધુ કરવા માટે, એ જરૂરી છે કે ભારત પોતાના હિત અને આકાંક્ષાઓ પ્રત્યે પ્રમાણિક રહે.

6

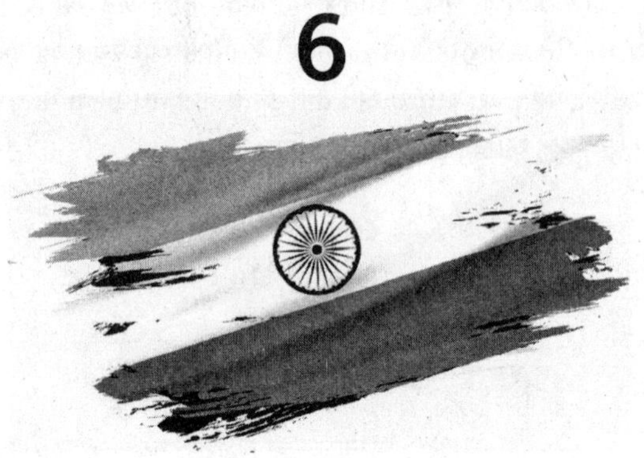

મિત્રો બનાવવા, લોકોને પ્રભાવિત કરવાં

શા માટે ભારતે વૈશ્વિક સમુદાય બનાવવો જોઈએ

અગ્રણી સત્તા બનવા માટેની શોધમાં, ભારતે રાષ્ટ્રની તાકાત વધારવા ઉપરાંત આજના યુગના બે મોટા વિરોધાભાસોને સફળતાપૂર્વક પાર કરવા પડશે. એક છે યુક્રેન સંઘર્ષથી વધારે ગાઢ બનેલ પૂર્વ-પશ્ચિમ વિભાજન. બીજું છે ઉત્તર-દક્ષિણ વચ્ચેનું અંતર, જે કોવિડ, ઋણ, જળવાયું પરિવર્તન તેમજ ખોરાક અને ઊર્જાની અસુરક્ષાને કારણે વધતું આવ્યું છે. આ ઉપરાંત ઉદયમાન સત્તાની સહજ ફરજ એ છે કે તે તેના મિત્રોમાં વધારો કરે અને પોતાની સમસ્યાઓ ઘટાડે. વૈશ્વિક ફલક પર ભારતની આદર્શ સ્થિતિ શોધવામાટેનો પ્રયાસ અવિરત હોઈ શકે છે. પરંતુ જેઓ મોટી મહત્ત્વાકાંક્ષાઓ ધરાવે છે તેઓએ ચોક્કસપણે વિશ્વસનીય ભાગીદાર બનાવવા જોઈએ અને સમર્થનના ચોક્કસ સ્ત્રોતો સુનિશ્ચિત કરવા જ જોઈએ. તેમનો પ્રયત્ન વૈશ્વિક પરિસ્થિતિમાં માત્ર કાર્યરત રહેવાનો નથી પરંતુ આ પરિસ્થિતિને ઓપ આપવાનો પણ છે.

એ દિવસો હવે ભૂતકાળ બની ગયાં છે જ્યારે ભારત અવારનવાર સભાન થઈને પ્રક્રિયાઓને પોતાનો માર્ગ બનાવવા માટે છોડી દેતું હતું. આપણા હિતો સમય સાથે વિસ્તરતા રહે છે અને

તેથી જ આપણી પ્રવૃત્તિઓ અને કદમાં પણ વધારો થવો જ જોઈએ. હવે આપણું અગામી કાર્ય એ છે કે ભારતને ફક્ત વિકસિત રાષ્ટ્ર સુધી સિમિત ન રાખતા એક અગ્રણી સત્તા બનવા માટેનો પાયો અમૃત કાળમાં નાખવો. તે કારણ થી જ વિદેશ નીતિમાં જેમ 'સબકા સાથ સબકા વિકાસ'નું સૂત્ર લાગુ પડે છે તે રીતે જ સ્થાનિક કક્ષાની નીતિમાં પણ તે સૂત્ર લાગુ પડે છે. અંતે, રાજદ્વારી મિત્રતા કેળવવા અને લોકો પર પ્રભાવ પાડવા વિશે છે. અને સમગ્ર વિશ્વને સહજ રીતે એક પરિવાર (વસુધૈવ કુટુંબકમ) માનતાં રાષ્ટ્ર માટે આ સંદર્ભે વ્યાપક સંભાવનાઓ રહેલી છે.

***

ભારતમાં 'રામ-લક્ષ્મણ' શબ્દસમૂહનો ઉપયોગ સામાન્ય રીતે ભાઈ-ભાઈ વચ્ચેની નિકટતાના પર્યાય તરીકે વપરાય છે. પરંતુ તેને વૈશ્વિક રાજકારણના ક્ષેત્રના સંદર્ભમાં જુઓ અને તેના પ્રભાવ પર ચિંતન કરો. હકીકત એ છે કે દરેક રામને એક લક્ષ્મણની જરૂર હોય છે, કોઈ એવો વિશ્વસનીય અને સતર્ક વ્યક્તિ જે સફળતા અને દુઃખ એમ બંનેમાં સાથ આપે. મહત્વની ક્ષણો દરમિયાન, તે સાહસ પ્રદાન કરે છે, શાંતિનો પરામર્શ આપે છે અને તેના પ્રધાનને સ્થિરતા મેળવામાં મદદ કરે છે. જ્યારે દંડકારણ્ય વનમાં રાક્ષસ વિરાધાએ સીતાનું અપહરણ કર્યું ત્યારે, તે લક્ષ્મણ હતો જેણે અચકાતા રામને ઝડપી પ્રતિક્રિયા લેવા માટે પ્રોત્સાહિત કર્યા. જ્યારે રાવણના સફળ અપહરણ પછી રામે પોતાનો ગુસ્સો બતાવ્યો, ત્યારે ફરી તેમના ભાઈએ તેમને સમજાવ્યા કે કઈ રીતે બીજા લોકો ધીરજ અને ધૈર્યથી દુઃખનું વહન કરે છે. તે પછી, જ્યારે રામે સમુદ્રદેવ વરુણ પર ગુસ્સો કર્યો, જેમણે તેને લંકામાં પ્રવેશ કરવાની મંજૂરી ન આપી, ત્યારે લક્ષ્મણે તેમણે સમુદ્રદેવને અનાવશ્યક ન ધમકાવવાની વાત સમજાવી. સંજોગો પ્રમાણે મહત્વ ધરાવતી ભાગીદારીને કેવી રીતે મજબૂત કરવી એ રાજનીતિનું સદાબહાર કાર્ય છે.

ભલે તે ગમે તેટલું મોટું અથવા શક્તિશાળી હોય પણ દરેક રાષ્ટ્રને આધાર સ્ત્રોતોની જરૂર પડે જ છે. આવા સંબંધોનું માત્ર પરિસ્થિતિજન્ય મહત્વ હોઈ શકે છે, પરંતુ હકીકત તો એ છે કે એકવાર સ્થાપિત થયા પછી, આવા સંબંધો ઘણી રીતે મૂલ્યવાન બનતા હોય છે. આ બાબત સ્પષ્ટ રીતે આંતરરાષ્ટ્રીય સંબંધોની સામાન્ય વ્યવસાયિક પ્રકૃતિથી ઘણી અલગ છે. તેને ઉદારતા, કાળજી, વિચારણા અને ક્યારેક તો પ્રેમની પણ જરૂરિયાત હોય છે. વિશ્વ પ્રણાલીમાં ભાવનાનું પણ કેટલીક જગ્યાએ સ્થાન છે, જે 'રક્ત પાણી કરતાં વધારે ગાઢ છે' એ સૂત્ર દ્વારા દર્શાવવામાં આવ્યું છે. સહયોગના અનુભવો દ્વારા સુદ્રઢ થતાં સંબંધો પણ નબળા નથી હોતાં. ભારતે 'વેક્સીન મૈત્રી' દ્વારા પોતાનું હદય ખોલ્યું, તે એક સંકેત છે જે લાંબા સમય માટે અસરકર્તા રહેશે. ખરેખર, તે વૈશ્વિક વ્યવસ્થાના અધિક્રમમાં જેમ જેમ આગળ વધતું જશે તેમ તેમ ભારતની વિશ્વસનીય મિત્રો માટેની જરૂરીયાત વધશે, ઘટશે નહિ. પદચિહ્ન જેટલા વિશાળ અને જેટલા મોટા હિતસંબંધ, તેટલી જ વધારે લક્ષ્મણોની મહત્વતા.

વાસ્તવિક જીવનમાં અન્ય સભ્યોનો નિષ્ઠાવાન અનન્યભાવ એક સંબંધિત દુર્લભતા હોઈ શકે છે, પરંતુ વૈશ્વિક ઈતિહાસમાં મહત્વના કાર્યોમાં સામાન્ય રીતે મોટા પ્રમાણમાં સમર્થન એકત્રિત કરવાની જરૂરીયાત હોય છે. ખાસ કરીને આ બાબત ત્યારે વધુ લાગુ પડે છે જ્યારે કાર્યોની પ્રકૃતિ અને પરિણામ અનિશ્ચિત હોય. જ્યારે પરિચિત ક્ષેત્રથી દુર કોઈ પ્રવૃત્તિ થઈ રહી હોય, ત્યારે નિશ્ચિતપણે સહયોગીઓનું મૂલ્ય વધે છે. જો સહિયારા પ્રયાસોમાં ખાસ કૈશાલ્યો અને સહયોગનો ઉમેરો થાય તો આ સંબંધો વધારે નીખરશે. મોટા અથવા અસાધારણ વિરોધીઓનો સામનો કરતી વખતે મિત્રો અને શુભચિંતકો જરૂરી બને છે. આ બાબત આપણે આધુનિક ઇતિહાસમાં પણ નોંધી છે, ભલે તે વિશ્વ યુદ્ધ હોય, ખાડીના યુદ્ધ, અફઘાનિસ્તાન કે પછી હાલની પરિસ્થિતિઓના સંદર્ભમાં હોય. રામના કિસ્સામાં, તેઓ સહેજ અનુમાન કરવામાં પણ અસમર્થ હતાં કે તેમની પત્નીનું અપહરણ કરી તેને ક્યાં અને કેવી રીતે લઈ જવામાં આવી હશે. અંતે, તેમણે અનેક પ્રકારના શુભચિંતકો અને સાથીઓના વિવિધ યોગદાનથી તેની શોધ કરી. હમેશાં યુદ્ધના ધોરણે પરિસ્થિતિને તાબે થવું જરૂરી નથી. આંતરરાષ્ટ્રીય રાજકારણની સ્પર્ધાત્મક દુનિયામાં, દરેક મિત્ર જે મુશ્કેલ સ્થિતિમાં સાથે ઊભો રહે છે, તેને મુલ્યવાન ગણવો ઘટે.

બાતમી મેળવવા માટે દરેક દિશામાં નીકળી પડેલા વાનરો સાથેનું ગઠબંધન આ પ્રકારની ભાવનાનું ઉત્તમ ઉદાહરણ છે. તે રાજકુમાર અંગદની સેના હતી, જે દક્ષિણ તરફ ગઈ હતી અને લંકાના બાગોમાં સીતાના હોવાના સગડ મેળવી લાવી હતી. વાનરો, રીછ અને ગીધો વગર રામ કદાચ તેમની સાચી દિશા પ્રાપ્ત કરી શક્ય ન હોત. એ સ્પષ્ટ છે કે મહત્વના નિર્ણયો લેતી વખતે સ્થિતિસંગત રીતે જાગૃત રહેવું પડે છે.

ઘણીવાર, કેટલાક પડકારો ખરેખર રાષ્ટ્રીય ક્ષમતાથી ઘણાં ઉપર હોય છે અને આ પરિસ્થિતિમાં શુભચિંતકોના યોગદાન સાચે જ અમૂલ્ય હોઈ શકે છે. સમ્પાતીની અદભૂત દ્રષ્ટિ સ્પર્ધકો અને વિરોધીઓ વિશેની મહત્વપૂર્ણ માહિતી પ્રાપ્ત કરવા માટેનું એક રૂપક છે. અને જ્યારે સમુદ્ર પાર કરવાનો સમય આવ્યો, ત્યારે પુલ બનાવનાર વિશ્વકર્માનો પુત્ર નલ હતો, જેણે ટેકનોલોજીકલ ઉકેલ આપ્યો હતો. પોતાના સ્વભાવથી વિપરીત, વરુણે પણ વચન આપ્યું કે નલના બનાવેલા પુલને તે ધોઈ નાખશે નહિ. આ બધુજ રામના દબાવનાનું પરિણામ હતું, જેમણે જો તેમને પાર જવા દેવામાં નહિ આવે તો તે સમુદ્રને સુકવી નાખશે તેવી ધમકી આપી હતી.

મિત્રો બનાવવાની અને લોકો પર પ્રભાવ પાડવાની પ્રક્રિયામાં પ્રોત્સાહન અને ચાપલૂસીથી લઈને સહાય અને ધમકીઓ સુધીના વિવિધ પ્રોત્સાહક ઘટકોનો સમાવેશ થાય છે. મોટાભાગના રાષ્ટ્રો માટે, આ એક અસાધારણ રીતે ધીરજપૂર્વક અને મહેનતનું કામ છે અને કદાચ તે તેટલું સરળ નથી જેટલું એક નજરે લાગે છે. સામાન્ય રીતે કહીએ તો, તેના ઘટકોની સૂક્ષ્મ ઓળખાણ અને સ્પર્ધાત્મક હિતો વચ્ચેની સુસંગતતા ખૂબ જ જરૂરી છે. કેટલાક અસાધારણ પ્રસંગોના

સંદર્ભમાં ઘણી વાર મોટા પ્રમાણના હિતસંબંધો માટે કેટલીક મુશ્કેલ પસંદગીઓ કરવી પડતી હોય છે. આવા કિસ્સાના હાર્દ રૂપે મહાકાવ્યમાં રામનો બહુચર્ચિત એવો એક પ્રસંગ છે. બે વાનરરાજ ભાઈઓ વાલી અને સુગ્રીવ વચ્ચે ચાલી રહેલી લડાઈમાં, રામે હસ્તક્ષેપ કર્યો અને વાલીનો વધ કર્યો. અલબત, વાલીની એ નિયતિ હતી કે દૈવી શક્તિના હસ્તે પ્રાણત્યાગ કરવો, પરંતુ સાથે સાથે તેનું વર્તન પણ તેટલું જ નિંદનીય હતું.

પરંતુ આ ઘટના અને તેના પરિણામો મોટા અભિયાનો હાથ ધરવા માટેની મહત્વપૂર્ણ સમજણ પ્રદાન કરે છે. શક્તિની દ્રષ્ટિએ જોવામાં આવે તો રામે નાનો પક્ષ ગણતા નાના ભાઈ સુગ્રીવને સમર્થન આપ્યું, જેને પહેલા તેના પદ પરથી હટાવી દેવામાં આવ્યો હતો. સામાન્ય સમજણ સૂચવે છે કે નબળો પક્ષ હંમેશા હસ્તક્ષેપનો વધારે સહજતાથી સ્વીકાર કરે છે અને લાંબા ગાળા માટે પોતાની કિસ્મત સમજીને કટીબધ્ધતાથી જોડાય છે. સુગ્રીવની સેવાઓ મેળવ્યા બાદ, તે રામની દીર્ઘદ્રષ્ટિ હતી કે તમેણે વાનરો વચ્ચે એકતા જાળવી રાખવા માટે વાલીના પુત્ર અંગદને પોતાની શરણમાં લીધો હતો. તેમના સાથીઓને તત્પરતાથી કાર્ય કરવાની પ્રેરણા આપવી પણ સરળ કાર્ય નહોતું. સ્વાભાવિક રીતે, સુગ્રીવ સિંહાસન પર બેસ્યા પછી કિશ્કિંધામાં ભોગ વિલાસ કરવાની વૃત્તિ તરફ વળ્યો, અને તેને પોતાની જવાબદારીઓ યાદ અપાવવા માટે લક્ષ્મણનો ક્રોધ આવશ્યક હતો.

જ્યારે વાનર સેના વિવિધ દિશાઓમાં મોકલવામાં આવી ત્યારે તે આખો સમયગાળો રામ અને લક્ષ્મણ માટે વ્યૂહાત્મક રીતે ધીરજ રાખવાનો અનુભવ હતો. ગઠબંધનનો અર્થ માત્ર એકત્ર થવું જ નહીં, પરંતુ તેમાં કામ કરવા માટે યોગ્ય સમય આપવો પડે છે, જેમાં ઘણી વાર તેના ઓછા કાર્યક્ષમ ઘટકોની ગતિએ કામ કરવું પડે છે. કેટલીક વખત, ભાગીદારો સમયસર પ્રદાન કરી શકતા નથી. રામ માટે આ સ્થિતિ પાછળથી કાશીના રાજા પ્રતાર્દનના મામલે આવી જેણે આપેલા વચન પ્રમાણે તેની સેના સમયસર લંકાની લડાઈમાં જોડાવા માટે પહોંચી ન હતી. પરંતુ રામને તેનો શ્રેય જાય છે કે તેમણે જાહેરમાં પ્રતાર્દનના ઈરાદાને બિરદાવ્યો હતો. જીવનમાં હમેશાં ભવિષ્યની સંભાવનાઓ રહેલી છે અને રાજનીતિમાં ક્યારેય ભવિષ્યની શક્યતાઓ પર પૂર્ણવિરામ મૂકી દેવો જોઈએ નહિ.

***

ભૂતકાળ અને ભવિષ્ય

જેમ જેમ ભારત આંતરરાષ્ટ્રીય ક્રમમાં તેના કાર્યકાળમાં આગળ વધી રહ્યું છે, તેણે ધ્યાનમાં રાખવું જોઈએ કે વિશ્વ સતત બદલાતું રહે છે, અને વાસ્તવમાં તેના વિવિધ સભ્યો સાથેના સંબંધો પણ બદલાઈ રહ્યા છે. સ્વતંત્રતા પછીના પ્રારંભિક વર્ષોમાં, આપણા નિર્ણયક્ષેત્રનો વ્યાપ

વધારીને આપણે પશ્ચિમ સાથેના સંબંધો બનાવવા માટેના પ્રયત્ન કાર્ય છે. સાથે સાથે, વિકાસશીલ વિશ્વમાં પોસ્ટ-કોલોનિયલ સહાનુભૂતિનું નિર્માણ કરીને સમુદાયોને પોષણ આપવામાં આવ્યું. સમાજવાદી બ્લોક સાથેના સહકારનું અન્વેષણ કરવામાં આવ્યું, જેનાથી આર્થિક અને સુરક્ષા ક્ષેત્રોમાં સ્પષ્ટ પરિણામો મેળવી શકાયા. જેમ કે શીત યુદ્ધના દબાણો વધ્યા અને 'સિનો-યુએસ'ની પરસ્પર સંમતિ અસ્તિત્વમાં આવી, તેથી ભારતને તેના સોવિયેટ સાથેના સંબંધોને જોખમો ખેડીને પણ મજબૂત કરવાની ફરજ પડી. પશ્ચિમી વિશ્વએ પાકિસ્તાનના સેનાધારી શાસનને સમર્થન આપ્યું અને તેના કારણે ભારતની પશ્ચિમ સાથેની મુશ્કેલીઓ ઉદ્ભવી.

આથી, શીત યુદ્ધના અંતે તે ખુબજ સ્વાભાવિક હતું કે ભારત અને વિશ્વ પરસ્પર પુનઃસમાયોજનની પ્રક્રિયામાં જોડાય. પસાર થઈ ગયેલ સદીના ચોથા ભાગમાં આ પ્રક્રિયાઓએ સતત ગતિ મેળવી છે. તેમનું ગઠબંધન એ બાબતે સુગમ બનાવવામાં આવ્યું છે કે છેલ્લા દાયકામાં નવી દિલ્હીએ ભૂતકાળના આદર્શવાદના બોઝાનો મોટો ભાગ હવે ત્યજી દીધો છે. ખાસ કરીને યુએસને હવે સમસ્યાના ભાગ રૂપે નહીં પણ ઉકેલના ભાગ રૂપે વધુ જોવામાં આવે છે. હવે, આપણા રાજનૈતિક પડકારો છે કે આપણે નવા સંબંધોને આગળ વધારવાની સાથે સાથે અગાઉના સંબંધોને જાળવી રાખવાના છે. આ ગઠબંધનમાં પણ આપણે ખાસ કરીને કેટલાક સંબંધો પર વધારે ભાર આપવો પડશે, જેથી કરીને ભારતને પરિવર્તનશીલ વિશ્વમાં શ્રેષ્ઠ પરિણામ મળે.

UNSCના પાંચ સ્થાયી સભ્યો સાથેના ભારતના સંબંધોનું વિશ્લેષણ એના રેકોર્ડ અને શક્યતાઓના મૂલ્યાંકન માટે એક સારો પ્રારંભ બિંદુ છે. યુએસ અને ચીન સાથેના સંબંધો આગળના પ્રકરણોમાં ચર્ચવામાં આવ્યાં છે.

યુકે: એક સમકાલીન સમજૂતી

કોઈપણ અન્ય સંબંધની સરખામણીએ, ભારતના યુકે સાથેના સંબંધો વધારે જટિલ ભૂતકાળનો બોજ સહન કરે છે. તે સમયના ઘા બૌધિક અને માનસિક બંને છે. હવે પડકાર એ છે કે ભવિષ્યના સંબંધ માટે ઇતિહાસને નવી રીતે ધ્યાનમાં લેવો જેથી કરીને પરસ્પર રાહતના સંબંધો અને સંપાત પરંપરાગત રીતે ચાલતા આવતા ઘર્ષણો અને તિરાડોને પાર કરી શકે.

રસપ્રદ બાબત તો એ છે કે ભારતની સ્વતંત્રતા પછીના તુરંતના પરિણામો સ્વરૂપે આ પ્રક્રિયા એક સહજીવી સંબંધ તીરકે શરુ થઈ હતી. વર્તમાન પેઢીને કદાચ આશ્ચર્ય થશે કે બે દાયકાઓ સુધી યુકેનો ભારત પર કેટલો પ્રભાવ હતો. હકીકતમાં, શીત યુદ્ધમાંથી પોતે દૂર રહેવા અને યુએસને દૂર રાખવા ઈચ્છતા ભારતીય નેતૃત્વએ યુકેને તેનું શ્રેષ્ઠ વિરોધી ગણાવ્યું હતું. તેટલી હદ સુધી કે, કેટલાક ક્રાંતિકારી જૂથોએ કોમનવેલ્થમાં જોડવા માટે અનિચ્છા દર્શાવી

હતી, અને ત્યારબાદ, તેનું સભ્યપદ અમેરિકન દબાણથી રાહત અપાવશે તેવા વિચારથી તેમણે આ અનિચ્છા પર કાબુ મેળવ્યો હતો.

ફિલ્મ RRRની તાજેતરની સફળતા આપણને યાદ અપાવે છે કે ઉપનિવેશિક યુગ અંગેની લાગણીઓ આજે પણ ભારતીય જનતા સાથે કેટલી મજબૂત રીતે જોડાયેલી છે. આ સમયગાળામાંથી પ્રાપ્ય તેવા ભારત-યુકેના સંબંધમાં સંવેદનશીલતા અને સાવચેતી હોય એ સ્વાભાવિક છે. ત્યારબાદ, ભારતનું વિભાજન અત્યંત ઊંડો પ્રભાવ ધરાવે છે, પણ હકીકતમાં ત્યાર પછીના ભારત-પાકિસ્તાનના રાજકીય પરસ્પર જોડાણો આ પ્રભાવને જીવંત રાખતાં રહ્યાં છે. 1947માં, જ્યારે પાકિસ્તાને જમ્મુ અને કાશ્મીર પર હુમલો કર્યો, ત્યારે નવી દિલ્હીએ યુકેને આંશિક રીતે પાકિસ્તાન તરફી ગણ્યું હતું. UNSCની કાર્યથી વધતો આવેલો આ પ્રકારનો દ્રષ્ટિકોણને વેગ મળ્યો જ્યારે 1965 અને 1971ના સંઘર્ષમાં યુકે પોતાની રાજકારણીય વલણ સ્પષ્ટ કરી દીધું. શીત યુદ્ધના કારણે ઉદ્ભવેલી બ્રિટનની મજબુરીઓ, પૂર્વ સુએઝ સાથેના જોડણને લઈને પીછે હટ કરવી અને યુરોપિયન યુનિયનમાં જોડાવું આ તમામ બાબતોએ શરૂઆતના થોડા ઘણાં નજીકના સંબંધો પણ નબળા બનાવ્યાં. 2001 પછીના અફઘાનિસ્તાનના વિકાસના મુદ્દે, નવી દિલ્હીએ એ બાબત નોંધી કે ધ ગ્રેટ બ્રિટેન રાવલપિંડીમાં શૈન્યના નેતૃત્વનું ખાસ હિમાયતી હતું.

ભારતીય દૃષ્ટિકોણથી, તે ન્યુક્લીયર વિકલ્પનો ઉપયોગ હોય, અફઘાનિસ્તાન જેવી સુરક્ષા ચિંતાઓ હોય કે ભારતીય ઉપખંડનું રાજકારણ હોય, બ્રિટિશ કૂટનીતિને સમજપૂર્વક શંકાની દ્રષ્ટીએ જોવામાં આવી છે. વધુમાં, ભારત ક્રમશઃ સ્વબળે ઉભું થયેલું હોવાથી ભારતીય રાજકારણમાં ભૂતકાળને ભૂલી જવાનું વલણ પ્રમાણમાં વધારે મજબૂત હતું. ભારતના ઊંડાણપૂર્વકના લોકશાહીકીરણના પરિણામે નબળા પડેલા ઉચ્ચ વર્ગો વચ્ચેના સંબંધોએ આ પ્રક્રિયાને વધુ ઝડપી બનાવી. બ્રેક્સિટ આવ્યું ત્યારે, જોડાણોની નવી શરતો સ્થાપિત કરવાની જરૂરિયાત સ્પષ્ટ હતી.

જ્યારે ભૂતકાળનો પડછાયો સતત હાવી રહે છે, ત્યારે વર્તમાનની પોતાની અલગ જ જટિલતાઓ છે. બ્રિટિશ રાજકારણ ઘણી વખત મતબેંકના વિચારોથી ચાલે છે, જો કે પ્રમાણમાં કેનેડાના રાજકારણ જેટલું નહીં. આ કારણથી જ ભારતને હમેશાં નિશાના પર રાખનાર અલગતાવાદી જૂથોને આ વિદેશી જમીન તથા સ્વતંત્રતાનો દુરપયોગ કરવાની મોકળાશ મળી રહે છે. ભારતની સાંપ્રત વ્યવસ્થા વિરુદ્ધ કેટલા પ્રભાવશાળી ક્ષેત્રોમાં સક્રિય તેવા વૈચારિક વિરોધે પણ પરેશાનીઓમાં વધારો કર્યો છે. કેટલાક લોકો ભારતમાં થતા બદલાવોથી એટલા બધાં નારાજ છે કે તેઓ વાસ્તવિકતા સમજવા માંગતા નથી. જ્યારે યુકે ભારત સાથે વિશેષ સબંધ ધરાવવાનો દાવો કરે છે, ત્યારે તેની અસર કંઈક અલગ જ હોય છે.

પરંતુ, બંને રાષ્ટ્રો વિવિધ ક્ષેત્રોમાં પરસ્પર સહકાર આપી રહ્યા છે તે એક સમાંતર

વાસ્તવિકતા પણ છે. જોડાણોની સામાન્ય રીતે વ્યાપ્ત વિશેષતાઓમાંની એક છે આ લાંબા ગાળાની દ્વિધા; યુ.એસ. ને અનુસરીને યુકે સંપૂર્ણપણે નવીનીકરણ કરશે કે કેમ એ મુખ્ય પ્રશ્ન છે. અત્યાર સુધી, યુકે પાછળ રહી ગયું છે, પરંતુ ભારત સાથે બનેલ અંતરને લઈને તેની જાગૃતિમાં વધારો થઈ રહ્યો છે. સમાયોજન કરવા માટે રાજકીય સંવેદનાઓ, સુરક્ષા મુદ્દાઓ, નિકાસ નિયંત્રણો અને ગતિશીલતા જેવા વિવિધ મુદ્દાઓ પર આત્મનિરીક્ષણ કરવાની જરૂર છે. એ હવે સ્પષ્ટ થવું જોઈએ કે આપણું રાષ્ટ્ર હવે ભૂતકાળનું ભારત નથી. બ્રિટીશ યુગના કાનૂની કોડ્સને બદલવાની બાબત હોય, પોતાની સાંસ્કૃતિક માન્યતાઓ વ્યકત કરવાની બાબત કે પછી નેતાજીની પ્રતીકાત્મકતાને પ્રતિપાદિત કરવાની બાબત હોય, સમય ખરેખર બદલાઈ રહ્યો છે. ભૂતકાળ સાથે એકદમ નજીકથી સંકળાયેલા હોવાના કારણે, યુકે માટે આ પરિવર્તનના સ્વરૂપને સમજવું ખુબજ મહત્વનું છે.

બીજી બાજુ, ભારતિયોએ આ ભાગીદારીના ભવિષ્યને વધુ વ્યવહારિક રીતે જોવી જોઈએ. આપણે એ બાબત ધ્યાને લેવી જોઈએ કે સમગ્ર યુરોપમાં વ્યવસાયો અથવા વેપાર કરવા ઈચ્છતા ભારતીયોમાટે યુકે એક યોગ્ય દ્વાર તરીકે કાર્યરત છે અને ત્યાં સફળ 'ડાયસ્પોરા' વસે છે. ભલે તેની વૈશ્વિક પ્રભાવશક્તિ પહેલા જેવી ના રહી હોય, પણ વિશ્વના કેટલાક ભાગોમાં તે હજી પણ ખરેખર પ્રભાવશાળી છે. કેટલાક ક્ષેત્રોમાં બ્રિટિશ ટેકનોલોજી અને ક્ષમતાઓ સ્પષ્ટ રીતે સર્વોત્તમ છે. ભારતીય દ્રષ્ટિકોણથી, હાલમાં બંને દેશો વચ્ચે સ્થપાયેલ ગઠબંધનને આગળ વધારવા માટેની ભરપૂર સંભાવનાઓ છે. જ્યારે બંને દેશો સહજ રીતે વિચારે તો આનો જવાબ એક સકારાત્મક દિશા મળી શકે છે. આ બાબત તેમના દ્વારા સ્વીકૃત 2030ના રોડમેપમાં પરિલક્ષિત થાય છે.

બંને રાષ્ટ્રોને અને લોકોને જોડવા માટે વિવિધ રીતે પ્રયત્નો કરી શકાય છે, જેમાં નજીકના રાજકીય સંપર્કો, મોટી આર્થિક અને નાણાકીય લેવડદેવડ, વધુ કુશળતા અને શિક્ષણ પ્રવાહો, મજબૂત સંશોધન અને નવાચાર ભાગીદારી તથા, નિશ્ચિતરૂપે, બંને વચ્ચેના સંબંધને પોષવાની પ્રક્રિયા સામેલ છે. આ કવાયતની સાથે સાથે, આપણે દુનિયાને કેવી રીતે જોઈએ છીએ અને બંને દેશો જેનો રોજેરોજ સામનો કરી રહ્યાં છે તેવા પડકારોને કેવી રીતે લઈએ છીએ તે બાબત પણ મહત્વની છે.

બ્રેક્સિટ પછી યુનાઇટેડ કિંગડમ એક ખૂબ જ અલગ રાજકીય વ્યવસ્થા બની ગયું છે. અને આ બદલાવોમાંથી કેટલાક એવા છે જે આધુનિક ભાગીદારી માટે પ્રેરણા પૂરી પાડી શકે છે. વિસ્તૃત રાષ્ટ્રીય નિયંત્રણને કારણે યુનાઇટેડ કિંગડમને ભારત સાથે વધારેલા વેપાર ભાગીદારીનો વિચાર કરવાનો મોકો મળ્યો છે. બંને રાષ્ટ્રોમાં માંગ, લોકસંખ્યા અને પ્રતિભાને એકીકૃત કરવામાં સ્થળાંતર અને ગતિશીલતાને લગતી ભાગીદારી પરના કરાર મદદરૂપ થાય છે. યુ.કે.ની 'સંકલિત સમીક્ષા' તેને યુરો-એટલાન્ટિક બાબતે સક્રિય સભ્ય તરીકે દર્શાવે છે, પરંતુ

ઈન્ડો-પેસિફિકમાં તેની વધતી જતી હિસ્સેદારીને પણ દર્શાવે છે. ભારત સાથે મજબૂત સમજૂતી માટે આ એક આકર્ષક દલીલ છે.

ભારતના દ્રષ્ટિકોણથી, આપણે યુ.કેના વિવિધ સ્વરૂપો સાથે જોડાણ કરવા માગીએ છીએ: વૈશ્વિક બ્રિટન, એટલાન્ટિક યુ.કે, પોસ્ટ-યુરોપિયન યુ.કે, લંડન શહેર, ડાયસ્પોરાનું યુ.કે, નવાચાર અને શિક્ષણનું યુ.કે અને નિશ્ચિતરૂપે વ્યૂહાત્મક યુ.કે. બ્રેક્સિટના પરિણામે આંતરિક સંતુલન સ્પષ્ટપણે બદલાઈ ગયું છે અને હવે વૈશ્વિક પાસું એકદમ મોખરે છે. સંબંધોને ઓપ આપવાની સાથે સાથે ભારત અને યુ.કે. સહિયારા ઈતિહાસમાંથી ઉદભવેલા મુદ્દાઓને અવગણી શકતા નથી. પરંતુ ભવિષ્યમાં તેમની વચ્ચેનો સંવાદ અનિવાર્ય રીતે અલગ હશે. અંતિમ વિશ્લેષણમાં જોઈએ તો, ભારતીય ઉપખંડના મુદ્દાઓ હોય કે પછી વિશાળ વૈશ્વિક મંચ, બંને બાબતોમાં એક સાથે મળીને કામ કરવાની ક્ષમતામાં જ નવા યુગમાં પરિવર્તનની સાચી કસોટી થશે.

રશિયા: એક સાતત્યપૂર્ણ ભાગીદારી

રશિયા (પૂર્વના USSR) સાથેની વાત ખૂબ જ અલગ રહી છે. જે સત્તા ભારતીય રાષ્ટ્રીય આંદોલનને શંકાની નજરે જોતી હતી, ત્યાં સુધી કે તે એક શત્રુતાવાળી નજરે જતી હતી, તેણે હવે સ્વતંત્રતા પછીની રાજનીતિ મજબૂત થતાં સહિયારા હિતોને વિકસાવ્યા છે. આ પ્રક્રિયાને વેગ મળ્યો જ્યારે 1953-54 પછી ખાસ કરીને પાકિસ્તાન યુનાઈટેડ સ્ટેટ્સના નેતૃત્વવાળા ગઠબંધન પદ્ધતિઓમાં જોડાયું. આપણા દેશમાં પણ ઘણી રાજકીય પાર્ટીઓએ USSRને પ્રગતિશીલ સતા તરીકે જોવાનું શરૂ કર્યું. પડોશી રાષ્ટ્રોને હથિયાર પુરા પાડનાર પશ્ચિમી વિશ્વથી ચિંતાતુર બનેલા ભારત માટે આ સંબંધો વીમા પોલીસી જેવા હતાં અને સાથે સાથે આપણી રાષ્ટ્રીય તાક્તોમાં યોગદાન આપનાર પણ બની રહ્યાં હતાં. તે એટલી હદે વધી ગયાં કે રશિયાએ , ત્યારના USSR તરીકે, 1971માં ભારતીય ઉપખંડના વ્યૂહાત્મક વળાંકમાં પણ મહત્વપૂર્ણ ભૂમિકા ભજવી.

ભારતના હિતો પ્રત્યેની સંવેદનશીલતાની સાથે સાથે પરિણામ સ્વરૂપે ઉત્પન્ન થયેલ ભારતની પ્રતિષ્ઠાએ આ સંબંધોને વૈશ્વિક ઉથલપાથલની વચ્ચે પણ સ્થિર રાખ્યા છે. USSRના વિભાજનનો પણ આ સંબંધો પર ઘણો જ સીમિત પ્રભાવ રહ્યો હતો અને દસ વર્ષમાં આ બંને રાષ્ટ્રોએ ફરીથી એકબીજા પ્રત્યેની પ્રાથમિકતાઓ નક્કી કરી હતી.

આજે, આ ભારતના રશિયા સાથેના સંબંધો સૌથી વધુ સમગ્ર વિશ્વના ધ્યાન પર છે. મહત્તાની દ્રષ્ટિએ, ઘણી બધી રીતે યુએસ અને ચીન સાથેના સંબંધો સાથે તેની સરખામણી થઈશકે છે. આર્થિક દ્રષ્ટિકોણથી તેનું મહત્વ કદાચ ઓછુ હોય શકે, પણ ભારત માટે તે વ્યુહરચનાઓ અને સુરક્ષાની બાબતે ખૂબ જ મહત્વ ધરાવે છે. પરંતુ, એક અનિચ્છિત સંઘર્ષના અણધારેલા

પરિણામોએ લાંબા સમયથી ચર્ચામાં રહેલી કેટલીક સંભાવનાઓને વેગ આપ્યો છે. પરિણામે રશિયા મુખ્ય પુરવઠાકાર બની શકે છે, જ્યારે ભારત પોતાની આર્થિક વૃદ્ધિમાં વધારો કરી રહ્યું છે અને આવી જરૂરિયાતોને વિસ્તારી રહ્યું છે.

આ ભાગીદારી અંગેની વક્રોક્તિ એ છે કે તે બધાનું લક્ષ ખેંચવામાં સફળ રહી છે, એટલા માટે નહિ કે તેમાં બદલાવ આવ્યો છે પરંતુ એટલા માટે પણ કે તેમાં કોઈ બદલાવ આવ્યો નથી. વાસ્તવમાં, દ્વિતીય વિશ્વ યુદ્ધ પછીના સૌથી મોટા સંબંધોમાં રશિયા અને ભારત વચ્ચેના સંબંધો સૌથી સ્થિર રહ્યા છે. દરેક રાષ્ટ્રે ઘણા અન્ય ભાગીદારો સાથેના સંબંધોમાં ઉતાર-ચઢાવ જોયા છે. પરંતુ વિવિધ કારણોસર, બંનેએ તેમના પોતાના સંબંધોને વૈશ્વિક ઘટનાઓની અસ્થિરતાથી અલગ રાખવામાં સફળતા મેળવી છે. તેવું લાગે છે કે પારસ્પરિક લાભોની સાથે સાથે ભૌગોલિક-રાજકીય પરિસ્થિતિની પાછળના તર્કના કારણે આ સંબંધને ખુબજ મજબૂત આધાર મળી રહ્યો છે.

જો સંબંધો સ્થિર રહ્યા છે, તેનો અર્થ એ નથી કે બંનેમાંથી કોઈ પણ રાષ્ટ્ર રાજ્યતંત્ર તરીકે અથવા તો સમાજ તરીકે જડ બની ગયું છે. છેલ્લા પચીસ વર્ષોમાં, ભારત પાંચમી સૌથી મોટી અર્થવ્યવસ્થા, પરમાણું હથિયારોની તાકાત ધરાવનાર, ટેકનોલોજીનું કેન્દ્ર, વૈશ્વિક પ્રતિભાનો ભંડાર અને આંતરરાષ્ટ્રીય ચર્ચાઓનો સક્રિય આકારક તરીકે ઉદભવ્યું છે. તેના હિતો અને પ્રભાવ દક્ષિણ એશિયાથી પણ આગળ વધી ગયા છે.

આ દરમિયાન, પ્રાથમિકતાઓ અને અભિગમમાં આવેલા પરિવર્તનોની સાથે રશિયા વધુ રાષ્ટ્રીય રીતે પરિભાષિત થયું છે. યુરેશિયન સત્તા તરીકેનું તેનું સહજ ચરિત્ર અને તેની વૈશ્વિક સ્થિતિ રશિયાને વૈશ્વિક ક્રમ માટે મહત્ત્વપૂર્ણ બનાવે છે. રશિયાએ પણ પ્રદેશો અને મુદ્દાઓને લાગતાં પરિણામોને પ્રભાવિત કરવાની ક્ષમતા બતાવી છે. ઉર્જા, સંસાધનો અને ટેકનોલોજી જેવા ક્ષેત્રોમાં તેની મહત્ત્વતા નોંધપાત્ર છે. છેલ્લા ત્રણ દાયકાઓમાં ભારત અને રશિયા બંનેનો સ્વાયત્ત વિકાસ થયો છે. બંને રાષ્ટ્રોએ અન્ય સત્તાઓ સાથે ઘણાં જોડાણો બનાવ્યા છે, પણ તે હંમેશને માટે સંગઠિત રહ્યાં નથી. તેમના પોતાના દ્વિપક્ષીય સંતુલન અને સમીકરણ પણ સમય સાથે વિકસિત થયા છે. છતાં, તેમના પોતાના પરસ્પર વિચારોને આકાર આપતી વારસાગત પ્રતિષ્ઠાના આધારે રચાયેલ તેમના હિતસંબંધો એક બીજા પર આધારિત હોય તેમ દેખાઈ આવે છે. વધુ અસરકારક બાબત એ છે કે આ બદલાતા વિશ્વમાં પણ તેઓએ ખાસ કાળજી લીધી છે કે તેઓ કોઈ પણ પ્રવૃત્તિ એવી રીતે ના કરે કે જેથી બીજા રાષ્ટ્રના મુખ્ય હિતોને તેની પ્રતિકૂળ રીતે અસર થાય. આ પ્રકારનું વલણ જાળવી રાખવું નિશ્ચિતપણે મહત્વપૂર્ણ બાબત છે.

અલગ અલગ ઐતિહાસિક મૂળ ધરાવતાં અને તદ્દન અલગ ભૌગોલિક પરિસ્થતિમાંથી આવતાં હોવા છતાં ભારત અને રશિયા સંકલ્પનાત્મક રીતે બહુધ્રુવીય વિશ્વ પ્રત્યેની સમાન પ્રતિબદ્ધતા ધરાવે છે તેમજ આ પ્રકારની પ્રતિબદ્ધતાને વૈશ્વિક સ્તરે સ્થાપિત કરવા તરફ

આકર્ષણ ધરાવે છે. આ બાબતને લઈને તેમણે વિકસાવેલી સમજણ દરેક ભૌગોલિક પરિસ્થિતિમાં સમાન રીતે લાગુ કરી શકાતી નથી. એનું સચોટ કારણ એ છે કે રશિયા એક યુરેશિયન સત્તા છે; ભારત માટે તે ખૂબ જ આવશ્યક છે કે બહુધ્રુવીય વિશ્વની કદર કરતાં કરતાં તે બહુધ્રુવીય એશિયાનો પણ સ્વીકાર કરે. આવા વિશ્વમાટે એક કાર્યકારી સિધાંત એ છે કે કોઈપણ પ્રકારની વિશિષ્ટતાને ધ્યાનમાં રાખ્યા વગર વિધિવત રીતે ભાગીદારી નિભાવવાનો પ્રયાસ કરવો. બે રાષ્ટ્રો જેમની વચ્ચે આટલો મજબૂત સ્વતંત્રતા ભાવ છે, તેના માટે અન્ય રાષ્ટ્રના ભાવને સમજવામાં ઓછી મુશ્કેલી હોવી જોઈએ. જયારે વૈશ્વિક પરિવર્તનની દિશામાં રશિયાની મોટી હિસ્સેદારી છે, ત્યારે એ પણ ધ્યાને લેવું જોઈએ કે તે પણ એક રાજકીય એકમ છે જે વર્તમાન આંતરરાષ્ટ્રીય માળખામાં રસ ધરાવતું હોય. આપણા આ આંતરરાષ્ટ્રીય સંબંધના ભવિષ્યનું એક મહત્વનું પાસું એ છે કે તે ભારતના ઉદયને કેટલી હદ સુધી સમાવિષ્ટ કરી શકે છે.

પરસ્પર સંબંધોના ઈતિહાસને ધ્યાને રાખીએ તો, ભારતીયો રશિયન સમર્થનની અપેક્ષા રાખશે, જેમાં UNSCના સુધારણાઓનો સમાવેશ થાય છે. રશિયા પરંપરાગત રીતે પશ્ચિમ પર ધ્યાન કેન્દ્રિત કરતું આવ્યું છે, યુક્રેનના સંઘર્ષે આ બાબતે પુનઃમૂલ્યાંકન કરવા માટે રશિયાને પ્રેરિત કર્યું છે. પરિણામ સ્વરૂપે પહેલે થી જ એશિયા તરફી રશિયાનો ઝુકાવ ઉડીને આંખે વળગે તેવો છે. ભારત માટે, તે એક પ્રકારે જોડાણનું વિસ્તરણ કરશે, જે અત્યાર સુધી લગભગ સૈન્ય, પરમાણુ અને અંતરિક્ષ સહયોગની ત્રિપુટિ પર જ નિર્ભર હતું.

આગામી વર્ષોમાં રશિયાના એશિયા તરફી પરિબળોને વધુ ને વધુ ધ્યાનમાં રાખતાં આપણા રશિયા પ્રત્યેના વલણોમાં બદલાવ અપેક્ષિત છે. તેની રૂપરેખા પ્રગટ થવા લાગી છે. તેમાં આંતરરાષ્ટ્રીય ઉત્તર-દક્ષિણ પરિવહન માર્ગ અથવા ચેન્નાઈ-વ્લાદિવોસ્તોક સમુદ્રી માર્ગ જેવા જોડાણો હોઈ શકે છે, કે પછી પૂર્વીય રશિયામાં ભારતીય ભાગીદારી વધારવી, અથવા મધ્ય એશિયા અને આર્કટિકમાં વધુ નજદીકનો સહકાર હોઈ શકે છે. અંતમાં, એક તરફ પોતપોતાના માર્ગને જાળવી રાખતાં હોવા છતાં ભારત-રશિયા સંબંધો વિકાસના આગળના તબક્કાઓ માટે તૈયાર છે.

બ્રિટિશ અને રશિયન સંબંધો ભારતીય જનતામાં જુદી જુદી રીતે ભાવનાઓ જગાવે છે. પરંતુ નીતિઓ જયારે ભાવનાથી પ્રભાવિત નથી થતી, ત્યારે તે આખરે તથ્યો અને ખર્ચ-લાભના વિશ્લેષણ દ્વારા સંચાલિત થતી હોય છે. ભારત જ્યારે પરિવર્તિત પરિદૃશ્યનું મૂલ્યાંકન કરે છે અને આગળનો માર્ગ નિર્ધારિત કરવા માટે પ્રયાસ કરે છે, ત્યારે સમાયોજનો અપેક્ષિત છે.

ફ્રાન્સ: ત્રીજો માર્ગ

યુ.કે. અને રશિયા કરતાં બિલકુલ વિરુદ્ધ, ફ્રાંસ તુલનાત્મક રીતે નવી રાજનૈતિક શોધ છે, જેનો ઔપનિવેશિક ભૂતકાળ જાહેર ચેતનામાં વધુ પડઘાયો નથી. ઇતિહાસના બોઝની ખૂબ જ ઓછી અસર તેનાં માટે સારી એવી તકો ઉભી કરે છે, જ્યારે તે કેટલાક ક્ષેત્રોના વિકાસને પ્રોત્સાહન આપવા પર પોતાનું ધ્યાન કેન્દ્રિત કરે.

છેલ્લા બે દાયકાઓથી, બાહ્ય પરિબળોના પ્રભાવથી ઉદ્ભવતી આશ્ચર્યજનક ઘટનાઓ વિના તથા અન્ય કોઈ મોટા બદલાવ વિના આ સંબંધ સ્થિરપણે આગળ વધી રહ્યો છે. આ બંને રાષ્ટ્રો માત્ર સહિયારી રીતે મૂલ્યો અને વિશ્વાસ જ ધરાવતાં નથી, પણ તેઓ રાષ્ટ્રીય ક્ષમતાઓના નિર્માણ પર ઘણો ભાર મુકતા હોય છે. બંનેએ શીતયુદ્ધ કાળ દરમિયાન પોતાના વ્યૂહાત્મક અવકાશને વધારવાનો પ્રયાસ કર્યો હતો. આધુનિક સમયમાં, તેઓએ 1950ના દાયકાથી મજબૂત ગઠબંધન વિકસાવ્યું છે. ત્યારથી, ફ્રેંચ સુવિધાઓ અને સાધનો પેઢી દર પેઢી ભારતીય સેનાના ભાગ બનતા આવ્યાં છે. તેથી, ભારત પાસે સબળા કારણો છે કે તે ફ્રાંસને પોતાની રાષ્ટ્રીય સુરક્ષાના મુખ્ય સાથીદાર તરીકે ઓળખાવે.

ભારતની વ્યૂહાત્મક વિચારોના વિકાસમાં ફ્રાન્સ એક મહત્વપૂર્ણ પ્રભાવક હતો, ખાસ કરીને પરમાણું બળના સંદર્ભમાં. ખરેખર, વિશ્વસનીય ન્યુનતમ રોકથામ ની સંકલ્પના ફ્રેન્ચ અનુભવથી મેળવવામાં આવી હતી. તે જ નહીં, 1998ના ન્યુક્લિયર પરીક્ષણો પછી, આ દેશ પ્રથમ ન્યુક્લિયર સત્તા હતી જે આપણા વ્યૂહાત્મક મજબુરીઓને સમજી શક્યો હતો. તેથી, એ આશ્ચર્યજનક નહોતું કે વડાપ્રધાન અટલ બિહારી વાજપેયીએ પરમાણુ પરીક્ષણો પછી પેરિસને પોતાની પ્રથમ દ્વિપક્ષીય મુલાકાતનું એક ચરણ બનાવ્યું હતું. રાષ્ટ્રપતિ જેક શિરાક સાથે મળીને, તેમણે આ બંને રાષ્ટ્રો વચ્ચે વ્યૂહાત્મક ભાગીદારી શરૂ કરી હતી, જે આજે પણ સારી રીતે કાર્યરત છે. 2008માં ન્યુક્લિયર સપ્લાયર્સ ગ્રુપ (NSG)માંથી ભારતને છૂટછાટ મેળવવામાં ફ્રેન્ચ સમર્થને મહત્વપૂર્ણ ભૂમિકા ભજવી હતી જેથી કરીને નાગરિક પરમાણું ઉર્જામાં આંતરરાષ્ટ્રીય સહકાર પુનઃશરૂ થઈશકે.

જ્યાં સ્પર્ધાત્મકતા અને જટિલ હિતોનો પ્રભાવ પસંદગીઓ પર અસર કરે છે તેવા UNSC અને અન્ય આંતરરાષ્ટ્રીય મંચો પર ફ્રાંસ સતત ભારતનું સાથીદાર રહ્યું છે. આપણા સહિયારા પ્રયાસોએ આપણને વધારે સક્ષમ કર્યા છે, ઉદાહરણ તરીકે, આતંકવાદ અને આતંકવાદી જૂથો સામે યુએનની કાર્યવાહીને ગતિશીલ કરવા અને વધુ અસરકારક બનવામાં આ જોડાણ સહાય કરે છે. ભારત UNSCનું કાયમી સભ્યપદ મેળવે તે બાબતે ફ્રાંસે હમેશાં સમર્થન આપ્યું છે.

છેલ્લાં કેટલાક વર્ષોમાં, સંક્રાંતિ પામતાં વિશ્વની અનિશ્ચિતતાઓ અને અસંતુલનને કારણે સહિયારા વ્યૂહાત્મક ધ્યેયની મજબૂત ભાવનાને પ્રોત્સાહન મળ્યું છે. હાલની પ્રાથમિકતાઓમાંની એક છે ઈન્ડો-પેસિફિકમાં નજીકથી સહકાર આપવો, જ્યાં ભારત વચ્ચેના સ્થાને છે અને ફ્રાંસ તેના અંતે ટેકા તરીકે હાજર છે. આનો ખુલાસો એ છે કે આ બે દેશોએ તાજેતરમાં ઓસ્ટ્રેલિયા

અને યુએઈ સાથે ત્રિપક્ષીય સંબંધોમાં પ્રવેશ કર્યો છે.

ભારત સામે એક મોટો પડકાર એ છે કે પોતના મહત્વના ભાગીદારોના કદમાં યોગ્ય રીતે વધારો કરવો, છેલ્લા કેટલાક વર્ષોમાં ફ્રાંસ સાથેનું ભારતનું જોડાણ આ પડકારને પૂરો કરે છે. મધ્યમ માર્ગ અપનાવનાર રાષ્ટ્રો સ્વતંત્ર વિચારધારા ધરવનાર ભારત પ્રત્યે સહજ રીતે આકર્ષાય તે સ્વાભાવિક છે. તેની સ્વાયત્તતા અને આત્મનિર્ભરતા પ્રબળતા ધરાવે છે, તે જ રીતે મોટા મુદ્દાઓને વિશાળ ફલક પર લાવવાની પ્રક્રિયામાં ભારતનો સંયમ પણ પ્રભાવશાળી છે. એકવાર આ બંને રાષ્ટ્રોએ જાગૃતપણે આને પાયો બનાવવાનો નિર્ણય કર્યો, ત્યારે વિવિધ રાજ્યશાસનની સરખામણીએ તેમનો પરસ્પર સહકાર સાતત્યપૂર્વક વિકાસ પામતો ગયો. પરિણામે, પોતાની મોટી આકાંક્ષાઓને પૂરી કરવાની પ્રક્રિયામાં ભારતને ફ્રાન્સના રૂપમાં એક અન્ય મહત્વપૂર્ણ સભ્ય મળી ગયો, જે બહુધ્રુવીયતાને પ્રતિબદ્ધ છે.

પરંતુ, જ્યારે ભારત અને ફ્રાંસ બંનેએ પોતપોતાની નિર્ણય પ્રક્રિયામાં સ્વતંત્રતા જાળવવાનો આગ્રહ લાંબા સમય સુધી ટકાવી રાખ્યો, ત્યારે ગઠબંધન શક્ય બન્યું, પ્રત્યેકની પોતાની અલગ વિચારધારા હોય શકે છે. તેમની તદ્દન અલગ ભૌગોલિક પરિસ્થિતિઓ સ્વાભાવિક રીતે પોતપોતાની અલગ અલગ પ્રાથમિકતાઓ અને હિતો નક્કી કરશે.

બાકી તમામ સંબંધોની જેમ, આ સંબંધને પણ આસ્થાપૂર્વક સંભાળવાની જરૂર પડશે. સૌથીવાધારે આશાસ્પદ બાબત એ છે કે તેમણે 'હોરાઈઝન 2047' માટે પરસ્પર સહકાર માટેનો એક દ્રષ્ટિકોણ નિશ્ચિત કર્યો છે.

યુકે, રશિયા અને ફ્રાંસના P-3 ઉદાહરણોમાં વિરોધાભાસ હોઈ શકે છે, પરંતુ તેઓ સંબંધોના આંતરિક મૂલ્યને બહાર લાવે છે. હકીકત તો એ છે કે UNSCના કાયમી સભ્યોની મહત્તા સમગ્ર ગઠબંધન કરતાં પણ ઘણી વધારે છે. તેથી, આ ગઠબંધનોને પોષવું ઘણું મહત્વનું છે, કારણ કે તેનાથી ભારતના હિતો વિશ્વભરમાં પ્રગટ થાય છે.

પશ્ચિમ સાથે પુન:સ્થાપના

આંતરરાષ્ટ્રીય સંબંધો એક સાથે સામૂહિક તેમજ રાષ્ટ્રીય પ્રવૃત્તિ હોવાથી, કદાચ ભારતના સમગ્ર પશ્ચિમ સાથેના અભિગમનું મૂલ્યાંકન યોગ્ય છે. સમજણપૂર્વક વિચારીએ તો આ અભિગમ પર થોડો ઘણો તો ઔપનિવેશિકતાના અનુભવનો પ્રભાવ દેખાય છે. તેમ છતાં, તથ્ય એ છે કે આ યુગમાં સારા એવા પ્રમાણમાં સહયોગને નોંધપાત્ર રીતે પ્રોત્સાહન અપાયું છે.

એકમાત્ર પશ્ચિમી દેશ જે ઔપનિવેશિકના કલંકથી બચી શક્યો હોય તો તે યુ.એસ. હતો. જોકે, પાકિસ્તાનના સૈન્ય સાથે અને ત્યારબાદ ચીન સાથે મજબૂતાઈથી જોડાવાના કારણે

ભારતમાં તેની છબી ખરડાઈ હતી. તેમ છતાં, આ નકારાત્મકતાઓને ભારતની સ્વતંત્રતાના પછીના સમયમાં બનેલી અર્થતંત્ર, ટેકનોલોજી અને સામાજિક સંબંધો સામે સંતુલિત કરવામાં આવી હતી. રસપ્રદ રીતે, કેટલીક પરિસ્થિતિઓના કારણે રાજકારણીય સંઘર્ષો શમ્યા હતાં. ભારત સાથે મૈત્રીપૂર્ણ વ્યવહાર કરવામાં આવતો ન હતો, પરંતુ તેની ગણતરી દુશ્મન તરીકે પણ થતી ન હતી.

જે દેશોએ તેમની ભૌગોલિક રાજનીતિથી ચિંતા જગાવી હતી તે જ દેશો 1962માં ચીન સાથેના સંઘર્ષ પછી સહયોગ માટે આગળ આવ્યા. ઈન્ફ્રાસ્ટ્રક્ચર નિર્માણ અને કૃષિ આત્મનિર્ભરતામાં તેમના યોગદાનને ઓછા આંકી શકાય નહિ. સમગ્ર પશ્ચિમી ઘટક પ્રત્યેનો આપણો અભિગમ આ તમામ અનુભવ અને વિચારણાઓથી પ્રભાવિત હતો.

ભૂતકાળ તરફ નજર કરીએ તો એ કહેવું પડે કે પ્રારંભિક દાયકાઓમાં ભારતના એન્ગ્લોસ્ફિઅરમાં તેની પસંદગીના ભાગીદારો યુકે અને કેનેડા હતા. ખરેખર, પ્રારંભિક આંતરરાષ્ટ્રીય પ્રયાસો મોટા ભાગે તેમની સાથેના જોડાણમાં થયાં હતાં, જેમાં કોરિયા અને વિયેટનામ પર થયેલી વાટાઘાટો ઉલ્લેખનીય ઉદાહરણ છે. નિશ્ચિતપણે, વિશ્વફલક પર અમેરિકાની હાજરી હંમેશાથી જબરદસ્ત રહી હતી, પરંતુ આપણા સિદ્ધાંતોને કારણે તેમજ વ્યૂહાત્મક ગણતરીઓના કારણે તેને ઘણા સમય સુધી શંકાની દ્રષ્ટીએ જોવામાં આવતું હતું.

75 વર્ષમાં ભારતની વિદેશ નીતિએ કેટલી મંજલ કાપી છે તે ભારતના બદલાયેલા વલણો પરથી પણ જોવા મળે છે. જયારે આપણે પ્રારંભિક વર્ષોના રોમાંચથી આગળ વધીને દુનિયાને કઠોર વાસ્તવિકતાના પરિપ્રેક્ષ્યમાં જોવાનું શરૂ કર્યું, ત્યારે જે ભાગીદારો સાથે અંતર રાખવામાં આવતું હતું તે જ ભાગીદારોમાં વધારે સંભાવનાઓ જોવા મળી. ભારત જ્યારે પૂર્વ તરફ જોવાનું શરૂ કરે છે અને ઇન્ડો-પેસિફિક એજન્ડા વિકસાવે છે, ત્યારે આ પ્રક્રિયા તીવ્ર બને છે. પરિણામે, હવે યુએસ અને ઓસ્ટ્રેલિયાને મહત્વપૂર્ણ મૂલ્ય ધરાવતા સભ્યો ગણવામાં આવે છે, અને ક્વોડ(Quad)માં પણ તેમનો સમાવેશ થાય છે. જો અહીં કોઈ સંકેત હોય, તો તે એ છે કે ભૌગોલિક દ્રષ્ટિકોણનું સમાવેશન જ જોડાણોના વિકાસ માટે મહત્વપૂર્ણ છે. ઈન્ડો-પેસિફિક વ્યૂહરચનાઓ હવે આ સંદર્ભમાં એક આધુનિક માર્ગ પ્રદાન કરે છે.

તથાપિ, પડકારો ફક્ત વ્યક્તિગત રાષ્ટ્રો સુધી મર્યાદિત નથી. ભારત અને સમગ્ર પશ્ચિમના સંબંધના સંદર્ભમાં તટસ્થ મૂલ્યાંકન જરૂરી છે. ઘણી બધી રીતે, આ સમૂહ સહજ રીતે સહભાગી છે કારણકે તેના સભ્યો ગુણકારી સમાજ, લોકશાહી શાસન અને બજાર અર્થતંત્રના ગુણધર્મોની પરસ્પર આપ લે કરે છે. આમ છતાં, આ સામ્યતા સભ્યો વચ્ચે કંઈક અલગ જ ઘર્ષણ પેદા કરી શકે છે. પશ્ચિમના ઘણા વિસ્તારોમાં હજી પણ દેખા દેતો આધિપત્યવાદ તેમના વિશિષ્ટ આચરણો અને માન્યતાઓની વધારે પડતી હિમાયત તરફ દોરી જાય છે. ઘણી વાર, તેઓ ભૂલી જાય છે કે અન્ય સભ્યોની અલગ પરંપરાઓ, પ્રથાઓ અને માપદંડો હોય છે, તેમજ આ તમામ

બાબતોનું જો જાહેર અને તટસ્થ રીતે મૂલ્યાંકન કરવામાં આવે તો જરૂરી નથી કે પશ્ચિમ હકારાત્મક રીતે ઉભરી આવે. વધુમાં, આ વલણો માત્ર હિમાયત સુધી મર્યાદિત નથી પરંતુ તે કાર્યક્ષમ એજેન્ડાના પ્રોત્સાહન સુધી વિસ્તરે છે.તેમજ આ વલણો ભારત જેવા અનુ-ઔપનિવેશિક(પોસ્ટ કોલોનિયલ) રાષ્ટ્રો કે જેઓ પોતાની ઓળખ પુનઃપ્રતિપાદિત કરી રહ્યા છે અને દ્રઢતાપૂર્વક અડીખમ રહ્યાં છે, તેવા સભ્યો સાથે સંઘર્ષમાં ઉતરે છે.

સાથે સાથે વિકાસને લઈને પણ કેટલાક ઘર્ષણો છે, કારણ કે વધુ પ્રગતિશીલ દેશો તેમની આગેવાની સુરક્ષિત કરવાનો પ્રયત્ન કરતા રહે છે. આ વેપાર, પર્યાવરણ, પેટન્ટસ અને સરહદ પાર વ્યવહાર જેવા ક્ષેત્રોમાં સ્પષ્ટ છે. લાંબા સમયથી પ્રભુત્વ ધરાવતા સભ્યો અને હવે પડકાર આપતા અન્ય સભ્યો વચ્ચેનો તણાવ પશ્ચિમ સાથેની સ્પર્ધાના મૂળમાં છે. નિયમ આધારિત વ્યવસ્થાના પ્રવર્તનની નિયમિત રીતે હિમાયત કરવામાં આવે છે, જેમ કે યુએન ચાર્ટનું માન જાળવવાનો વારંવાર ઉલ્લેખ થાય છે. પરંતુ આ બધી ચર્ચાઓ માટે, હજી પણ મોટાભાગના પશ્ચિમી દેશો જ એજન્ડા બનાવે છે અને ધોરણો નિર્ધારિત કરે છે. તેથી, વિવિધ ક્ષેત્રોમાં નિયમોને વધુ ન્યાયપૂર્ણ રીતે અને ઓછા પસંદગીયુક્ત રીતે લાગુ કરવા પુનઃસંતુલનનો એક ભાગ છે. જો વૈશ્વિક ચર્ચાઓ તાજેતરમાં વધુ સક્રિય બની છે, તો તે અસ્વીકાર્ય બાબતો સામે બોલવાની હિંમતને આભારી છે. આ બધા તફાવતો છતાં, તથ્ય એ છે કે આવી હિમંત બતાવનાર એશિયન રાષ્ટ્રોએ ઝડપી પ્રગતિ કરી છે.

પૂર્વ અને દક્ષિણપૂર્વ એશિયન રાષ્ટ્રો કેવી રીતે રાષ્ટ્રીય વિકાસને વેગ આપવા માટે ભૌગોલિક પરિસ્થિતિઓનો લાભ લે છે તેમાંથી ભારતને ઘણું શીખવાનું છે. આ ખાસ કરીને આપણા ધ્રુવીકરણના આધુનિક યુગ માટે પ્રસ્તુત છે. આખરે, કોઈ પણ સંબંધ પૂર્વાપર સંદર્ભ વગર વિસ્તરતો નથી, અને લાંબા ગાળાના સંદર્ભોની સરખામણીએ તત્કાલીન સંદર્ભો ભારતને નિર્ણય લેવામાં મદદરૂપ થવા જોઈએ.

દિલ્હીની ચર્ચાઓમાં, "વ્યુહાત્મક સ્વાયત્તતા" શબ્દ સામાન્ય રીતે પશ્ચિમથી, ખાસ કરીને યુએસ થી દૂર રહેવા તરફ ઈશારો કરે છે. વક્રોક્તિ તો એ છે કે આ કારણે આપણે અન્યત્ર ઘનિષ્ઠ નિર્ભરતાઓ વિકસાવી છે. 'નોન-એલાઈનમેન્ટ'ના મામલામાં પણ આજ બાબત લાગુ પડી હતી. આપણે હવે ક્ષમતા અને આત્મવિશ્વાસના એક નવા યુગમાં પ્રવેશી રહ્યા છીએ ત્યારે, તે મહત્વપૂર્ણ છે કે આપણો દ્રષ્ટિકોણ આપણા હિતો દ્વારા વધારે પ્રેરિત હોય, નહિ કે આપણી સુરક્ષા દ્વારા.

સામાન્ય અર્થમાં, ભારતીયોએ પોતાને પૂછવું જોઈએ કે કઈ ભૌગોલિક પરિસ્થિતિ આપણા ઉત્પાદનો અને પ્રતિભાઓ માટે વધુ સારો પ્રવેશહક આપે છે. લાંબા ગાળાના પ્રવાહ મુજબ, પશ્ચિમની માંગ અને ભારતીય વસ્તી વચ્ચે પણ સુસંગતતા છે જે વૈશ્વિક જ્ઞાન અર્થતંત્રને આકાર આપશે. તેથી, રાજકીય પસંદગીઓ અર્થશાસ્ત્ર, સમાજશાસ્ત્ર અથવા સંસ્કૃતિથી અલગ ન

હોવી જોઈએ. ભારતની અને ખાસ કરીને પશ્ચિમ દ્વારા આકાર આપવામાં આવેલા વિશ્વની વચ્ચે એક ચોક્કસ હરીફાઈની પ્રક્રિયા સક્રિય હોઈ શકે છે. તેની કેટલીક ઝલક રાજકરણીય ક્ષેત્રે પણ દેખાઈ શકે છે. પરંતુ અહીં પણ, એક વલણને વ્યૂહરચના બનવા દેવાની જગ્યાએ વિવેકશીલ અને વિચારપૂર્વક બનવા માટેના સારા એવા કારણો છે. ભારત કદાચ 'નોન-વેસ્ટ' હોય શકે છે, પણ તે પ્રતીતિ થવી જરૂરી છે કે 'એન્ટી-વેસ્ટ' બનવામાં ઝાઝો ફાયદો નથી.

ચોક્કસપણે, ભાગીદારોને વિસ્તૃત કરવાની અને મહત્તમ લાભો સુનિશ્ચિત કરવાની ગણતરી એકદમ સ્પષ્ટ છે. પરંતુ વધુને વધુ, ટેકનોલોજી સંચાલિત વિશ્વમાં, બધી જ પસંદગીઓ પાર પડી શકાશે નહી કે પછી ટાળી શકાશે પણ નહિ. આ બાબત ખાસ કરીને ડિજિટલ ક્ષેત્ર અને મહત્વપૂર્ણ તથા ઉભરતી ટેકનોલોજી માટે સાચું છે. અને આ પ્રક્રિયામાં જોડાયેલા રહેતા વૈશ્વિક દૃશ્યપટ્ટને આપણા દ્રષ્ટિકોણથી નિરપેક્ષ રીતે મૂલવવું જોઈએ. સંમેલન અને વિસંવાદ કેટલાક ક્ષેત્રોમાં પદ્ધતિશીલ હોઈ શકે છે.

જ્ઞાન અર્થતંત્રના યુગમાં પશ્ચિમ સાથેની પ્રણાલીઓ વિકસાવવી ચોક્કસપણે ફાયદાકારક રહેશે. તેથી, મહત્વપૂર્ણ બાબત એ છે કે મોટા મુદ્દાઓ પ્રત્યેનો આપણો અભિગમ જેટલો લાગણીઓ આધારિત હોય તેટલો જ બુદ્ધિ આધારિત હોય. અંતે, નવી સંધિઓ આગળ વધશે કે જે પુનઃસંતુલન અને બહુધ્રુવીતાને વધુ સચોટ રીતે પ્રતિબિંબિત કરશે.

મોદી સરકારે યુરોપ સાથેના સંબંધોને મજબૂત બનાવવા માટે જે ધ્યાન કેન્દ્રિત કર્યું છે તે અગાઉના દાયકાઓની નિષ્ક્રિયતાથી મહત્વપૂર્ણ રીતે અલગ છે. અગાઉ, ભારતીય રાજનીતિ મોટાભાગે મોટા રાષ્ટ્રો પર, ખાસ કરીને યુકે, ફ્રાન્સ અને જર્મની પર કેન્દ્રિત હતી. આ કેટલીક હદ સુધી હજુ પણ ચાલુ છે, પરંતુ હવે યુરોપિયન યુનિયનને સમૂહિક સંસ્થા તરીકે અને ઉપક્ષેત્રો તથા નાના રાષ્ટ્રો પર વધુ સતત ધ્યાન આપવામાં આવે છે. નિયમિત રીતે યોજાતા ભારત-યુરોપીયન યુનિયન શિખર સંમેલનોના કારણે વાતાવરણમાં ઘણો ફેરફાર થયો છે, જેને કારણે FTA સંવાદો ફરી શરૂ થયા છે.

ભારત માટે, જર્મની એ સ્પષ્ટ રીતે એક તક છે જ્યાં વધુ વૃદ્ધિ માટે દેખીતી રીતે અવકાશ છે. અત્યાર સુધી, દેશનું ધ્યાન એશિયાના અન્ય ભાગો પર હતું. નવી વ્યૂહાત્મક પરિસ્થિતિઓને ધ્યાનમાં લઈને તે થોડું બદલાઈ શકે છે. ખરેખર, તે ભારત-જર્મની સંબંધમાં થયેલી પ્રગતિ છે જે સમગ્ર યુરોપિયન યુનિયનની સાથેના સંબંધમાં બદલાવ લાવી શકે છે.

ઉપક્ષેત્રોની વાત કરીએ તો, નોર્ડિક દેશો સાથેના સંબંધો ખાસ કરીને પ્રખ્યાત રહ્યાં છે, જેણે રાજકીય અને આર્થિક ક્ષેત્રોમાં પરિણામો આપ્યા છે. ભૂમધ્ય ક્ષેત્ર, જેમાં ઈટાલી અને ગ્રીસનો સમાવેશ થાય છે, તે ઓછા પ્રમાણમાં જોડાયેલું છે પરંતુ હજી પણ ઉત્સાહી અને અસરકારક છે. તે IMECના સંદર્ભમાં નવી રીતે મહત્વ પ્રાપ્ત કરી શકે છે. પોર્ટુગલ સાથેના MMPA કરાર ખાસ

કરીને યુરોપિયન યુનિયનના બાકીના રાષ્ટ્રો માટે યોગ્ય સમય પર ઉત્પ્રેરક સાબિત થયા હતાં.

મધ્ય અને પૂર્વ યુરોપ સાથેના સંબંધોને મજબૂત બનાવવાનું કાર્ય પ્રગતિમાં છે, અને તેના વિવિધ સ્વરૂપોનું અન્વેષણ કરવામાં આવી રહ્યું છે. ભારતીય ઉર્જા બાલ્ટિક અને કોકેસસમાં પણ લગાવવામાં આવી છે, જેમાં દૂતાવાસો ખોલવામાં આવ્યા છે.

પૂર્વ-પશ્ચિમ વિરોધાભાસને સંભાળવું આજના સમયમાં ભારતીય રાજનીતિ માટેના મુખ્ય પડકારોમાનો એક છે. પરંતુ પૂર્વ પ્રદેશ ભારત માટે સરળ બાબત નથી. સ્વતંત્રતાના પ્રથમ દાયકા પછીથી, તે ક્યારેય ભારતની પ્રથમ પસંદગી રહેલું નથી. રશિયા સાથેના તેના સંબંધ ચીન સાથેના જોડાણ કરતાં ગુણવત્તાની દ્રષ્ટીએ અલગ છે. જો બંનેને એક જ ત્રાજવે તોલવામાં આવે તો તે ભારત માટે સ્પષ્ટપણે મદદકર્તા નથી. સમયાંતરે, આવા વિશ્લેષણને આગળ વધારવાના પ્રયાસો કરવામાં આવ્યા છે અને ભારતે પોતાના તરફથી આ રસખેંચમાં ભાગીદાર થવાનું ટાળ્યું છે. રશિયા સાથેના તેના સંબંધમાં ક્યારે પણ સ્પર્ધાત્મક તત્વ જોવા નથી મળ્યું. તેનાથી વિપરીત, બંને રાષ્ટ્રો વચ્ચેના સતત આદર-સન્માનથી જ તેમની ભાગીદારીનો પાયો મજબૂત થયો છે. જ્યાં સુધી ચીનની વાત છે, તે બિલકુલ અલગ છે, અંશત: વણઉકલેલા સરહદી પ્રશ્નના કારણે. તેથી જ ભારતની ભૂરાજનીતિય સ્થિતિ યુરોપમાં ઈન્ડો-પેસિફિકના સંદર્ભમાં લાગુ કરી શકાશે નહીં, અને પશ્ચિમને આ વ્યૂહરચનાનો તર્ક સમજાવવું આવશ્યક છે.

જ્યારે રાષ્ટ્રો સહજ રીતે તેમના રાષ્ટ્રીય હિતથી પ્રેરિત થાય છે, ત્યારે એ પણ સાચું છે કે સમય આવે આ પરિસ્થિતિ વૈશ્વિક ઘર્ષણોનું શમન કરવામાં મદદકર્તા બની શકશે. G20 અને કેટલાક અન્ય આંતરરાષ્ટ્રીય મંચો પર આ બાબત પહેલા જ દ્રશ્યમાન થઈચુકી છે. ખરેખર, વૈશ્વિક ચર્ચાને શાંત રાખવી અને વૈશ્વિક અર્થતંત્રને સ્થિર કરવું તે પોતે જ સામાન્ય હિતમાં એક પ્રકારનું યોગદાન છે.

અફ્રિકન એકતા

જ્યારે વડાપ્રધાન મોદીએ ન્યુ દિલ્હી G20 સમિટમાં AUનું સભ્યપદ જાહેર કર્યું, તે ભારત-અફ્રિકા સંબંધો માટે એક ખૂબ ખાસ ક્ષણ હતી. એક વર્ષ પહેલાં, બાલીમાં તેમણે તે પ્રતિબદ્ધતા દર્શાવી હતી અને પછી તેમણે G20ના અન્ય નેતાઓ સાથે વ્યક્તિગત રીતે અને ગંભીરતાથી તેનું પ્રતિપાદન કર્યું હતું. ઘણા અફ્રિકન દેશો માટે, ભારતનું આગળ આવીને તેમના હિતોને પ્રોત્સાહન આપવું સ્વાભાવિક હતું.

તેમ છતાં, હકીકત એ છે કે ભારત-અફ્રિકા સંબંધોના વૃતાંતને યોગ્ય રીતે સામાન્ય ફલક પર લાવવામાં આવ્યું નથી. તે ઘણીવાર ભૂલાઈ જાય છે કે ત્યાંના સંપર્કનો એક લાંબો ઈતિહાસ રહ્યો છે, આફ્રિકન નાવ કે કાફલા દ્વારા તે પોષિત થયો હતો. પશ્ચિમી ઉપનિવેશવાદના

સમયગાળાએ પોતાનો પ્રભાવ પાડ્યો, અને તે ખંડમાં ભારતીય ડાયસ્પોરાની શરૂઆત થઈ. અનુસંચિત આઝાદીના સંઘર્ષોએ એક અનોખી એકતાનું સર્જન કર્યું છે જે આજે પણ વૈશ્વિક મંચો પર દેખાય છે.

બાકી ઘણા અન્ય પ્રદેશોની જેમ, જે એક સ્થિર પરંતુ અનહદ સંબંધ હતો તેમાં વડાપ્રધાન મોદીના વ્યક્તિગત રસને કારણે એકદમ ઉછાળ આવ્યો. કદાચ આ પણ તેમના માતૃરાજ્ય ગુજરાતના આ પ્રદેશ સાથેના વ્યાપક સંપર્કમાં પ્રતિબિંબિત થાય છે. ખંડ સાથે સહકાર માટે એક સ્પષ્ટ અભિગમ તેમણે જુલાઈ 2018માં યુગાંડા સંસદમાં એક સંબોધનમાં વ્યક્ત કર્યો હતો. તેનો મુખ્ય સાર એ હતો કે એક પક્ષીય એજન્ડાનો પ્રસ્તાવ મુકવાની જગ્યાએ ભારત આફ્રિકાની પ્રાથમિકતાઓ, માંગણીઓ અને જરૂરિયાતોને પ્રતિસાદ આપશે. 2014 થી અત્યાર સુધીમાં ભારતના રાષ્ટ્રપતિ, ઉપરાષ્ટ્રપતિ અને પ્રધાનમંત્રીએ આફ્રિકાની 34 મુલાકાતો લીધી છે, અને સમાન સ્તરે ૧૦૦થી વધારે મુલાકતો સામેના પક્ષેથી પણ થઈછે. 2015ના IAFS ગઠબંધને સહકાર માટે ખાસ મહત્વાકાંક્ષી લક્ષ્યો નક્કી કર્યા હતા.

દાયકાના અંત સુધીમાં, કોવિડના વિક્ષેપ હોવા છતાં, મોટા ભાગે સહમતિ થયેલ પરિયોજનાઓ, ક્ષમતાઓ, તાલીમ અને આદાનપ્રદાનને સફળતાપૂર્વક પુરા કરવામાં આવ્યાં છે. વાસ્તવિક સહકારની સાથે સાથે આફ્રિકાના G20ના સભ્યપદ માટે ભારતે કરેલા સઘન પ્રયાસોમાં આ બંને રાષ્ટ્રોની એકતા મજબૂત રીતે વ્યક્ત થાય છે.

આજદિન સુધી, ભારતે આફ્રિકામાં લગભગ 200 પરિયોજનાઓ પૂરી કરી છે, 65 અમલમાં છે અને 81 પ્રગતિમાં છે. આ પરિયોજનાઓમાંથી ઘણી બધી પરિયોજનાઓ ભારતની પ્રથમ વખતના સાહસો છે. કેટલાક તો ખરેખર ચિહ્નાત્મક છે, જેમ કે ટેમા-મ્પાકાદન (Tema–Mpa-kadan) રેલવે અને ઘાના રાષ્ટ્રપતિ ભવન, ગેમ્બિયાના નેશનલ અસેમ્બલી ભવન, કેન્યાના રિવાટેક્સ ટેક્સટાઇલ ફેક્ટરી, મૉરિશિયસ મેટ્રો એક્સપ્રેસ પ્રોજેક્ટ અને નાઈજરમાં મહાત્મા ગાંધી ઈન્ટરનેશનલ કન્વેન્શન સેન્ટર.

અન્ય સંબંધિત ક્ષેત્રોમાં પણ પ્રગતિશીલ બાબતો છે. છેલ્લી IAFS બેઠક પછી અત્યાર સુધીમાં કુલ 40000થી વધુ શિષ્યવૃત્તિઓ આપી છે. દૂરવર્તી શિક્ષણ અને આરોગ્યને લઈને શરુ કરવામાં આવેલ 'ઇ-વિદ્યા ભારતી' અને 'ઇ-આરોગ્ય ભારતી' જેવી યોજનાઓ એક દાયકાથી ચાલતી આવતી 'પેન-આફ્રિકા ઇ-નેટવર્ક' યોજનામાં પૂર્તતા કરે છે. આજે આપણે આફ્રિકા માટે ચોથા સૌથી મોટા વેપાર ભાગીદાર અને પાંચમા સૌથી મોટા રોકાણકાર છીએ. કોવિડ મહામારી દરમિયાન રસી, દવાઓ અને ઉપકરણોને લઈને ભારત તરફથી થયેલ યોગદાન ખાસ મહત્વના હતા. ભવિષ્યના વિકાસ સહકારના ત્રણ મુખ્ય વિષય: ડિજિટલ ડિલિવરી, ગ્રીન ગ્રોથ અને કિફાયતી આરોગ્ય પર વધુ ને વધુ ચર્ચાઓ થાય છે.

સેતુ હવે વધારે દુર નથી.

જ્યારે આફ્રિકા લોન અને ગ્રાન્ટ સહાયતાના સંદર્ભના કારણે કેન્દ્રમાં રહ્યું છે, ભારતના લેટિન અમેરિકા સાથે વધતાં જતાં સંબંધો નોધપાત્ર છે. શરૂઆતમાં જેને દુરના સ્થળ તરીકે ગણવામાં આવતો હતો, એ ખંડ હવે ઊર્જા, કુદરતી સ્રોતો અને ખોરાકના પુરવઠાકાર તરીકે મહત્વ ધરાવે છે. મધ્યમવર્ગના વૃદ્ધિ પામતાં ગ્રાહકો માટે ભારતીય દવાઓ અને વાહન ઉદ્યોગને લગતા ઉત્પાદન સ્વાભાવિકપણે આકર્ષક છે. ભારતીય આઈ.ટી. ઉદ્યોગ લેટિન અમેરિકાના બજારમાં મજબૂત સ્થાન ધરાવે છે. જો એકંદરે વેપાર ઝડપથી વધતો જાય છે, તો આપણા અસ્તિત્વની ગંભીરતાને અવગણી શકાશે નહિ. હાલમાં, બ્રાઝિલ અને આર્જેન્ટિના બન્ને માટે ટોચના પાંચ વેપાર ભાગીદારોમાં ભારત સામેલ છે. વિવિધ ક્ષેત્રોમાં ભારતીય રોકાણો પણ મજબૂત રાજકીય સહકાર સાથે વધી રહ્યાં છે. મિત્રતા બનાવવા અને લોકો પર પ્રભાવ પાડવાના કાર્યમાં, લેટિન અમેરિકા હવે બહુ દૂરનો સેતુ નથી રહ્યો. પ્રશાંત દ્વીપસમુહનું ઉદાહરણ દર્શાવે છે કે છેલ્લા દાયકામાં ભારતનો પ્રભાવ કેટલો વિસ્તર્યો છે. પરંતુ, સાથે સાથે તે એ પણ યાદ કરાવે છે કે અમુક નિકટતા ન ધરાવતા વિસ્તારો પણ હવે વધુ ઘનિષ્ટ જોડાણોની અપેક્ષા રાખે છે. આ સમય દરમિયાન, ભારતે પ્રશાંત દ્વીપસમુહ રાષ્ટ્રો સાથે ત્રણ શિખર સંમેલનો કર્યા છે, તેમાં સૌથી તાજેતરનું સંમેલન 2023માં પાપુઆ ન્યુ ગિનીયામાં યોજાયું હતું. જ્યારે તે ઉષ્માભર્યો આવકાર લોકોના ધ્યાનનું આકર્ષણ કેન્દ્ર બન્યો હતો, ત્યારે એ મહત્વની બાબત કદર કરવા યોગ્ય હતી કે આ સંમેલનની વિકાસ કાર્યસુચી માંગ આધારિત હતી. આ માંગોમાં પ્રશાંત પ્રદેશમાં સ્વાસ્થ્યને લઈને આપવાની થતી પ્રાથમિકતાઓ મોખરે હતી. ભારતીય પ્રતિબદ્ધતાઓમાં ફિજીમાં એક અદ્યતન હૉસ્પિટલ, જયપુર ફૂટ કેમ્પ, ડાયાલિસિસ યુનિટ તથા તમામ સભ્ય રાજ્યોમાં સમુદ્ર એમ્બ્યુલન્સ સુવિધા અને ખર્ચ-પ્રભાવી દવાનો પુરવઠો સામેલ હતો. ડિજિટલ ખોટને પૂરી કરવા માટે પાપુઆ ન્યુ ગિનીયામાં આઈટીના કેન્દ્રની રચના કરવામાં આવી હતી. એક ભૌગોલિક તથા અવકાશી ડેટા સેટ્સને હોસ્ટ કરવાનું વેરહાઉસ શરૂ કરવામાં આવ્યું છે, સાથે સાથે ટકાઉ દરિયા કિનારા અને સમુદ્ર સંશોધન માટે પણ કેન્દ્ર શરુ કરવામાં આવ્યું હતું. સૌર ઊર્જાના અને સમુદાયના કૌશલ્યનો વિકાસ કરવા માટેના સતત પ્રયાસો પણ આગળ વધશે.

કોવિડ મહામારી દરમિયાન ભારતીય સહાયની પ્રશાંત રાષ્ટ્રો એ એક અવાજે પ્રશંસા કરી હતી અને બધાં જ રાષ્ટ્રોએ તેના પર્યાવરણ-ક્રિયા ઉપક્રમોમાં સાફ ફાયદો જોયો હતો. ભારતીય ગણતરીઓએ એક એવા પ્રદેશ પર ધ્યાન કેન્દ્રિત કરવાનું શરૂ કર્યું છે જ્યાં અગાઉ માત્ર આછા પાતળા સંપર્કો હતા, તે વિસ્તરતી ક્ષિતિજને સ્પષ્ટ રીતે દર્શાવે છે. પણ તે એ પણ પ્રતિપાદિત કરે છે કે વૈશ્વિક રાજકારણ કેટલું સંકલિત બની ગયું છે અને ઉદારતાથી હાથ લંબાવવો કેટલું મહત્વનું બની ગયું છે.

વિશ્વના અન્ય ખૂણામાં, કેરિબિયન સમુદાય માટે પણ સમાન કથાનક સામે આવી રહ્યું છે, જ્યાં મહત્વનો ડાયસ્પોરા સમુદાય અસ્તિત્વ ધરાવે છે. અહીં ફરીથી, લાંબા સમયથી ચાલતા આવતા પણ કેન્દ્રમાં વધારે ન હોય તેવા સંબંધને વિકાસના પ્રોજેક્ટ્સ, મોટા રોકાણો, વધારેલા વેપાર અને કેન્દ્રિત ક્ષમતા નિર્માણ દ્વારા ઊર્જા અપાઈ રહી છે. આ પ્રક્રિયાને રાજકારણીય નેતૃત્વના માળખા દ્વારા વધારે સક્ષમ બનાવવાના પ્રયાસોમાં પણ પરિણામો જોવા મળી રહ્યાં છે. કોવિડ મહામારીએ ભારતને સહયોગ દર્શાવવાની તકો પૂરી પાડી, જે લાંબા સમય સુધી યાદ રહેશે.

પડોશ: ખરેખર પહેલા

પાંખો ફેલાવશે ત્યારે, ઉદયમાન ભારતને તેના નજીકના અને વિસ્તૃત પડોશ પર ધ્યાન કેન્દ્રિત કરવું પડશે. સાંપ્રત દાયકાએ પડોશ પ્રથમ નીતિના પરિણામે ભારતના સંબંધોમાં કાયમી સુધારો કર્યો છે. તે રેલ્વે, રોડ, હવાઈ અથવા જળમાર્ગ સંકેલન હોય; ઉર્જા પુરવઠો; વારસાની પુનઃસ્થાપના; ગૃહ નિર્માણ; અથવા ક્ષમતા વિસ્તાર હોય ભારતે તેના મિત્રતાનું મૂલ્ય બતાવ્યું છે. પડોશીઓ વધુને વધુ સમજી રહ્યા છે કે ભારત તેમના માટે સમૃદ્ધિનો સ્રોત બની શકે છે. કઠિન સમયમાં, ખાસ કરીને કોવિડ દરમિયાન, તેમની સુખાકારી ભારતના યોગદાન દ્વારા મોટા પાયે સુધરી હતી. જે રાષ્ટ્રોએ ગંભીર 'ચલણ કટોકટી'નો સામનો કર્યો, જેમ કે શ્રીલંકા, તે પણ ભારત તરફ વળ્યા હતા. પરિણામે, પ્રાદેશિક સહકારનો ભાવ નિશ્ચિતપણે વધ્યો છે.

તે જ રીતે, ભારતથી થોડા વધારે દૂરના ક્ષેત્રોમાં પણ આ કિસ્સો જોવા મળે છે. ASEANએ ભારતને તેના કેન્દ્રિયતા અને સુસંગતતાના મજબૂત હિમાયતી તરીકે જોયું છે. સહકારના એજન્ડાને સમુચિતતા, વિકાસ સહાયતા, સંશોધન અને શિક્ષણ, તેમજ સુરક્ષાને આવરી લેવા માટે વિસ્તૃત કરવામાં આવ્યો છે. ખાડીએ એક હદ સુધી ભારતનું ધ્યાન મેળવ્યું છે જે છેલ્લા ચાર દાયકાથી મળતું ન હતું. કોવિડ કાળમાં ઉદભવેલા તણાવે આ વધતી જતી નજીકતાને વધુ ગાઢ બનાવી છે. રોકાણ, વેપાર અને વ્યૂહાત્મક સહકારના સ્તરોમાં નોંધપાત્ર સુધારો થયો છે.

મધ્ય એશિયા સાથે, 2022માં જાહેર કરાયેલા વ્યાપક સંલગ્નતા ઢાંચાએ વિવિધ ક્ષેત્રોમાં સંભાવનાઓ દર્શાવી છે. ભારતીય ક્ષમતા અને ભાગીદારોનું વધુ ઉત્સાહથી અન્વેષણ થઈરહ્યું છે.

ભારતીય મહાસાગર દ્વીપ પર સ્થિત પડોશી રાષ્ટ્રોએ ભારતને કાયમ માટે અને ખાસ કરીને મુશ્કેલીના સમયે ભારતને તેમની સાથે ઉભા રહેતાં જોયું છે. એકંદરે ભારત હવે એક વધુ સક્રિય, વધુ જવાબદાર, વધુ યોગદાન આપનાર અને તેથી વધુ વિશ્વસનીય રાષ્ટ્ર તરીકે ઉભરી આવ્યું છે.

વિકાસશીલ રાષ્ટ્રો અને વૈશ્વિક સુખાકારી

જેમ જેમ તે આંતરરાષ્ટ્રીય અધિક્રમમાં ઉંચે ચઢે છે, ભારત માત્ર પોતાના માટે જ નહીં, પરંતુ વિશાળ વિકાસશીલ રાષ્ટ્રોના સમૂહ માટે પણ અવાજ ઉઠાવે છે. છેલ્લા કેટલાંક વર્ષો વિકાસશીલ રાષ્ટ્રો માટે ખાસ કરીને મુશ્કેલ રહ્યા છે. કોવિડનો પ્રભાવ સ્વાસ્થ્ય સુલભતા અથવા વ્યવહારોની દ્રષ્ટિએ વધુ ગંભીર હતો. ત્યારબાદ તેમણે પ્રવાસી પ્રતિબંધોનો સામનો કરવો પડ્યો તે ઘાવ પર મીઠું ભભરાવવા સમાન હતું. પહેલેથી જ નબળી અર્થવ્યવસ્થાઓ લોકડાઉન અને વિક્ષેપોના ભાર હેઠળ ઝૂકી ગઈ હતી, જે વધતા જતા ઋણ અને વેપારમાં આવેલ ઘટાડાના કારણે વધુ ખરાબ થઈ. યુક્રેન સંઘર્ષની આઘાતજનક અસરોએ મુશ્કેલીઓને વધારી છે, ખાસ કરીને 3Fની કિંમતોના મામલે. ઘણા ક્ષેત્રોમાં, આર્થિક સમસ્યાઓની સાથે સાથે આતંકવાદ પણ સામાન્ય રીતે પ્રચલિત સમસ્યા રહી છે. આપણે વાંરવાર જે જળવાયું પરિવર્તનની ઘટનાઓનો સામનો કરી રહ્યાં છીએ તે ઘટનાઓને લઈને વિકસિત સમાજો ઘણાં સંવેદનશીલ છે. 2030 એજન્ડા હોય કે હવામાન પ્રતિબદ્ધતાઓ, પ્રગતિને ટકાવવા માટેની સક્ષમતા વિશે ચિંતાઓ વધતી જાય છે.

આ બધામાં, ભારતને ઘણી જગ્યા પર એક આદર્શ રૂપમાં જોવામાં આવે છે. વિકસિત દેશો પણ અપેક્ષા રાખે છે કે ભારત જેવા રાષ્ટ્ર તેમની ચિંતાઓને તે ફોરમમાં વ્યાખ્યાયિત કરશે જ્યાં તેઓ હાજર ન હોય. ભારત માટે આ નૈતિક જવાબદારી પણ છે અને વૈશ્વિક વ્યૂહરચનાની અભિવ્યક્તિ પણ છે. આખરે, પુનઃસંતુલનની પ્રક્રિયા તેના વર્તમાન લાભાર્થીઓ સિવાય પણ અન્ય પ્રદેશો સુધી વધશે, અને ભારત વિકાસશીલ વિશ્વમાં ઊંડું રોકાણ કરીને વધારે લાભાન્વિત થશે.

ઘણીવાર તેવું પણ બને છે કે વધારે સારા પ્રયોજનો કરવાથી મિત્રોમાં વધારો થાય છે અને વિશ્વમાં પ્રવર્તમાન મંતવ્યોને પ્રભાવિત કરી શકાય છે. તેમાનાં કેટલાક સીધા રાષ્ટ્રીય હિત સાથે સંબંધિત હોઈ શકે છે. પરંતુ જેમ જેમ ભારતની ક્ષમતા વધે છે તેમ તેમ તેનાથી વધુ અપેક્ષાઓ રાખવામાં આવે છે. છેલ્લા વર્ષોમાં, આપણે તુર્કી અને નેપાળના ભૂકંપ અને યમનના ગૃહયુદ્ધથી લઇને શ્રીલંકામાં ભૂસ્ખલન તેમજ મોઝામ્બિકમાં આવેલ પુર સુધીની પરિસ્થિતિઓમાં રાહત પ્રદાન કરવામાં અસરકારક રહ્યા છીએ. કોવિડ કાળમાં પણ આંતરરાષ્ટ્રીય સહયોગમાં પ્રબળતા આવી, તે 100 ભાગીદારો માટે 'વેક્સિન મૈત્રી' હોય, 150 દેશોને દવાઓ અથવા સાધન પુરવઠા પુરા પડવાની બાબત હોય કે પછી ખરેખર માલદિવ, મોરિશિયસ, મેડાગાસ્કર, સેશેલ્સ, કોમોરોસ અને કુવૈતમાં ભારતીય કર્મચારીઓની જમાવટ હોય.

અલબત, કટોકટીની પરિસ્થિતિઓથી ઉપર ભારત 'વૈશ્વિક કોમન્સ'ની સુખાકારીમાં યોગદાન આપીને વિશ્વને વધુ સુરક્ષિત અને સલામત બનાવવામાં મદદ કરી શકે છે. આ ઈન્ડો-

પેસિફિક ઓશન ઈનિશિએટિવ (IPOI)ના રૂપમાં હોઈ શકે છે, જેની ભારતે 2019માં પૂર્વ એશિયા સમિટમાં જાહેરાત કરી હતી. ભાગીદાર રાષ્ટ્રોની યાદીમાં વધારો થતો રહ્યો અને ભારતે લીધેલી આ પહેલ વધુ ગતિશીલ બની. તે ઈન્ડો-પેસિફિક પાર્ટનરશીપ ફોર મેરિટાઇમ ડોમેઈન અવેરનેસ (IPMDA) પણ હોઈ શકે છે, જે ગેરકાયદેસર, બિનનોંધાયેલ અને અનિયંત્રિત (IUU) માછીમારી જેવા પડકારોને ધ્યાનમાં લેશે. અથવા ક્વોડ (Quad) જાતે, જે સહયોગી જોડાણો અને મહામારીની પ્રતિક્રિયા થી લઈને ઉભરતી અને મહત્વની ટેકનોલોજી સુધીની જવાબદારીઓ સંભાળે છે. ભારતે જેમાં ખૂબ જ નિર્ણાયક ભૂમિકા ભજવી છે તેવા જળવાયુંને લઈને લેવાયેલા પગલાના કેટલાક વ્યવહારિક ઉદાહરણો પણ છે. આ જ ભાવના ભારતને 'આંતરરાષ્ટ્રીય મીલીટ્સ વર્ષ' ની આગેવાની લેવામાં પ્રેરિત કરે છે. તેથી આ બાબત ખાસ કરીને આફ્રિકા માટે ખાદ્ય સુરક્ષા અને હરિયાળી કૃષિને પ્રભાવિત કરી શકે છે.

ભારત અને આફ્રિકાની સંલગ્નતાને લગતાં તર્ક તેના વિકાસશીલ રાષ્ટ્રો સાથેના બહોળા અભિગમ પર પણ લાગુ પડે છે. સહાનુભૂતિ અને એકતાનો સંદેશ વ્યાપક છે, પરંતુ તેની અભિવ્યક્તિ સ્પષ્ટ રીતે જોડાયેલા ક્ષેત્ર અથવા રાષ્ટ્ર પર આધારિત હોઈ શકે છે. આ સંદેશ G-77, નોન-એલાઈન્ડ મૂવમેન્ટ અથવા L.69 ગ્રૂપ જેવા બહુપક્ષીય ફોરમમાં દ્રશ્યમાન થાય છે. નાના વિકાસશીલ દ્વીપ રાજ્યો સાથે, આ સંદેશ વિકાસ પ્રોજેક્ટો, પુનઃપ્રાપ્ય ઊર્જા વિતરણ અને આપતિ નિવારણ પ્રયાસોમાં સ્પષ્ટ થાય છે.

જ્યારે મોટા ભાગનું વિશ્વ પૂર્વ યુગના રાષ્ટ્રવાદ તરફ પાછું વળ્યું છે, ત્યારે પ્રબુદ્ધ ભારતીય હિતો નિર્દેશન કરે છે કે તે આંતરરાષ્ટ્રીયતાને વધુ ભાર આપે. આ પ્રક્રિયા એટલા માટે સહજ બને છે કારણ કે ભારતીય પરંપરામાં, આ બંને વચ્ચે ક્યારેય તણાવ નથી રહ્યો. G20ની અધ્યક્ષતા આ સંદેશને સ્પષ્ટપણે પ્રદર્શિત કરવા માટે યોગ્ય મંચ પુરું પાડે છે.

લાંબા સમયથી જેના હકદાર હતાં માત્ર તેવા મહત્વપૂર્ણ દ્વિપક્ષીય સંબંધો જ હવે ધ્યાન પર આવ્યાં હોય તેવું નથી. વિવિધ સ્તરે વધુ નવીન જૂથો પણ સંલગ્નતા ધરાવે છે. નજદીકના અને વિસ્તૃત પડોશમાં, આપણે આ 'પૂર્વ એશિયા સમિટ' મંચ, 'બંગાળની ખાડી માટે બહુપક્ષીય તકનીકી અને આર્થિક સહકાર પહેલ' માટેની પહેલ (BIMSTEC),હિન્દ મહાસાગર તટીય સહયોગ સંઘ (IORA), 'ખાડી સહયોગ પરિષદ ' (GCC) અને મધ્ય એશિયાની સહિયારી સંલગ્નતા માં જોઈ શકીએ છીએ. આ ઉપરાંત, IAFS, અરબ લીગ ડાયલોગ, SCO, પેસિફિક આઈલન્ડ્સ ફોરમ, કેરિબિયન કોમ્યુનીટી (CARICOM) અને લેટિન અમેરિકન અને કેરિબિયન રાજ્યોના સમુદાય (CELAC) છે. યુરોપ સાથેના વ્યવહારોને નવી ગતિશીલતા મળી છે, માત્ર EU સાથે જ નહીં, પરંતુ નોર્ડિક દેશો અથવા સ્લાવકોફ જેવા ઘટક સભ્યો સાથે પણ. કોમનવેલ્થ લાંબા સમયથી ચાલતી પ્રતિબદ્ધતા છે, જ્યારે G20 વધતી જતી પ્રાથમિકતા બની છે. આ તમામને BRICS, RIC, IBSA, ક્વોડ , I2U2 અને અન્ય ઘણા ત્રિપક્ષીય સમૂહો જેવી એડ હોક

વ્યવસ્થાઓનું પીઠબળ પ્રાપ્ય છે. ઉપરાંત, કેટલાંક મુખ્ય દ્વિપક્ષીય સમુદાયો અને કેટલાંક ચોક્કસ ક્ષેત્રો છે જે ભારતના કેટલી સરળતાથી ઉદય પામશે તે સુનિશ્ચિત કરશે.

ભારત હવે પરિણામો અને લાભોને મહત્તમ કરવા માટેના બહુવિધ વાહક (મલ્ટી-વેક્ટર) સંલગ્નતાના નવા તબક્કામાં પ્રવેશ કરી ચુક્યું છે. તેના પરિણામોએ તેનું વજન વધાર્યું છે અને તેની છબી બદલી છે. પરિણામે, આજે તે વિચારોના સ્ત્રોત, પ્રયોજનોના પ્રણેતા, પહેલોના વહનકર્તા અને સર્વાનુમતિના હિમાયતી તરીકે ઓળખાય છે. હવે કોઈ પણ દેશ અથવા પ્રદેશ ભારતની વૈશ્વિક મણકા ઘોડીમાંથી બાકાત નથી. આ દરેક ઉદાહરણો દર્શાવે છે કે મિત્રો બનાવવાનું અને લોકોને પ્રભાવિત કરવાનું કેટલું મહત્વનું છે. વિશ્વ સાથેની આ દયાળુ, વ્યાપક અને પ્રબુદ્ધ સંલગ્નતા ભારતના અગ્રણી શક્તિ બનવાના પ્રવાસમાં મુખ્ય છે.

7

ક્વોડ: એક પુર્વોદિત જૂથ

સામાન્ય હિત પર પુનર્વિચાર

ઇન્ડો-પેસિફિક ક્ષેત્રને રંગભૂમિ અને ક્વોડને એક રાજનૈતિક મંચ તરીકે મહત્વ આપવાનું ચલણ વધતું રહ્યું છે. કેટલાક લોકો તેના નાવિન્યમાં રસ ધરાવશે, જ્યારે અન્ય લોકો તેને ચાલી રહેલા વૈશ્વિક પરિવર્તન તરીકે માની શકે છે. સ્વાભાવિક રીતે, આ બાબતો ચર્ચાનો વિષય રહી છે અને કેટલીક જગ્યાએ વાદવિવાદ પણ થયો છે. આ બન્ને વિષયો કોવિડ મહામારી પહેલાંના છે પરંતુ મહામારીમાંથી જ આકાર પામ્યા છે. આપણે સ્વાભાવિક રીતે જાણીએ છીએ કે તેને હકીકતમાં ફેરવવા માટે નોંધપાત્ર રાજનૈતિક ઉર્જા અને દૃઢતાની જરૂર હતી.

તેની સામાન્ય બેઠકને શિખર બેઠક (સમિટ)ના સ્તરે લઈ જવામાં આવી છે, ક્વોડ હવે માત્ર અમલદારશાહી તંત્ર નથી પરંતુ, તેના બદલે, રાષ્ટ્રીય હિત માટે એક મહત્વનું મંચ બની ગયું છે. જ્યારે સામાન્ય રીતે આપણે વિચારીએ કે આટલું ઝડપથી કેમ અને કેવી રીતે થયું, વધુ સમજદાર લોકો તે સમજી શકશે કે આ વિકાસ પુર્વોદિત હતો અને તેની કદર કરશે. પરંતુ આને હકીકતમાં ફેરવવા માટે વૈશ્વિક વલણોને વ્યૂહાત્મક સ્પષ્ટતા અને નિડર નેતૃત્વ સાથે જોડાવા જરૂરી હતાં. સાતત્યપૂર્ણ પ્રવાહ પણ એટલોજ મહત્વનો છે જેટલો પરંપરાગત માર્ગોથી બદલાવ

માટેનો સ્વાભાવિક પ્રતિરોધ.

ભગવાન રામને તેમના રાજ્યાભિષેકની પૂર્વસંધ્યાએ જ્યારે વનવાસ માટે મોકલવામાં આવ્યા, ત્યારબાદ તેઓ તેમના સગા ભાઈ ભરતને મળ્યા, જેના માટે આ નિર્ણય લેવામાં આવ્યો હતો. તેમની મુલાકાત (જે ભરત મિલાપ તરીકે પ્રસિદ્ધ છે) કલાની દ્રષ્ટીએ અને સાંસ્કૃતિક દર્શનમાં આજ સુધીનું સૌથી લોકપ્રિય દ્રશ્ય રહ્યું છે. આ મિલાપ શિકારી રાજા ગૂહા ની જમીનો પર થયો, જેણે ચાર ભાઈઓના મિલનને નિહાળ્યું (જેમા લક્ષ્મણ અને શત્રુઘ્નની જોડી પણ હાજર હતી). તેઓ તે બાબત થી અચરજ પામ્યાં કે ભલે અલગ અલગ હિત અને દ્રષ્ટિકોણ ધરાવતા હોય, પણ ચારેય ભાઈઓએ એકબીજા માટે ખૂબ જ લાગણી દર્શાવી હતી. એવું ન હતું કે તેમના વચ્ચે કોઈ મતભેદ કે તણાવ ન હતાં. ખાસ કરીને લક્ષ્મણ ભરતની માતા કૈકેયી દ્વારા માગવામાં આવેલા વરદાનના કારણે બહુ પીડાતા હતા અને તે તેમના દ્રષ્ટિકોણને સતત અસર કરતું હતું.

***

પરંતુ એકવાર તેઓ મળ્યા, તો બીજી જ ક્ષણે અન્ય પરિસ્થિતિઓમાં સાહજિક રીતે ઉદ્ભવતો સંશય તેમની વચ્ચેના અદ્વિતીય લાગણીઓના કારણે શમી ગયો. તેમને સમજાયું કે તેમની વચ્ચેની એકતાનો ઉદેશ્ય ઘણો મોટો હતો કેમ કે તે સમગ્ર રાજયમાં પ્રતિધ્વનિત થતો હતો અને તેમને અપેક્ષિત સેવા આપવામાં મદદરૂપ થતો હતો. જે લોકો મહાન ઉદેશ્ય માટે મૂલ્યો અને વિશ્વાસ પરસ્પર વહેંચી સાથે આવે છે તેમની ક્ષમતા પર ક્યારેય આશંકા ન કરવી જોઈએ. ખાસ કરીને એકવાર તેઓ મતભેદોને સ્વીકારીને મહાન ઉદેશ્યની કદર કરવાનું શીખી ગયાં, તો સમજી લેવું કે લાંબા ગાળાના સહયોગ માટે પાયો નખાય ગયો છે.

જો હવે આપણે સતી સીતાને પુનઃપ્રાપ્ત કરવાના અભિયાનની વાત કરીએ, તો ભગવાન રામે એક સામૂહિક લક્ષ્યને આગળ વધારવા માટે વિવિધ લોકો સાથે સંગઠન કર્યું હતું. સ્વાભાવિક રીતે, બીજી બાજુએ આ વિવિધ જૂથમાં મતભેદ પેદા કરવાના તમામ પ્રયાસ થયાં હતાં. આ કિસ્સામાં, રાવણે જાદુગર શુકને વાંદરા અને માણસો વચ્ચે મતભેદો પેદા કરવા માટે મોકલ્યો. તેમ છતાં, શુક પોતાના ધ્યેયમાં નિષ્ફળ ગયો, કારણ કે માણસો અન્ય પ્રાણીઓનું યોગ્ય રીતે સંભાળ રાખતા નથી તેવા તેના આરોપોને વાંદરાઓએ મજબૂત પ્રતિકાર આપ્યો. હકીકતમાં, તેના પ્રયત્નો વિરોધાભાસી પરિણામ લાવ્યા હતાં, કારણકે જંગલોમાં સાથે રહેતા વાનરો અને રાક્ષસો વચ્ચેના હિતસંબંધોને લઈને ચાલી રહેલા સંઘર્ષની ચર્ચા થવા લાગી હતી.

રાવણે વાનરરાજ અંગદ સાથે પણ આવો પ્રયાસ કર્યો, અંગદના પિતા સાથેની તેની ઘનિષ્ટ મિત્રતાની બાબત પર તેણે ભાર મુક્યો. તેણે એક સામાન્ય રીતે ઉત્પન્ન થાય તેવા મતભેદનો ફાયદો ઉઠાવવાનો પ્રયાસ કર્યો, કેમ કે ભગવાન રામે અંગદના પિતાને મારી નાખ્યા હતા. આ પ્રયાસ પણ નિષ્ફળ રહ્યો, રાજકુમારની આત્મજાગૃતિના પરિણામે તેમજ રામ દ્વારા સતત

વધારવામાં આવતા પરસ્પર વિશ્વાસને કારણે. આમ પોતાની આગવી છટામાં, રામાયણ સ્વસ્થતા અને ગઠબંધનની મહત્તાની પણ કથા છે, જેવી રીતે તે વૈશ્વિક મહત્તાની કથા છે.

***

પરિવર્તનશીલ વિશાળ પરિદૃશ્ય:

ઘણી રીતે, હું ક્વોડના વિકાસનો વ્યક્તિગત સાક્ષી રહ્યો છું. શરૂઆતમાં જાપાન દ્વારા તેના વિકાસ માટેના પ્રયાસો હાથ ધરવામાં આવ્યાં હતાં, વર્ષ 2005-06થી હું તેનો સાક્ષી રહ્યો છું. 2007ના પ્રયાસો પછી, આ સાહસનું અચાનક બાળમરણ થવાથી આપણે બધાંને નિરાશા ઘેરી વળી હતી. તેમ છતાં તે દ્વિધાના યુગનું એક નક્કર ઉદાહરણ બની રહ્યું હતું. એક દશક બાદ, આપણે એવી સ્થિતિમાં હતાં કે આ બદલાયેલ ભૌગોલિક રાજનૈતિક પરિસ્થિતિને આપણે મૂલવી શક્યાં હતાં અને ભૂતકાળમાંથી શીખ મેળવી શક્યાં હતાં. 2017માં ન્યુ યોર્કમાં વિદેશ સચિવ સ્તરે મળેલી બેઠક એ સંકેત હતો કે આપણા રાષ્ટ્રના નેતૃત્વએ જૂના વિચારને પુનઃજીવન આપવાનું નક્કી કરી લીધું છે. ફર્ક માત્ર એટલો હતો કે ક્વોડના સભ્યો હવે વૈશ્વિક અછતો અંગે સ્પષ્ટ હતાં અને યોગદાન આપવા માટે અડગ રીતે કટિબદ્ધ હતાં. આ બાબત સંભવતઃ બધાં જ સભ્યો માટે સમાન રીતે સાચી છે, પણ ભારતના કિસ્સામાં સૌથી વધુ લાગુ પડે છે.

2019 સુધીમાં એ બાબતે સર્વસંમતી વિકસી રહી હતી કે આ જૂથને એક રાજકારણીય ગઠબંધનના સ્તરે લઈ જવાનો સમય પાકી ગયો છે. મને હવે વિદેશ મંત્રી તરીકે કાર્યરત થવા માટેનો વિશેષાધિકાર પ્રાપ્ત થયો હતો. 2020માં જાપાનમાં ક્વોડના વિદેશ મંત્રીઓની બેઠક ખાસ મહત્વપૂર્ણ હતી, કારણ કે તે કોવિડની મધ્યમાં થઈ હતી. વ્યાવસાયિક નિરાશાવાદીઓ ફરીથી તેના ભવિષ્ય પર ચર્ચા કરી રહ્યા હતા, તે સમયે, 2021 માં આ વ્યૂહરચના પાછળનું તર્ક સ્વયં પ્રતિપાદિત થયું હતું. ચાર સરકારોના ઉચ્ચ સ્તરે સલામત 'સહિયારા વૈશ્વિક સ્ત્રોતો' (ગ્લોબલ કોમન્સ) સુનિશ્ચિત કરવાની અને ઈન્ડો-પેસિફિક સ્થિરતા મજબૂત કરવાની સંયુક્ત ઈચ્છાની કદર કરવામાં આવી હતી. ક્વોડના નેતાઓની શિખર બેઠકોના આયોજનની પ્રણાલી શરુ થઈહતી, જે આગામી વર્ષોમાં ઝડપી વિકાસ પામી. સ્પષ્ટ રીતે, ક્વોડ હવે પૂર્ણ પરિપક્વતાના તબક્કામાં છે.

વિશાળ ફલક ઉપર, ક્વોડ ચોક્કસપણે તે દિશાને ઉદાહરણ સ્વરૂપે પ્રસ્તુત કરે છે જે દિશામાં દુનિયા હાલ આગળ વધી રહી છે. પરંતુ ફક્ત પરિણામ પર ધ્યાન કેન્દ્રિત કરવું અને તેની પાછળના કારણો પ્રત્યે અચેત રેહેવાનો અર્થ એ થાય કે તે ધારણા કરવી કે મુખ્ય વિકાસ અચાનક જ થઈજાય છે, પણ વાસ્તવમાં તેવું નથી.

સત્ય એ છે કે મોટાભાગની સમજણ શીતયુદ્ધ પછીની ભારતીય વિદેશ નીતિના સુધારા પર

આધારિત હતી. તેની વ્યૂહાત્મક ગણતરીઓમાં થયેલા ફેરફારોને કારણે અમેરિકા, જાપાન અને ઓસ્ટ્રેલિયા સાથેના ત્રણ મુખ્ય સંબંધો વધુ સ્વાભાવિક અને સંપૂર્ણ રીતે વિકસવા માટે સક્ષમ બન્યા. આ સફર સમસ્યાઓ વિનાની નહોતી, જેમાં ભારતની પોતાની પરમાણુ સ્થિતિ અને આર્થિક સ્થિતિ, તેમજ અન્ય દેશો દ્વારા પાકિસ્તાનને અપાયેલી પ્રાથમિકતા સામેલ છે. જેમ જેમ ઘટનાઓ ઘટતી ગઈ, તેમ સંબંધ નિર્માણ માટે વધારાના પ્રોત્સાહનો દેખાયા. પ્રાદેશિક સ્થિરતા માટેની ચિંતાઓ અને વૈશ્વિક મુદ્દાઓ પર સહકારને વધુ મહત્વ મળ્યું. છેલ્લા ત્રણ દાયકાઓએ આંતરરાષ્ટ્રીય સંબંધોમાં મૂલ્યોના મહત્વને પણ ઉજાગર કર્યું. આપણા સમયના મહત્ત્વપૂર્ણ પડકારો પર આ મુખ્ય સંબંધોનું ગઠબંધન અનિવાર્ય હતું. અને આથી ઉદ્ભવેલ સંમેલન જ હવે ક્વોડ તરીકે ઓળખાય છે.

જેઓ ઈન્ડો-પેસિફિક ભૌગોલિક વિસ્તરણમાં થયેલા ફેરફારો વિશે વિચારતા હોય તેઓ તેની તુલના યુરોપમાં ત્રણ દાયકાઓ પહેલા થયેલા વિકાસ સાથે કરવા માટે આ બદલાવને માર્ગદર્શક તરીકે જુએ છે. આ એક વિરોધાભાસ છે, કે જ્યારે એશિયા યુરોપ કરતાં વધુ ગતિશીલ રહ્યું છે, તેની પ્રાદેશિક રચના ઘણી વધારે રુઢિવાદી છે. તેનું સ્પષ્ટીકરણ આ તથ્યમાં જોઈ શકાય છે કે યુરોપ શીતયુદ્ધના કેન્દ્રમાં હતું અને તેના અંતને વધુ પ્રત્યક્ષ રીતે અનુભવી શક્યું હતું. બર્લિન દિવાલના પડવાથી વ્યૂહાત્મક પરીક્ષણ માટેનું મેદાન મોકળું થયું, જે આ સહયોગને વધુ વિસ્તરણ તરફ દોરી જાય છે, અને હવે તે EU તરીકે ઓળખાય છે.

તેનાથી વિપરીત, એશિયામાં શરૂઆતમાં આ પ્રકારનો મહત્વનો વિકાસ જોવા મળતો નથી. વિપરીત રીતે, આ એક સતત આર્થિક પ્રગતિ અને રાજકીય સ્થિરતાનો યુગ હતો. તદુપરાંત, આ પ્રદેશમાં યુરોપ કરતાં વધુ વિશાળ વિસ્તાર હતો, વધુ વિવિધતા અને ઓછું સમૂહિક વ્યક્તિત્વ હતું. હકીકતમાં, અહીં અલગ ઉપપ્રદેશો હતા, જેમ કે ઉત્તરપૂર્વ એશિયા, દક્ષિણપૂર્વ એશિયા, ભારતીય ઉપમહાદ્વીપ અને ઓસિયનિયા, જેની પોતાની વિશિષ્ટ લાક્ષણિકતાઓ અને ઈતિહાસ હતા.

ઉપપ્રદેશો વચ્ચે અને તેમની અંદર આ સમૃદ્ધિ વિવિધ ગતિએ આગળ વધી. અત્યાર સુધીમાં, તેમણે એવી કોઈ પણ અતિશય ગંભીર પરિસ્થતિનો અનુભવ નથી કરવો પડ્યો જેમાં સામુહિક પ્રતિસાદની જરૂર હોય. જ્યારે તેમને એક પરસ્પર સમંતિ પર આવી શકાય તેવી ચર્ચાની જરૂર પડી ત્યારે ASEAN દ્વારા પ્રોત્સાહિત મંચ પુરા પાડવામાં આવ્યાં હતાં. સૌથી મહત્વપૂર્ણ બાબત એ છે કે વ્યાપક અમેરિકન સત્તાની ઉપસ્થિતિ દ્વારા પ્રાપ્ય સ્થિરતાના પાયાએ આજદિન સુધી પરિસરને સ્થિર રાખવામાં મદદ કરી છે. આ ધારણાઓ અને વલણોને લગતી પુનઃ વિચારણાઓએ હવે ઈન્ડો-પેસિફિકના ઉદયને આકાર આપવાનું શરૂ કર્યું છે.

પહેલી વાત તો એ કે યુએસની પુનઃસ્થાપનાની એક વાસ્તવિકતા છે. તે તેના બદલાયેલા સ્ત્રોતો અને પ્રતિબદ્ધતાઓમાં પ્રતિબિંબિત થઈ શકે છે, પરંતુ સ્પર્ધકોની સાપેક્ષ વૃદ્ધિ અને

પડકારોની વધતી જતી જટિલતા પણ તેમાં સામેલ છે. પરિદ્રશ્ય અને કાર્યવિશેષ બંને પહેલા ક્યારેય ન અપાયેલી હોય તેવી પ્રતિક્રિયાની માંગ કરે છે. તેને 'અમેરિકા ફર્સ્ટ'ની નીતિ કહો કે પછી મધ્યમ વર્ગ માટેની વિદેશ નીતિ કહો, આ નવો યુગ બહોળા પ્રમાણમાં સ્વીકૃત પામ્યો છે. જ્યાં યુ.એસ.ની અંદર જે તફાવત જોવા મળે છે તે તેના દ્રષ્ટિકોણ, વલણ અને વ્યૂહરચનાના સંદર્ભમાં છે. આ માત્ર તફાવતો જ નથી પરંતુ વિશ્વના બાકીના ભાગ પર થતી અસરના પરિણામરૂપ છે.

યુએસ નિર્વિવાદપણે આપણા સમયની મહાસત્તા છે અને તે રહેશે. ખરેખર, વર્તમાન વ્યવસ્થામાં તેની કેન્દ્રિયતા એવી છે કે તે મિત્ર રાષ્ટ્ર હોય કે સ્પર્ધક, અજ્ઞેય કે પછી અનિર્ધારિત હોય, વાસ્તવમાં કોઈ પણ રાષ્ટ્ર તેની સામે વાંધો ઉઠાવી શકે તેમ નથી. પોતાની મર્યાદાઓ અને પડકારોને સ્વીકારવાની યુ.એસ.ની પોતાની આગવી રીતો છે. અને, 2008 પછીથી આપણે બધાએ જોયું છે કે તે અનુમાન કરી શકાય તેવી રીતે અનુસરતું નથી. યુએસના કેટલાક ઉત્તરો પ્રાથમિકતાને પુનઃધારણ કરવામાં છે; કેટલાક વધુ ગતિશીલ અને પોસાય તેવા પગલાંમાં છે; અને કેટલાક કદાચ વધુ પ્રભાવના સાધનોમાં છે. ટેકનોલોજી અને નાણાંકીય ક્ષેત્રમાં મજબૂત રહેવું તેના માટે લાંબા સમયથી કારગર રહ્યું છે અને તેને વધુ તીવ્ર સ્પર્ધા સામે જાળવી રાખવું એ તેની વધુ એક રાષ્ટ્રીય પ્રતિક્રિયા રહેશે. પ્રભાવને જાળવી રાખવા માટે અને સત્તાને કાબુમાં રાખવાની બાબતે વધુ મજબુત સત્તા તરીકે યુ.એસ. સંઘર્ષ કરી રહ્યું છે. ખુલ્લા સમાજ તરીકે, લાંબા ગાળાના ધ્યેયને ધ્યાનમાં રાખતાં (કમાન્ડ પોલિટિ) પ્રતિસ્પર્ધીઓ સાથે સોદો કરવો સરળ નથી. તે ફક્ત આંતરિક રીતે જોખમો જ નથી ધરાવતા પરંતુ આ સ્પર્ધાના સમકાલીન પ્રારૂપને વ્યવહારમાં મુકતી વખતે પણ માળખાકીય મર્યાદાઓ ધરાવે છે.

પરંતુ એ જાણવું ખૂબ જ મહત્વપૂર્ણ છે કે અમેરિકન રાષ્ટ્ર તેની અનોખી રીતે પ્રગાઢ આત્મચિંતનમાંથી પસાર થઈ રહ્યું છે.

આ પરિબળો વિશ્વ સાથે સબંધ બાંધવાની પદ્ધતિમાં બદલાવ લાવી શકે છે. તેની નીતિઓમાં કરેલા મહત્ત્વના ફેરફારોમાં ભારણની યોગ્ય વહેંચણી પર ભાર મુકવો અને સ્થાપિત સંબંધો સિવાયના અન્ય ભાગીદારોને આવકાર આપવો સામેલ છે. વૈશ્વિક ઉકેલોની શોધ તેને બહુપક્ષીયવાદના નવા માળખા પર વિચાર કરવા તરફ દોરી જાય છે.

આસપાસના પરિવર્તનોનું બીજુ મોટુ પરિબળ વધતી જતી ચાઈનીઝ સત્તા છે. આ પરિબળના ત્રણ સ્વાયત્ત પાસાઓ છે જેનું ધ્યાનપૂર્વક વિશ્લેષણ કરવાની જરૂર છે. પહેલું, લગભગ દરેક ક્ષેત્રમાં ચીનની ક્ષમતાઓમાં વિશાળ વિસ્તરણ. બીજું, 2009 થી શરૂ થયેલા અને વધુ અસરકારક રીતે 2012 પછી બદલાયેલા પ્રક્ષેપણના નમૂના. ત્રીજું, અને આ ખાસ કરીને મહામારી દરમિયાન સ્પષ્ટ હતું, ચીનનો વૈશ્વિક અર્થવ્યવસ્થા પર ઊંડો પ્રભાવ. આ પ્રવાહો નિશ્ચિતપણે અલગથી જોઈ શકાય નહી પણ તેમને અન્ય લોકો માટેના પરિણામોની દ્રષ્ટિએ

પણ જોવાં જોઈએ. તેમણે વૈશ્વિક આર્થિક અને વ્યૂહાત્મક સમતોલનને પ્રોત્સાહન આપ્યું છે, તે પણ આમૂલ રીતે.

આમેરિકા, જે આજના યુગની સૌથી પ્રભાવશાળી શક્તિ છે, બંને મુદ્દાઓ પર સૌથી વધુ અસરગ્રસ્ત છે. સમાન રીતે, આ પરિવર્તનોનો વર્તમાન વ્યવસ્થાના નિયમો અને વ્યવહાર પર, વૈશ્વિક સમુદ્રોના સંચાલન પર અને વિશ્વના રાજકારણના પ્રકાર પર પ્રભાવ પડ્યો છે. આ બધું આશ્ચર્યજનક નથી, કારણ કે આ વિકાસની સંયુક્ત અસર તેમને વ્યૂહાત્મક હેતુઓ માટે એક સાથે લાવી છે. વિદેશમાં ચીન દ્વારા પ્રદર્શિત થયેલ અવિરતતા એ તેની ઘનિષ્ઠ સંકલિત દ્રષ્ટિ અને સ્થાનિક કક્ષાનાં દ્રષ્ટિકોણનું પ્રતિક છે.

માટે, એ સ્પષ્ટ કરવું જરૂરી છે કે ગમે તેટલી તાકતવર સત્તા કેમ ના હોય પણ આ ફક્ત કોઈ સત્તાના ઉદ્ભવ માટે નથી. આપણે આંતરરાષ્ટ્રીય સંબંધોમાં નવા તબક્કામાં પ્રવેશી ચૂક્યા છીએ અને ચીનની પુનઃઉભરવાની સંપૂર્ણ અસર તે પહેલાંની મહાન સત્તાઓ કરતાં વધુ અસરકારક હશે. અને સ્વાભાવિક છે કે તેનો સૌથી વધુ પ્રભાવ તેના નજીકના પડોશમાં હશે.

આ વિકાસ, જે અમેરિકાના અને ચીનના કેન્દ્રમાં છે, તે ઇન્ડો-પેસિફિકની સંકલ્પનાને ઝડપથી પ્રોત્સાહન આપે છે. તેમણે જૂની વ્યવસ્થાને જડ મૂળથી હચમચાવી મૂકી છે પણ હજી નવી વ્યવસ્થા સર્જી નથી. સમગ્ર પ્રદેશે અનિચ્છાએ માની લીધું છે કે તે તેમના સંબંધોથી અલગ નહીં રહી શકે કે પછી તે વૈશ્વિક માલસામાન માટેની સંભાવનાઓ પ્રત્યે પણ બેપરવાહ નહી રહી શકે. એક પેઢી અગાઉના યુરોપની બિલકુલ અલગ પરિસ્થતિ અને અત્યારની પરિસ્થિતિમાં સામાન્ય બાબત એ છે કે તીવ્ર ભૌગોલિક તથા રાજકારણીય બદલાવ સમગ્ર પરિદૃશ્યની આકૃતિને પુનઃપરિભાષિત કરી રહ્યો છે. યુરોપમાં, આ એ સમયે બન્યું હતું જ્યારે અમેરિકાની સત્તા તેના શિખરે હતી, જે એક પ્રકારની ઉદારતાને પ્રોત્સાહિત કરી રહી હતી, અને જેણે ખંડના ઈતિહાસને લગતા સંઘર્ષો અને મર્યાદાઓને કાબુમાં રાખી હતી. ઇન્ડો-પેસિફિકમાં, તે એક ખુબ જ અલગ વૃતાંત છે, જ્યાં અમેરિકાની ક્ષમતાઓની અપેક્ષિત મર્યાદાઓએ તમામ સભ્યોને પુનર્વિચાર કરવામાટે પ્રેરિત

બંનેએ, તેમની પોતાની રીતે, વધુ સમુહવાદની ભાવનાને પ્રોત્સાહિત કરી છે. તે પણ અનિવાર્ય હતું કે સભ્યોના સંબંધિત રાજકીય વજન, પ્રભાવ અને વર્તનનાં મહત્વના અપેક્ષિત પરિવર્તનોએ રાષ્ટ્રોને આ ક્ષેત્રની નવી કલ્પના તરફ દોરી જવાં જોઈએ. વક્રોક્તિ તો એ છે કે જેમને આગળ વધતા દર્શાવાય છે તેઓ વાસ્તવમાં તે પરિસ્થિતિ સાથે સમાધાન કરી રહ્યા છે જે પરિસ્થિતિનું સર્જન કરવામાં અન્ય સભ્યોના ભાગ્યએ મદદ કરી છે.

'એક્ટ ઈસ્ટ' નીતિના પરિણામો

આપણી પાસે પૂરતા પુરાવા છે કે ઈતિહાસમાં ભારતીય અને પેસિફિક મહાસાગરો વચ્ચે આર્થિક અને સાંસ્કૃતિક પ્રવૃત્તિઓ કેવી રીતે એકીકૃત થઈ છે. તેના સ્વભાવથી જ, સમુદ્ર ક્ષેત્ર કૃત્રિમ અવરોધો અને માનવસર્જિત સીમાઓથી ઉપરવટ છે. તે વેપાર હોય કે આસ્થા, ગતિશીલતા કે પ્રથાઓ, સ્મારકો કે સંબંધો, આપણે જાણીએ છીએ કે તેના સમુદાયની ઉર્જાઓ આ

લેબલ લગાવવું અને પ્રવૃત્તિઓને મર્યાદિત કરવી તે તાજેતરના સમયનું ઉદાહરણ છે. આ ખાસ કિસ્સામાં, ઈન્ડો-પેસિફિકમાં ઉદ્ભવેલ તીવ્ર ભેદભાવ 1945ના પરિણામોનું ફળ હતું. હકીકતમાં, તેમાં ખાસ અમેરિકન છાપ છે જે દૂર પૂર્વમાં તેની વ્યાપકતા દ્વારા રેખાંકિત થાય છે. તેની આ વ્યાપકતામાં બીજુ વિશ્વ યુદ્ધ, ચીનમાં ક્રાંતિ, કોરિયન યુદ્ધ, જાપાનનું પુનર્જીવન અને વિયેતનામ યુદ્ધનો સમાવેશ થાય છે.

પરિણામે, તે જલ્દી ભૂલાઈ ગયું હતું કે તે મોટા ભાગની ઘટનાઓ ભારતીય મહાસાગરમાં રહેલાં બળોથી સંચાલિત થઈહતી. એ રીતે, તે અગાઉના યુગના યુરોપ સાથે ફરી સમાનતા ધરાવે છે. એક મહાસત્તાના હિતો સમગ્ર પરિદૃશ્યને વિકૃત કરે છે અને પોતાની સુવિધાઓને ધ્યાનમાં રાખીને સંકલ્પનાઓ ઘડે છે. અહીં પણ ઈતિહાસનું ચક્ર ફરી ફરવા લાગ્યું છે અને જૂની પરિસ્થિતિ ફરીથી સ્થિર થવા લાગી છે.

ઈન્ડો-પેસિફિક ચર્ચામાં કેટલીક વખત શીત યુદ્ધની વિચારધારાના આક્ષેપો નોંધનીય રહ્યાં છે. હકીકતમાં, સત્ય તેનાથી બિલકુલ વિપરીત છે. તે આશ્ચર્યજનક નથી કારણ કે આવી ભાષા તે જ વિસ્તારોમાંથી આવતી હોય છે જેઓ 1945ના ફાયદાઓને સ્થાયી કરવા માંગે છે.ઈન્ડો-પેસિફિક ગઠબંધન સંકલન અને બહુવિધતા સૂચવે છે; જેને નકારવાનો સ્પષ્ટ અર્થ વિભાજન અને પ્રભુત્વની સંભાવનાઓ છે. અને આ ગઠબંધનની આલોચના હકીકતમાં શીત યુદ્ધના પરંપરાગત લક્ષ્યોને આગળ ધપાવવા માટે થાય છે, જેમ કે પસંદગીની સ્વતંત્રતાને પ્રતિબંધિત કરવી અને એકરૂપ થવા માટે દબાણ લાવવું. આમ જોવા જઈએ તો જ્યારે ઘણા લોકોના હિતો સામેલ હોય ત્યારે ઈન્ડો-પેસિફિકને બેવડા દ્રષ્ટિકોણમાં જોવું સ્પષ્ટપણે શંકાસ્પદ છે. બીજા વિશ્વ યુદ્ધ પછીના સાત દાયકા માટે ભારતીય મહાસાગરને વ્યૂહાત્મકતાની દ્રષ્ટીએ બંધિયાર જળાશય ગણીને પાછું ધકેલવામાં આવ્યું હશે. પરંતુ આજે, તે માત્ર એક મહત્વપૂર્ણ વૈશ્વિક જીવનરેખા જ નથી પરંતુ તે શાંતિપૂર્વક પેસિફિકના પાણીમાં એકાકાર થઈજાય છે. ઈન્ડો-પેસિફિકમાં સક્રિય મુખ્ય સત્તાઓના કાર્ય તેમના સંકલિત દ્રષ્ટિકોણને વિશાળ ફલક પર દર્શાવે છે. તેથી, જો આપણે રાષ્ટ્રોને તેમણે આપેલ ઉપદેશોના આધારે નહી પરંતુ તેમની પ્રવૃત્તિઓના આધારે મૂલવીએ તો સમગ્ર પરિદૃશ્ય એકદમ સ્પષ્ટ થઈજશે

અંતે, પરસ્પરના અવલંબન અને આંતરપ્રવેશે જૂની વ્યાખ્યાઓ પર વિજય મેળવ્યો છે. વૈશ્વિક પુરવઠાની સમાન વહેંચણી માટેની ચિંતાઓ પણ એક પરિબળ હતી. આધુનિક

પડકારોનો સામનો કરવા માટે સમાન વિચારધારા ધરાવતા રાષ્ટ્રોને સાથે મળીને કામ કરવું જરૂરી છે, ખાસ કરીને યુએસએ એકલપંડે હાંકલ કરવાની મુશ્કેલીઓનો સ્વીકાર કાર્ય પછી. ઇન્ડો-પેસિફિક, આ અર્થમાં, જે રીતે પુનઃસંતુલનના પરિણામો દર્શાવે છે તે જ રીતે વૈશ્વિકરણની વાસ્તવિકતા પણ દર્શાવે છે.

આ પરિવર્તનના દ્રશ્યમાં ભારતની 'એક્ટ ઈસ્ટ' નીતિએ મહત્ત્વપૂર્ણ યોગદાન આપ્યું છે. ત્રણ દાયકા પહેલા, ભારતે વધુ આવકારદાયક આર્થિક મોડલ અપનાવ્યું જે ASEAN અને ઉત્તરપૂર્વ એશિયા સાથે નજીકના સંબંધોને મજબૂત બનાવવામાં મદદરૂપ બન્યું. સમય સાથે, આ આવકારનો અભિગમ અન્ય પરિમાણો પ્રાપ્ત કરતો ગયો, જેમાં જોડાણ, સુરક્ષા, શિક્ષણ અને સામાજિક વિનિમયનો સમાવેશ થાય છે. પ્રવૃત્તિના ક્ષેત્રો અલગ અલગ હોઈ શકે છે, પરંતુ 1990ના દાયકાની શરૂઆતથી, ASEAN, જાપાન, દક્ષિણ કોરિયા અને ચીન સાથે ભારતના સંબંધો ઘણાં વિકાસ પામ્યા છે અને, પરિણામે, તેમને વધુ પ્રાથમિકતા મળી છે. ઓસ્ટ્રેલિયા સાથેનો સંબંધ પાછળથી વિકસ્યો છે, પરંતુ રાજકીય અને સુરક્ષાના સહયોગોએ આ સંબંધને મજબૂત કરવામાં મહત્વની ભૂમિકા ભજવી છે.

ભારત માટે એક આર્થિક સંકટના ઉકેલ તરીકે શરૂ થયેલું કામ આજે એક વ્યૂહાત્મક સુધારા તરીકે સમાપ્ત થયું છે. સ્વતંત્રતા મળ્યા પછીના સમયગાળા દરમિયાન જેટલો થતો હતો તેના કરતાં પણ વધારે ભારત હવે પૂર્વ સાથે વેપાર કરે છે, ત્યાં પ્રવાસ કરે છે અને વ્યહવાર કરે છે. અહીં પણ, ઇતિહાસ તરફ પાછા વળવું જોઈએ, કારણ કે ભારતીય સમુદ્રી પ્રવૃત્તિ અને ઉપસ્થિતિની એક લાંબી પરંપરા રહી છે, જે ચીનના કુજિયાન કિનારા સુધી પહોંચે છે. જેમણે અંકોરવાટ, બોરોબોદુર અથવા માઈ સનના મંદિરોની મુલાકાત લીધી છે તેઓ નિશ્ચિતપણે આ જોડાણોને સ્વીકારશે.

જ્યારે આપણે ઉભરાતા ઇન્ડો-પેસિફિક ગઠબંધનપર વિચાર કરીએ છીએ, ત્યારે તેની નીતિનાં પરિણામો સ્પષ્ટ રીતે વ્યૂહાત્મક ચર્ચાને ચલાવે છે. ભારતના પરિપ્રેક્ષ્યથી જોવામાં આવે, તો ASEAN ની આગેવાનીવાળી સંરચનાઓમાં ભારત દશકાઓથી ઘનિષ્ઠતાથી જોડાયેલું છે, અને તેથી તેણે બધા સભ્યો સાથે એક નિયમિત અને આરામદાયક જોડાણ બનાવ્યું છે. વાસ્તવમાં, જેમ જેમ ભારતની દ્રષ્ટિ પૂર્વ તરફ વધતી ગઈ, તેમ તેમ સામાન્ય હિતસંબંધો ધરાવતાં ભાગીદારો સાથેના રાજકીય અને સુરક્ષાના સંબંધો દ્વારા અર્થવ્યવસ્થાની ભાગીદારીને પીઠબળ પુરું પાડવામાં આવ્યું. તે G-20 જેવા વૈશ્વિક મંચ હોઈ શકે છે અથવા IORA જેવા પ્રાદેશિક મંચ હોઈ શકે છે, આ બધાએ વધુ સમાજીકરણ માટે વધારાના અવસરો પૂરા પાડ્યા છે. એમ પણ, જેઓ સમાન દૃષ્ટિકોણ અને સમાન મૂલ્યો ધરાવે છે તેઓ એકસાથે ભેગા થાય છે. પરંતુ જ્યારે સમગ્ર પ્રદેશ નવા મુદ્દાઓ અને વિવિધ ક્ષમતાઓ સાથે સંઘર્ષ કરે છે, ત્યારે આ વલણો વધારે મજબૂત થાય છે.

જો કે, અનેક સંબંધો સુધરવાથી ઉદ્ભવેલી સ્વસ્થ પરિસ્થિતિ ક્વોડના કેન્દ્રમાં છે. પ્રાદેશિક અને વૈશ્વિક પડકારો હોવાં છતાં સામાન્ય હેતુઓની મજબૂત સમજણ આ સ્વસ્થ પરિસ્થિતિમાં વુધ્ધિ કરે છે. સ્પષ્ટપણે, સામૂહિક સ્વસ્થતા સમાન મૂલ્યો અને કેટલાક સમાન લક્ષણો પર આધાર રાખે છે. પરંતુ, આ બધું જ થવા પાછળનું કારણ એ છે કે આંતરરાષ્ટ્રીય સંસ્થાઓમાં આવતા સુધારાઓની સામે ઉદ્ભવેલી પ્રતિકારની ભાવનાએ અને પ્રાદેશિક સંસ્થાઓની મર્યાદાઓએ વ્યવહારુ ઉકેલો શોધવાની ફરજ પાડી છે. ટૂંકમાં તેઓ ક્વોડના કિસ્સા બની રહ્યાં છે.

ત્રણ ગઠબંધનોની વાતઃ

ક્વોડની ઉત્પત્તિ વાસ્તવમાં આ જ ચાર રાષ્ટ્રો વચ્ચેના સમન્વયથી શરુ થઈહતી, જેમણે 2004માં ભારતીય મહાસાગરમાં આવેલી ત્સુનામીની સામે પ્રતિક્રિયાત્મક પગલાં લીધા હતાં. ત્યારબાદ, પરિણામ સ્વરૂપે તેમના પ્રતિનિધિઓ વચ્ચે થયેલા સંવાદો 2007 માં રાજનૈતિક બેઠક તરફ દોરી ગયા હતાં. આ સંલગ્નતા આગળ વધી નહીં કારણ કે તે સમયે કોઈપણ ભાગીદાર આ પહેલમાં પૂરતી રાજકીય મૂડી રોકવા માટે તૈયાર નહોતા.

જ્યારે ક્વોડ હવે વધુ ગંભીર સ્વરૂપમાં ન્યુયોર્કમાં પુનઃસંગઠિત થયું છે, ત્યારે સ્વાભાવિક પ્રશ્ન એ છે કે 2007 અને 2017 ના દશકમાં શું બદલાયું. હાલમાં સક્રિય ક્વોડ કંઈ અચાનક જ ઉદ્ભવ્યું હોય તેમ નથી. તે અનેક પ્રકારના વિકાસનું સંકલિત પરિણામ હતું, જેમા મુખ્ય સભ્યોની પરસ્પર પરિપૂર્તિ કરવાની ક્ષમતાઓ, વધુ એકીકૃત ક્ષેત્ર અને પરંપરાગત માળખાથી આગળ જઈને સંભાવનાઓ અંગે વિચારવા માટેના વધુ અવકાશનો સમાવેશ થાય છે.

પરંતુ વાસ્તવિક બદલાવ તો આ દાયકામાં કેટલાક સંબંધિત દ્વિપક્ષીય જોડાણોએ કરેલી નોંધપાત્ર પ્રગતિ હતી. અન્ય ત્રણ રાષ્ટ્રો પહેલેથી જ એકબીજાની સાથે મજબૂત સંબંધો ધરાવતા હતા, જોકે આ સમયગાળામાં આ સંબંધો પણ સપષ્ટ રીતે ઊડા થયા હતા. 2007માં તેમની પાસે ભારત સાથેનું સમકક્ષ અને સહયોગી સ્તર ન હતું, જે તેઓએ 2017 સુધીમાં હાંસલ કર્યું હતું. તેટલું જ મહત્વનું હતું આપણા દેશનું નેતૃત્વ જેણે વિચારધારાની યોગ્યતાની સાપેક્ષમાં રાષ્ટ્રીય હિતને પ્રાથમિકતા આપી છે.

આ બાબત ખાસ કરીને ભારત અને યુએસ વચ્ચેના સંબંધોના સંદર્ભમાં નોંધનીય હતી. જાપાન સાથેના સંબંધો થોડા વધારે પાછળથી વિકાસ પામ્યા. સ્પષ્ટપણે, ઓસ્ટ્રેલિયા સાથેના સંબંધોમાં વધુ વિલંબ થયો હતો, કારણ કે ભારત સાથેના સંબંધો માત્ર 2014માં આવેલા રાજકીય ફેરફારો પછી જ ખીલ્યા હતા. આ બદલાયેલા સંબંધોના કથાનકમાં જ ક્વોડના ઝડપી વિકાસ માટેનું સમાધાન શોધવું જોઈએ. જાપાન અને ઓસ્ટ્રેલિયાના કિસ્સામાં, ભારત જે સંબંધ

ધરાવતું હતું તે સમગ્રતા અને વ્યાપની દ્રષ્ટીએ ખૂબ જ સીમિત હતાં. અમેરિકાની સાથે, ભારતનો વધુ સઘન સર્વગ્રાહી સંબંધ હતો, પરંતુ કેટલાક વિશિષ્ટ ક્ષેત્રોમાં તે વધુ મજબૂત હતાં. અલબત, આ બધાને પણ તેમની ચોક્કસ મર્યાદાઓ હતી.

છેલ્લા દાયકામાં, ભારતના ક્વોડ ભાગીદારો સાથેના વ્યવસ્થિત વ્યવહાર ખૂબ જ મહત્વપૂર્ણ રીતે વિસ્તર્યા છે. તે ઘણા ક્ષેત્રોમાં આગળ વધ્યાં છે અને તેમની સાથેના જોડાણને સંપૂર્ણ રીતે સક્ષમ બનાવ્યું છે. સ્વાભાવિક રીતે, દરેક કિસ્સામાં પડકારો અને તક જુદા જુદા હતા. પરંતુ જેમ જેમ તેઓ ગતિશીલ બનતા ગયાં, એક માંથી મેળવેલ પાઠ અને અનુભવ અન્યના વિકાસ માટે મદદરૂપ બન્યા.

અમેરિકાનો પુનઃઆવિષ્કાર

ચાલો યુ.એસ.થી શરૂ કરીએ. ભારત સાથેના હાલના તબક્કાના સંબંધોની શરૂઆત 2000માં જ્યારે પ્રેસિડન્ટ બિલ ક્લિન્ટન ભારતની મુલાકાતે આવ્યાં હતાં ત્યારે થઈહતી. 1998ના ન્યુક્લિયર પરીક્ષણોના કારણે ઉદભવેલા રાજકીય પરિણામોનું અસરકારક વ્યવસ્થાપન કદાચ તેની પુષ્ઠભૂમિ હોઈ શકે છે. પરંતુ વૈશ્વિકકરણની દુનિયામાં ભેગા મળીને સાથે આવવું એક મહત્વનું પરિબળ હતું. આ શરૂઆતને યોગ્ય રીતે માન્યતા આપવી જરૂરી છે કારણ કે તે એ વાતની પુષ્ટિ કરે છે કે ભારત અને યુ.એસ.એ પરસ્પર આંતરિક મૂલ્યો જોઈને તેમની વચ્ચેના જોડાણનું સ્તર ઊંચું કર્યું હતું. આ 'ડોટકોમ ક્રાંતિ' અને H1B વિઝાનો સમય હતો. અમેરિકન પ્રભુત્વ વૈશ્વિક સ્તરે ખૂબ જ સ્પષ્ટ હતું અને બદલાવ સૂચવતી 'સત્તાનું પુનઃસંતુલન' જેવી કોઈ દલીલો અસ્તિત્વમાં જ ન હતી. ખરેખર, તેની સમૃદ્ધિમાં સુધારો, પ્રતિભામાં વધારો અને વૈશ્વિક પ્રગતિએ ભારતને અમેરિકાની નજરે વધુ સારું ભાગીદાર બનાવ્યું.

ઘણીખરી રીતે, જ્યારે શીત યુદ્ધ યુગના અવરોધો દુર થયાં, ત્યારે આ સંબંધો સહજ રીતે વિકાસ પામ્યા. જેમ ચર્ચા ચાલી રહી છે કે આ સંબંધો પોતાનું કોઈ મૂલ્ય ધરાવતાં નથી અને તે એક બીજાના વિરુધમાં વપરાતી વ્યૂહરચના માત્ર છે, તો એ બંનેના સંબંધોને અને ક્વોડને નીચા બતાવવાના માનસિક કાવાદાવા છે. આ બાબત પડકારવા લાયક છે, અહીંયા એ નોધવું જોઈએ કે જેમણે આ આરોપો લગાવ્યા છે તેઓએ ભૂતકાળમાં જ્યારે તેમના માટે અનુકૂળ હતાં ત્યારે યુ.એસ. સાથેના તેમના પોતાના સંબંધોને ખૂબ ઉત્સાહપૂર્વક વધાર્યા હતા. સ્પષ્ટપણે, જ્યારે પરિણામમાં હિસ્સો ધરાવતા સભ્ય દ્વારા નિર્ણય લેવામાં આવે છે, ત્યારે તેને જે છે તે રૂપમાં જોવું જોઈએ.

બૂશ પ્રશાસન દરમિયાન ભારત-યુ.એસ સંબંધોમાં પ્રગતિ ઝડપથી થઇ, જેણે સ્પષ્ટ રીતે ન્યુક્લિયર અવરોધોને પરસ્પર સહકારના માર્ગમાં વિઘ્ન તરીકે ઓળખ્યાં હતાં. આ સમય

સુધીમાં, બંને પક્ષો એક બીજા સાથે વધુ સ્વાભાવિક સંબંધ ઈચ્છતા હતા, જે ભૂતકાળના બોજાથી મુક્ત હોય. તેથી, આ પ્રક્રિયા માટે સ્થાનિક રાજકારણીય પડકારોનું સફળતાપૂર્વક સમાધાન કરીને તેઓ તે દિશામાં મક્કમતાથી આગળ વધ્યા. આ પણ તે પળ હતી જ્યારે અધિકૃત યુ.એસ. અભ્યાસોએ ભારતના માનવ સંસાધનોની વૈશ્વિક પ્રાસંગિકતા પર વધુ મજબૂત રીતે ધ્યાન કેન્દ્રિત કર્યું હતું. લગભગ સમગ્ર મંડળમાં, સહકારના પ્રવાહો સકારાત્મક વાતાવરણમાં ગતિશીલતા મેળવી રહ્યા હતા. તે રક્ષા, નાગરિક વિમાનો, વિજ્ઞાન અને ટેકનોલોજી, વેપાર અને સ્થળાંતરમાં દ્રશ્યમાન હતું.

ભારત-યુ.એસ. ન્યુક્લિયર વ્યવહારની સફળતાએ બંને વચ્ચેના સામાન્ય પ્રયાસો માટે માર્ગ મોકળો કર્યો હતો. એકબીજાથી તદ્દન અલગ તેવા પાંચ પાંચ અમેરિકન પ્રેસિડન્ટ્સ ભારત સાથેના જોડાણ માટે એકમત રહ્યાં હતાં, તે ખરેખર બાઝી પલટી નાખનાર પરિબળ હતું. ભારત તરફથી પણ આ પ્રકારની સાતત્યતા જોવા મળી હતી. પરિણામે, જે પહેલા તેની દલીલો અને અંતરના કારણે જાણીતો હતો, તેવા સંબંધમાં હવે આમૂલ પરિવર્તન આવ્યું છે.

છેલ્લા દાયકાથી ચાલી રહેલાં પરિવર્તનને ટકાવી રાખવાના ઘણા રસ્તાઓ છે. આ સંદર્ભમાં વેપાર એ એક સ્પષ્ટ સંકેતક છે, અને તે છેલ્લા 15 વર્ષોમાં પાંચ ગણો વધી ગયો છે. રાષ્ટ્રીય દ્રષ્ટિકોણથી રોકાણને સચોટ રીતે વ્યાખ્યાયિત કરવું વધુ મુશ્કેલ છે, પરંતુ આ સમય દરમિયાન તે ચોક્કસપણે વધ્યું છે. પ્રતિભાનો પ્રવાહ મહત્ત્વનો છે કારણ કે ટેક્નોલોજી આ સંબંધોમાં મહત્વનું પરિબળ છે. ટેકીઝને બન્ને દેશો વચ્ચે સ્થળાંતર કરવા સક્ષમ બનાવ્યા છે તેવા 'H' કેટેગરીના વિઝા છેલ્લા દોઢ દાયકામાં લગભગ બે ગણા થઈ ગયા છે. તે જ રીતે, ભારતના વિદ્યાર્થીઓની સંખ્યામાં પણ વધારો થયો છે.

કેટલાક ક્ષેત્રોમાં, આ પ્રગતિને લેવાયેલા નિર્ણયો અને સુનિશ્ચિત કરેલા કરારો દ્વારા વ્યક્ત કરી શકાય છે. 1965 થી ચાર દાયકાઓ સુધી અમેરિકન સંરક્ષણને લગતી કોઈ પણ સુવિધા ન ખરીદનાર રાષ્ટ્ર હવે C-130, C-17 અને P-8 વિમાન, તેમજ એપાચે, ચિનૂક અને MH-60R હેલિકોપ્ટરોનો ઉપયોગ કરી રહ્યું છે તે કોઈ નાની સિદ્ધિ નથી. વાસ્તવમાં, સંબંધના સુરક્ષા પરિબળને સંરક્ષણ વેપારના સંદર્ભથી પણ ઉપર એક બહોળા દ્રષ્ટિકોણથી જોવો જોઈએ. નીતિ વિનિમય અને સૈન્યની કવાયત પણ આ પરિવર્તનની પુષ્ટિ કરે છે, તે જ રીતે નજીકના સંકલનને પ્રોત્સાહન આપતા ઘણાં કરારો પણ તેની પુષ્ટિ કરે છે. વિવિધ કક્ષાના તંત્ર અને સંવાદો આજે અત્યંત વ્યાપક બાબતોમાં વિસ્તરણ પામેલા છે, જે આતંકવાદ વિરોધી અને સાયબર સુરક્ષાથી લઈને હવામાન ક્રિયા અને ઊર્જા સુધી, અવકાશ સહકાર અને આરોગ્યથી લઈને શિક્ષણ અને રાષ્ટ્રની સુરક્ષા સુધી વિસ્તરેલા છે.

આમૂલ પરિવર્તન તો એ છે કે જ્યાં 2014 સુધી પરસ્પર સહકારના માર્ગમાં ઉદભવેલા અવરોધોને દુર કરવા પર ધ્યાન આપવામાં આવતું હતું, ત્યારે હવે, આ સહકારને લઈને

ભવિષ્યની સંભાવનાઓની પ્રતીતિ કરવાના મહત્વકાંક્ષી પ્રયાસો હાથ ધરવામાં આવે છે. આ રીતે, પ્રધાનમંત્રીશ્રી મોદીએ 2023 માં લીધેલી અમેરિકાની 'રાજકીય મુલાકાત' સંબંધોના નવા તબક્કાને દર્શાવે છે. સહકારના વિસ્તૃત એજન્ડા અને વૈશ્વિક મંતવ્યોમાં તેની વધતી પ્રસ્તુતતા એ સૂચવે છે કે સંબંધ હવે કેટલી હદે વિકાસ પામ્યો છે. મહત્વપૂર્ણ હોવા છતાં, જેટ એન્જિનો માટેની ટેકનોલોજીને લાગતાં હસ્તાંતરણની સમજ અને સેમિકન્ડક્ટર ક્ષેત્રમાં સહયોગના પગલા તેના પરિબળને ખૂબ સારી રીતે દર્શાવે છે. અમેરિકન વેપાર ભારત વિશેની તેની લાંબા સમયથી રહેલી શંકાને દૂર કરી રહ્યું છે, જેમ કે તેનું સૈન્ય એક તટસ્થતાની સંસ્કૃતિ સાથે કામ કરવાનું શીખી રહ્યું છે. આપણા વ્યૂહાત્મક સમુદાય ભારતના મુલ્યોને લઈને ઘનિષ્ટ સમજણ ધરાવે છે, કારણ કે આપણું ટેક્નોલોજી ક્ષેત્ર નજીકના સહકારની મહત્તાની કદર કરે છે. ખરેખર, આ સંબંધ હવે એક ઊંચી કક્ષામાં પ્રવેશી ગયો છે.

આ સંબંધોમાં એક આમૂલ પરિવર્તન આવ્યું હોવા છતાં, સારા ભવિષ્યમાટે ભૂતકાળના કેટલાક મતભેદોને ધ્યાનમાં રાખવા જરૂરી છે. ભારત અને અમેરિકાના રાષ્ટ્રહિતો વચ્ચેનો મોટો ભાગ પરંપરાગત અમેરિકન અભિગમના કારણે વિસંગત રહ્યો હતો. ભારત અને પાકિસ્તાનને એક સંલાગ્નતાથી જોડી રાખવા અને તેમના દ્વિપક્ષીય સંબંધોને પ્રભાવિત કરવામાં રસ દાખવવો એક મક્કમ અભિગમ હતો. 1980-90ના દાયકામાં પાકિસ્તાનના પરમાણુ કાર્યક્રમને લઈને હેતુપૂર્વકની અનુમતિ તેની સૌથી ગંભીર અભિવ્યક્તિ હતી. અફઘાનિસ્તાનમાં અમેરિકાની ઉપસ્થિતિએ પણ આ ક્ષેત્રમાં નવા નિર્ભરતાના કારણો ઊભા કર્યા હતા, જે તેના ભારત સંબંધ સાથે સુસંગત ન હતા.

વધુમાં, ઘણીવાર અમેરિકાની વૈશ્વિક દ્રષ્ટિ ભારતના સુરક્ષા અને આર્થિક હિતોથી વિસંગત હતી. પરમાણુ મામલામાં પણ, 2005ની સમજૂતીએ વેદિયા અમેરિકાએ આ ક્ષેત્રની કરેલી હિમાયતને શાંત કરી નથી. વિવિધ સામાજિક-આર્થિક મુદાઓને લઈને વિકસિત અને વિકાસશીલ રાષ્ટ્રોની વિશ્વદૃષ્ટિ, નીતિઓ, રાજનીતિ અલગ અલગ હોય તે સ્વાભાવિક છે. એ પણ અપેક્ષિત ન હતું કે સત્તાધારી આપખુદ રાજનીતિ એક સંવેદનશીલ અને સ્વાયત્તતા અંગે જાગૃત સમાજ સાથે ઘર્ષણમાં ઉતરશે.

ખરેખર, 2013-14માં આ જ લક્ષણોએ પરસ્પરના સંબંધ સામે પડકારો ઊભા કર્યા હતાં. પરંતુ પ્રવર્તમાન માળખાકીય પરિવર્તનો અને નીતિ વિષયક આદર્શવાદના કારણે સંબંધો પાછા પોતાના વૃદ્ધિ માર્ગ પર પરત વળ્યાં અને આગળ વધતાં રહ્યાં. એવું નથી કે બંને રાષ્ટ્રોમાં મતભેદ નથી; પરંતુ જે બદલાવ આવ્યો છે તે એ છે કે બંને રાષ્ટ્રો પોતાની વચ્ચે સામાન્ય હિતસંબંધો નિર્ધારિત કરવાની અને પરસ્પરના લાભો મેળવવાની અદમ્ય તૈયારી બતાવે છે . ખરેખર, આ તે સંદર્ભે એક ઉત્તમ ઉદાહરણ છે કે સાંપ્રત પરિવર્તનોની ખુલ્લા મનથી થયેલી કદરે પહેલી થી જ અસ્તિત્વ ધરાવતાં સંબંધોને કેવી રીતે પુનઃસર્જિત કર્યો છે.

છેલ્લા દાયકામાં સહકારની વ્યાપકતા અને તીવ્રતા ખરેખર પ્રભાવશાળી રહી છે. નિશ્ચિતપણે, નેતૃત્વ કક્ષાએ થયેલા ઘનિષ્ઠ પ્રયાસો અને વધુ સહાયકારી સંવાદો આ સહકારોને સંચાલિત કરે છે. કેબિનેટ અને સબ-કેબિનેટ સ્તરે આ સહયોગનું નિયમિત અને વ્યાપક સ્તરે થતી આપ-લે દ્વારા સમર્થન કરવામાં આવે છે. દરેક પ્રવૃત્તિઓના ક્ષેત્રમાં નવા તંત્ર અને સંવાદ ઊભા થયા છે. પાયો મૂકનારા કરારો, આધુનિક માળખાઓ અને વધુ પ્રમાણમાં થતી પ્રવૃત્તિઓ આ પરિવર્તનનો ભાગ છે. અને જ્યાં જ્યાં આ સહયોગ પરિમાણક્ષમ હોય ત્યાં ત્યાં વેપાર, રોકાણ, વિદ્યાર્થીઓ, વિઝા, વિનિમય ને લાગતાં આંકડાઓ પોતાનું સચોટ વૃતાંત રજુ કરે છે.

જેની શરૂઆત મર્યાદિત હેતુ સાથે એક ક્રમબદ્ધ કવાયત તરીકે થઈ હતી તે ફક્ત ઝડપી ગતિએ ખાલી વિકસ્યું જ નથી પરંતુ હવે વધતી જતી મહત્વકાંક્ષાઓના ઊંચા સ્તરે વિકસિત થઈ રહ્યું છે. દ્વિપક્ષીય અને પ્રાદેશિક એજેન્ડાઓમાંથી સંબંધો વધુ વ્યાપક પરિદ્રશ્ય અને વધુ જટિલ એજેન્ડા પર આવરી રહ્યા છે. આ બંને રાષ્ટ્રો ચતુષ્કોણીય અને ત્રિકોણીય જૂથોમાં એકબીજાને સાથ આપી રહ્યા છે, જે પ્રતિપાદિત કરે છે કે તેમના સંબંધો કેટલા વિકાસ પામ્યા છે.

વિશેષ રૂપે નોંધનીય છે કે આ વૃદ્ધિને મજબૂત સમાજિક સમર્થન મળી રહ્યું છે. ખરેખર, યુએસમાં ભારતીય ડાયસ્પોરાનું પરિબળ છે અને કોંગ્રેશનલ સમર્થન પણ છે. કેમ કે આ સંબંધ એટલો બધો નાગરિક સમાજના મતવિસ્તારો દ્વારા ચલાવવામાં આવે છે, તે ક્યારેક પ્રભાવશાળી પણ હોઈ શકે છે. આજે, દ્વિપક્ષીય સંબંધોની મજબૂતી બે રાષ્ટ્રોને તેમના રાષ્ટ્રીય હિતોની સંકુચિત સીમાઓની બહાર પણ સાથે કામ કરવા પ્રોત્સાહન આપે છે.

આ રીતે વિકસતા, ભારત અને યુએસએ પણ જાણવું પડશે કે તેઓ વિશ્વને વિવિધ દ્રષ્ટિકોણો, ઈતિહાસો, સંસ્કૃતિ અને વિકાસના સ્તરોથી જુએ છે. ભારતીય દ્રષ્ટિકોણથી, વૈશ્વિક સત્તા તરીકે યુએસને ક્યારેક એવા હિતો હોઈ શકે છે જે તેના પોતાના હિતો સાથે વિરોધાભાસ ધરાવતાં હોય. અથવા તે હંમેશા આપણી પ્રાથમિકતાઓ અને દ્રષ્ટિકોણોનો સમાવેશ કરી શકે નહિ. આ સ્વાભાવિકપણે અમેરિકન પક્ષે પણ મિરર ઈમેજ તરીકે દર્શાવાશે, ખાસ કરીને ભારતનો પ્રભાવ અને પદચિહ્નનો વિકાસ થાય તે રીતે. આથી, આ સમયે મજબૂત સ્વસ્થ સ્તરો સ્થાપિત કરવું અત્યંત મહત્વપૂર્ણ છે. કારણ કે ઈચ્છાએ કે અનિચ્છાએ, બંને રાષ્ટ્રોએ આવનારા સમયમાં પરસ્પર ઘણું બધું કરવાનું રહેશે.

સૂર્ય સાથે ઉદય

યુએસ સાથેના સંબંધમાં થયેલા નોંધપાત્ર વિકાસના સાક્ષી બનેલા બે દાયકાઓએ જાપાન સાથે પણ સ્થિર પ્રગતિ જોઈ. અલબત, ભારત માટે આ સંદર્ભમાં પડકારો ઘણાં અલગ હતા. યુએસથી વિપરીત, જાપાન પાસે શીત યુદ્ધ દરમિયાન પાકિસ્તાન તરફ ઝૂકાવ ધરાવતો સ્પષ્ટ

ઈતિહાસ નહોતો. મોટા ભાગના પશ્ચિમી વિશ્વની જેમ તેને થોડા ઘણાં અંશે સલંગ્ન બનાવવામાં આવ્યો હતો.

પરંતુ ઈતિહાસ અને સંસ્કૃતિમાં મૂળ ધરાવતા હોવાના કારણોથી, જાપાની રાજકારણમાં ભારત સાથે હંમેશા પક્ષપાત થતો હતો. બંને રાષ્ટ્રો વચ્ચે પ્રાચીન સંસ્કૃતિ માટેનો આદર સમાન રીતે વ્યાપક હતો, અને યદ્ધ પછીના તુરંતના સમયખંડમાં બંને રાષ્ટ્રોના નેતૃત્વ વચ્ચે રાજકીય ઉષ્મા જોવા મળી હતી. ભારતીય નીતિઓએ જાપાનની વિષમ પરિસ્થિતિ માટે તેની સંવેદના વ્યક્ત કરી હતી, અને ટોકિયો ટ્રીબ્યુનલમાં ન્યાયાધીશ રાધાબિનોદ પાલના વિરોધના અવાજને નિરવતાપૂર્વક પ્રશંસા મળી હતી.

જાપાનના પક્ષે, ભારતના સામાજિક-આર્થિક લક્ષ્યોને મહત્વપૂર્ણ સ્તરે સત્તાવાર વિકાસ સહાયતા (ODA) દ્વારા સમર્થન મળ્યું હતું. પશ્ચિમી વિશ્વમાં ઘણાં બધાં મુદ્દાઓ પર જાપાન એક મૈત્રીપૂર્ણ પરિબળ હતું. ખરેખર તો અ સંબંધમાં વિરોધાભાસ તો એ હતો કે સમસ્યાઓની ખામી પણ નીતિના ધ્યાનને મર્યાદિત કરતી હતી.

અન્ય ઘણાં રાષ્ટ્રોની જેમ, ભારત-જાપાન સંબંધોએ પણ આ સમયગાળા દરમિયાન ભારતને થયેલા પરિણામોનો અનુભવ કર્યો. આર્થિક રીતે, જાપાનીઝ કંપનીઓની પરંપરાગત વ્યાપક ઉપસ્થિતિ આવકારદાયક વાતાવરણના અભાવના કારણે પોતાના મૂળ નાખવામાં નિષ્ફળ રહી. તેના બદલે, તેઓ દક્ષિણપૂર્વ એશિયા તરફ અને ત્યારબાદ ચીન તરફ આકર્ષાયા, જાપાનીઝ પ્રાથમિકતાઓમાં ભારત સતત નીચે ઉતારતું ગયું. 1991માં આર્થિક સુધારાઓ રજૂ કરવામાં આવ્યા ત્યારે પણ, જાપાનીઝ વ્યાપાર સમુદાયએ ખૂબ જ સાવચેતી સાથે પ્રતિસાદ આપ્યો હતો. તેમની માગણી હતી કે સક્ષમ વાતાવરણ તેમની અપેક્ષાઓ સુધી પહોંચવું જોઈએ, અને તેમની આ માંગમાં તેમનું વલણ સ્પષ્ટ રીતે પ્રદર્શિત થયુ હતું.

ઉપરછલ્લું માધ્યમ માત્ર વ્યવસાય સુધી મર્યાદિત ન હતું, પરંતુ તેનું વિસ્તરણ જાપાન સામાન્ય રીતે જેને પ્રોત્સાહન આપતું હતું તેવી સહાયક પ્રવૃત્તિઓ સુધી પણ થયું હતું. તે શિક્ષણ, સંસ્કૃતિ કે પછી મુસાફરી હોય, બંને રાષ્ટ્રો એકબીજાથી નમ્રતાપૂર્વક દૂર જ રહ્યાં હતાં. આ સમયગાળા દરમિયાન રાજકીય ક્ષેત્ર પણ મદદકર્તા નહોતું. શીત યુદ્ધની ગંભીરતાએ બંને રાષ્ટ્રોને વિપરીત દિશામાં ખેંચી લીધા હતા. 1962માં ચીન સાથેના સીમા સંઘર્ષમાં થયેલી ભારતની હારના કારણે તેની સ્થિતિને સ્પષ્ટ રીતે નુકસાન પહોંચ્યું હતું, અને ત્યારબાદ તેના આર્થિક સંઘર્ષોએ નકારાત્મક પરિબળોને વેગ આપ્યો હતો.

ક્યારેક પરિસ્થિતિઓ સુધરવાને બદલે વધારે ખરાબ થઈજાય છે. જેમ કે, 1998માં ભારતના પરમાણું પરીક્ષણોના કારણે બંને દેશોના સંબંધોમાં ઉથલપાથલ થઈ હતી. તેના ઈતિહાસને ધ્યાનમાં લઈએ તો સમજાય કે જાપાન એ વિકાસ માટે તીવ્ર પ્રતિક્રિયા આપશે.

પરંતુ, ભારતીય પક્ષે મૂંઝવણ એ હતી કે જાપાન બીજા પક્ષની સુરક્ષાની જરૂરિયાતોને સંપૂર્ણપણે અવગણે છે. આ સ્થિતિ વધુ પડકારજનક બની જ્યારે જાપાને પોતાની સુરક્ષા સુનિશ્ચિત કરવાં માટે એક પરમાણું સત્તા ધરાવતા દેશ સાથે બેઝિઝક કરાર કર્યા હતાં. જાપાનના તે સમયના નીતિ નિર્ધારકોએ આંતરરાષ્ટ્રીય ફોરમમાં ભારત વિરુદ્ધ નેતૃત્વ કરવાનો નિર્ણય લીધો ત્યારે સંબંધોમાં વધુ ખટાશ આવી ગઈ હતી.

સંબંધોમાં આવેલ આ ખટાશ બંને દેશોને તેની મહત્વકાંક્ષાઓ પર આત્મનિરીક્ષણ કરવાનો એક અવસર આપી ગઈ. અને તે પ્રક્રિયામાંથી આપણા દ્વિપક્ષીય સંબંધોના નવા તબક્કાની શરૂઆત થઈ. જેમ રાષ્ટ્રપતિ ક્લિન્ટનની ભારત-મુલાકાતે એક સંબંધમાં મકામ સુચવ્યો હતો, તેમ જ પીએમ યોશિરો મોરીની મુલાકાતે અન્ય સંબંધમાં મહત્વનો પડાવ સૂચવ્યો હતો. રસપ્રદ રીતે, જેમ પ્રેસિડેન્ટ જોર્જ ડબલ્યુ. બુશ ભારતના યુ.એસ. સાથેના સંબંધો વધુ ઊંચાઈએ લઈ ગયા, તેમ જ વડાપ્રધાનશ્રી શિન્ઝો આબેએ જાપાન સાથેના સંબંધો વ્યક્તિગત રીતે વધુ આગળ વધાર્યાં. 2007માં ભારતીય સંસદમાં આપેલી તેમની વિખ્યાત 'ટુ કોનફ્લ્યુન્સ ઓફ ટુ સીસ' ભાષણ દ્વિપક્ષીય સંબંધો માટે માત્ર એક મકામ જ નહીં પણ ઉદ્ભવમાન ઈન્ડો-પેસિફિકની પ્રથમ દ્રષ્ટિ પણ હતી.આ તમામ ઘટનાઓનો સંદર્ભ અત્યારે યાદ કરવા યોગ્ય છે.

દાયકાની શરૂઆતમાં જ, જાપાન પણ વધુ અનિશ્ચિત વૈશ્વિક વાતાવરણ પર વિચાર કરી રહ્યું હતું, જેને લઈને તેને વધુ જવાબદારીઓ પર ચિંતન કરવાની જરૂરિયાત ઉભી થઈહતી. તેના જટિલ ઈતિહાસના કારણે, આ બાબત સ્વાભાવિકપણે વધુ આંતરિક ચર્ચાઓ સાથે સંકળાયેલી હતી. એક વ્યાપક એજન્ડાવાળો અને વૈશ્વિક વિષયોમાં વધુ રસ ધરાવતો સમાજ સામાન્ય રીતે વધુ સહયોગીઓ માટે ચોક્કસ શોધ આદરસે. શીતયુદ્ધનાં કારણે ભારત તેના માટે સ્વાભાવિકપણે આકર્ષણનું કેન્દ્ર બન્યું હતું. આમાંથી કેટલીક પ્રાદેશિક સમાનતા હતી, કેટલીક યુ.એન.માં પ્રતિનિધિત્વ માટેની સહિયારી શોધ હતી અને કેટલીક લોકશાહી સમાજોની સ્વાભાવિક સહાનુભૂતિ હતી. તો અહીં પણ, દ્વિપક્ષીય ચક્રો પોતાના તર્કના આધારે ગતિમાન થવા લાગ્યાં. જેમ જેમ તેઓ વધારે ગતિ મેળવતા ગયાં, સહકારની નવી દિશાઓ પણ ખૂલવા લાગી.

વર્ષ 2006 થી યોજાતી વાર્ષિક શિખર બેઠકો દ્વારા પ્રતિપાદિત થતો ભારત અને જાપાન વચ્ચેનો રાજકીય સંદેશાવ્યવહાર હવે વધુ મજબૂત બન્યો છે. બન્ને પક્ષે શાસન પદ્ધતિમાં ફેરફાર હોવા છતાં, સહકારની ગતિ ધીમી પડી નથી. યુ.એસ. સાથેના સંબંધમાં હતું તેમ, અહીં આ સાતત્યતા માળખાગત પરિવર્તનનો સૌથી મજબૂત પુરાવો છે. આ સંબંધનું સત્તાવાર વર્ણન સતત વિકસતું રહ્યું છે, 2014માં આ સંબંધનો વિશિષ્ટ રીતે વ્યૂહાત્મક અને વૈશ્વિક સહયોગ તરીકે ઉલ્લેખ કરવામાં આવ્યો હતો. 2011માં 'વ્યાપક આર્થિક ભાગીદારી કરાર' (CEPA) કરેલો હોવા છતાં પણ કદાચ વેપાર મર્યાદિત રહ્યો હતો, પરંતુ ભારતમાં જાપાની રોકાણોનો

ક્ષેત્રની દ્રષ્ટીએ અને પ્રમાણના સંદર્ભમાં વધારો થયો હતો. રોકાણના સ્ત્રોત તરીકે જાપાન પાંચમું સ્થાન ધરાવે છે અને વડાપ્રધાન ફુમિયો કિશિદાની 2022ની મુલાકાત દરમિયાન વધુ મહત્ત્વાકાંક્ષી લક્ષ્યો નિર્ધારિત કરવામાં આવ્યા હતા.

નાણાકીય ચલણની અદલાબદલી હોય કે પછી વિકાસમાં સહાયતા, આર્થિક ભાગીદારી એક સમુદાય તરીકે ઘનિષ્ઠ બની છે. વાસ્તવમાં, છેલ્લા દાયકામાં ODA બમણું થયું છે, 2021-22માં વિતરણ 328 અબજ યેનને સ્પર્શ્યું હતું. તેનો અમલીકરણનો રેકોર્ડ ખૂબ જ પ્રશંસનીય રહ્યો છે, અત્યાર સુધીમાં મહત્વના ભારતીય શહેરોમાં છ મેટ્રો રેલ્વે અને અન્ય મુખ્ય કનેક્ટિવિટી પ્રોજેક્ટ્સનો તેમાં સમાવેશ થાય છે. વધારે અનુકુળ ઈન્ફ્રાસ્ટ્રક્ચરના નિર્માણ તરફ જાપાનના વલણમાં બદલાવ આવ્યો છે, જે જાપાને ઔદ્યોગિક અને માલસામાનના પરિવહન માટે રેલ્વેની સુવિધા(ફ્રેઈટ કોરિડોર્સ)ને આપેલ સમર્થન દ્વારા પ્રતિપાદિત થાય છે. હવે ઉર્જા, અવકાશ, સ્ટીલ, ટેક્સટાઈલ, સ્ટાર્ટ-અપ ફંડિંગ, ડિજિટલ ક્ષમતાઓ અને આરોગ્ય સેવાઓ જેવા ક્ષેત્રોમાં સતત સંવાદો ચાલી રહ્યા છે.

મુંબઈથી અમદાવાદ સુધીનો હાઈ-સ્પીડ રેલ પ્રોજેક્ટ પ્રમુખ પહેલ તરીકે પ્રસ્થાપિત છે. તેની વિશાળ અસરના કારણે, તેને મરુતિ-સુઝુકી કાર અને દિલ્હી મેટ્રો પછી ત્રીજી ટેક્નોલોજી ક્રાંતિ તરીકે જોઈ શકાય છે. તેવી જ રીતે, ODA સહકાર લાંબા સમયથી ચાલતો આવ્યો છે, 2017માં સ્થાપિત થયેલ 'એક્ટ ઈસ્ટ ફોરમ' વિશિષ્ટ રીતે ભારતના ઉત્તરપૂર્વ માટે સુધારેલા જોડાણને લક્ષ્ય બનાવે છે.

પરંતુ જાપાની સમાજની જટિલતાઓથી પરિચિત લોકો ભારત સાથેની પ્રગતિને વધુ સારી રીતે સમજશે. સંવેદનશીલ ક્ષેત્રોમાં સહકારના ઉદાહરણો તેના માપદંડ છે. 2016માં નાગરિક પરમાણુ ઊર્જાના સંદર્ભમાં સહકાર માટે થયેલ કરાર વધતી જતી સ્વસ્થતાનું વધુ સ્પષ્ટ ઉદાહરણ છે. સંરક્ષણ અને સુરક્ષાના ક્ષેત્રમાં વિકસાવેલ સમજૂતીઓની શૃંખલા ઓછી મહત્વની નથી. 2014 માં સંરક્ષણ ક્ષેત્રે સહકાર, 2015માં ઉપકરણોના સ્થળાંતર અને માહિતી સુરક્ષા, 2018માં નૌકાદળના સહકાર અને 2020માં પરસ્પર પુરવઠા અને સેવાઓ જેવી થયેલી સમજૂતીઓની શ્રેણી મહત્વ ધરાવે છે. સંરક્ષણ ક્ષેત્રે નીતિ વિનિમયને અલગ અલગ સેવાઓ સાથે સંકળાયેલા સ્ટાફ સાથેની ચર્ચા દ્વારા તેમજ દ્વિપક્ષીય અને બહુપક્ષીય સૈન્યની કવાયતો દ્વારા પ્રોતસાહિત કરવામાં આવ્યાં છે. અમેરિકાની સાથે થયેલી બેઠકોની જેમ, ભારતે 2019 થી જાપાન સાથે 2+2 મંત્રીયસ્તરીય બેઠકઓ આયોજિત કરી છે. ફરીથી, દ્વિપક્ષીય સ્વસ્થતાને એક વિશાળ ફલક પર લઈ જવામાં આવી રહી છે, અનુમાનિત રીતે, યુ.એસ. અને ઓસ્ટ્રેલિયા સાથે તેની શરૂઆત થઈગઈ છે.

નવી મૈત્રી તરફ મંડાણ

જેતરના સમયમાં દેખીતી રીતે ઓસ્ટ્રેલિયા સાથે સંબંધ વિકાસ પામ્યો છે. અન્ય બે ક્વોડ સભ્યોની તુલનામાં, તેણે ઉદ્ભવેલી ભેદરેખાને ખૂબજ ઓછા સમયગાળામાં પાતળી કરી દીધી છે. જેમ કે અમેરિકા અને જાપાનના કિસ્સામાં, 1998ના પરમાણુ પરીક્ષણોએ તંગદિલી સર્જી હતી અને પુન:પ્રાપ્તિનો માર્ગ પણ સરળ ન હતો. પરંતુ ઓસ્ટ્રેલિયા સાથેના સંબંધો પોતાના અનોખા પડકારો ધરાવે છે. આ પડકારો ભારતની પ્રાથમિકતાઓ અંગે કંઈક જણાવે છે કે આઝાદી પછીના પૂરા બે દાયકા પછી ભારતની પહેલી મંત્રાલય લગતી મુલાકાત લેવામાં આવી હતી, અને તે 1968 માં પ્રધાનમંત્રી ઈન્દિરા ગાંધીની મુલાકાત હતી.

ઘણી બધી રીતે, એન્ગ્લોસ્ફીયર સાથીઓમાં ઓસ્ટ્રેલિયા સૌથી દૂરનું સાથી રહ્યું છે. ભારતના પૂર્વના મુદ્દાઓને લઈને તે અમેરિકાના વલણને દર્શાવતું હતું અને પશ્ચિમની બાબતો માટે યુ.કે.નો અભિગમ અપનાવતું હતું. બીજી બાજુ, કોમનવેલ્થના માળખાએ સુનિશ્ચિત કર્યું હતું કે મોટા ભાગના ક્ષેત્રોમાં વિનિમય સ્થિર રહે, જેમાં સંરક્ષણ, વેપાર, તાલીમ અને શિક્ષણ સામેલ છે. 1998માં એક મહત્વપૂર્ણ પરંતુ પ્રખ્યાત ન રહેલાં સંબંધમાં નોંધપાત્ર ઘટાડો આવ્યો હતો. ઓસ્ટ્રેલિયાએ નિશસ્ત્રીકરણ પરિષદના વિશેષ સત્ર માટે માંગણી કરવામાં આગેવાની લીધી અને ભારતના પરમાણુ પરીક્ષણોની નિંદા કરતી સંયુક્ત રાષ્ટ્ર મહાસભાના (UNGA) ઠરાવમાં સહયોગ આપ્યો. વધુમાં, ઓસ્ટ્રેલિયાએ સંરક્ષણ સહકારને સ્થગિત કરી અને સત્તાવાર સંપર્કોને સ્થગિત કરી દીધા હતાં. ઘણી બધી રીતે, આ કથાનક જાપાનના કિસ્સા સાથે સમાનતા ધરાવે છે.

સંઘર્ષાત્મક સ્થિતિમાંથી બહાર આવવામાં બંને પક્ષોને એક વર્ષ લાગ્યું હતું. 1999 માં ઉપપ્રધાનમંત્રી ટિમ ફિશરની મુલાકાતને સમાધાનની શરૂઆત તરીકે જોઈ શકાય છે. એક રીતે જોઈએ તો, સંબંધો સુધારવામાં ઓસ્ટ્રેલિયા જાપાન કરતાં આગળ હતું, માર્ચ અને જુલાઈ 2000 માં વિદેશ મંત્રી અલેકઝાન્ડર ડાઉનર અને પ્રધાનમંત્રી જ્હોન હાવર્ડની મુલાકાતોથી તે સાબિત થાય છે. સામાન્ય પરિસ્થિતિ પર પાછા ફરવાની પ્રક્રિયા સ્થિર રીતે આગળ વધી અને 2005ના પરમાણુ કરારની અનુગામી અસરો દ્વારા થોડી ગતિ મેળવી. પરંતુ વાસ્તવિકતા એ હતી કે કોઈ રાષ્ટ્રે અન્યને ઊંચા સ્તરે પહોંચવા માટે જે રાજકીય ધ્યાન આપવું જોઈએ તે અપાયું નહી.

ખાસ કરીને ભારત તરફથી, સતત એ માનવામાં આવતું હતું કે ઓસ્ટ્રેલિયાએ તેના ઉપખંડ સાથેના સંબંધોને અસંલગ્ન નથી બનાવ્યા કે પછી સમગ્ર પ્રદેશ પ્રત્યેની ઉદાસીનતામાંથી તે હજુ બહાર પણ નથી આવ્યું. તો, લગભગ એક દાયકાથી જોડાણોની પ્રગતિને મોટા ભાગે નાગરિક સમાજ અને બજાર બળોના હાલ પર છોડી દેવામાં આવી હતી. વડાપ્રધાનશ્રી નરેન્દ્ર મોદી અને પ્રધાનમંત્રીશ્રી ટોની એબોટની 2014ની દ્વિ-માર્ગીય મુલાકાતે લાંબા સમયથી વિલંબિત સહકારના સંબંધો માટે દ્વાર ખોલ્યા.

જ્યારે રાજકીય નેતૃત્વ સક્રિય થયું ત્યારે સંબંધો ઝડપથી વિકસ્યા હતાં, તે બાબત ફક્ત માળખાકીય સમાનતાની હદને રેખાંકિત કરે છે. આ કવાયતને માર્ગદર્શિત કરતી મહત્વાકાંક્ષાઓની શ્રેષ્ઠ સમજૂતી ઓસ્ટ્રેલિયાએ જાહેર કરેલ રીપોર્ટ '2035 માટેની ભારતીય આર્થિક વ્યૂહરચના' તથા ભારતે જાહેર કરેલા રીપોર્ટ 'ઓસ્ટ્રેલિયા આર્થિક વ્યૂહરચના' માં આપેલી છે. 20 અબજ ડોલર થી વધુના વેપાર અને આશરે 25 અબજ ડોલરના રોકાણો સાથે 'મુક્ત વ્યાપાર' પ્રબંધનો લાભ મળશે, જેનો પ્રારંભિક તબક્કો શરુ થઈગયો છે. ઓસ્ટ્રેલિયા ભારતીય વિદ્યાર્થીઓ માટે મુખ્ય શૈક્ષણિક સ્થળ છે, જેની સંખ્યા હવે 100,000 થી વધુ છે. ભારતીય સમુદાય, જે સૌથી ઝડપથી વધતો સમુદાય છે, તે બંને સમાજો માટે શક્તિનો સ્ત્રોત છે.

પરંતુ, વાસ્તવિક રીતે રાજકીય અને વ્યૂહાત્મક ક્ષેત્રમાં પરિવર્તન સૌથી વધુ દેખાય છે. મોટા ભાગના સંપાતનો વિકાસ વધુ સ્થિરતા, સમૃદ્ધિ અને સુરક્ષાના દ્વારા સંચાલિત છે. વૈશ્વિક પુરવઠાની અછતના મુદ્દાને ભારત અને ઓસ્ટ્રેલિયાએ દ્વિપક્ષીય તેમજ મોટા ફોરમમાં સાથે કામ કરીને સંબોધવાનો પ્રયાસ કર્યો છે. આ આંતરરાષ્ટ્રીય કાયદા પ્રત્યે આદર અને નિયમ આધારિત વ્યવસ્થા વિશેની તેમની સહિયારી ચિંતાઓ દર્શાવે છે. આ બંને રાષ્ટ્રો લાંબા સમયથી ASE-AN-ના નેતૃત્વ હેઠળના ફોરમ, કોમનવેલ્થ, IORA, વગેરે માં કદાચ લાંબા સમય થી સંવાદ કરતાં આવ્યાં છે. પરંતુ મજબૂત નેતૃત્વ સંબંધ અને વધુ ખુલ્લી આપ-લે નજીકના સહકાર અને સંકલનના પરસ્પર લાભો બહાર લાવ્યા છે. ઓસ્ટ્રેલિયા ભારતના IPOIનો પહેલો અને શક્તિશાળી સમર્થક રહ્યો છે. વાસ્તવમાં, મોટું પરિવર્તન એ સમજણ છે કે આજે મજબૂત દ્વિપક્ષીય સંબંધ બંને રાષ્ટ્રોને પ્રાદેશિક અને વૈશ્વિક સ્તરે વધુ અસરકારક રીતે યોગદાન આપવા માટે પ્રેરિત કરે છે.

ઓસ્ટ્રેલિયાના છેડે થી ઘણાં ફેરફારો હોવા છતાં, સંવાદોમાં નવીનતમ સઘનતા તેના ઉચ્ચતમ સ્તરે પ્રદર્શિત થઈછે. નોંધનીય છે કે તેમની વ્યાપક વ્યૂહાત્મક ભાગીદારીમાં વડા પ્રધાનોની વાર્ષિક બેઠક, વિદેશ મંત્રીના સંવાદ, 2+2 મંત્રાલય વ્યવસ્થા, વિત્ત મંત્રાલય આયોગ, શિક્ષણ પરિષદ, ઊર્જા સંવાદ અને ક્ષેત્રીય કાર્ય જૂથો સામેલ છે. સ્પષ્ટપણે, હવે ધ્યાનની કમીના દિવસો સદાને માટે પૂરા થયા છે. તાજેતરના કરારોમાં દરિયાઈ સહકાર, સંરક્ષણ વિજ્ઞાન વિનિમય અને ટેકનોલોજી ના પરસ્પર લોજિસ્ટિક્સને ટેકો, ક્રીટીકલ અને સ્ટ્રેટેજીક મિનરલ્સ , જળ સંસાધન વ્યવસ્થાપન, સ્થળાંતર અને ગતિશીલતા, વ્યવસાયિક શિક્ષણ અને તાલીમ, તેમજ જાહેર વહીવટ અને શાસનનો સમાવેશ થાય છે.

કેટલાક મહત્વપૂર્ણ તબક્કાઓ દ્વિપક્ષીય અને પ્રાદેશિક પાસાંઓ વચ્ચેની પારસ્પરિક અસર કરનારી ગતિશીલતાને પ્રદર્શિત કરે છે. ઉદાહરણ તરીકે, ઓસ્ટ્રેલિયા મલાબાર કવાયતમાં જોડાયું તેમાં વધતાં જતાં રાજકીય વિશ્વાસે અને ઊંડા સંરક્ષણ સહકારે યોગદાન આપ્યું હતું. અંતરિક્ષ સુવિધાઓના ક્ષેત્રે સુધરતી જતી સમજણ ભારતને 'ગગનયાન' માટે

કામચલાઉ 'ઓસ્ટ્રેલિયન ટેલિમેટ્રી ટ્રેકિંગ અને કમાન્ડ સેન્ટર' તરફ દોરી ગઈ. વેપારની વિશ્વસનીયતા અને આર્થિક સ્થિરતાની સંયુક્ત ચિંતાએ જાપાન સાથે 'પુરવઠા શૃંખલા સ્થિતિસ્થાપકતા પહેલ'

(SCRI) પર ભાગીદારીને પ્રોત્સાહન આપ્યું. 2022માં આર્થિક સહકાર અને વેપાર કરાર (ECTA)નો નિષ્કર્ષ માત્ર એક વેપાર કરાર જ નહોતો; તે વ્યવસ્થિત વિશ્વાસની અભિવ્યક્તિ પણ હતો. તેમ પણ કહેવાય છે કે ઓસ્ટ્રેલિયાની યુનિવર્સિટીઓ ભારતની નવી શૈક્ષણિક નીતિનો લાભ લેનારી પ્રથમ યુનિવર્સીટી બની છે અને દેશમાં સંસ્થાનો સ્થાપવા લાગી છે.

અમેરિકા અને જાપાન સાથેના કિસ્સાની જેમ, નેતૃત્વમાં આવેલા પરિવર્તનોએ ટોક્યો ક્વોડ શિખર બેઠકમાં પુનઃપુષ્ટિ કરી કે રાજકીય વિકાસની દ્રષ્ટિએ સહકાર હવે મજબૂત થયો છે. ખરેખર, દરેક અનુક્રમિત સરકારનો ઉત્સાહ તેના પૂર્વગામી સરકારો કરતા વધારે હતો.

ઈરાદાઓનો શંકાઓ પર વિજય

ઈન્ડો-પેસિફિકનું મૂલ્યાંકન કરતી વખતે ખ્યાલ આવે છે કે કેટલાક પરિમાણો આ પ્રકારની દ્વિપક્ષીય બાબતો થી સ્વાયત હોય છે, ઉદાહરણ તરીકે ક્વોડ. તેમાં મુખ્ય છે IPOI, જેની વડાપ્રધાનશ્રી મોદીએ 2019 માં પૂર્વ એશિયા શિખર બેઠકમાં જાહેરાત કરી હતી. તેને આવકારદાયક, બિન-કરાર આધારિત, સમાવેશક મંચ તરીકે પરિપ્રેક્ષિત કરવામાં આવ્યું છે. માળખાની દ્રષ્ટીએ હળવું પરંતુ સહકારની દ્રષ્ટીએ મજબૂત તેવા આ જોડાણનો હેતુ ASEAN, IORA, BIMSTEC, IOC, PIF વગેરે જેવા અન્ય તંત્રો સાથે મળીને સહકારથી કામ કરવાનો છે. તેના સાત સ્તંભોમાં દરિયાઈ સુરક્ષા, દરિયાઇ ઈકોલોજી; દરિયાઈ સ્રોતો; ક્ષમતા નિર્માણ અને સ્રોત વહેચણી; આપત્તિ જોખમમાં ઘટાડો અને વ્યવસ્થાપન; વિજ્ઞાન, ટેકનોલોજી અને શૈક્ષણિક સહકાર; અને વ્યાપારિક જોડાણો અને દરિયાઈ પરિવહનનો સમાવેશ થાય છે. અત્યાર સુધી, ઓસ્ટ્રેલિયાએ દરિયાઈ ઈકોલોજી સ્તંભનું નેતૃત્વ કરવા માટે તૈયર રહ્યું છે, જાપાન જોડાણો માટે, ફ્રાંસ અને ઈન્ડોનેશિયા દરિયાઈ સ્રોતો માટે, સિંગાપોર વિજ્ઞાન અને ટેકનોલોજી માટે અને યુ.કે.એ દરિયાઈ સુરક્ષા સ્તંભ માટે નેતૃત્વ કર્યું છે.

IPOI કેવી રીતે વિકસશે તે જોવાનું બાકી છે. પરંતુ તે ખરેખર પ્રાદેશિક ભાગીદારી પર નવા વિચારોનું એક ઉદાહરણ છે જેમાં ઈન્ડો-પેસિફિકમાં સહકાર આગળ વધારવાની ક્ષમતા છે. ASEAN, EU અને વ્યક્તિગત રાષ્ટ્રોએ તેમની પોતાની દ્રષ્ટિ, દૂરદર્શિતા અને અભિગમ પર ધ્યાન કેન્દ્રિત કર્યું છે તે ભવિષ્ય માટે સારો સંકેત છે. તે પણ એક રસપ્રદ વિચાર છે કે ભારતનો વૈશ્વિક પગદંડ સ્થિર રીતે આગળ વધી રહ્યો છે, અને તે તેના ક્વોડ ભાગીદારોના હિતોને પ્રભાવિત કરી રહ્યો છે. તેનું એક ઉત્તમ ઉદાહરણ છે ભારતના પેસિફિક સમુદ્ર દ્વીપના રાષ્ટ્રો

સાથેના વ્યૂહાત્મક સંબંધો. સમાન વિચારધારા ધરાવતાં રાષ્ટ્રો વચ્ચેના સંબંધો તેમની વાસ્તવિક ક્રિયાપ્રતિક્રિયાની મર્યાદાઓથી ઉપર સહજ રીતે સહાયક હોય છે. અને સાંપ્રત વિશ્વના જટિલ પડકારો ચોક્કસપણે વધુ અસરકારક આંતરરાષ્ટ્રીય સહકારનો ઉપયોગ કરી શકે છે.

ભારત આ પેસિફિક દ્વીપના સમાજોમાં IT લેબ્સ સ્થાપિત કરી રહ્યું છે અને સોલાર વિજળીકરણને પ્રોત્સાહન આપી રહ્યું છે.'સોલાર મમ્મા' નામથી મહિલાઓ પણ સોલાર ઈજનેર તરીકે તાલીમ પામેલ છે. હવામાન સંબંધિત પ્રોજેક્ટ્સની સાથે સાથે, સામુદાયિક વિકાસ, કૃષિ સાધનો, શાળાઓ માટે કમ્પ્યુટર્સ અને LED બલ્બ, ડાયાલિસિસ મશીનો, પોર્ટેબલ સો મિલ્સ તેમજ દરિયાકિનારાની દિવાલ અને કોરલ ફાર્મના નિર્માણને ભારતીય અનુદાન સહાય ટેકો આપે છે. અન્યત્ર નોંધાયેલ પ્રમાણે, સહકારનું સ્તર 2023 ના ભારત-પ્રશાંત દ્વીપમાળા સહકાર મંચ (FIPIC) શિખર સંમેલનના પરિણામે નોંધપાત્ર રીતે આગળ વધારવામાં આવી રહ્યું છે, ખાસ કરીને આરોગ્ય, શિક્ષણ અને અંતરિક્ષના ક્ષેત્રોમાં.

ભારતે કુદરતી આફતો, જેવી કે વાવાઝોડા યાસા, ગિતા, હોલા અને વિન્સ્ટનને પ્રતિસાદ આપ્યો છે અને ફીજી અને નાઉરુને દ્વિપક્ષીય રીતે તથા પાપુઆ ન્યુ ગિની અને સોલોમન દ્વીપને કોવેક્સ પહેલ મારફતે કોવિડ રસી મોકલી આપી છે. ખાસ કરીને ફીજી સાથેનો સંબંધ ઐતિહાસિક રહ્યો છે જે આધુનિક સહકારનો આધાર બની શકે છે. આ બધા જ પરિબળો 2023માં પાપુઆ ન્યુ ગિનીમાં યોજાયેલી ત્રીજી FIPIC શિખર સંમેલનમાં એકત્ર થયા હતાં.

બધા જ ક્વોડ (Quad) રાષ્ટ્રો લોકશાહી રાજકીય પ્રણાલીઓ, બજાર અર્થતંત્રો અને વૈવિધ્યપૂર્ણ સમાજો છે. આ પ્રાથમિક સમજણની સાથે સાથે, તેમના સંબંધોના માળખાકીય પાસાઓમાં રહેલી સમાનતાએ આ મંચનો વિકાસ કરવામાં મદદ કરી છે. દરેક કિસ્સામાં, શિખર સ્તરે નિયમિત દ્વિપક્ષીય બેઠકો હોય જ છે, જે ઓસ્ટ્રેલિયા અને જાપાનના કિસ્સામાં અધિકૃત રીતે 'વાર્ષિક બેઠકો' તરીકે વધારે જાણીતી છે. હવે બધા સંબંધોમાં 2+2 સંરક્ષણ અને વિદેશ મંત્રીઓની ક્રિયાપ્રતિક્રિયા શામેલ છે. ફરીથી, ચારે ચાર રાષ્ટ્રો ASEAN-દ્વારા સંચાલિત ફોરમના સભ્યો છે, જેમાં પૂર્વ એશિયા શિખર બેઠક, 'ASEAN રીજનલ ફોરમ' (ARF) અને 'ASEAN સંરક્ષણ મંત્રીઓની બેઠકોનો સમાવેશ થાય છે. તેઓ ઈન્ડો-પેસિફિકના દ્રષ્ટિકોણથી ASEANની કેન્દ્રીયતાને મજબૂતીથી સમર્થન આપે છે. તેમાના કેટલાક અન્ય ભાગીદારો સાથે બહુવિધ ત્રિપક્ષીય જોડાણોમાં સામેલ છે, જેમ કે ઈન્ડોનેશિયા અને ફ્રાંસ.

ઘણી રીતે, સાથે કામ કરવાની સરળતા અન્ય અનુભવોના કારણે વધી ગઈ છે, તે અનુભવ દ્વિપક્ષીય હોય કે પછી વધુ સામૂહિક પણ હોય શકે છે. તેઓ બધા જ પરસ્પર પૂરવઠા વિતરણ તંત્રનો આધાર પૂરો પાડે છે અને (માહિતી નિયમન) 'વ્હાઇટ શિપિંગ' સ્પષ્ટપણે ઉત્તમ દરિયાઈ સુરક્ષા સંકલનને સક્ષમ બનાવે છે. સમુદ્રોના બંધારણ તરીકે 'સંયુક્ત રાષ્ટ્રોનું સમુદ્રના કાયદા પર સંમેલન' (UNCLOS) 1982 અંગેનો તેમનો સહિયારો દૃષ્ટિકોણ એટલો જ પ્રાસંગિક છે.

તેવી જ રીતે, જાપાન, ઓસ્ટ્રેલિયા અને ભારત ત્રણેય SCRI અને IPOI ના સભ્ય હોવાના કારણે પણ ફરક પડે છે. ક્વોડની કાર્યશૈલી વૈશ્વિકીકરણના પરિણામો અને વૈશ્વિક પૂરવઠાની આવશ્યકતાઓને ધ્યાનમાં લે છે. નિસંદેહ, બધા સભ્યો દરિયાઈ સત્તાઓ હોવાને કારણે સમુદ્રના ક્ષેત્રમાં મજબૂત સહિયરા હિતસંબંધો ધરાવે છે. ખરેખર, ક્વોડના પુનરુત્થાન પહેલાં, તેમાના કેટલાક સભ્યો તેમની વચ્ચે 'માલાબાર કવાયત' ચલાવી રહ્યા હતા. અને 2022માં ટોક્યોમાં IPMDA માટે તેઓએ એકસાથે વ્યક્ત કરેલા સમર્થનમાં પણ આ જ સમન્વયને રેખાંકિત કરવામાં આવ્યો હતો. પરતું આ મહત્વપૂર્ણ બાબત છે કે, એકમાત્ર દિશામાં કરેલ પ્રક્ષેપણ એવા જૂથને અન્યાય કરે છે જે જૂથ મોટા કલ્યાણમાં ગંભીર યોગદાન આપી શકે છે. આ કારણસર, આખાએ ક્વોડના માહિતીગાર દ્રષ્ટિકોણ અંગેની જાણકારી રાખવી અગત્યની છે. અને આ મુદ્દાઓની વધતી જતી શ્રેણીને આવરી લે છે.

મહત્વપૂર્ણ અને ઊભરતી ટેકનોલોજીના સંદર્ભમાં, ક્વોડે 2021માં ટેકનોલોજીની સંરચના, વિકાસ, શાસન અને ઉપયોગ પર સિદ્ધાંતો અપનાવ્યા. એવી માંગ ઉઠી હતી કે લોકશાહી મૂલ્યો અને માનવાધિકારો ટેકનોલોજીની સંરચના, શાસન અને ઉપયોગને આકાર આપે. 'ઓપન રેડિયો એક્સેસ નેટવર્ક (O-RAN) ઍક્શન પ્લાન'ના સ્વીકારે ટેલિકોમ્યુનિકેશન ઈકોસિસ્ટમને વૈવિધ્યપૂર્ણ, વધુ આવકારદાયક અને માહિતી નિયમનના સંદર્ભમાં સક્ષમ બનાવવા માટે પ્રોત્સાહિત કરી. આ પછી O-RAN પરીક્ષણ પ્રવૃત્તિઓને લાગતાં સુલભ વિનિમય અને સુસંગત જોડાણ સુવિધાઓ માટે એક કરાર કરવામાં આવ્યો. ક્વોડ સ્પષ્ટપણે ઇંડો-પેસિફિકમાં O-RANના વ્યાપક ઉપયોગમાં રસ ધરાવે છે.

સાથે સાથે, સેમિકન્ડક્ટરનું વૈશ્વિક સ્તરે ઉત્પાદન અને વિતરણ પર ચર્ચાઓ થઈ છે. ક્વોડ સભ્યોએ ટેકનોલોજી પુરવઠા શ્રેણી સિદ્ધાંતો પર એક સહિયારું નિવેદન આપ્યું છે, જે દર્શાવે છે કે તેમનાં માટે આ ક્ષેત્ર કેટલું મહત્વ ધરાવે છે. પુરવઠા શ્રેણીની લવચીકતા અને ડિજિટલ વિશ્વાસને ધ્યાને રાખીને, તે સ્વાભાવિક છે કે ક્વોડ વિશ્વસનીય સહકારના ભવિષ્ય પર વધારે ધ્યાન કેન્દ્રિત કરશે. આ ક્ષેત્રમાં પ્રગતિ માત્ર તેના અદ્વિતીય મહત્વને સાંપ્રત વૈશ્વિક માળખામાં વધુ રેખાંકિત કરશે.

પર્યાવરણીય પગલાં બીજું એક મહત્વપૂર્ણ ક્ષેત્ર છે. અહીં પણ ક્વોડે સ્વયંને વ્યવહારુ પહેલોમાં સક્રિય કરવા પર ધ્યાન કેન્દ્રિત કર્યું છે. ચારેયની વચ્ચે સક્રિય એવા ગ્રીન શિપિંગ નેટવર્ક શિપિંગ શૃંખલાને કાર્બનરહિત બનાવવા અને ઈંડો-પેસિફિકમાં ગ્રીન કોરિડોર સ્થાપવા માટે પ્રયત્નશીલ છે. ભારત ગ્રીન હાઈડ્રોજન પર સહયોગની શોધખોળમાં વિશેષ રસ ધરાવે છે અને તેના રાષ્ટ્રીય મિશન સાથે તેને જોડવાની ઈચ્છા ધરાવે છે. ક્વોડે પણ તેની અનુકૂળતા અને લવચીક પ્રવૃત્તિઓમાં CDRI સાથે ભાગીદારી કરી છે. આનું ઉદ્દેશ સમૂહપણે આબોહવા પર નિયંત્રણ રાખવાનો અને આપત્તિ જોખમમાં ઘટાડાને પ્રોત્સાહિત કરવાનો છે.

વ્યૂહાત્મક રીતે શરુ થયેલ જોડાણોને લગતી પહેલો દ્વારા વ્યાપક અસ્વસ્થતાને ધ્યાનમાં રાખીએ તો કહી શકાય કે ઈન્ફ્રાસ્ટ્રક્ચર એ સહજ ધ્યેય છે. પડકારની પ્રકૃતિને ધ્યાનમાં રાખીને મોટા ભાગની ચર્ચાઓ ઋણ વ્યવસ્થાપન અને ઋણ ટકાઉપણા પર થાય છે. વિકાસ સહાય સંસ્થાઓ ટકાઉ અને વૈકલ્પિક નાણાકીય સગવડને પ્રોતસાહિત કરે છે. એ સ્પષ્ટ માન્યતા છે કે પ્રદેશના બહોળા હિત માટે પારદર્શકતા અને બજારના ટકાઉપણા પર આધારિત ઉચ્ચ પ્રકારના ઈન્ફ્રાસ્ટ્રક્ચરને પ્રોત્સાહન આપવું જોઈએ.

મહામારીના સંદર્ભમાં, ક્વોડ એકસાથે તેની રસી પુરવઠાના પ્રયાસોમાં જોડાશે તેવી માત્ર અપેક્ષા હતી. જૂથે વિશ્વ આરોગ્ય સંસ્થા (WHO) દ્વારા મંજૂર કરેલી રસીની ઉત્પાદન ક્ષમતા વધારવા માટે પરસ્પર સહકાર કર્યો અને માંગને પંહોચી વળવા માટે COVAX સાથે સહયોગ કર્યો, તેમજ WHO સાથે રસીને લઈને જે દ્વિધા હતી તેને દુર કરવા સહકાર કર્યો. પોતાની તરફથી, ભારતે ક્વોડ રસી ભાગીદારી હેઠળ કંબોડિયા અને થાઈલેન્ડને અડધા મિલિયનથી વધુ 'મેડ ઈન ઈન્ડિયા' રસીની માત્રાઓ પૂરી પાડી છે. 'ક્વોડ ડેટા સેટેલાઈટ પોર્ટલ' અને STEM ફેલોશિપ્સ અન્ય મહત્વના સહકારના ક્ષેત્રો રહ્યાં છે. હવામાન પરિવર્તન જોખમો અને મહાસાગરો અને દરિયાઈ સંસાધનોના ટકાઉ ઉપયોગ અંગેનું વિશ્લેષણ ક્વોડ એજન્ડામાં મોખરે છે.

ઈન્ડો-પેસિફિક માટે માનવતાવાદી સહાય અને આપત્તિ રાહતના સંદર્ભે થયેલી ભાગીદારી 2022 ના ટોક્યો શિખર બેઠકમાંથી પ્રાપ્ત થયેલું એક મહત્વપૂર્ણ પરિણામ હતું. પ્રતીકાત્મક રીતે આ ભાગીદારીમાં 2004ના ત્સુનામી સહયોગ પડઘાય છે. આ શરૂઆતના કરારો હવે ક્વોડની પ્રમાણભૂત કાર્યપદ્ધતિઓને નિર્ધારિત કરવા તરફ દોરી ગયા છે. એવા સમયમાં જ્યા જળવાયું પરિવર્તનને લગતી ઘટનાઓ વધી રહી છે અને તેની સાપેક્ષમાં વૈશ્વિક પ્રતિસાદ ઘટી રહ્યો છે, ત્યાં ક્વોડની પ્રમાણભૂત કાર્યપદ્ધતિ વધતી જતી ખાલી જગ્યાની પૂર્તિ કરશે.

મે 2023 માં જ્યારે ક્વોડના નેતાઓ હિરોશિમામાં ભેગા થયા, ત્યારે તેઓ અત્યાર સુધીના તેમના સૌથી વ્યાપક સહકાર દ્રષ્ટિકોણને સંયુક્ત રીતે વ્યાખ્યાયિત કરવા માટે તૈયાર હતા. આમાં હવામાન ક્રિયા, પુરવઠા શૃંખલા, મહામારી અને આરોગ્ય ચિંતાઓ, માળખાકીય વિકાસ, શિક્ષણ, જોડાણો, ડિજિટલ ક્ષમતા, ધોરણો, આર એન્ડ ડી (રિસર્ચ એન્ડ ડેવલોપમેન્ટ), સાયબર અને અવકાશ ટેકનોલોજી અને દરિયાઈ જાગૃતિને આવરી લેતા વિગતવાર એજન્ડાનો સમાવેશ થાય છે. તેમણે ત્રણ સિદ્ધાંતોના નિવેદનો જારી કર્યા: સ્વચ્છ ઉર્જા પુરવઠા શૃંખલા પર, મહત્વપૂર્ણ અને ઉદયમાન ટેકનોલોજી ધોરણો પર, અને સુરક્ષિત સોફ્ટવેર પર. ઘણી જાણીતી સ્થિતિઓનું પુનરાવર્તન કરતા તેમના વૈશ્વિક અને પ્રાદેશિક દ્રષ્ટિકોણે સ્પષ્ટ રીતે ઉજાગર કર્યું કે ક્યાં સહયોગ સૌથી મજબૂત હતો. દરેક વર્ષ, વાસ્તવમાં દરેક બેઠક, સહકારનો વિસ્તાર વિસ્તૃત કરે છે, અને તે વધુને વધુ સ્પષ્ટ થઈ રહ્યું છે કે ક્વોડ અહીં સ્થગિત થતું નથી, પરંતુ તે સ્થિર રીતે વિકસતું રહેશે.

Quad (ક્વોડ)ની વિકાસગાથાની એક રસપ્રદ વિશેષતા એ છે, અને તે હજી પણ ચાલુ છે, કે કેવી રીતે આરામના સ્તરો નવી ક્ષેત્રોની શોધખોળ માટે પ્રોત્સાહન આપે છે. 2023 ની શરૂઆતમાં, આ દરિયાઈ સુરક્ષા, બહુપક્ષીયતા, આતંકવાદનો પ્રતિકાર અને HADR જેવા ક્ષેત્રોમાં સ્પષ્ટ જોવા મળ્યું. જ્યારે IORA ની વાત આવે છે, Quad સભ્યોએ વધુ સઘન રીતે સાથે કામ કરવા માટે પ્રતિબદ્ધતા દર્શાવી હતી, જેમ કે 2023ની કોલંબો બેઠકમાં તે દ્રશ્યમાન થયું હતું. 'દરિયાઈ સુરક્ષા કાર્યલક્ષી જુથે' યુએસમાં મળીને વધુ વ્યાવહારિક પગલાં લેવા માટે પ્રયાસો કર્યા, તે જ સમયે IPMDA આકાર લઈ રહ્યું હતું.

બહુપક્ષીયતાના સંદર્ભમાં, Quad એ પ્રથમ વખત 'સુરક્ષા પરિષદ સુધારણા'ને લઈને 'આંતર-સરકારી ચર્ચાઓ' (IGN) ને સમર્થન આપ્યું. તેણે કોઈ સંકીર્ણ ગોલને પ્રાથમિકતા આપ્યા વિના સંયુક્ત રાષ્ટ્ર અને આંતરરાષ્ટ્રીય પ્રણાલી વિરુદ્ધ થયેલા પ્રયાસોને વિમુખ કરવાનો અને 2030ના એજન્ડા માટે SDGને આગળ લઈ જવાનો નિશ્ચય કર્યો.

અન્ય મુદાઓનો સમૂહ વિશ્વ અને પોતાને વધુ સલામત, સુરક્ષિત અને સંરક્ષિત રાખવા માટે ક્વોડના યોગદાનને દર્શાવે છે. આતંકવાદ વિરુદ્ધ કાર્યવાહીના સંદર્ભે નીતિ વિનિમય અને અનુભવ વહેંચવાની પ્રક્રિયાથી શરૂઆત કરીને પરસ્પર લાભ માટેની શક્યતાઓ ઝડપથી તપાસવામાં આવી હતી. આતંકવાદમાં ઉદ્ભવતી અને વિકસતી ટેક્નોલોજીના વધતાં જતાં ઉપયોગને ધ્યાનમાં રાખી એક કાર્યકારી સમૂહની સ્થાપના કરવામાં આવી. સાઈબર સુરક્ષા પણ કાર્યના એક ફળદાયી ક્ષેત્ર તરીકે વિકસી રહ્યું છે. નમૂનારૂપ અભિગમોને પરસ્પર વહેંચવા, પ્રતિભા વિકાસને પ્રોત્સાહન આપવું, પૂરવઠા શૃંખલાની લવચીકતા અને સુરક્ષાને સુનિશ્ચિત કરવી અને ઉદ્યોગો વચ્ચે આંતરસંબંધ વિકસાવવો વગેરે તેના પ્રામાણિક પાસાં છે.

વડાપ્રધાનશ્રી મોદીના શબ્દોમાં ક્વોડનો ઉદ્દેશ્ય વિશ્વનું કલ્યાણ કરવા માટે છે. તેથી, તે સહયોગી પ્રયાસ હોવો જોઈએ તે સ્પષ્ટ છે. તે તેટલું જ સ્વાભાવિક છે કે મહત્ત્વપૂર્ણ ક્ષમતાઓ અને જોડાયેલા હિતો ધરાવતાં રાષ્ટ્રો સાંપ્રત સમયની જરૂરિયાતના પ્રતિસાદરૂપે આગળ આવશે. જો બંને તરફથી થયેલા વિકાસને ધ્યાનમાં રાખીએ તો સ્વાભાવિક રીતે ભારત તેમાંનું એક હોવું જોઈએ. ખરેખર, તેની હાજરી ક્વોડને વધુ વિશ્વસનીયતા આપે છે કારણ કે તે કોઈ ગઠબંધનનો ઈતિહાસ ધરાવતું નથી. પરંતુ અન્ય ત્રણ રાષ્ટ્રોની ભાગીદારીમાં આ શક્ય બને તે જરૂરી નહોતું.

આજે તે શક્ય છે કારણ કે ઘણા વર્ષોથી દ્વિપક્ષીય સંબંધોને મજબૂત કરવા માટેના પ્રયત્નો કરવામાં આવ્યા છે, જે ખરેખર આ વિકાસના ચણતરનો પાયો છે. પરંતુ માત્ર એટલું પુરતું નહોતું. ક્વોડના સમગ્ર નેતૃત્વએ સહયોગને વધુ આધુનિક રીતે કલ્પવા માટે ઘણું માનસિક ખુલ્લાપણું દાખવવું પડ્યું હતું.

ખરેખર, વડાપ્રધાનશ્રી મોદીએ ઈતિહાસના અડચણો પર કાબૂ મેળવવના તેમના આશયની ઘોષણાને અનુસરવાની વાત કરી હતી તેનો ક્વોડ પુરાવો છે. તેમ જ, અન્ય ત્રણ રાષ્ટ્રોએ ગઠબંધનની રૂઢિચુસ્તતાથી આગળ વધીને વિશ્વાસનું એક મજબૂત પગલું ભર્યું હતું. 2017 થી, વ્યવહારિક પ્રગતિએ આ સમજદારી ભર્યા અભિગમની પ્રસ્તુતતાની પુષ્ટિ કરી છે.

જો ક્વોડને આગળ વધારવું હોય તો આપણે શું નથી કરવાનું તે બાબતે વધારે સચેત રહેવું જોઈએ. તેને એક રીતે જ મૂલવવું, વારંવાર તણાવ પરીક્ષણમાંથી પસાર કરવું કે પછી સહયોગની જગ્યાએ સુસંગતતા પર વધારે ભાર મુકવો વગેરે નુકસાનકારક છે, મદદરૂપ નથી. ક્વોડ સક્રિય રહી શકે છે તેનું સ્પષ્ટ કારણ એ છે કે તે પરિવર્તનક્ષમ છે અને સમજશકિત ધરાવે છે, જે શીતયુદ્ધના યુગની કઠોરતાઓના શમનને આવકારે છે. તેથી, USના પશ્ચિમી ભાગીદારો સાથેના સંબંધો પર આધારિત અપેક્ષાઓ રાખવાના પ્રયત્નોનો વિરોધ કરવો જોઈએ. તેમજ, આપણે તેનાથી વિપરીત પરિપ્રેક્ષ્યને પણ સહેલાઈથી સ્વીકારવું જોઈએ નહી, તે માત્ર એક વ્યવહારીક વ્યવસ્થા છે. ક્વોડના દરેક ભાગીદારની પોતાની સંસ્કૃતિ અને પરંપરા છે, પરંતુ તથ્ય એ છે કે ત્યાં એક મજબૂત લોકતંત્રની સામ્યતા છે. સદભાગ્યે, સંબંધિત સરકારોએ આ સંજોગોમાં પરિપક્વતા બતાવી છે, અને આશા છે કે તે જાહેર ચર્ચામાં વધુ પ્રતિપાદિત થશે.

ક્વોડ એ ભારતે બે દાયકામાં મુખ્ય સંબંધોમાં કરેલી પ્રગતિનું કુલ પરિણામ છે. તે પરંપરાગત સીમાઓ અને નક્કી કરેલી કાર્યપ્રણાલીઓને આગળ વધારવાનો દાવો પણ કરે છે. તેણે અનેક નવા ક્ષેત્રોને ખોલી દીધા છે જે બાબત આપણને આ નવા ક્ષેત્રોને વધુ કાર્યક્ષમ બનાવવા માટે પ્રોતસાહિત કરવી જોઈએ. આ સહિયારા દ્રષ્ટિકોણ પર આધારિત સ્વીકૃત એજન્ડા માટે સંગઠિત થવું એક વ્યાવહારિક સાલસતાનું સ્પષ્ટ નિવેદન છે. તે જ સમયે, આ એક ખુલાસો છે કે જ્યારે ભારત દ્વારા એક મહત્વપૂર્ણ પરિપ્રેક્ષ્યનું પરીક્ષણ કરવામાં આવે, ત્યારે તે પરિદ્રશ્ય પોતાના જ ઉકેલ શોધવામાં મદદરૂપ થશે.

8

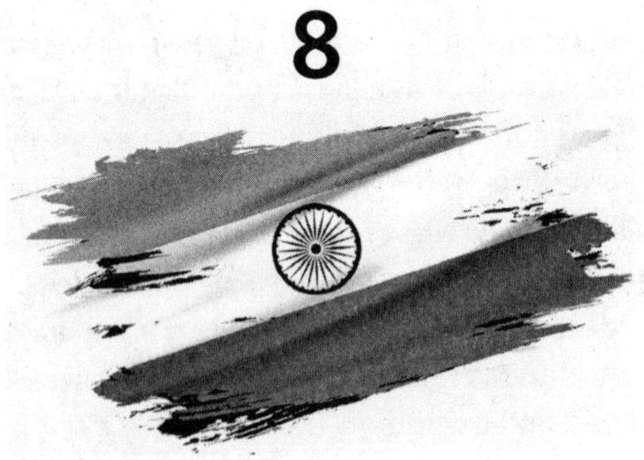

ચીન સાથે વ્યવહાર

વાસ્તવવાદના મહત્ત્વને સમજવું

વિચારધારા વિરુદ્ધ વાસ્તવિક રાજકારણના મહત્વ અંગેની કેટલીક ચર્ચાઓ ભારતમાં ચીનને લઈને ચાલી રહેલા સંવાદો સાથે સુસંગત છે. દેખીતી રીતે આ રાષ્ટ્રવાદ સામે આંતરરાષ્ટ્રવાદનો મુદ્દો બની શકે છે, ભલેને પછી આ સંદર્ભમાં આંતરરાષ્ટ્રવાદ અયોગ્ય હોય. આ ચર્ચા આપણી સ્વતંત્રતાના શરુઆતી વર્ષોથી શરૂ થાય છે, એક સંઘર્ષના યુગમાંથી પસાર થાય છે, ત્યાર બાદ ના સામાન્યિકરણ ને સાક્ષી બનાવે છે, અને છેલ્લે 'ચિન્ડયા' દ્રષ્ટિકોણ અને 'ભારત પ્રથમ' વચ્ચેની પસંદગી પર આવે છે. 2020માં ઘટેલી સરહદી ઘટનાઓના પ્રભાવથી આ દલીલ ફરીથી જીવંત બની છે, જે ભારત સામેના પડકારની જટિલતાની જાગૃતિમાં ઉમેરો કરે છે. પરિણામે, વેપાર, રોકાણ, ટેકનોલોજી અને સંપર્કો જેવા વિવિધ પાસાઓને સંકલિત દ્રષ્ટિકોણ થી જોવામાં આવ્યા છે. હાલના સંબંધની સ્થિતિ સ્પષ્ટ રીતે અસ્વાભાવિક છે; તેના ભવિષ્યની સંભાવનાઓ ચર્ચાને પરિપક્વ બનાવે છે.

મૂળભૂત રીતે, આ સ્પર્ધાત્મક દ્રષ્ટિકોણો 1950માં વડાપ્રધાનશ્રી જવાહરલાલ નહેરુ અને ઉપપ્રધાનશ્રી સરદાર વલ્લભભાઇ પટેલ દ્વારા મૂકાયેલ અલગ અલગ વિચારોમાંથી ઉત્પન્ન

થયો છે. સરખામણીમાં સરદાર વલ્લભભાઈ પટેલનો દ્રષ્ટિકોણ કઠોર હતો અને જમીની હકીકતથી કોસો દુર તેવા પડોશી રાષ્ટ્રોના વિરોધ પ્રત્યે ખૂબ જ ઓછો સંવેદનશીલ હતો. તેમના મત પ્રમાણે, ભારતે ચીનની આશંકાઓને દુર કરવા માટે બધું જ કર્યું હતું, પરંતુ તે દેશ આપણને શંકા અને અસંતોષ સાથે જોઈ રહ્યો હતો, કદાચ થોડી દુશ્મનાવટ સાથે પણ. પટેલે ચેતવણી આપી હતી કે સદીયાઓ પછી પહેલી વાર, ભારતના સૈન્યએ બે મોરચાઓ પર એકસાથે ધ્યાન કેન્દ્રિત કરવું પડ્યું હતું. અને ચીન વિશેની તેમના વિચારો હતાં કે તે ભારત અંગેના પોતાના વિચારોને આકાર આપતાં ચોક્કસ ઈરાદાઓ અને હેતુઓ ધરાવે છે, જે બિલકુલ મૈત્રીપૂર્ણ નથી.

વિપરીત રીતે, નહેરુ માનતા હતાં કે પટેલ વધુ સંશયાત્મક હતા અને 18 નવેમ્બર 1950ના રોજ તેમણે પટેલને એક પત્રમાં જણાવ્યું હતું કે એ બાબત બિલકુલ અકલ્પ્ય છે કે ચીન 'હિમાલય પાર કરવાનું જંગલી સાહસ હાથ ધરશે'. ડાબેરી શાસન તરફના સકારાત્મક ભાવનાથી પ્રેરિત, તેમણે એવું પણ માની લીધુ હતું કે ચીન તરફથી ભવિષ્યમાં ભારતને કોઈ સૈન્ય આક્રમણનો સામનો કરવો પડી શકે તેમ નથી. તેમણે ચીનના મૈત્રીની ઈચ્છા ધરાવતાં પુનરાવર્તિત સંદર્ભોને વધારે ગંભીરતાથી લીધા. તેનાથી વિપરીત વિચારો ધરાવનારાઓને તેમણે ચેતવ્યા હતાં કે આ રીતે આપણે પોતાનો દ્રષ્ટિકોણ ગુમાવી બેસીસું અને કલ્પિત ડરના ભોગ બનીસુ.

કામચલાઉ સંવાદિતતાની સંકુલતા અંગેનું ભાન થતાં,આખરે, પ્રત્યેકે તેમના વિચારોમાં થોડો ફેરફાર કર્યો. આંતરિક ચર્ચામાં શબ્દોની પસંદગી સ્પષ્ટ રીતે રાજનૈતિક નથી હોતી. પરંતુ તેમ છતાં તેમની અંતઃપ્રેરણા સ્પષ્ટ રીતે વ્યક્ત થઈ હતી. એક વ્યક્તિએ ડાબેરી ભવ્યતાના વિશ્વ પર ભરોસો દર્શાવ્યો, જ્યારે અન્યએ પડોશી, ખાસ કરીને મોટા પડોશી રાષ્ટ્રો, વિશે સમયોચિત કરેલી ગણતરી પર ભરોસો દર્શાવ્યો.

અભિગમમાં આવેલો આ મતભેદ અનેક પ્રકારે પ્રદર્શિત થયો અને તે આગળના દાયકાઓમાં પ્રભાવશાળી રહ્યો હતો. કેટલોક સમયગાળો બંને અભિગમો વચ્ચેની સ્પર્ધાત્મકતા અથવા તો ઘર્ષણ દર્શાવતો હતો, અને જાહેર મંતવ્યો પણ તે પ્રમાણે જ રૂઢિગત બનતાં ગયાં હતાં. તે સમયની સરકારએ આ બાબતની પુષ્ટિ કદાચ કરી હોઈ કે ન પણ કરી હોય. કેટલીક સરકારોએ લોકપ્રિય ભાવનાથી વિપરીત વિચાર પ્રદર્શિત કર્યા અથવા નવા લક્ષ્યોને આગળ વધારવા જાહેર મંતવ્યને આકાર આપવાનો પ્રયત્ન કર્યો. બીજી તરફ, અન્ય સરકારો થોડી વધારે કઠોર રહી અને મુશ્કેલ મુદ્દાઓની અવગણના થવા દીધી નહિ. જે કોઈ પણ તફાવતો હોય, 1954 ના પંચશીલ યોજનાને રાજનૈતિક સંતોષ માની સ્વીકારી લેવામાં આવી હતી.

શ્રેષ્ઠ હકારાત્મક પરિસ્થિતિની અપેક્ષા રાખવાની વૃતિમાં એક સામાન્ય સૂત્ર હોય, તો તે ખાસ પ્રકારના ભારતીય આંતરરાષ્ટ્રીયતાવાદના આશાવાદમાં છે. આ નહેરુના અભિગમનું એક ઉદાહરણ UNSCના કાયમી સભ્યત્વ અંગેની ચર્ચામાં જોવા મળે છે. તે સમયે આપણા હક-

દાવાને સફળતાપૂર્વક પ્રતિપાદિત કરવો એ વ્યવ્હારક્ષમ હતું કે કેમ તે એક ચર્ચાનો મુદ્દો છે, અને જો ભૂમિકા બદલાય તો આપણા માટે પણ તે જ વિચારણા ધરવામાં આવી હોત કે કેમ તે પણ એક ચર્ચાનો વિષય છે. પરંતુ ભારતે આ મુદ્દાનો રાષ્ટ્રીય લાભ મેળવવા માટે ઉપયોગ કરવાનો પ્રયત્ન પણ ન કર્યો, તે પછી ચીન સાથે હોય કે પછી દ્વિપક્ષીય રીતે અન્ય અગ્રણી સત્તાઓ સાથે હોય. રાજનીતિના મૂળભૂત સિદ્ધાંતોની જગ્યાએ વિચારધારા ના પ્રભાવને મહત્વ મળ્યું છે. 1955 માં, નેહરુએ નિર્ણય લીધો હતો કે ભારતને એ સમયે સુરક્ષા પરિષદમાં જોડાવાની ઉતાવળ કરવાની જરૂર નથી. પણ ખરેખર, આની તાતી જરૂરિયાત હતી. આમ જોવા જઈએ તો સૌ પ્રથમ ચીને પોતાના યોગ્ય સ્થાન પર પરત ફરવું જોઈએ. તે પછી, ભારતના પ્રશ્ન પર અલગથી વિચાર કરી શકાય. અને તે નવાઈની વાત નથી કે નેહરુની 'ચીન પ્રથમ' નીતિને હકારાત્મક પ્રતિસાદ આપવાની વાત તો દુર, આપણે હજુ પણ એ દેશ તરફથી આપણી સમાન અપેક્ષાઓ માટે ટેકો પ્રદર્શિત થવાની રાહ જોઈ રહ્યા છીએ!

ખૂબ જ અલગ પરિસ્થિતિ બતાવે છે કે આ માનસિકતા કઈ રીતે જમીની હકીકતોથી વિમુખ હતી. તે નવેમ્બર 1962 નો સમય હતો અને 'સેલા' અને 'બોમ્ડીલા' ચીની દળો દ્વારા કબજે થઈ ચૂક્યા હતા. તે સમયના વડાપ્રધાને અમેરિકન સહાયતા માંગી ત્યારે તેમણે યુએસના રાષ્ટ્રપતિને જણાવેલ કે વૈશ્વિક સંદર્ભમાં ઉદભવતી વ્યાપક અસરોના કારણે, ભારતે વધુ સહાયતા માંગી નથી. જાણે કે, આપણે રાષ્ટ્રની સુરક્ષાની સરખામણીમાં પશ્ચિમથી દુર રહેવાની નીતિને અગ્રીમતા આપી હતી! તે વાસ્તવિકતાના સ્વીકારનો અભાવ છે જે આપણા ચીન સાથેના વલણને લાંબા સમયથી મહત્વીહીન બનાવતો આવ્યો છે. અને ચોક્કસ આ ક્ષેત્રમાં જ આપણે હવે તફાવત જોઈ રહ્યાં છીએ.

જો ચીનની સ્થિતિ અને વિરોધનો સંકેત અગાઉની પેઢીને મળ્યો હોત, તો ભારતીય રાજકારણની હાલની સ્થિતિ સૂચવે છે કે આ ભાવનાઓ સંપૂર્ણપણે ભૂતકાળ બની નથી. આંતરરાષ્ટ્રીય મંચ પર સમાન વિચારવાળા લોકો સાથે એકતા સ્થાપિત કરવાની ઈચ્છા એ અગાઉનું ચાલક પરિબળ હતું. તે સંપૂર્ણપણે પશ્ચિમની વિરુદ્ધની એકતા અને એશિયન સહોયાગની ભાવનાથી પ્રેરિત હતું, જોકે વૈચારિક ગતિશીલતાથી તે કૈંક વધારે હતું. ત્યારથી, જનમત મજબૂત થયો છે અને અગાઉનો વધારે પડતો વિશ્વાસ મુકવાનો અભિગમ હવે શક્ય નથી. વિશ્વ પણ હવે વ્યવહારિક છે, સાથે સાથે દાયકાઓ જુનો અનુભવ છે જે ભારત અને ચીનના પરસ્પર વિચારોને પ્રભાવિત કરે છે.

તો પછી આધુનિક નેહરુવાદીઓ સંબંધોને કેવી રીતે જુએ છે? સાંપ્રત તણાવપૂર્ણ સમયમાં, નેહરુની જેમ, ઉગ્ર રાષ્ટ્રવાદી વાતોમાં રચ્યા પચ્યા રહેવાની વૃત્તિ પ્રવર્તમાન છે. 1962ના પરિણામોને નકારી કાઢીને, અથવા તો તેને તાજેતરની કોઈ ઘટના તરીકે ખોટી રીતે રજૂ કરીને પણ આમ કરવામાં આવે છે. પરંતુ વિચારધારા, આદતો અને જોડાણો સરળતાથી નાશ પામતા

નથી. તેથી, દેશની અંદરના વધુ વિશ્વાસુ લોકો માટે એક અને વિદેશમાં અલગ પ્રેક્ષકો માટે બીજું એમ બે પ્રકારના સંદેશ આપવા જરૂરી લાગે છે. વિદેશના અલગ પ્રેક્ષકોને સંદેશ આપવાનું વલણ તે બાબતની હિમાયતને પ્રેરિત કરે છે કે ચીન સૌહાર્દને મહત્વ આપે છે, જો કે તે બાબત તેના પડોશી રાષ્ટ્રો સાથેના સંબંધમાં કેમ લાગુ પડતી નથી તેવા પ્રશ્નોની અહીં અવગણના થાય છે. તે ભારતની સંપ્રભુતાના ભંગને અવગણીને બેલ્ટ અને સડક પહેલ (BRI)ની પ્રશંસા તરફ દોરી જાય છે. ચીનના ઉદયને કુદરતી બળ તરીકે વર્ણવતા અને તેની આર્થિક વૃદ્ધિ અને ટેક્નોલોજીના વિનિયોગ માટે આડકતરી રીતે સહાનુભૂતિ દર્શાવતા એ ફલિત થાય છે કે ચીનનો વિકાસ અવિરત પ્રવાહ છે.

પરંતુ આ ચિન્ડયનોની હકારાત્મકતાઓ કરતાં તેમની ક્રિયાઓ વધારે ચિંતાજનક છે. ચીનના પડકારની જાણબૂઝીને અવગણના કરવાથી, ભારતની કોઈ પણ પ્રકારની તૈયારીની ભાવના નબળી પડી ગઈ હતી; 2014ના બદલાવ સુધી. સરહદી ઈન્ફ્રાસ્ટ્રક્ચરની અવગણનાની સાથે સાથે ઔદ્યોગિકીકરણમાં ઝડપી વૃદ્ધિ કરવા પ્રત્યેની ઉદાસીનતા અને મજબૂત તાકતોનું નિર્માણ કરવાનો અભાવ પ્રવર્તમાન હતો. જ્યારે ચીન સાથેના વેપારમાં અસંતુલન બાબતે વિચાર કરવામાં આવે ત્યારે,હજુ પણ,'મેક ઈન ઈન્ડિયા' પ્રયત્નો પર પ્રહાર કરવામાં આવે છે. રાજકારણ, નીતિઓ અને લોકપ્રિયતાની સંયુક્તિએ આપણી રાષ્ટ્રીય સુરક્ષાને નબળી બનાવી છે અને હજી પણ આપણા રાષ્ટ્રીય મનોબળને તોડવાના પ્રયાસો થાય છે. એમાં કોઈ આશ્ચર્યની વાત નથી કે આપણે વાસ્તવિકતાથી કોસો દુર છીએ.

વર્ષો પસાર થતાં, નેહરુ-પટેલના અભિગમ વચ્ચે રહેલા તફાવત હજુ પણ ભારતીય તંત્રમાં પ્રભાવશાળી રહ્યાં છે. સરહદી પ્રશ્ન હોય કે સરહદ વિસ્તારમાં વ્યવસ્થાપનથી લઈને FTAs અને ટેક્નોલોજીના મુદ્દાઓ હોય, આ તફાવત દરેક યુગમાં પ્રવર્તમાન સમકાલીન મુદ્દાઓમાં પડઘાય છે. બધી ચર્ચાઓ તેના દ્વિપક્ષીય સ્વરૂપમાં સીમિત નથી. એ સમજી શકાય છે કે બે રાષ્ટ્રોના પ્રભાવને ધ્યાનમાં લેવામાં આવે તો તે વૈશ્વિક મંચ પર સહેલાઈથી પ્રસરે છે. જોડાણ, ઋણ, વિકાસ અને સમુદ્રી હક-દાવાઓ જેવા મુદ્દાઓ પણ વિવાદાસ્પદ બની ગયા છે. એકંદરે, આ તમામ મુદ્દાઓના ઉકેલ માટે નિશ્ચિતપણે ઉચ્ચ વિચારો સાથે તેમની ચર્ચા કરવામાં આવે છે. જ્યારે ભારતીય નીતિ નિર્માતાઓ 'સ્ટ્રિંગ ઓફ પર્લ્સ' અંગે સાનુકૂળ હતા તે યુગ અંતે 2014 માં પૂરો થયો.

પરંતુ રાષ્ટ્રીય હિતોને સ્પષ્ટપણે વ્યાખ્યાયિત કરવા, તેને ઉત્સાહપૂર્વક બચાવવા અને સત્તાની પ્રકૃતિને સમજવી એક મૂળભૂત મુદ્દો પણ છે. કદાચ, એશિયન અથવા વિકાસશીલ વિશ્વ એકતા ધરાવે છે, પરંતુ તે ક્યારેય પડોશીના સ્પર્ધાત્મક વૃત્તિઓને નાથવા માટે પૂરતી નહોતી. ખરેખર, 1950ની ચર્ચાનો આ મર્મ આજે પણ પ્રસ્તુત છે.

આજકાલ, ચીન સાથે કેવી રીતે વ્યવહાર કરવો તેની ચર્ચાઓ વિશ્વભરમાં ચાલી રહી છે.

સ્વાભાવિક છે કે આ ચર્ચાઓ ભારતમાં વધુ તીવ્ર છે, ખાસ કરીને આપણી નજીદકતા અને 2020 અને ત્યાર પછીના સરહદિય ઘટનાઓને કારણે. ભારતમાં રાજકીય યુક્તિઓથી પ્રેરિત વિવાદાસ્પદ સ્થિતિ હોઈ શકે છે; પરંતુ વાસ્તવિક વિચારસરણી નીતિઓ અને પ્રવૃત્તિઓ દ્વારા પ્રદર્શિત થાય છે. ચીન અને વિવિધ રાજકીય દળોનું પરસ્પર સચોટ વલણ વ્યાપક નથી, જે પણ વલણ હોય તે હંગામી હોઈ શકે. વાસ્તવવાદીઓ રાષ્ટ્રીય ક્ષમતાઓ નિર્માણ પર ભાર મૂકે છે, જે આતંકવાદ જેવી મુખ્ય ચિંતાઓને દૃઢતાથી સામનો કરે છે, અસ્થિર ઋણ અને અસ્પષ્ટ જોડાણ પર કાળજીપૂર્વક પ્રવૃત્તિઓનું આહવાન કરે છે, અને રાષ્ટ્રીય સુરક્ષાને ધ્યાનમાં રાખીને મક્કમ રીતે વૈશ્વિક વિકાસને પ્રતિસાદ આપે છે. ખાલી આ જ વલણ છે જે 2014 પછી, સરહદીય ઈન્ફ્રાસ્ટ્રક્ચર આગળ વધારવા માટે દબાણ લાવશે. આ ઉપરાંત, તેઓ ભારતીય 5G સ્ટેક સ્થાપિત કરશે, મહત્વની અને નવીન ટેકનોલોજીઓના મૂલ્યને સમજશે, અને, આપણા વર્તમાન યુગના અશાંતિના સમયમાંથી આપણા વિકાસ માટે સારા ઉકેલો શોધશે.

ખરેખર, આપણે સામનો કરેલા પડકારોની પ્રકૃતિ એ સૂચવે છે કે ભારતનું વિશ્લેષણ સતત ધ્યાન રાખી રહ્યું છે કે બાકીનું વિશ્વ કેવી રીતે પ્રતિસાદ આપી રહ્યું છે. આજકાલ વિશ્વ જેનો સામનો કરી રહ્યું છે તે કેટલીક સત્તાઓની ખોટી ગણતરીઓ અને બીજા દ્વારા આ ભૂલોનો બુદ્ધિપૂર્વક કરાયેલા ઉપયોગના પરિણામરૂપ છે. પરંતુ ઈતિહાસનો પ્રવાહ સીધો નથી, અને અહીંયાં મુખ્ય રાષ્ટ્રો પણ નિષ્ક્રીય બની શકે અથવા ભૂલો કરી શકે છે. ખરેખર, એક સામાન્ય નિષ્ફળતા એ છે કે તાત્કાલિક ફાયદાની શોધ વધુ મોટી વિશ્વસનીયતાની કિંમત પર થાય છે. તેથી, વાસ્તવવાદીએ પરિસ્થિતિનું નિષ્પક્ષતાથી વિશ્લેષણ કરવું પડશે, જ્યારે ઘટનાઓ અને પ્રવૃત્તિઓની અનિવાર્યતાના પ્રત્યે શંકાસ્પદ રહેવું પડશે. આ જ વિષય પર આપણા પુરાણો થોડીક રોશની નાખી શકે છે.

***

વિશ્વ વ્યાપારોમાં, અને ખરેખર માનવીય સંબંધોમાં, પક્ષો સામાન્ય રીતે સારા ઈરાદા, ઉદારતા અથવા ગણતરીના આધારે અન્યની મદદ કરતા હોય છે. વાસ્તવિક જીવનમાં, આ બાબતો એકે બીજામાં ઘણી વખત ભળી જઈ શકે છે. રામાયણના પ્રસંગની શરૂઆત ખરેખર અસાધારણ વિશ્વાસના એક કાર્યથી થાય છે, બે વરદાનોથી કે જે રાજા દશરથે તેમના પત્ની કૈકેયીને યુદ્ધમેદાનમાં આપ્યા હતા. જ્યારે રાજા દશરથ અસુર શંબર અને દેવરાજ ઈન્દ્ર વચ્ચેના યુદ્ધમાં ગંભીર રીતે ઘાયલ થયા ત્યારે કૈકેયી એ રાત્રીના હુમલા દરમિયાન તેમનો બચાવ કર્યો હતો. આ વચનો જ હતા જેનો કૈકેયીએ ઉપયોગ કર્યો અને રામને જંગલમાં વનવાસ માટે મોકલવા તથા પોતાના પુત્ર ભરતને રાજા બનાવવા માટે માગણી કરી.

જો આપણે આ વરદાનોને ગુપ્ત ક્ષમતાઓ તરીકે લઈએ કે જેનો સમય આવે ઉપયોગ થયો, તો આ પ્રસંગ અયોગ્ય વહેંચણીનો એક યોગ્ય પાઠ બની રહેશે. છેલ્લા દાયકાઓમાં,

આંતરરાષ્ટ્રીય સંબંધોએ પણ જોયું છે કે કેવી રીતે રાષ્ટ્રો અને અર્થતંત્રોનું નિર્માણ થયું હતું, કદાચ આભારના કૃત્ય તરીકે ઓછું અને ઉપયોગિતાના કૃત્ય તરીકે વધુ. આ ખાસ કરીને શીતયુદ્ધના છેલ્લાં વર્ષોમાં પ્રતિત થયું હતું, જ્યારે ત્રીજા પક્ષ દ્વારા સૈનિક અને અન્ય દબાણોનો ઉપયોગ કરવામાં આવ્યો હતો. પરંતુ સંબંધિત સભ્યોની સમજણના અભાવને કારણે લાંબા ગાળાના પરિણામો ઉદભવ્યા હતાં.

પશ્ચિમી વિશ્વએ જોયું કે USSR વિરુદ્ધ તેમણે ખેલેલા ઈસ્લામિક પાસાંઓ એક જ દશક દરમિયાન તેમની વિરુદ્ધ પાછા ફેંકાયા. અને જ્યારે વ્યૂહાત્મક સમજણની વાત આવે છે, ચીને પ્રાપ્ત કરેલા આર્થિક લાભો વૈશ્વિક વ્યવસ્થાના બદલાવ અને આજની સ્પર્ધાના આધારભૂત સ્તંભ બની રહે છે. ભારત પણ પોતાના ભૂતકાળમાં કરેલા વ્યવહારોના પરિણામો સાથે લઈને ચાલે છે. 1950ના દાયકામાં ચીની હિતોની ભારતે કરેલી મજબૂત હિમાયત સ્પષ્ટપણે ફળદાયી સાબિત થઈન હતી. રાજકારણમાં કૃતજ્ઞતાની ભાવના ક્ષણભંગુર હોય છે તે ભૂલવું ખરાબ બાબત છે; તેથી એ ખરાબ બાબત છે રાજકીય એકતાની ખોટી માન્યતાઓ માટે રાજકારણની મૂળભૂત ગણતરીઓની અવગણના કરવી.

વ્યક્તિગત દૃષ્ટિએ, બેદરકારીના પરિણામે ઘણી વાર નબળાઈઓ સર્જાય છે. કેટલાક પ્રસંગે, તે પડકારનો ભાવનાત્મક પ્રતિસાદ પણ હોઈ શકે છે. કેટલેક અંશે, આ સંદર્ભનો ઉપયોગ રાષ્ટ્ર-રાજ્યો વચ્ચેના વ્યવહારોને સમજાવવા માટે પણ થઈશકે છે. પરંતુ વધુ વિશ્વસનીય સમજણ વ્યૂહાત્મક નિષ્ક્રિયતા વાળી માનસિકતામાં મળી શકે છે જે રાજકીય અને શાસકો ઘણીવાર પ્રદર્શિત કરે છે.

એક સ્પષ્ટ ઉદાહરણ મુખ્ય પ્રતિપક્ષીનો કિસ્સો છે, લંકાપતિ રાક્ષસરાજ રાવણ. તે યુગમાં, અસાધારણ વ્યક્તિઓએ સૌથી કઠોર તપસ્યા કરી હતી કે જે સમય આવે દેવોના વરદાનરૂપે પોતાની ઈચ્છાઓને પુરસ્કૃત કરી શકશે. આ કિસ્સામાં, રાવણને સર્જનહાર બ્રહ્મા દ્વારા અજેયતા નું વરદાન મળ્યું હતું. પરંતુ તેના અહંકારમાં, તેણે આ વરદાનનો ઉપયોગ માત્ર તેમની સામે જ કર્યો જેમને તેણે સંભવિત જોખમ તરીકે જોયા હતાં, દેવો અને ગંધર્વો, અસુરો અને કિન્નરો, નાગો અને રાક્ષસો, એમ મનુષ્ય સિવાયની બધાં જ જીવ-જાતિઓ. તેણે મનુષ્ય જાતિને બહાર રાખી કારણ કે તે એ કલ્પના પણ ના કરી શક્યો કે મનુષ્ય જેવા નબળા જીવથી તેને ખતરો હોઈ શકે છે. અને આ જ કારણથી ભગવાન વિષ્ણુએ માનવ રૂપ, ભગવાન રામ રૂપ ધારણ કર્યું, રાવણને મારવા માટે.

અહીં મુદ્દો એ છે કે જે ખતરાની અવગણના કરવામાં આવી હતી, તે જ ખતરો જીવને જોખમરૂપ બન્યો. રાવણના વર્તનના લક્ષણોને લાગતો એક બીજો પાઠ પણ શીખવા મળે છે, અને તે વિપરીત રીતે, ઈતિહાસ દ્વારા અન્યાયનો ભોગ બનેલા વ્યક્તિઓના અભિગમ વિશે છે. તેના સલાહકારો તેને લંકામાં તેમનું પ્રભુત્વસ્થાન પુનઃપ્રાપ્ત કરવા માટે પ્રોત્સાહિત કરે છે, એક

ભૂમિ જેનું શાસન એક સમયે તેના નાના, સુમાલી કરતાં હતાં. તેથી, રાવણ અલગ વંશના તેના મોટાભાઈ કુબેરને સત્તા પરથી હટાવવાનો પ્રયત્ન કરે છે. પરંતુ પછી તે અધિકારની ભાવના અને સંયમની ગેરહાજરી દ્વારા પ્રેરિત અવિરત પ્રયાસ બની રહે છે. અહીં વિકસિત અને વિકાસશીલ સત્તાઓને પોતાનો માર્ગ ચિન્હિત કરવા અને મહત્વાકાંક્ષાઓનું નિયમન કરવાના સંદર્ભે એક મહત્ત્વપૂર્ણ શીખ મળી રહે છે. સંપૂર્ણ સુરક્ષા હંમેશા એક નિષ્ફળ પ્રયત્ન બની રહે છે.

રામાયણની શરૂઆતમાં વધુ વધુ એક ઉદાહરણ આવે છે, જ્યારે ભરત અને સાથે આવેલા ઋષિઓ રામને દશરથના મૃત્યુ પછી અયોધ્યા પરત આવવા મનાવવાનો પ્રયત્ન કરે છે. ઋષિ જાબાલી ખાસ કરીને ભાવનાત્મક અપીલ કરે છે, તે બાબત પર ભાર મૂકીને કે રામે તેના પિતાને કરેલ વચન હવે પિતાના અવસાન પછી બંધનકારક રહેતા નથી. આ રામના ક્રોધને પ્રેરિત કરે છે અને તે પ્રશ્ન કરે છે કે વિશ્વાસ કેવી રીતે જાળવવામાં આવશે જો વચનો આટલી સરળતાથી ત્યજી દેવાય. ઋષિઓ તેમની આ વૃતિની પ્રશંસા કરે છે અને માની લે છે કે તેમણે તેમને પરત લાવવાનો શ્રેષ્ઠ પ્રયત્ન કરવો પડ્યો હતો. અંતે મુદ્દો વિશ્વસનીયતા વિશે છે, ફક્ત વ્યક્તિગત ગુણધર્મ તરીકે નહીં પરંતુ એક મોટા તંત્રના આધાર તરીકે. જો રાજ્ય કરારોનો સન્માન નહીં કરે અને બાધ્યતાઓનું પાલન નહીં કરે, તો તેમણે કોઈ પણ વ્યૂહાત્મક લાભને તેમની પ્રતિષ્ઠાને પહોંચાડેલા મોટા નુકસાન સામે તોલવું પડશે.

***

બહુમુખી પડકાર

જૂન 2020 માં ચીન અને ભારત વચ્ચે 'ગાલવાન' અથડામણમાં 45 વર્ષમાં પ્રથમવાર તેમની સીમા પર જાનહાની થઈ. પરિણામે ફક્ત સુલેહ અને શાંતિની આધારશિલા જ તૂટી ગઈ ન હતી. પણ, તેમના સંબંધ વિશે ચાર દાયકામાં બાંધવામાં આવેલી ધારણાઓ હવે અચાનક પ્રશ્નાત્મક બની ગઈ હતી. આ ઘટનાઓ પાછળનું પરિબળ છે તેવા સ્થાપિત કરારોની ચીને અવગણના કરી છે, તેનો પણ પોતાનો અલગ સુચિતાર્થ છે. પરંતુ જ્યારે ભારત તેની ઉત્તરીય સરહદ પર નવા સ્તરના પડકારોનો સામનો કરવા તૈયાર થઈ રહ્યું છે, ત્યારે ચીનની પરિસ્થિતિ દ્વારા રજૂ કરાયેલા પ્રશ્નોનો પ્રવાહ પણ વધતો જઈ રહ્યો છે. આ તાજેતરના વિકાસ અને લાંબા ગાળાની ચિંતાઓ સાથે મળીને ભારતીય વિદેશ નીતિ માટે એક બહુમુખી પડકાર ઊભો કરે છે.

વિશ્વ વ્યવસ્થામાં ઉન્નતિ પામવાના પ્રયાસોમાં ભારતે ઘણાં મુદ્દાઓને સંબોધિત કરતાં પડ્યા હતાં, જેમાં ચીન સાથેનો સંબંધ નિશ્ચિત રીતે સૌથી જટિલ સમસ્યા છે. એક તરફ, બંને રાજકીય વ્યવસ્થાઓની સમાન પરંતુ અલગ અલગ ઉન્નતિ વૈશ્વિક પુનઃસંતુલનના કેન્દ્રમાં છે. કંઈ પણ હોય, બંને રાષ્ટ્રોએ આંતરરાષ્ટ્રીય માળખામાં વધુ જગ્યા બનાવી છે. સાથે મળીને, જે અગાઉના આશાવાદી દિવસોમાં 'એશિયન સદી' તરીકે પ્રચલિત કરવામાં આવી હતી, તેઓ

તેના ચાલક બળ છે. એક સમયે, દ્વિપક્ષીય FTA સમાપ્ત કરવાની પણ વાત થઈહતી, જે ચર્ચા 2013 પછી જ શમી ગઈ હતી. વિકાસની ચર્ચાના કેટલાક પરિબળોના સંદર્ભમાં તેઓ બંને એક જ બાજુએ ઉભેલા જોવા મળે છે.

પણ, એક જટિલ સરહદ વિવાદ અને અલગ અલગ રાજકીય આર્થિક નામુનાઓએ આ જ સમયગાળામાં સ્પર્ધાત્મક કથાઓ સર્જી છે. તેઓ એકદમ નજીકના પાડોશી છે તે બાબત તેમના જોડાણની જટિલતામાં વધારો કરે છે. સરહદનો સહિયારો ઘેરાવો અને સત્તાના સંતુલને પણ સ્પર્ધાત્મક સંવેદનાઓમાં ઉમેરણ કર્યું છે. તે પણ હકીકત છે કે આ સમયગાળામાં ચીનની પહોંચ અને પ્રભાવ નોંધપાત્ર રીતે વિસ્તર્યા છે. 15 વર્ષ પહેલાં આ પાસાની કદર ન કરવાની ખામીએ ભારતીય મહાસાગરમાં આપણી નબળાઈને છતી કરી છે.

ભારતીય દ્રષ્ટિએ, જવાબો વિવિધ ક્ષેત્રોમાં છે, જેમાંના ઘણા આપણી રાષ્ટ્રીય ક્ષમતાઓના નિર્માણ અને આપણા ઈન્ફ્રાસ્ટ્રક્ચરને આગળ વધારવા પર કેન્દ્રિત છે. પરંતુ રાજકારણીય અભિગમમાં પણ એક પ્રત્યાત્મક પરિવર્તન ચાલી રહ્યું છે. જયારે તે વાસ્તવવાદી પરંપરામાં પાછા જાય છે, ત્યારે વૈશ્વિક પરિદ્રશ્ય ભારતમાં કામ કરવા માટેની ઘણી બધી તકો પૂરી પાડે છે.

આ સંબંધના ભવિષ્ય વિશેની ગંભીર ચર્ચા આજે કેવી રીતે સૌથી લાભકારી હંગામી કરાર સ્થાપિત કરવો તે બાબત પર ધ્યાન આપે છે. તે નજદીકી પડોશી હોવાના કારણે, ચીનની ઝડપી વૃદ્ધિ ભારત સાથેના તેના સંતુલન તેમજ સહિયારા અથવા નજીકના ઘેરાવમાં તેની હાજરીના સંદર્ભે પ્રભાવશાળી રહી છે. વધુમાં, વિવિધ કારણોસર, ચીને ભારતની ઉન્નતિને બાકી દુનિયા જેટલું માન આપ્યું નથી. ભલે આપણે જમીન પરની સ્થિતિ, રાષ્ટ્રીય શક્તિ અથવા ભાવના વિશે વાત કરતા હોઈએ, પરંતુ તેમના સંબંધોમાં, વર્તમાન મોટા ભાગે ભૂતકાળ દ્વારા આકાર પામ્યો છે. અને ભૂતકાળને તેની પોતાની સમસ્યાઓ છે.

સાથે-સાથે, તેમની સંચિત અસર સ્થાપિત વિશ્વ વ્યવસ્થાના બદલાવ માટે વધુ તક ઉભી કરી રહી છે. હકીકત એ છે કે કોઈપણ એકબીજાને દૂર કરવા માગતું નથી અને બંને લાંબી દોડમાં ટકી રહેવા માટે સ્પષ્ટ રીતે સક્ષમ છે. તેમ છતાં, એકબીજાની ગણતરીઓ કરતી વખતે બાકીના વિશ્વને ધ્યાનમાં લેવું પડશે. કદાચ, આ વર્તમાન વૈશ્વિક પરિસ્થિતિમાં વધુ લાગુ પડે છે. જો અને કેવી રીતે તેઓ ગંભીરતાથી સમાધાન પર આવે છે તે માત્ર બન્ને રાષ્ટ્રોની સંભાવનાઓને જ નહીં પરંતુ ખંડના, અને કદાચ હવે સમગ્ર વિશ્વની સંભાવનાઓને પણ આકાર આપશે.

મોટા ભાગના ભારતીય લોકો આપણા દ્વિપક્ષીય સંબંધોના આધુનિક ઈતિહાસથી પરિચિત છે. કદાચ દરેક જણ એના વિકાસની દરેક સૂક્ષ્મતાને નથી જાણતો. પરંતુ સામાન્ય રીતે, લોકોને આ સંબંધના ઉતાર-ચઢાવનો અનુભવ છે. 1950ના પ્રથમ દાયકાને માત્ર ભારતીય ભોળપણ તરીકે જ વર્ણવી શકાય છે. અનેક મુદ્દાઓ પર, ભારતીય વિદેશ નીતિએ ચીનના હિતને

એટલી હદે પ્રતિપાદિત કર્યો છે કે તેના પોતાના પશ્ચિમ સાથેના સંબંધને અસર થઈ. મહત્વની વાત એ છે કે દ્વિપક્ષીય અથવા વૈશ્વિક મુદ્દાઓ પરની આ ટીકા પશ્ચાદવર્તી નથી પણ જે તે સમયે ઘટનાઓ ઘટી રહી હતી ત્યારે જ આપવામાં આવી હતી.

1962ના સરહદીય સંઘર્ષ પછી, ભારત અને ચીને માત્ર 1976માં રાજદુતોનો વિનિમય કર્યો હતો, જે નિર્ણય ઈંદિરા ગાંધી સરકારે લીધો હતો. ત્યાર બાદ, 1954માં ભારતના પ્રથમ વડાપ્રધાનશ્રીએ લીધેલી ચીનની મુલાકાતના ઘણાં વર્ષો બાદ 1988માં ભારત તત્કાલીન વડાપ્રધાનશ્રી રાજીવ ગાંધીએ ચીનની મુલાકાત લીધી હતી. અને ખરેખર, આપણા સંબંધોને ફરીથી બાંધવો ચોક્કસપણે ખૂબ જ મહેનત નો પ્રયાસ હતો. જો તમે આ વિશે વિચારો, તો આ થોડીક વિપરિત સ્થિતિ છે. કારણ કે, એ યાદ રાખવું જોઈએ કે ચીનને પ્રથમ વાર પિપલ્સ રિપબ્લિક ઓફ ચાઈના (PRC) તરીકેની ઓળખ આપનાર રાષ્ટ્રોમાંનું ભારત એક હતું. આપણા સંબંધોની ગુણવત્તા ઘણા અંશે સરહદી સંઘર્ષ અને પછીના ત્રણ લાંબા દાયકાઓના આધારે નક્કી થઈ હતી.

સુમેળભર્યા સંબધોની પુનઃપ્રાપ્તિ માટે તેમજ સંબંધમાં રહેલા સહજભાવને પુનઃસ્થાપિત કરવા માટે બંને દેશો દ્વારા સંયુક્ત રીતે સજાક પ્રયત્નોની જરૂર પડી હતી. પરિણામે, ઘણા વર્ષો માટે, અનેક ક્ષેત્રોમાં પરસ્પર ક્રિયાઓ અને વિનિમયમાં સતત વૃદ્ધિ થઈ. ચીન આપણા સૌથી મોટા વેપારી ભાગીદારોમાંનું એક બન્યું; રોકાણ અને ટેકનોલોજીનું એક મહત્ત્વપૂર્ણ સ્ત્રોત; પ્રોજેક્ટ અને ઈન્ફ્રાસ્ટ્રક્ચર નિર્માણમાં ભાગીદાર; અને પ્રવાસન અને શિક્ષણ માટે એક મહત્ત્વપૂર્ણ સ્થાન બની ગયું. જયારે સીમા વિવાદના ઉકેલ માટે વાટાઘાટો કરવામાં આવી ત્યારે સરહદી વિસ્તારો અંગેની વ્યવહારુ તેમજ ઊંડાણપૂર્વકની સમજૂતી અને કરારો દ્વારા તેના સંચાલન પર ધ્યાન કેન્દ્રિત થયું.

1988 પછી ભારત-ચીન સંબંધોની પ્રગતિનો મુખ્ય આધાર સરહદી વિસ્તારોમાં સુલેહ-શાંતિપૂર્ણ સ્થિતિ જાળવવાનો હતો અને બંને પક્ષો દ્વારા 'લાઈન ઓફ એક્ચ્યુઅલ કંટ્રોલ' (LAC) નું પાલન અને આદર કરવાનો હતો. આ માટે 1993માં સહમતિ થઈ હતી કે કોઈપણ પક્ષની પ્રવૃત્તિઓ LACને પાર નહીં કરે; સુલેહભાર્યા સંબંધોને સુસંગત રાખવા માટે બંને પક્ષો LACની આસપાસ સૈન્ય દળોને સમાન સ્તરે તૈનાત રાખશે; અને LAC નજીક સૈન્યની કવાયત માટે અગાઉથી જાણ કરવામાં આવશે.

1996માં, આ પ્રતિબદ્ધતાઓની માત્ર પુનઃપુષ્ટિ જ નહીં પરંતુ વિસ્તરણ પણ કરવામાં આવ્યું. બંને પક્ષોએ સંમતિ આપી કે તેઓ LACની આસપાસની સેના, સરહદી રક્ષા અને અર્ધસૈન્ય દળોની સંખ્યા ઘટાડશે અથવા મર્યાદિત કરશે અને અનુરૂપ માહિતીનો વિનિમય કરશે. વધુ મહત્વપૂર્ણ રીતે, મોટાપાયે સૈન્ય કવાયતો (15,000 સૈનિકો) LACની નજીક યોજવામાં નહીં આવે તે સ્પષ્ટ રીતે માન્ય કરવામાં આવ્યું. જો આવી કવાયત યોજવામાં આવે,

તો મુખ્ય દળની વ્યૂહાત્મક દિશા બીજાની તરફ રાખી શકાશે નહીં. 1996ના કરાર દ્વારા વધુમાં વધુ એક બ્રિગેડ (5,000 સૈનિકો) કરતા વધુ સૈનિકોને સમાવતી કવાયત માટે પહેલીથી જાણ કરવાનું નક્કી કરવામાં આવ્યું. આમાં કવાયતની સમાપ્તિની તારીખ અને સંકળાયેલા સૈનિકોને પરત ફરવા જેવી બાબતોનો સમાવેશ કરવામાં આવ્યો હતો.

સાથે-સાથે, 1993ના કરારમાં LACના ભિન્ન દ્રષ્ટિકોણ ધરાવતા વિભાગોને સંયુક્ત રીતે તપાસવા અને નક્કી કરવા માટેના સમજૂતી કરાર કરવામાં આવ્યાં હતાં. તેટલું જ નહિ, પરંતુ જો ઘર્ષણની પરિસ્થિતિઓ ઉભી થાય તો તેને સંભાળવા માટે 2005 અને 2013માં વિસ્તૃત સમજૂતી કરારો કરવામાં આવ્યાં હતાં.

ગત વર્ષોમાં, ભારત-ચીન સરહદી વિસ્તારોમાં LACના નિર્ધારણ અંગે કોઈ સામાન્ય સમજૂતી પર પહોંચવામાં આપણે સ્પષ્ટપણે મહત્વપૂર્ણ પ્રગતિ કરી શક્યા નથી. 2003માં વિશેષ પ્રતિનિધિઓ (SRs)ની નિમણૂક દ્વારા, ફક્ત સરહદી પ્રશ્નો જ નહીં પરંતુ સંબંધોની વ્યાપકતાને લઈને પણ સક્રિયતા વધી હતી. 2012માં સરહદી વિસ્તારોના મુદ્દાઓને ઉકેલવા માટે એક વિશિષ્ટ તંત્ર પણ સ્થાપિત કરવામાં આવ્યું. પરંતુ, તે જ સમય દરમિયાન, ચીન તરફથી સરહદી ઈન્ફ્રાસ્ટ્રક્ચર અને આંતરિક પૂરવઠા વિતરણ તંત્રના સર્જનમાં પણ વધારો થયો હતો. તેનાથી વિપરીત, તે સમયે ભારતમાં એમ માનવામાં આવતું હતું કે આપણા પોતાના સરહદી વિસ્તારોને અવિકસિત રેહવા દેવા શ્રેષ્ઠ વિકલ્પ છે. આ એક ગંભીર રીતે ખોટી ગણતરી સાબિત થઈ, જેને માટે આપણે ભારે કિંમત ચૂકવવી પડી.

2014થી, ભારતે ત્રણ દાયકાઓમાં ઈન્ફ્રાસ્ટ્રક્ચરને લઈને વધી ગયેલા અંતરને ઘટાડવા માટે વધુ સારા પ્રયત્નો કર્યા છે. વધુ પ્રતિબદ્ધતાઓએ બજેટને ચાર ગણું વધાર્યું. બાંધકામને બમણું અને ટનલિંગને ત્રણ ગણું બનાવનાર 'વધુ સારા રસ્તાના નિર્માણનો રેકોર્ડ' પણ સુધારાનું એક સૂચક હતું. તેમ છતાં, ઈન્ફ્રાસ્ટ્રક્ચરનો ભેદ ખૂબ મહત્વનો છે અને, 2020માં, તેના પરિણામો પણ જોવા મળ્યા હતાં. તેથી, પાછલા દાયકામાં સર્જાયેલી મોટી ખાયને પૂરવા માટે યોગ્ય કાર્યલક્ષી કુશળતાની જરૂર છે.

ભારત અને ચીન વચ્ચેની સીમા અંગે રહેલી બધી વિસંગતિઓ અને મતભેદો છતાં, મૂળભૂત હકીકત એ હતી કે 1975 થી લઈને 2020 સુધી સરહદી વિસ્તારોમાં મૂળભૂત રીતે શાંતિ જળવાઈ હતી. આ કારણસર 'ગાલવાન'માં ઘટેલી ઘટનાઓએ સંબંધને ખૂબ ઘેરી અસર કરી છે. તેમણે સૈન્ય દળોનું સ્તર ઘટાડવા, તેની તૈનાતી અને હલનચલન અંગે જાણ કરવા અને પરિસ્થિતિ કાયમ રાખવા જેવી પ્રતિબદ્ધતાઓની અવગણનાનો સંકેત આપ્યો છે. આ પગલાંના સંયોજને સુલેહ-શાંતિને લગતા જોખમોમાં વધારો કર્યો છે, જેના પરિણામો આપણે હવે સારી રીતે જાણીએ છીએ. આ ઘટના ભારતમાં જાહેર અને રાજકીય મતો પર ઘેરી અસર પાડી રહી છે.

ભારતને ક્યારેય ચીનના વલણમાં બદલાવ માટે કોઈ વિશ્વસનીય સમજણ મળી નથી, કે પછી સરહદી વિસ્તારોમાં દળોને સમુહમાં એકત્ર કરવા માટેનું યથાર્થ કારણ નથી મળ્યું . એ એક અલગ વાત છે કે આપણા પોતાના સૈન્ય દળોએ યોગ્ય પ્રતિસાદ આપ્યો છે અને પડકારજનક પરિસ્થિતિઓમાં પોતાના સ્થાનને જાળવી રાખ્યું છે. આપણી સામે એ એક પડકાર છે કે ચીની વલણ શું સંકેત આપે છે, તે કેવી રીતે વિકસે છે અને તે આપણા ભવિષ્યના સંબંધો માટે શું સંકેત આપે છે તે બાબતે સમજણ કેળવવી.

2020 પહેલા પણ, ભારત-ચીન સંબંધોએ સહઅસ્તિત્વ અને સ્પર્ધાના દ્વંદ્વને પ્રતિબિંબિત કરતી ઘટનાઓ તથા નિર્ણયોની પ્રતીતિ કરી છે. આપણે વેપારને અસામાન્ય રીતે મોટા પ્રમાણમાં વધતો જોયો છે, જો કે એકતરફી વિકાસ દર્શાવતી તેની પ્રકૃતિ તેને વધુ વિવાદાસ્પદ બનાવે છે. વિદ્યુત અને દુરસંચાર જેવા ક્ષેત્રોમાં, ચીની કંપનીઓએ સફળતાપૂર્વક ભારતમાં પ્રવેશહક મેળવ્યો અને પ્રભાવશાળી રીતે બજારનો હિસ્સો પ્રાપ્ત કર્યો. ચીનમાં ભારતીય વિદ્યાર્થીઓની સંખ્યા ઉત્તરોત્તર વધતી ગઈ, તેમજ ત્યાં જનારા ભારતીય પ્રવાસીઓની સંખ્યા પણ વધતી ગઈ.

વૈશ્વિક મંચ ઉપર, ખાસ કરીને જળવાયુ પરિવર્તન (UNFCCC) અને વેપાર (WTO) જેવા ક્ષેત્રમાં વિકાસલક્ષી અને આર્થિક મુદ્દાઓ પર ભારત અને ચીને સહિયારા હિતસંબંધો વિકસાવ્યા હતાં. BRICS અને RIC જેવા બહુપક્ષીય સમૂહોમાં આપણી સભ્યતા પણ સહયોગના એક પરિબળ સમાન હતી.

છતાં, જ્યારે હિત અને અપેક્ષાઓની વાત આવી ત્યારે ઘણાં બધાં તફાવત પણ સ્પષ્ટ થયા હતાં. ચીને જમ્મુ-કાશ્મીર અને અરુણાચલ પ્રદેશના રહેવાસીઓ માટે ‘સ્ટેપલ્ડ વિઝા’ જારી કરવાની પ્રથાનો આરંભ કર્યો. ઉત્તર ક્ષેત્રમાં ભારતના સૈન્ય કમાન સાથે વ્યવહાર કરવા અંગેની તેમની અનિચ્છાના કારણે થોડા સમય માટે વાટાઘાટો સ્થગિત થઈ ગઈ હતી. કેટલાક ભારતીય વિસ્તાર પર પોતાનો હકદાવો પ્રતિપાદિત કરવાના હેતુ થી ચીનના પાસપોર્ટ પરના વોટરમાર્કિંગમાં ભારતીય પ્રાંતોને ચીનની સરહદમાં દર્શાવવામાં આવ્યાં હતાં. સરહદી વિસ્તારોમાં ઘર્ષણ વધતું રહ્યું કારણ કે ચીનનું ઈન્ફ્રાસ્ટ્રક્ચર સતત આગળ વિકસતું રહ્યું હતું.

ભારતમાં, આ બહુવિધ વાસ્તવિકતાઓએ સ્વાભાવિક રીતે વધતી રહેલી ચર્ચાને વધુ સક્રિય કરી હતી. ત્યાં એક પ્રભાવશાળી જૂથ હતું જેણે માત્ર સંબંધોને વધુ ઘનિષ્ઠ કરવાની જ હિમાયત ન હતી કરી, પણ તે સમયની મર્યાદિત સુરક્ષા અન્વીક્ષણ માંથી ચીનને બાકાત રખાવની વકીલાત પણ કરી હતી. કેટલાક માટે, આ રીતનો વ્યાપક સહકાર ભારત-અમેરિકા વચ્ચેના સંબંધોમાં આવેલા સુધારા માટે એક વળતર સમાન સાબિત થયો હતો. તેને કદાચ ચીન તેમજ વિશ્વને લઈને નેહરુના દ્રષ્ટિકોણને મજબૂત કરવા માટે એક સહજ પીઠબળ પ્રાપ્ત થયું હતું. તેથી સરહદના પ્રશ્ન પરની ચર્ચાઓ જાહેરમાં વધુ સકારાત્મક રીતે પ્રસ્તુત થઈરહી હતી, જેની તુલનામાં વાસ્તવિક પ્રગતિ ન્યાયસંગત નહોતી. અને જેમ જેમ વેપાર વધતો ગયો, ચીનના

પક્ષપાતી પ્રવર્તકો તેની તરફેણમાં આગળ આવતાં ગયાં.

તેથી, એકંદર પ્રતિક્રિયા કઠોર વાસ્તવિકતાઓ વિશે વધારે જાગૃત બની છે. જેમાં સીમા સંબંધિત મુદ્દાઓને ઠેકાણે પાડવાની બાબત અને ચીન સાથેના વધતા વેપારના ઘાટાને રેખાંકિત કરવા માટે વિવિધ પગલાં લેવાની બાબતનો સમાવેશ થાય છે. વધતા વેપારના ઘાટાને રેખાંકિત કરવાની બાબત વધારે પ્રભાવશાળી રહી હતી, કારણ કે FTAને લગતી તમામ પ્રતિબદ્ધતાઓ અંતે ત્યજી દેવામાં આવી હતી.

જેમ જેમ ભારત અને ચીન વધુ આત્મવિશ્વાસી યુગમાં પ્રવેશતા ગયાં, તેમ તેમ તેમના સંબંધો વધ્યાં અને સાથે સાથે તેમનાં મતભેદો પણ દેખાવા લાગ્યા. આ 2013માં વધુ સ્પષ્ટ થયું જ્યારે ચીન-પાકિસ્તાન આર્થિક કૉરીડોર (CPEC) પ્રથમ વખત જાહેર કરવામાં આવ્યો હતો. સરહદી વિસ્તારોમાં ઘર્ષણો વધતાં ગયાં, જોકે તે 2020 સુધી એક ચોક્કસ મર્યાદામાં રહ્યાં હતાં. ભારત પરના હુમલાઓમાં સામેલ પાકિસ્તાની આતંકવાદીઓને ચોક્કસ યાદીમાં સામેલ કરવાની UN દ્વારા હાથ ધરવામાં આવેલી પ્રક્રિયાને અવરોધિત કરતું ચીનનું વલણ વધારે વિવિદાસ્પદ બાબત બન્યું હતું. BRIનો ભાગ બનીને જેમ CPEC આગળ વધ્યો, ત્યારથી ભારતીય સંપ્રભુતાના ઉલ્લંઘનને અસહ્ય ગણવામાં આવ્યું. એનએસજીમાં ભારતીય સભ્યપદના ચીને કરેલા વિરોધના કારણે વધુ પ્રશ્નો સર્જાયા, જે UN સુધારાઓને લાગતાં પ્રયાસોમાં ઘટાડો કરીને ભાગ્યે જ ઉકેલવામાં આવ્યાં હતાં. અને જ્યારે વેપારની વાત આવી, ત્યારે સારા એવા બજારના પ્રવેશ-હક માટેના વચનો પોકળ નીવડ્યા.

આ વિકાસના કુલ પરિણામો મળવા લાગ્યા, ત્યારે બંને રાષ્ટ્રોએ 2017માં અસ્તાનામાં SCO શિખર બેઠકમાં નુકસાનને મર્યાદિત કરવાનો પ્રયાસ કર્યો જેથી કરી ને મતભેદો વિવાદોમાં ન ફેરવાઈ જાય. સાથે-સાથે, તેમણે સંબંધોમાં સ્થિરતાના પરિબળોની શોધખોળ આદરી. વુહાન અને મમલ્લાપુરમમાં પરિણામસ્વરૂપ શિખર બેઠકો મુખ્યત્વે આ દિશામાં આયોજિત થઈહતી. પરંતુ મતભેદો ઘટવાની વાત બાજુ પર રહી અને 2020ની ઘટનાઓના પરિણામસ્વરૂપ બંને રાષ્ટ્રો વચ્ચેના સંબંધોમાં અસામાન્ય રીતે તણાવ ઉત્પન્ન થયો હતો.

ભૂતકાળની શિખામણો

હવે, સંબંધોની ગંભીરતાને ધ્યાનમાં લેતા, તે સ્વાભાવિક છે કે સંબંધોને અભ્યાસ કરનારાઓ ખાસ કરીને ચિંતિત રહેશે કે આપણા સંબંધો ક્યાં જઈ રહ્યા છે. આ સમયે તેનો નિશ્ચિત જવાબ આપવો મુશ્કેલ છે. તમામ તાત્કાલિક મુદ્દાઓ હોય કે પછી લાંબા ગાળાની સંભાવનાઓ, હકીકત એ છે કે આપણા સંબંધોનો વિકાસ માત્ર એક બીજા પર જ આધારિત હોઈ શકે છે. ખરેખર, ત્રણ પારસ્પરિક બાબતો - પરસ્પર સન્માન, પરસ્પર સંવેદનશીલતા અને પરસ્પર હિતો

- એ તેના નિર્ધારક પરિબળો છે. વિવિધ તંત્રો દ્વારા સીમા વિસ્તારોમાંની સક્રિયતામાં ઘટાડો કરવા અંગે ચર્ચાઓ ચાલી રહી છે. ઘર્ષણવાળા વિસ્તારોમાં બંને પક્ષોની નજીકની તૈનાતી બરાબરી અને પરસ્પર સુરક્ષાના આધારે ઉકેલાઈ છે. પરંતુ જો કોઈ બાકી રહી ગઈ હોય તો તે અને તણાવમાં ઘટાડો કરવા અંગેનો મુદ્દો દ્વિપક્ષીય સહકારને પ્રભાવિત કરતો રહેશે.

તે અનિર્ણાયક છે કે સીમા વિસ્તારોમાં સ્થિતિ જ્યારે સામાન્ય ન હોય ત્યારે બહોળા સંદર્ભમાંના સંબંધો માટે 'બીઝનેસ એઝ યુઝ્યુઅલ' નીતિ પર પાછા ફરવું શક્ય છે કે નહિ. વધુમાં સમજવાનો પ્રયત્ન કરીએ તો, જ્યારે આપણું એક પડોશી રાષ્ટ્ર પોતાને તૈયાર કરી રહ્યું હોય, તાલીમ આપી રહ્યું હોય અને પ્રોત્સાહિત કરી રહ્યું હોય, ત્યારે પોતાની ક્ષમતાને ધ્યાનમાં લેવું એક સમજદારીભર્યું પગલું છે અને ખોટી નમ્રતા પ્રદર્શિત કરવાનો પ્રયાસ કરવો જોઈએ નહિ, ખાસ કરીને એવી પરિસ્થિતિમાં જ્યાં જાહેર ચર્ચાઓ ગંભીરતાથી લેવાતી હોય. તેથી, ઓછામાં ઓછું જે કંઈ પણ જોડાણ શક્ય છે તે ખૂબ જ સાવધાની સાથે કરવું જોઈએ.

આ સંદર્ભમાં, ચીન સાથે સંબંધ રાખવામાં ભારતે તાજેતરના સમયમાંથી શીખ લેવી પડશે. સૌપ્રથમ,આપણા સંબંધોની જાહેર લાક્ષણિકતાઓ નક્કી કરવી મહત્વપૂર્ણ છે. 2005 માં તેનું 'સ્ટ્રેટેજિક પાર્ટનરશિપ' તરીકે વર્ણન કરતાં, તેના વાસ્તવિક સ્વરૂપ વિશે સંકલ્પનાત્મક ગૂંચવણ ઊભી થઈ હતી. સ્પષ્ટ છે કે આ વર્ણન અનિર્ધારિત સીમાઓને લઈને ઉત્પન્ન થયેલા મતભેદો, વધતા જતા નિયમોના ઉલ્લંઘન તથા નકારાત્મક સ્પર્ધાની વૃતિ સાથે સુસંગત નથી. હકીકતમાં, તે જ સંતોષના કારણે ભારતે 'હેંબનટોટા' અને 'ગ્વાડર'માં ચીની બાંધકામ પોર્ટના અર્થઘટનને ઓછું આંક્યું.

તે જ રીતે, સીમા સંબંધિત સહયોગ અંગેનો નિશ્ચય એક તરફી હોય શકે નહિ. તે માટે સંતુલન લાવવામાં આવ્યું છે. સરહદ પરના ઈન્ફ્રાસ્ટ્રક્ચરની અવગણના પણ 2014 સુધી સીમા વિવાદ પ્રત્યે બેજવાબદાર વલણ દર્શાવતી હતી. તેનાથી વધુ ચિંતાજનક હતું પાકિસ્તાની કબ્જા હેઠળના કાશમીર (પીઓકે)માં ચીન-પાકિસ્તાન સહકારને ઓછુ આંકવું, અને તે વલણ જ્યાં સુધી વર્તમાન ભારતીય સરકારે 2017 માં BRI પર કડક વલણ અપનાવ્યું નહી ત્યાં સુધી સતત પ્રવર્તમાન રહ્યું હતું. તેમ છતાં, જૂની વ્યવસ્થામાંના કેટલાક સભ્યો હજુ પણ આપણા વલણને નમ્ર બનાવવાની હિમાયત કરે છે.

આર્થિક દ્રષ્ટિએ, ઘણા લોકોને માટે હવે ચીન સાથેના FTA (ફ્રી ટ્રેડ એગ્રીમેન્ટ) અંગે વિચારવું પણ આશ્ચર્યજનક બાબત છે. આવી પરિસ્થિતિમાં, આપણા દેશમાં હાથ ધરાયેલી પ્રવૃત્તિઓની સભાન તપાસ કરવી સરળ ન હતી. 2007માં ચીને ઉઠાવેલા વાંધાને કારણે ક્વોડનું ધરાશાયી થવું એક મજબૂત સંદેશ હતો, તેને પુનર્જીવિત કરવું દસ વર્ષ પછી પણ વધુ મુશ્કેલ બની ગયું હતું. નેહરુવીયન અભિગમના પ્રભાવ હેઠળ 'ચિનડિયા' જેવો શબ્દ દશકાઓ પહેલાં ઘણો લોકપ્રિય હતો, જે હવે મહત્વપૂર્ણ રીતે દર્શાવે છે કે શા માટે વ્યૂહાત્મક સ્પષ્ટતાની

ખોટ આટલી બધી હદ સુધી નુકસાનકારક હોઈ શકે છે.

2020 પછીની વધતી જતી ગતિવિધિઓનાં કારણે આત્મવિશ્વાસ અને ભરોસો કેટલી ગંભીર રીતે ક્ષીણ થયો છે તે જોતા, સંબંધોને સ્થિર કરવું આજના સમયની પ્રથમ આવશ્યકતા છે. આ પ્રયાસને કેવી રીતે હાથ ધરવો તે બાબત અનુભવો અને અપેક્ષાઓને પ્રતિબિંબિત કરતાં પ્રસ્તાવમાં શ્રેષ્ઠ રીતે પ્રદર્શિત થાય છે. શરૂઆત કરીએ તો 1993 અને 1996માં પહેલેથી જ થયેલા કરારોના લખાણની સાથે સાથે તેમાં રહેલા ભાવોને પણ સંપૂર્ણ રીતે સમર્થન આપવું અતિ આવશ્યક છે. લાભદાયી ગણી શકાય તેવા વ્યક્તિગત પ્રાવધાનોની પસંદગી સહિયારા હિતસંબંધો આગળ વધારવાના હેતુને ભાગ્યે જ સિદ્ધ કરે છે.

જ્યાં સુધી સરહદી વિસ્તારોનો પ્રશ્ન છે, LAC (લાઇન ઓફ એક્ચ્યુઅલ કંટ્રોલ)નું કડકપણે પાલન કરવું જોઈએ અને તેની આમન્યા રાખવી જોઈએ; એકપક્ષીય રીતે રાજકારણીય સ્થિતિ બદલવાના કોઈ પણ પ્રયાસને સમર્થન મળી શકે નહિ. આપણે એ સ્વિકારવું જ રહ્યું કે સરહદી વિસ્તારોમાં શાંતિ અને સુલેહ અન્ય ક્ષેત્રોમાંના સંબંધોના વિકાસ માટેનો મૂળભૂત આધાર છે. જો તે વિક્ષેપિત થાય, તો અનિવાર્ય રીતે બાકીના સંબંધો પણ વિક્ષેપિત થશે. આ બાબત સરહદી વાટાઘાટોની પ્રગતિના મુદ્દાથી અલગ છે, જેનું અલગથી સંચાલન થઈરહ્યું છે. એકને બીજા સાથે વિલીન કરવાનો પ્રયાસ નિશ્ચિત રૂપે છતો થઈજશે; 2020ની ગતિવિધિઓથી ઉદભવેલા પ્રશ્નોથી તે ક્યારેય ધ્યાન ભટકાવી નહિ શકે.

જ્યારે બન્ને રાષ્ટ્રો બહુધ્રુવીય વિશ્વ માટે પ્રતિબદ્ધ છે, ત્યારે એ સ્વીકારવું જોઈએ કે બહુધ્રુવીય એશિયા તેના મૂળભૂત ઘટકોમાંનું એક છે. સ્પષ્ટપણે, દરેક રાષ્ટ્રના પોતાના હિતો, ચિંતા અને પ્રાથમિકતાઓ હશે, પરંતુ બન્ને તરફથી તે માટે સંવેદનશીલતા પ્રગટ થવી જરૂરી છે. અંતે, મુખ્ય રાષ્ટ્રો વચ્ચેના સંબંધો સ્વાભાવિક રીતે પારસ્પરિક છે. ઉદ્ભવતી સત્તાઓ તરીકે, દરેકની પોતાની અપેક્ષાઓ હોઈ શકે છે અને તેને અવગણી શકાય નહીં. હંમેશાં તફાવત અને મતભેદો તો રહેવાના જ પરંતુ તેમનું વ્યવસ્થાપન આપણા સંબંધો માટે અતિ આવશ્યક છે. અને અંતે, ભારત અને ચીન જેવા નાગરિક રાજ્યોએ હંમેશાં લાંબા ગાળાના ધ્યેયો ધ્યાને લેવા જોઈએ. 2020 માં જોવા મળેલ તેમ, આ નિયમોથી અળગા રહેવું ગંભીર પ્રભાવ પાડી શકે છે.

વિભિન્ન કારણોસર, ચીની લોકો માટે આજે 'નવાં યુગમાં આંતરરાષ્ટ્રીય સંબંધો' વિશે વાત કરવી સામાન્ય બાબત બની ગઈ છે. આ શબ્દસમૂહના ઘણાં અર્થ છે. આપણે સહમત હોઈએ કે ન હોઈએ, તે નિશ્ચિત છે કે વિશ્વ વ્યવસ્થા હવે 1945 પછી જે રીતે કલ્પના કરવામાં આવી હતી તેનાથી બહુ જુદી રીતે બદલાઈ ગઈ છે.તે કહેવામાં કોઈજ અતિશયોકિત નથી કે ચીનનો ઉદય એ દ્વિતીય વિશ્વયુદ્ધ પછી અમેરિકાના અને સોવિયેટ સંઘના ઉદય પછીનો વૈશ્વિક રાજનીતિમાં થયેલું સૌથી પ્રબળ પરિવર્તન છે. તે ફક્ત સુચિતાર્થ કે પછી શીખ જ નથી આપતું, પરંતુ તે મહત્વની નીતિઓનું પરિણામ સ્વરૂપ દર્શાવે છે, ખાસ કરીને પડોશી રાષ્ટ્રોના સંદર્ભમાં. તેથી,

ભારત માટે પણ તેમ વિચારવું યોગ્ય રહેશે કે તેના ચીન સાથેના સંબંધો નવા યુગમાં પ્રવેશ કરી ચૂક્યા છે. જો આ અંગેની કોઈ શંકા હતી, તો સરહદ વિસ્તારમાં બદલાયેલ ચીની વલણે સુસ્પષ્ટ રીતે તેનું નિદર્શન કર્યું હતું. ભારતે ઐતિહાસિક દ્રષ્ટીએ પોતાની ઉત્તર દિશામાં ચીની ઉપસ્થિતિ અંગે વિચાર કર્યો છે. છેલ્લા બે દાયકાઓમાં, ચીન પણ ઝડપથી એક સમુદ્રસત્તા તરીકે વિકસતું ગયું છે, અને દક્ષિણમાં પણ તેની પ્રવૃત્તિઓનો આપણે સામનો કરવો પડશે.

જયારે ઘરખમ ફેરફારો ચાલી રહ્યાં છે ત્યારે કદાચ આ એક પ્રકારની તક હોઈ શકે છે તે અંગે ચિંતન કરવા માટેની કે ચીન અને ભારતે પરંપરાગત રીતે એકબીજાને કેવી રીતે સમર્થન આપ્યું છે અને શું ભારત માટે કોઈ શિખામણ છે કે નહિ.

સાત દાયકાઓની સંલગ્નતાને જોવામાં આવે, તો તે પ્રતિપાદિત કરવું યોગ્ય રહેશે કે ભારતે મૂળભૂત રીતે ચીન સાથેના બાકીના મુદ્દાઓ માટે દ્વિપક્ષીય દૃષ્ટિકોણ અપનાવ્યો છે. આ માટેના ઘણા કારણો છે, જેમાં એશિયાઈ સહયોગ અને અન્ય અનુભવોમાંથી ઉદ્ભવિત ત્રીજા પક્ષના હિતો અંગેની શંકાનો સમાવેશ થાય છે. આને લગતા મોટા ભાગના અપવાદો તેવા સંજોગોમાં સક્રિય હતા જ્યારે બોમ્દિલાને પીપલ્સ લિબરેશન આર્મીએ (પીએલએ) કબજે કર્યું ત્યાર પછી વડાપ્રધાનશ્રી નહેરુએ યુએસ અને યુકે તરફ વળવું પડ્યું હતું. એક હદ સુધી, 1971 પછી સોવિયેટ સંઘ સાથેના સંબંધોએ પણ ભારતને ચીન સાથેના સંબંધને વૈશ્વિક પરિપ્રેક્ષ્યમાં જોવાની પ્રેરણા આપી હતી. પરંતુ આ જોડાણ લાંબા સમય સુધી ટક્યા નહિ અને 1988 પછી, કોઈ પણ લાભની અપેક્ષા વગર જોડાણમાં જોડાવાની તેની પૂર્વ પરંપરા તરફ ભારત પાછું ફર્યું હતું. આ સંકુચિત દૃષ્ટિકોણની રેખાંકિત માન્યતા એ પણ હતી કે બે રાષ્ટ્રો વચ્ચેની સમસ્યાઓને નિકટ ભવિષ્યમાં ઉકેલી શકાય છે.

ભારત તરફથી મતભેદોના ઉકેલ માટે નોંધપાત્ર રીતે સતત અને સ્થિર અભિગમ અપનાવવામાં આવ્યો હતો, જેમાં સરહદીય પ્રશ્નનો પણ સમાવેશ થાય છે. પરિણામે, ભારતીયો સામાન્ય રીતે તેમના અભિગમમાં ઉણા ઉતર્યા હતાં અને વૈશ્વિક રાજકારણના બહોળા વિકાસ સાથે આ સંબંધને સહજતાથી સંકલિત કરતા ન હતાં. સત્તાની સમતુલા પ્રત્યે કોઈ ઝુકાવ ન હતો અને આંતરરાષ્ટ્રીય વિકાસ દ્વારા મળતી તકોનો ઉપયોગ કરવાની કોઈ ઇચ્છા પણ ન હતી. 1962માં નહેરુએ અપનાવેલી અતિશય સાવધાની આ વિચારધારાનું એક ઉદાહરણ છે. વાસ્તવમાં, ભારતીય નીતિએ ભૂતકાળમાં એવો સંયમ દર્શાવ્યો છે કે વિપરીત રીતે તેની પસંદગીઓ પર અન્ય સભ્યોનો પ્રભાવ અથવા વેટો હોય છે. આ યુગ પણ 2014માં સમાપ્ત થયો હતો.

ભારત પ્રત્યે ચીની અભિગમ ખૂબ જ વિપરિત રહ્યો છે. એક તરફ સમયાંતરે એશિયાઈ સમાનતાની ભાવનાઓ નિઃસંદેહ પ્રગટ કરવામાં આવી છે, પરંતુ તેના કારણે પડોશી રાષ્ટ્રો સાથેના વ્યવહારને લગતા સમય-સમય પર પરિક્ષણ પામેલા ચીનના અભિગમમાં ઝાઝો

ફેરફાર નથી આવ્યો. ત્યાં સુધીં કે, 1950-60ના દાયકામાં ચીને પાકિસ્તાનની પશ્ચિમી સૈન્ય ગઠબંધનોની સભ્યતાને એક સમતુલા જાળવવાની રણનીતિના ભાગ તરીકે અવગણી હતી. એક દાયકા પછી, ખાસ કરીને ભારતને નિશાના પર રાખતા પરમાણુ અને મિસાઈલ સહકાર દ્વારા આ અભિગમને એક સ્તર ઉપર લઈ જવામાં આવ્યો હતો. દ્વિપક્ષીય વાટાઘાટોના મુદ્દા પર ચીને પોતાના અભિગમને તર્કબદ્ધ રીતે જાળવી રાખવાના બદલે ઉદભવેલા તફાવત પર વધારે ધ્યાન કેન્દ્રિત કર્યું છે. ખાસ કરીને સરહદીય પ્રશ્ન અંગે તેમના દાવાઓ તથા પ્રાથમિકતાઓને લઈને તેમનાં અભિગમમાં મોટા ફેરફારો થયા છે.

એકંદરે, તે પ્રતિપાદિત થઈશકે છે કે પોતાના મુખ્ય વૈશ્વિક દ્રષ્ટિકોણને અનુસરીને, આધુનિક ચીને ભારત સાથેના તેના સંબંધને વિશ્વ સાથેની વિશાળ સંલગ્નતાના પૂરક તરીકે ગણી લીધો છે. આ પરિવર્તન ફક્ત દ્વિપક્ષીય ગતિશીલતા જ નહીં પરંતુ વૈશ્વિક પરિસ્થિતિને પણ પ્રતિબિંબિત કરે છે.

ભારત-ચીન સંબંધોના સંદર્ભમાં પશ્ચિમના મહત્વ પર થોડું ચિંતન કરવું વધુ યોગ્ય છે. ચીન માટે તે એક વાદવિવાદનો મુદ્દો બની રહે છે અને પછી ભારતીયો રક્ષણાત્મક રુખ આપનાવી લેતા હોય છે. નિસંદેહ, તેના પ્રભુત્વને કારણે, પશ્ચિમ બંને પક્ષોની ગણતરી માટે ખૂબ જ મહત્વપૂર્ણ રહેલું છે. પરંતુ નોંધનીય બાબત એ છે કે ચીન હમેશાં આ બાબતે વધુ સક્રિય રહ્યું છે.

ચીની જનવાદી ગણરાજ્યની સ્થાપના પછીના બે દાયકામાં, પશ્ચિમ સાથે ભારતના સંબંધો તુલનાત્મક રીતે ઘણાં સારા રહ્યાં હતાં, જો કે થોડા ઘણાં તફાવત હતા. ખરેખર એ વક્રોક્તિ હતી કે વાસ્તવમાં ભારતના પશ્ચિમ સાથેના આ સંબંધોમાં, ખાસ કરીને નહેરુ-કૃષ્ણમેનન સમયગાળા દરમિયાન ભારત અને અમેરિકાની વચ્ચેના સંબધોમાં ચીન પોતે મુખ્ય હતું, પરંતુ, જ્યારે સીમા વિવાદ પર સંબંધો ખરાબ થયા, ત્યારે ચીને ભારતના પશ્ચિમ સાથેના સંબંધનું પરિદ્રશ્ય બદલવાનું શરૂ કર્યું હતું. અંતે, આપણે પશ્ચિમ તરફ વળી ગયા, હકીકતમાં ચીની દળોએ નવેમ્બર 1962માં ભારતીય સંરક્ષણ પર કરેલ અતિક્રમણ તેની પાછળનું જવાબદાર પરિબળ છે. તેમ છતાં એક દશકામાં, ચીને અમેરિકાની સાથે સમાધાન દ્વારા મોટો યુ-ટર્ન લીધો છે, જે હેનરી કિસિન્જર અને રિચર્ડ નિક્સનની મુલાકાતોમાં પ્રતિબિંબિત થાય છે. પરિણામે ચીન-પાકિસ્તાન-અમેરિકા ત્રિકોણ સર્જાયો, જે પાછળથી એક ગંભીર પડકાર તરીકે ઉભરી આવ્યો, જેનો જવાબ માત્ર 1971ના ઈન્ડો-સોવિયેટ સંધિ દ્વારા જ આપી શકાયો હતો.

આ નોંધવું યોગ્ય છે કે પોતાના હિતોને ધ્યાનમાં રાખીને ચીને પશ્ચિમ ગઠબંધન સાથે વૈશ્વિક સહકાર સ્થાપવામાં કોઈ જ સંકોચ રાખ્યો નથી. એક સમય હતો જ્યારે તેણે જાહેરમાં USSR અને તેના મિત્રોના વિરોધમાં સમાન અક્ષાંશ પર આવતા રાષ્ટ્રો(ચીન, અમેરિકા, જાપાન અને યુરોપ)ને લઈને 'એક લાઈન' રચવાની હિમાયત કરી હતી. વિયેતનામને સીધા દબાણ દ્વારા અને ભારતને, વધુ પ્રત્યક્ષ રીતે, પાકિસ્તાન મારફત ચકાસવામાં આવ્યું હતું. આ એ ઈતિહાસ હતો

જેને ભૂલીને 1988માં ભારત અને ચીન વાસ્તવવાદી રીતે પરસ્પર સમજૂતિ પર આવ્યા હતાં.

પરંતુ ઘણાં કારણોસર તે ઈતિહાસને યાદ રાખવો જોઈએ. શરૂઆત કરીએ તો, ચીને પશ્ચિમમાં પુરતું સમર્થન એકઠું કર્યું હતું જેના કારણે તે સમયાંતરે જે જે રાજકીય તફાવત ઉત્પન્ન થયા તેમાંથી પોતાના આર્થિક સહકારને સુરક્ષિત કરી શક્યું. આ બાબત તેને આર્થિક અને ટેકનોલોજીકલ લાભ મેળવવાની સ્વતંત્રતા આપતું હતું જ્યારે તે કોઈ રાજકીય વિવાદમાં જોડાયેલું રહેતું હતું. તેથી, ભારતે દેખીતી રીતે વર્ણન કરવામાં આવતાં રાષ્ટ્રીય વિરોધાભાસને સરળ સમજવાની તથા ચીન અને પશ્ચિમ વચ્ચેની 'નહિ નફો, નહિ નુકસાન'ની સ્થિતિનું અનુમાન કરવાની ભૂલ કરવી જોઈએ નહિ. પછી, પશ્ચિમના બદઈરાદાઓ અંગે જ્યારે ચર્ચાઓ થતી હોય ત્યારે, ભારતે છેલ્લા દશકમાં ચીન-અમેરિકા G2ની વકીલાત યાદ રાખવી જોઈએ. નીતિઓની અસ્થિરતાને ધ્યાનમાં લઈએ તો આ એક એવું વલણ છે જેને ક્યારેય સંપૂર્ણપણે અવગણવું ન જોઈએ. અંતે, લગભગ એક દશકા પહેલા, ચીન દક્ષિણ એશિયાને લઈને અમેરિકાની સાથે સમાન હિતસંબંધ માટે કામ કરી રહ્યું હતું. ચીનના બદલાતા જતાં અભિગમથી વિપરીત, ભારતે પશ્ચિમ પ્રત્યે સ્થિર અને ક્રમશઃ વિકસીત અભિગમ જાળવી રાખ્યો છે.

ભારતે કઈ રીતે, ક્યારે અને કેટલી હદ સુધી પશ્ચિમ દેશો સાથે જોડાવું તે તેનો રાષ્ટ્રીય અધિકાર છે. અન્ય રાષ્ટ્રની નીતિના ચઢાવ ઉતાર સાથે આપણે અનુરૂપ થવું જોઈએ એવી અપેક્ષા ગેરવાજબી અને અવાસ્તવિક છે. અને, ખરેખર, અગાઉની ઘટનાઓ દર્શાવે છે છે કે જ્યારે તેઓ ઇચ્છે ત્યારે ભારત અને ચીન તેમના સંબંધોને સકારાત્મક માર્ગ પર લઈ જઈ શકે છે અને અન્ય સંબંધોના પ્રભાવથી તેને અલગ રાખી શકે છે. પશ્ચિમ અંગે ચિંતાઓ વ્યક્ત કરવી તે બીજા પક્ષના કાયદેસરના હિતો અને પસંદગીઓને અવરોધવાનું બહાનું ન બનવું જોઈએ. તેથી, જ્યારે આવી દલીલો કરવામાં આવે છે, તો શ્રેષ્ઠ પ્રત્યુત્તર છે કે રૂમમાં એક અરીસો મૂકવો!

એક કઠિન યુગ માટે તૈયાર થવું

એક બીજાના પાડોશી જોવા છતાં ભારત અને ચીન તેમના વ્યક્તિત્વ અને વર્તનમાં બહુ અલગ છે. ભારતમાં ફરમાન પર ચાલતી રાજનીતિ નથી, તેથી જાહેર મત તેના વિદેશી સંબંધો અંગેની ધારણા કરવામાં ખૂબ મોટી ભૂમિકા ભજવે છે. આ ધારણા કરવાની પ્રક્રિયા ઘણી ઝડપી છે, પરંતુ એક વાર ધારણા બંધાઈ જાય તો તે ભૂલવી તેટલી જ ધીમી હોય છે. ધર્મ અને મૂલ્યો જેવા પરિબળો ખૂબ જ મહત્વના છે, પણ જે લોકો તે બાબતે સહિયારો હિતસંબંધ ધરાવતા નથી તે લોકો તેની કદર કરી શકતા નથી. વધુમાં, પ્રતિક્રિયાઓ 'ખર્ચ-લાભ' વિશ્લેષણથી ઓછી નિર્ધારિત કરવામાં આવે છે, અને ધારણાઓ વધુ સ્થાયી હોય છે. ભારત જેવી લોકશાહી અને બહુવિધ સમાજમાં આંતરિક રાજકારણ અને વિદેશી નીતિ વચ્ચે પરસ્પર થતી પ્રક્રિયાઓ જટિલ હોઈ શકે છે. આપણે એ જોઈ શકીએ છીએ કે અગાઉ સુરક્ષાથી લઇને અર્થતંત્ર જેવા

વિવિધ મુદ્દાઓ પર ચીનને આવકારનારા રાજકીય સભ્યોની પરંપરાગત સ્થિતિમાં જાહેરમાં ફેરફાર આવી રહ્યો છે. પરંતુ, ક્ષણિક રાજનીતિ માટે આપણે ગૂઢ સત્યો છુપાવવા જોઈએ નહિ. સરહદી વિસ્તારોના સંદર્ભમાં આપણે 1962ના પરિણામો અને ઈન્ફ્રાસ્ટ્રક્ચરના વિકાસની સતત અવગણનાને નિશ્ચિત પ્રતિસાદોથી અસરકારક રીતે સંબોધવા જોઈએ. અને તે જ કવાયત ચાલી રહી છે.

જ્યાં સુધી સરહદની વાત છે, ત્યાં ભારતને નોંધપાત્ર રીતે સતત ગેરલાભ મળ્યો છે. ભુપ્રદેશની પ્રકૃતિને જોતાં, ઉત્તર દિશાની સરખામણી એ સરહદને દક્ષિણ તરફથી સુરક્ષિત કરવી વધુ મુશ્કેલ છે. 1962ના યુદ્ધના પરિણામના કારણે સુરક્ષાની સમસ્યા વધુ ગંભીર બની ગઈ છે. સંઘર્ષ દરમિયાન પ્રાપ્ત થયેલા 38,000 ચોરસ કિલોમીટર ભૂમિથી ચીનને ઘણા ક્ષેત્રોમાં અત્યંત લાભ મળ્યા હતાં. હકીકતમાં, તાજેતરની ઘટનાઓ જોઈએ તો પેંગોંગ ત્સો પર પુલનું બાંધકામ તથા સરહદ પર ગામોની સ્થાપના તે વિસ્તારોમાં થઈ રહી છે જેનું નિયંત્રણ 60 વર્ષ પહેલાં ચીનના હાથમાં આવ્યું હતું. અને 2014 સુધી થયેલી માળખાકીય અવગણનાએ આ પરિસ્થિતિને વધુ વિકટ બનાવી દીધી છે.

એટલે ભારત માટે વધુ મુશ્કેલ યુગમાં પ્રતિસાદને પુનઃઆકાર આપતી વખતે આ ભૂતકાળની આ જટિલતાઓને ધ્યાનમાં રાખવી અતિ આવશ્યક છે. તેમાના કેટલાક પ્રયાસો જમીન પર વિકાસ કરવાની દિશામાં વધારવાના છે, તો કેટલાક પ્રયત્નો અસરકારક ટેક્નોલોજીના વિકલ્પોની શોધ કરવાની દિશામાં વધારવાના છે. તેના હિતોની રક્ષા કરવા માટેની સ્પષ્ટ પ્રતિબદ્ધતાના આધારે, એક શ્રેષ્ઠ સંયોજન હંમેશા ઉભરી આવશે જે સતત નવીનીકરણ પામતું રહેશે. આગળના પડકારોના મહત્ત્વને જે સંપૂર્ણપણે સમજે છે તેવી સરકાર માટે આ બાબત એકદમ કેન્દ્રમાં રહેશે.

બીજું મુદ્દો વ્યાપક રાષ્ટ્રીય શક્તિનો છે. સ્વાભાવિક રીતે, 2014 સુધીમાં જે પરિણામો પ્રાપ્ત થયા છે તે ભારત તરફના હેતુના અભાવને દર્શાવે છે. ટેક્નોલોજી અને નીતિ આ બાબતે કેટલેક અંશે વળતરરૂપ સાબિત થઈશકે છે. તેથી ભારતે તાકતવર વિરોધી સત્તાને સંભાળવાની સમસ્યાનો ઉકેલ સજાગતાપૂર્વક લાવવાનો છે. ભૂતકાળના નીતિનિર્માતાઓ પોતાની જવાબદારીમાંથી છટકી શકે છે, પરંતુ જૂના રેકોર્ડ ચાડી ખાય છે. ખરેખર, અમે અગાઉ નોંધ્યું છે કે જે લોકો કચેરીમાં એકદમ અલગ દ્રષ્ટિકોણની હિમાયત કરતા હતા તેમના દ્રષ્ટિકોણમાં નાટકીય ફેરફાર આવ્યો છે.

નિશ્ચિતપણે, યોગ્ય પ્રતિકાર એ છે કે અન્ય સભ્યો સાથેની ભાગીદારીમાં જ્યાં જરૂર પડે ત્યાં શક્ય હોય તેટલી ઝડપથી તાકતો વિકસાવવી. વર્તમાન ભૌગોલિક-રાજનૈતિક પરિસ્થિતિ આ દ્રષ્ટિએ વધુ સંભાવનાઓ પ્રદાન કરે છે. પરંતુ એવી તકોનો લાભ લેવા માટે સંપૂર્ણપણે જાગૃત હોવું જોઈએ અને દ્રઢ નિશ્ચય હોવો જોઈએ. આપણી સરહદોને સુરક્ષિત કરવાથી વધારે

મહત્વપૂર્ણ બીજું કંઈ નથી.

ભારતના દરજ્જા સંબંધિત હજુ વધારે મોટા વિકાસ છે જે આપણા સમયની સમસ્યાઓ સાથે જોડાયેલા છે. આપણે બધા જાણીએ છીએ કે ભારત-પાકિસ્તાન ભાગલાંએ આપણું વ્યૂહાત્મક સ્થાન કેટલું ઘટાડ્યું છે. અને સાથે સાથે આ વિભાજને ઉપખંડમાં સત્તાના સંતુલન માટે એક આધાર પણ આપ્યો છે. અને તેથી પણ ખરાબ, 1948 માં જમ્મુ અને કાશમીરમાં અપૂર્ણ સ્વાયત્તતાની કવાયત ભૌતિક નજદીકીને મંજૂરી આપે છે જે હવે ગંભીર ચિંતાનો વિષય છે. અગાઉના કાળમાં આંતરરાષ્ટ્રીય સંબંધોના પ્રથમ સિદ્ધાંતોની મનસ્વી અવગણના માટે જવાબદાર સંકુચિત દ્રષ્ટિકોણ હતા. 1963 પછીના જાહેરમાં થયેલા ચીન-પાકિસ્તાન સહકારને સતત ઓછો આંકવામાં આવ્યો હતો, જેના પરિણામે આપણે આવનારી ઘટનાઓ માટે તૈયાર રહી શક્યા ન હતાં. જ્યારે બીઆરઆઈના ભાગ રૂપે CPEC ખુલ્લું થયું, ત્યારે ભારતે તેનો સ્પષ્ટ રીતે અસ્વીકાર કર્યો હતો, જેના પર કેટલાક લોકો દ્વારા જાહેરમાં પુનઃવિચારણા કરવામાં આવી હતી. કારણો બતાવવામાં આવ્યા અને કામચલાઉ ઉપાય શોધવાના પ્રયત્નો થયા, અને તે દરમિયાન ચીનનો સ્પષ્ટ સંદેશ અવગણવામાં આવ્યો.

તેની વર્તમાન સ્થિતિએ, સંબંધમાં સમાધાનની રીતો વિશે ચર્ચા થવી સ્વાભાવિક છે. એક મુદ્દો એ છે કે સઘન આર્થિક વિકાસ શું જટિલ રાજકારણનો અસરકારક જવાબ હોઈ શકે કે નહીં. એક સમય હતો જ્યારે ભારતમાં એક સમૂહ આવી સંભવિતતાઓમાં માનતો હતો. 2005માં ચીનને ‘વ્યુહાત્મક ભાગીદાર’ તરીકે વર્ણવવામાં આવ્યું ત્યારે તે આ આશાવાદી દ્રષ્ટિની પ્રબળતા પર આધાર રાખીને કરવામાં આવ્યું હતું.

છેલ્લા દોઢ દાયકામાં, આ આશાઓ નઠારી નીવડી. અર્થતંત્ર રાજકારણને સ્થિર કરવામાં ભાગ્યે જ સહાયરૂપ થયું છે અને, દાઝ્યા પર ડામ હોય તેમ, તે પોતે જ સમસ્યાનું કારણ બની ગયું છે. તેનો એક જવાબદાર પરિબળ એ છે કે વૈશ્વિક પુરવઠા શૃંખલા વાસ્તવમાં મોટા પ્રમાણમાં ચીનમાંથી આવે છે, પરંતુ બીજું એ છે કે આપણે ભારતમાં ઉત્પાદનની પ્રક્રિયા હાલ સુધી એકદમ મુશ્કેલ બનાવી દીધી હતી. ખરેખર, કેટલાક પ્રભાવશાળી જૂથો છે જે હજી પણ દલીલ કરે છે કે આ ન તો ભારતની ક્ષમતા છે અને ન તો ભારતનું નસીબ! પરિણામે, બજાર-પ્રવેશહકના પડકારો અને વધતી જતી ખોટના કારણે ચીન સાથેનો વેપાર વધુ મુશ્કેલ બન્યો છે. આ તે વિપરીત હિસ્સાથી પ્રેરિત છે જે ટેક્નોલોજી અને ડિજિટલ વ્યવસાયો એકબીજાના બજારોમાં ધરાવે છે. વક્રોક્તિ એ છે કે જે જૂથો ચિંતા વ્યક્ત કરતાં હતાં, તે જ પક્ષો આ પરિસ્થિતિ માટે જવાબદાર છે.

ભારતીઓએ સમજવું જોઈએ કે માત્ર ઘરેલુ વિકલ્પો વિકસાવવાની દિશામાં થતાં સતત પ્રયત્નો જ સ્થિતિને સુધારી શકે છે. પરંતુ કોઈ શંકા નથી કે કોવિડ મહામારી એ આવા વિશાળ બાહ્ય જોખમો વિશે જાગૃતિને વધારી છે. માત્ર સરહદી વિસ્તારોમાં વધતા ઘર્ષણથી ઉદ્ભવતી

ચિંતાઓ તેના પર વધુ ભાર મુકે છે.'આત્મનિર્ભર ભારત' હવે અર્થતંત્રની ક્ષમતા જ નહીં પરંતુ વ્યૂહાત્મક પ્રતિસાદની પણ અભિવ્યક્તિ બની ગયું છે. જ્યાં સુધી ભારતનો પ્રશ્ન છે, ચીન સાથે વધુ દ્વિપક્ષીય રીતે વ્યવહાર કરવા માટે ભારત મજબૂત વલણ ધરાવે છે, તેમ છતાં આપણા સમયના કેટલાક વૈશ્વિક વાદવિવાદો આ સંબંધોમાં વિક્ષેપ ઉત્પન્ન કરે છે. ખાસ કરીને પુરવઠા શૃંખલા, ટેક્નોલોજી, માહિતી અને જોડાણો જેવા ક્ષેત્રોમાં આમ બને છે. હકીકતમાં, ચીન જેટલું વધુ વૈશ્વિક બનશે, તેટલી જ વ્યાપક ચર્ચાઓ સંવાદમાં સામેલ સભ્યો ના પ્રતિસાદને આકાર આપશે.

બાકીના વિશ્વની જેમ, ભારત પણ આ વાસ્તવિકતાને પચાવવા મથામણ કરી રહ્યું છે કે સ્થાપિત આર્થિક મોડેલો આજની વાસ્તવિકતાઓની માંગ પૂરી પાડવામાં અસમર્થ છે. સ્પષ્ટ છે કે બજારબળોથી સ્વાયત્ત હોય તેવા સભ્યો માટે તુલનાત્મક લાભનું તર્ક કામ કરતું નથી. અને સ્પષ્ટ રીતે, જ્યાં ઉત્પાદન અને ઉપભોગનું પ્રત્યેક પાસુ લાભાન્વિત થાય તેવા અપ્રતિબંધિતવ્યાપારના પડકાર માટે વિશ્વ હજુ તૈયાર નથી.

જ્યાં સુધી ભારતનો સંબંધ છે, વ્યવસાય કરવાના સ્થાપિત માર્ગથી વિમુખ થવાથી જ પરિણામો મળી શકે છે. અને પુરવઠા શૃંખલાની બાબતમાં સ્થિરતા અને વિશ્વસનીયતા તથા માહિતીની બાબતમાં વિશ્વાસ અને પારદર્શકતા જેવા કેટલાક પરિવર્તનો આવી રહ્યા છે. વિવિધ ક્ષેત્રોમાં આ તમામ પરિવર્તનો મહાન રાષ્ટ્રીય ક્ષમતાઓ વિકસાવવાની વાસ્તવિક શક્યતાઓ પ્રદાન કરે છે.

આ તમામ બાબતોની વચ્ચે, તે મહત્વપૂર્ણ છે કે ભારત તેના અર્થતંત્રને નોંધપાત્ર રીતે અયોગ્ય વ્યાપાર માટે ખુલ્લું કરવા અંગે સાવચેત રહે. આ રક્ષણવાદ નથી પરંતુ આર્થિક સ્વ-રક્ષણ છે. સ્થાનિક પુરવઠા શૃંખલા વિકસાવવામાં ઝડપી સુધારાઓ પ્રત્યેના પ્રલોભનનો પ્રતિકાર કરવો પણ જરૂરી છે. વૈશ્વિક સ્પર્ધાની બાબતમાં, પોતાના હિતો ધ્યાનમાં રાખીને ભારત શ્રેષ્ઠ પસંદગીઓ કરે છે. આ વિચારસરણીએ જોડાણ પહેલો અને ટેક્નોલોજી વિકાસના મામલામાં તેના ભાગીદારોની પસંદગી અંગે માર્ગદર્શન આપવું જોઈએ.

ભારત અને ચીનના બહુપક્ષીય ફોરમમાં સહકાર કરવાની ક્ષમતાએ તેમના સંબંધો પર સ્વાભાવિક રીતે કંઈક અસર પેદા કરી છે. હજી પણ, કેટલાક પ્રાદેશિક, વિકાસલક્ષી અને રાજકીય મંચો છે જેમાં તેઓ સંયુક્ત રીતે જોડાયેલા છે. તે જ સમયે, છેલ્લા દશકામાં વૈશ્વિક સામાજિક કલ્યાણને પ્રોત્સાહન આપવાના નવા તંત્રનો ઉદય થયો છે જ્યાં બે રાષ્ટ્રોના હિતસંબંધો અલગ અલગ છે. જો તેમની કુલ રાજનૈતિક પ્રવૃત્તિઓની જમા રકમ હકારાત્મક રહે તો કુલ મળી ભારત-ચીન સંબંધો માટે તે મદદરૂપ રહેશે. પરંતુ, NSGના વિસ્તરણ, UNની સુધારણા અથવા BRI ના વ્યાપ વિશેના તફાવતને ધ્યાનમાં લઈ એ તો આ સાકાર કરવું સહેલું નથી.

પોતાના ઉદયની પ્રક્રિયાની વચ્ચે અન્ય સભ્યોના ઉદયને સમાવવાનું કાર્ય સહેલું નથી. બહુધ્રુવીયતાને મજબૂત બનાવવા, સૌપ્રથમ તો ભારત એ બાબત ધ્યાનમાં લેશે કે એશિયામાં તે કેટલે અંશે લાગુ પડે છે. તે જ રીતે, પુંનઃસંતુલનમાં, ભારતીય પસંદગીઓ તે વિકલ્પો તરફ ઝુકશે જે તેના વિકાસને ઝડપી બનાવે છે. પરંતુ તે બાબત સ્પષ્ટ છે કે ભારત જે રાષ્ટ્રીય સમાનતાને આંતરરાષ્ટ્રીય સંબંધોનો મૂળભૂત સિદ્ધાંત માનતું આવતું હતું, તે માન્યતા આવનારા સમયમાં પણ ટકી રહેશે.

ઝીણવટભર્યા દ્વિપક્ષીય દ્રષ્ટિકોણથી જોઈએ તો, ચીન દ્વારા ભારતના ઉદયને ઓછો આંકવો એ સાવ અનપેક્ષિત નથી. સહિયારા પડોશ સંબંધોને માળખાકીય રીતે આકાર આપવાના તેના પ્રયાસો આપણા માટે ખૂબ હિતકારી છે. તેમાં પ્રખ્યાત છે BRI, જેના છ કોરીડોરમાંથી એક દ્વારા ભારતના સાર્વભૌમત્વનું ઉલ્લંઘન થાય છે. દરિયાઇ વિસ્તારમાં પણ નોંધપાત્ર રીતે પરિવર્તન આવી રહ્યું છે, જે સ્પષ્ટ રીતે ભારતના હિતમાં નથી.

આ બધામાં, વૈશ્વિક પુરવઠો જેમને જવાબદારીની સમજ છે તેવા સમાન માનસિકતા ધરાવતા સાથીદારોની પ્રતિબદ્ધતા પર નિર્ભર રહે છે. આ સમયે, ભારતના હિતો અને પ્રભાવ પૂર્વ તરફ વિસ્તર્યા છે. ઈન્ડો-પેસિફિકની કલ્પના અને ક્વોડનો ઉદય એ વધતી માંગણીઓ માટેના આધુનિક પ્રતિસાદના ઉદાહરણો છે. તે અન્ય સભ્યોને સ્વાયત્ત પસંદગીઓ પર વીટો ન આપવા દેવાની મહત્વતાને પણ રેખાંકિત કરે છે.

જ્યારે ભારત-ચીન સંબંધોની વાત આવે છે, ત્યારે તેને 'એશિયન સેન્ચ્યુરી' માટે પાયાનો મંચ માનવામાં આવે છે. ડેન્ગ શિયાઓપીંગ દ્વારા ત્રણ દાયકા પહેલા આ સંદર્ભે ટિપ્પણી કરવામાં આવી હતી. જોકે, છેલ્લા કેટલાક વર્ષોના ઘટનાક્રમ તે વાસ્તવિકતા તરફ ઈશારો કરે છે કે ચીનના સાથ ન મળવાના કારણે ભવિષ્યની આ પ્રકારની સંભાવનાઓ જોખમમાં મુકાઈ છે. તેથી, આ રીતે હંગામી કરાર માટેની સંભાવનાઓ એશિયામાં બહુધ્રુવીયતા માટેની ખોજ બની જાય છે. અને પછી તે સ્વાયત્ત પસંદગીઓની કવાયત, વૈશ્વિક જનતા વિશેની ચિંતાઓ, આંતરરાષ્ટ્રીય કાયદાનું સન્માન અને રાષ્ટ્રીય સમાનતાના આધારે સાર્વભૌમત્વ વિશેની મોટી ચર્ચામાં રૂપાંતરિત થાય છે. તેના આર્થિક પરિમાણમાં, વિશ્વાસ અને પારદર્શિતાને પ્રોતસાહિત કરવાની સાથે સાથે ઉચિત વેપારની જરૂરિયાત, સમાન તકોનું મહત્ત્વ, ફરજીયાતપણે જોખમ ઘટાડવાની વૃતિ જેવા પરિબળોના સંદર્ભમાં મજબૂત અને વિશ્વસનીય પુરવઠા શૃંખલાના નિર્માણ પર મંત્રણા ચાલી રહી છે.

રાષ્ટ્રો જે રાજરમતો રમે છે, તેમાં રાજકીય અનુરક્તિ અને સાંસ્કૃતિક ગર્વ ઘણીવાર હુકમના એક્કા સાબિત થાય છે. પશ્ચિમની વિરુદ્ધ એકતાનો મોરચો માંડવો અને 'એશિયનો માટે એશિયા' જેવી વિચારધારા વિકસાવવી એ પરખાયેલ અને પરીક્ષિત વ્યૂહરચના છે જે અનુ-ઉપનિવેશિક (પોસ્ટકોલોનીઅલ) વિશ્વમાં વ્યાપ્ત અસુરક્ષાની ભાવનાને આકર્ષે છે. જો

કે,વાસ્તવિકતા નિર્દયી રીતે અસંતોષજનક અને ખૂબ જ સ્પર્ધાત્મક છે. વૈશ્વિકીકૃત દુનિયામાં, અન્ય સભ્યોના પ્રદેશો પર પ્રવેશહક પ્રાપ્ત કરતી વખતે તેમની અવગણના કરવી તે અવાસ્તવિક બાબત છે. એક વ્યૂહાત્મક વિશ્વમાં, ભાગીદારોને હિતોના આધારે પસંદ કરવા જોઈએ, ભાવનાઓ અથવા પૂર્વગ્રહોના આધાર પર નહીં. વધુ સાંસ્કૃતિક રીતે આશ્વસ્ત ભારત ચોક્કસપણે આ તફાવતને જોઈ શકશે.

ચીન સાથે વધુ સંતુલિત અને સ્થિર સંબંધના સંદર્ભમાં ભારતની પ્રતિક્રિયાઓ વિવિધ ક્ષેત્રોમાંના વિકલ્પો પર આધાર રાખે છે. 2020ના વિકાસને ધ્યાનમાં લઈએ, તો તે સ્પષ્ટ રીતે સરહદના અસરકારક રક્ષણની આસપાસ કેન્દ્રિત છે. કોવિડ દરમિયાન પણ આ કવાયત હાથ ધરવામાં આવી હતી. મજબૂત અને વધુ ટેક્નોલોજીને લઈને સક્ષમ સૌન્યનું મહત્વ આજના સમયની તાતી જરૂરિયાત છે. સરહદી વિસ્તારોમાં સુલેહ અને શાંતિ એ સામાન્ય રીતે સંબંધોનો અનિવાર્ય આધાર છે. સરહદી પ્રશ્નો સાથે તેની સરખામણીની બાબતથી તે કોસો દુર છે. વાસ્તવિકતા તો એ છે કે 2020 માં આવી સામાન્ય ધારાનું પણ ઉલ્લંઘન કરવામાં આવ્યું! આર્થિક દ્રષ્ટીએ, ઉત્પાદનને વિસ્તૃત કરવાની અને 'આતમનિર્ભર ભારત' ને પ્રોત્સાહન આપવાની દિશામાં વધુ પ્રગતિ મહત્વપૂર્ણ છે. આંતરરાષ્ટ્રીય સ્તરે, વધુ સંબંધો બાંધવાથી અને તેમની વચ્ચેના હિતોની સમજણને પ્રોત્સાહન આપવાથી ભારત વધુ મજબૂત બનશે. આપણે આ સ્પર્ધા અસરકારક રીતે ચાલુ રાખવી જોઈએ, ખાસ કરીને આપણી નજીકના પરિસરમાં.

2020 પછી ભારત અને ચીન વચ્ચે સ્થિર સંતુલન સ્થાપિત કરવું સરળ નથી. જો આ સંતુલનનો ઉદ્ભવ શક્ય હોય, તો તે ફક્ત ત્રણ પારસ્પરિકતાઓના આધારે ટકાઉ બની શકે છે. આંતરરાષ્ટ્રીય પરિસ્થિતિ પણ આ પ્રક્રિયામાં યોગદાન આપી શકે છે, કારણ કે ભારત પૂર્વ-પશ્ચિમ અને ઉત્તર-દક્ષિણ વિભાજનોમાં આદર્શ સંતુલન શોધવા માટે પ્રયત્ન કરી રહ્યું છે. પરંતુ એશિયામાં બહુધ્રુવીયતાને સ્વીકારવું અતિઆવશ્યક છે. બંને સંબંધો અને ખંડ માટેની સંભાવનાઓના સંદર્ભમાં છેલ્લા કેટલાક વર્ષોનો સમયગાળો ગંભીર પડકારોનો યુગ રહ્યો છે. જો તણાવ ચાલુ રહેશે તો તેના ગંભીર પરિણામો આવશે. નવી સ્થિતિઓના 'ન્યુ નોર્મલ્સ' અનિવાર્ય રીતે નવી વ્યૂહરચનાઓના 'ન્યુ નોર્મલ્સ' તરફ દોરી જશે. તેમના સંબંધોની લાંબા ગાળાની દૃષ્ટિ મોખરે આવશે કે નહીં તે મોટો પ્રશ્ન છે.

ભારત-ચીન સંબંધ હવે સાચા અર્થમાં એક વળાંક પર આવી ચઢ્યો છે. રાષ્ટ્રીય ઇચ્છાશક્તિ, નીતિમાં આત્મવિશ્વાસ, વૈશ્વિક સંબંધો અને ભારતની વધતી ક્ષમતાઓ પ્રદર્શિત થઈ રહી છે. જે નિર્ણયો લેવામાં આવશે તેનો ઊંડો પ્રભાવ માત્ર આ બે રાષ્ટ્રો પર જ નહીં પરંતુ સમગ્ર વિશ્વ પર રહેશે. ત્રણ પારસ્પરિકતાઓનું સન્માન કરવાથી અને તેના પરિણામસ્વરૂપ સૂચનોને તેમના સંબંધોના વિકાસ પર લાગુ કરવાથી બંને રાષ્ટ્રોને યોગ્ય નિર્ણય લેવામાં મદદ મળી શકે છે. જો સંબંધને ચોક્કસ વિશ્લેષણ, વૈશ્વિક વ્યૂહરચના અને વાસ્તવિક રીતે

અપનાવવામાં આવે, તો તે શ્રેષ્ઠ રીતે ઉભરી આવશે. જ્યારે ચીન પ્રત્યેનો આપણો અભિગમ વાસ્તવવાદી હશે, માત્ર ત્યારે જ આપણે વિશ્વ સમક્ષ ભારત તરીકે આપણી છબીને મજબૂત બનાવી શકીશું.

9

સુરક્ષાની પુનઃકલ્પના

આધુનિક સમયમાં આદતોને અનુકૂળ બનાવવી

અવમૂલ્યન હવે નવી સ્પર્ધા છે. અન્ય રાષ્ટ્રો હવે સીધે સીધો સામનો કરવાના બદલે છેક અંદર સુધી પ્રવેશીને અસર કરતાં થયાં છે. જો ખતરા અલગ હોય તો આપણી સુરક્ષા પણ અલગ હોવી જોઈએ. અને તેની શરૂઆત આપણા સમયને વધુ સમજવાથી થાય છે. એક યુગ હતો જ્યારે આપણે સુરક્ષાને મુખ્યત્વે નીતિવિષયક, કાયદા અને વ્યવસ્થા, ગુપ્તચર અને તપાસના સંદર્ભમાં સમજતા હતા. આપણે તેને સમજદારીપૂર્વક વિદ્રોહ તથા આતંકવાદના પ્રતિકાર સુધી તેમજ સરહદી વિસ્તારની સુરક્ષા સુધીના સંદર્ભમાં પણ વિચારતા હતાં. એક અતિશય કિસ્સામાં, આપણી વિચારશક્તિ કદાચ સૈન્યના સંઘર્ષ સુધી વિસ્તરતી હતી. જો કે, તમને તેના પર ફરીથી વિચાર કરવો કદાચ ગમશે. જીવન હવે પેહલા જેવું નથી રહ્યું; અને તેની સાથે પડકારો પણ.

એવું નથી કે આ ગંભીર પડકારો ઓછા થયા છે; એ તો ઉલટાના વધ્યાં છે. જ્યારે આપણે અસામાન્ય સ્થિતિ પર ધ્યાન કેન્દ્રિત કરવું જારી રાખીએ છીએ, ત્યારે ‘સામાન્ય સ્થિતિ’ ખૂબ ચિંતાજનક સ્વરૂપો લઇ ચુકી હોય છે. રોજેરોજ, આપણી આસપાસની પ્રવૃત્તિઓ અને ક્રિયાઓ

આપણા રાજ્યતંત્ર અને સમાજને જોખમમાં મૂકતી હોય છે. જો આપણે એ બાબતે સજાગ નહિ બનીએ કે વૈશ્વિકીકરણ આપણી સુરક્ષા પર કેટલી હદે અસર કરી શકે છે, તો એક દિવસ આવી શકે છે જ્યારે આપણી સુરક્ષા સાથે હદબહાર છેડછાડ થશે. વધુ શક્તિશાળી રાષ્ટ્રો આ પરિસ્થિતિ સાથે સંઘર્ષ કરી રહ્યા છે.

આપણી દુનિયા ખૂબ જ બદલાઈ ગઈ છે અને તેથી, સુરક્ષા વિશેની આપણી સમજ પણ. આનો અર્થ થાય છે કે વૈશ્વિક રાજનીતિના પરિબળોને જોવાં અને ખરેખર પરસ્પર નિર્ભર તથા આંતરપ્રવેશ કરતાં વિશ્વમાં તેની મહત્તા સમજવી. 'જ્ઞાન અર્થતંત્ર' કે જેને આપણે હવે અપનાવી રહ્યા છીએ તે સત્તાના નવા માપદંડોનું સર્જન કરી રહ્યાં છે. આજના સમયમાં, સૌથી શક્તિશાળી વ્યક્તિને સૌથી બુદ્ધિશાળી વ્યક્તિ તરીકે વ્યાખ્યાયિત કરવામાં આવે છે. અને મહાકાવ્યો પણ પ્રમાણિત કરશે કે આ સંપૂર્ણપણે નવીન નથી.

***

જ્ઞાન એ શક્તિ છે અને જરૂરી પરિસ્થિતિઓમાં તે ઘણી વખત તેનાથી પણ વધારે હોય છે. સ્પર્ધાત્મક દુનિયામાં, બુદ્ધિ, મૂલ્યાંકન અને સમજણ પર વધુ ભાર મુકવામાં આવે છે. યુદ્ધની પરિસ્થિતિમાં, આંતરદૃષ્ટિ અને માહિતી એક સચોટ હુકમનો એક્કો બની શકે છે. અને ખરેખર, આ જ બાબત આપણે રામાયણમાં ઘટિત થતી જોઈ શકીએ છીએ.

લક્ષ્મણ અને રાવણના પુત્ર ઈન્દ્રજિત વચ્ચેના યુદ્ધને ઘણી રીતે અંતિમ ઘટનાની પહેલાંનો મહત્વનો વળાંક માનવામાં આવે છે. તેની પૃષ્ઠભૂમિ 'મનોવૈજ્ઞાનિક પ્રક્રિયા' ('psy-ops') દ્વારા બાંધવામાં આવી છે, જ્યાં ઈન્દ્રજિતે એક કલ્પિત સીતાની પ્રતિકૃતિ બનાવીને વાનરસેના સમક્ષ તેને મારી નાખી. પરિણામે ઉદ્ભવેલી ગૂંચવણનો ઉપયોગ કરી તેણે એક અસુરિક યજ્ઞને પૂર્ણ કરવાનો પ્રયાસ કર્યો જે તેને અવિનાશી બનાવશે. અહીં જ જ્ઞાન અસરકારક સાબત થાય છે. તેના કાકા વિભીષણે પરિસ્થિતિનો તાગ મેળવીને ઈન્દ્રજીત શું કરી રહ્યો હતો તેનું અનુસંધાન રામને આપ્યું. લક્ષ્મણને નિકુંબિલા મોકલવામાં આવ્યો કે જેથી કરીને તે યજ્ઞ પૂર્ણ થતા અટકાવી શકે. ત્રણ દિવસ અને રાત સુધી યુદ્ધ કર્યા પછી, લક્ષ્મણે ઈન્દ્રજિતને ઈન્દ્રાસ્ત્રનો ઉપયોગ કરીને મારી નાખ્યો.

રાવણના અન્ય પુત્ર, દૈત્ય અતિકાય સાથે પણ શરૂઆતની એક ઝડપ થઈહતી, જ્યાં આંતરિક માહિતી પરિસ્થિતિમાં મોટો ફરક લાવે છે. યુદ્ધમાં પોતાનું સ્થાન જાળવવા માટે સંઘર્ષ કરી રહેલા લક્ષ્મણને વાયુ દ્વારા સલાહ આપવામાં આવી કે માત્ર બ્રહ્મશક્તિ જ આ દૈત્યને મારી શકે છે, અને તે જ થયું. ખરેખર, રામે પોતે તેના રથચાલક માતલિની સલાહનો લાભ લીધો હતો, જેણે રાવણ સામેના તેમના યુદ્ધની મહત્વની ક્ષણે બ્રહ્માસ્ત્રનો ઉપયોગ કરવાનું સૂચન કર્યું હતું. એ સ્પષ્ટ છે કે માહિતીયુક્ત યુદ્ધ માત્ર ફાયદાકારક જ રહેતું નથી, પરંતુ તે સંપૂર્ણ રમત બદલી શકે છે.

જો રામાયણમાં કોઈ તિરસ્કૃત પાત્ર હોય તો તે રાવણનો નાનો ભાઈ વિભીષણ છે. કદાચ સારા કારણોસર હોઈ શકે છે, પણ માતૃકુળથી વિમુખ થવાને કારણે, જનમતમાં તેની છબી પર એક કલંક રહી ગયો હતો. પરંતુ હકીકત તો એ છે કે આ મહાકથાના રોચક વળાંક પર, તેણે મહત્વપૂર્ણ યોગદાન આપ્યું હતું. આ બાબત તેવી હતી કે જે રામ સમજતા હતા અને અનુમાન કરતાં હતાં જયારે તેમણે પોતાના સલાહકારોથી વિરુદ્ધ જઈને પણ વિભીષણને પોતાની સેનામાં આવકાર્યો હતો. રાવણની સત્તા પલટો કરવાની વિભીષણની મહત્ત્વકાંક્ષા તેમણે ઓળખી લીધી હતી, અને, મહત્ત્વપૂર્ણ રીતે યુદ્ધ શરૂ થાય તે પહેલાં જ તેને લંકાનો રાજા બનાવી દીધો. સ્પષ્ટ છે કે શાસન બદલાવનો ઈતિહાસ લાંબો છે!

વિભીષણે તેની બાજુએથી એનાલ, સંપાતિ, પ્રમાતિ અને પનસ જેવા મિત્રોને લઈ એક નેટવર્ક દ્વારા અમૂલ્ય માહિતી આપી. રામ સતત યુદ્ધ દરમિયાન વ્યૂહાત્મક બાતમી માટે તેના પર આધાર રાખતા હતાં. અને જ્યારે રામ અને લક્ષ્મણને ઈન્દ્રજિતે નાગપાશથી બંધક બનાવીને જકડી લીધા, ત્યારે વિભીષણે જ તેમની સારવાર માટે જોઈતો સમય મેળવી લીધો હતો. વિરોધીઓના સૈન્યમાંથી કોઈને અપનાવવું તે હંમેશા એક મુશ્કેલ નિર્ણય હોય છે. તેમાં નિહિત શંકાઓ અને સંદેહો હોય છે. પરંતુ જેમ ભગવાન રામે દર્શાવ્યું તેમ, જ્યારે તે માત્ર શરૂઆતી સચોટ નિર્ણય જ નહિ પરંતુ સાથે સાથે કઠોર સમય દરમિયાન તે નિર્ણય પર ટકી રહેવાની હિમ્મત પણ હોય ત્યારે તે ખરેખર લાભદાયી નીવડે છે.

એક સંદર્ભિત પાસું છે વાર્તાવસ્તુની તાકત. જો તે શ્રમપૂર્વક બને, તો તે સત્તાનો મૂળભૂત આધાર બની જાય છે, જ્યાં કોઈ પણ પ્રકારના પ્રતિકાર કરવાની ઈચ્છાશક્તિ પણ નબળી પડી શકે છે. જયાં સુધી તેને રામે હરાવ્યો ન હતો ત્યાં સુધી રાવણને સામાન્ય રીતે અવિનાશી માનવામાં આવતો હતો. હકીકતમાં જોઈએ તો વાસ્તવિકતા થોડી અલગ હતી, અને તે રાવણના શ્રેયમાં જાય છે કે તેણે આવી અસરકારક પ્રતિષ્ઠા ઉભી કરી હતી. તેણે લગભગ તેના બધા જ સમકાલીનોને હરાવ્યા હતાં અને તે બાબત તેના અવિનાશી હોવાની કથા માટે અતિ મહત્વપૂર્ણ હતી. તે જ રીતે, તે પણ એક હકીકત હતી કે તેના પુત્ર મેઘનાદે દેવોના રાજા (ઈન્દ્ર)ને હરાવ્યો હતો, તેથી તેને ઈન્દ્રજિત ઉપનામ મળ્યું હતું. પરંતુ, તે પણ સાચું જ હતું કે, કેટલાક પ્રસંગોએ રાવણ યુદ્ધમાં હાર્યો હતો અને તેને તે પરિણામ સ્વીકારવું પડ્યું હતું. જેમણે તેને હરાવ્યો હતો તેમાંથી એક વાનરરાજ વાલી હતા, જ્યારે રાજા વાલી ધ્યાનમાં મગ્ન હતાં તે જ સમયે રાવણ તેમને કેદ કરવા ગયો હતો. માહિષમતીના રાજા કાર્તવીર્ય અર્જુન સાથે પણ એક ઝડપ થઈ હતી, જે ખૂબ જ ખરાબ રહી હતી. તેઓ બંને સાથે જ ગંગામાં ડૂબકી લગાવી રહ્યા હતા, અને અર્જુનના કાર્યો રાવણની પૂજામાં વિક્ષેપ પેદા કરી રહ્યા હતા. પરિણામે યુદ્ધમાં, રાવણને પકડીને માહિષમતીમાં કેદી તરીકે લઇ જવાયો હતો. અંતે, તેના દાદા ઋષિ પુલસ્ત્યના હસ્તક્ષેપથી જ તેની મુક્તિ થઈ શકી. બંને કિસ્સાઓમાં, રાવણે માત્ર પલાયન જ કર્યું નહીં, પરંતુ તેના વિરોધીઓ

સાથે સમજૂતી પણ કરી હતી.

કેટલીક્વાર, મહાન સત્તાઓ પણ તેમની મર્યાદાઓને સ્વીકારીને સમજૂતી પર આવે છે. 'કાયમના યુદ્ધો' પર ઊર્જાનો ખર્ચ અથવા નિષ્ફળ સંઘર્ષમાં ફસાવું ન તો બુદ્ધિમાની છે કે ન તો લાભદાયક. વધતી સત્તા હંમેશા ચાલક ગણતરીઓથી અને માર્ગ સુધારણાથી ઝડપી બને છે. પણ સૌથી વધુ, રાવણની પ્રતિષ્ઠા એ દર્શાવે છે કે પ્રચલિત કથાઓ કેટલી તાકતવર હોય છે અને શક્તિશાળી હથિયાર તરીકે કથાનું કેટલું મહત્વ હોય છે.

***

સુરક્ષાનો કોયડો સમજીએ

શરૂઆતમાં, ચાલો તે પરિવર્તન પર ચિંતન કરીએ જે હંમેશા સ્પષ્ટ રીતે જોઈ શકાતા નથી, અને પછી સમજીએ કે મોટાભાગના પડકારો જે હાની પહોંચાડે છે તે તુરંત કળી શકાતાં નથી. શું હિંસા અથવા રક્તપાતની ઘટનાઓને જ ઈજાજનક ગણવી આવશ્યક છે? આપણી સુરક્ષા ખતરો હળવો અને ક્ષયક હોય છે, જરૂરી નથી કે તે આકસ્મિક રીતે આઘાતજનક હોય. જો આપણા દેશની એકતા અને અખંડિતતા નબળી પડે અને વૈકલ્પિક નિષ્ઠા ઉત્પન્ન થાય, તો શું આપણે બેપરવાહ રહેવું જોઈએ? જો વિદેશોમાં અલગાવવાદીઓને લોકશાહી સ્વતંત્રતાના નામે સમર્પણ, સહાય અને સમર્થન આપવામાં આવે, તો શું આપણે સમતા બતાવવી જોઈએ? જ્યારે રાષ્ટ્રીય વિકાસ, ખાસ કરીને મહત્વપૂર્ણ માળખાકીય વિકાસ અટકાવવામાં આવે, તો શું આપણે બેપરવાહ રહેવું જોઈએ? જ્યારે સમાજના વિચારોને બદઈરાદાઓથી આકાર આપવાના હેતુથી પ્રભાવિત કરવાનો કારસો રચવામાં આવે, તો શું આપણને નિશ્ચિંત રહેવું પરવડે? જો ખુલ્લી આર્થિક નીતિઓ ઉદ્યોગવિહીનતા અને બાહ્ય નિર્ભરતા તરફ દોરી જાય, તો આપણું ભવિષ્ય શું હોઈ શકે? વ્યૂહાત્મક સુરક્ષા માંથી જ વ્યૂહાત્મક સ્વાયત્તતા આવશે.

સુરક્ષા અંગેની ચર્ચાનો મોટો ભાગ હવે અભિદર્શન, આંતરિક પ્રવેશ અને નબળાઈઓ પર કેન્દ્રિત છે. આ એ નવી દુનિયા છે જ્યાં સામાન્ય પ્રવૃત્તિઓ સરળતાથી બદઈરાદામાં ફેરવાઈ શકે છે. આ પ્રકારના મુદ્દાઓ ઉઠાવવા પાછળનો ધ્યેય નિયંત્રણ સઘન બનાવવાનો, સત્તા મજબૂત કરવાનો કે પછી વિશ્વ તરફ પીઠ ફેરવવાનો નથી. હકીકતમાં તે જાગવા, તૈયાર થવા, સુધરવા અને સૌથી વધુ, આપણા સંરક્ષણને નીચું ન થવા દેવા માટેની એક અરજ છે.

ભારતીય સમાજ સતત સુરક્ષાના પડકારોનો સામનો કરે છે, કદાચ આપણા સમકાલીન રાષ્ટ્રો કરતાં વધારે. બાકીના વિશ્વની જેમ, આપણે પારંપારિક અને અપરંપારિક ધમકીઓની વ્યાપક શ્રેણીનો સામનો કરીએ છીએ. કાયદો અને વ્યવસ્થાના મુદ્દાઓ તેમજ આંતરિક સુરક્ષાનો મુદ્દો વિશાળ, બહુમતી અને વિવિધતાસભર રાજકીય પ્રણાલીમાં સ્પષ્ટ રીતે વધુ જટિલ છે.

આતંકવાદ વિશેની ચિંતાઓ ખાસ કરીને ગંભીર છે કારણ કે ભારતે તેની સરહદો પારથી સતત હિંસા અનુભવી છે. બાહ્ય રીતે, અસ્વસ્થ સરહદોને સુરક્ષિત બનાવવાનું કાર્ય હંમેશાથી કઠિન રહ્યું છે. અત્યારની પેઢીઓ પાસે અનેક સંઘર્ષો અંગેની સીધી યાદો છે, જે આપણા વિચારને આકાર આપે છે.

સ્વાભાવિક રીતે, આ પ્રત્યેક પાસા માટે નવીનતમ પ્રતિકારની જરૂર છે. વધતાં જતાં સહિયારા અસ્તિત્વમાંથી ઉત્પન્ન થતી ચિંતાઓ પણ મહત્વપૂર્ણ છે. વિશ્વ સાથેના જોડાણ સાથે આંતરિક રીતે જોડાયેલી હોવાના કારણે, આ સમસ્યાઓની અવગણના થઈશકે તેમ નથી. સુરક્ષાની બાબતમાં, વધારે અને વધુ સારી રીતે પગલાં લેવા માત્ર તે પુરતું નથી. ભારતે અલગ રીતે કામ લેવાની જરૂર છે, એટલે કે તેણે અલગ રીતે વિચારવાની જરૂર છે. આજના સમયમાં સુરક્ષા વધારવા માટે તેની પુનઃકલ્પના કરવી જરૂરી છે.

જેઓ રાષ્ટ્રીય સુરક્ષા સાથે જીવનપર્યંત જોડાયેલા છે તેઓ કદાચ સરળતાથી સમજે છે કે આ શબ્દની આપણી જ વર્તમાન વ્યાખ્યા કેટલી બદલાઈ ગઈ છે. તમામ સમાજો પર વૈશ્વિકીકરણનો પ્રભાવ, ટેકનોલોજીનો આપણા દૈનિક જીવનમાં પ્રવેશ અને વધુ સ્પર્ધાત્મક વૈશ્વિક પરિસ્થિતિ જેવા પરિબળો પરિવર્તનને પ્રભાવિત કરે છે. ધમકીઓ કયાંથી, ક્યારે અને કેવી રીતે ઉદ્ભવે છે તેનું અનુમાન કરવું તેટલું જ જટિલ છે જેટલું કે તે ચિંતન કરવું કે પ્રતિક્રિયા, રક્ષણ અને વિરોધ કઇ રીતે થવું જોઈએ.

જેમાં જોખમોનું મૂલ્યાંકન થાય છે તેવા જટીલ માળખા સાથે આપણે માત્ર કામ જ નથી લેવાનું પરંતુ આપણે અલગ રીતે કામ લેવાની જરૂર છે. આ તમામ એક સાથે, તે સુનિશ્ચિત કરે છે કે સામાન્યતા વધુ અનિશ્ચિત બનતી જાય છે અને અનાયાસ ઘટના માત્ર એક અપવાદ છે.

પરસ્પર આર્થિક નિર્ભરતા અને ટેકનોલોજીકલ આંતરપ્રવેશના કારણે ઉદ્ભવેલ સાતત્યતા સુરક્ષા કોયડાના કેન્દ્રમાં છે. તેમણે માહિતી, વિચારો અને વિચારધારાના પ્રવાહને સુલભ બનાવ્યો છે, જે અગાઉના સમયમાં અકલ્પ્ય હતું. ધારા-ધોરણોનું પાલન કેટલા પ્રમાણમાં થાય છે તે સંબંધિત કેટલાક માનવ પરિબળો પણ છે. આપણે આ વિરોધાભાસને અવગણી શકતા નથી કે વધારે ક્ષમતાવાન અસ્તિત્વ ધરાવવાની સાથે સાથે આપણે વધારે નિર્બળ બની રહ્યાં છીએ. વૃદ્ધિ અને સમૃદ્ધિને પ્રોત્સાહિત કરતાં પરિબળો ખોટા હાથોમાં જાય ત્યારે ગંભીર ચિંતાનો સ્ત્રોત બની જતાં હોય છે.

સુરક્ષા મુદ્દાઓને પરંપરાગત માળખાથી આગળ વધી ને સમજવાની જરૂરિયાત આ ખાસ અનુભવોમાંથી ઉદ્દભવે છે. ભારત એક એવી રાજનૈતિક પ્રણાલી છે જે પોતાના વિશ્વ સાથેના જોડાણોનું માત્ર મૂલ્ય જ નથી આંકતો, પરંતુ તે સંબધોને વિસ્તૃત કરવા માટે સક્રિય રીતે પ્રયત્નશીલ પણ રહે છે. હકીકતમાં, સ્થાનિક કક્ષાએ થતી પ્રગતિના પ્રેરકો આપણને રોજેરોજ

ઘણા બધાં બાહ્ય ક્ષેત્રો સાથે વધારે ગાઢ રીતે જોડે છે. તેથી, આપણું કામ છે વધુમાં વધુ ફાયદાઓ પ્રાપ્ય કરાવતાં અને ઓછામાં ઓછા જોખમો ધરાવતા સવિશેષ ઉકેલો શોધવા. એ દિવસો હવે ભૂતકાળ બની ગયા છે જ્યારે આ ભૈતિક નિયંત્રણો દ્વારા શકાય બનાવી શકાતું હતું. તેના બદલે, સંભવિત રીતે રાષ્ટ્રએ સામનો કરવાનો છે તેવી સમસ્યાઓને અસરકારક રીતે સમજવી, પૂર્વાનુમાન કરવું, તેના માટે તૈયાર થવું અને સાવચેત રહેવું જરૂરી છે. તે કરવા માટે, તે ખૂબ જ મહત્વપૂર્ણ છે કે આપણે વિશ્વના વાસ્તવિક સ્વરૂપ અંગેની સચોટ અને તરોતાજા સમજણ વિકસાવીએ. આજના સમયમાં, આપણું અસ્તિત્વ એવા વલણો અને ઘટનાઓ દ્વારા આકાર પામે છે કે જેની બાહ્યતા સ્થાનિક કક્ષાએ તેમની પ્રસ્તુતતામાં કોઈ જ ઘટાડો કરતાં નથી.

કોઈપણ તટસ્થ વૈશ્વિક મૂલ્યાંકન હવે ખાસ કરીને મુખ્ય રાષ્ટ્રો વચ્ચેની અવિરત સ્પર્ધાની સંભાવનાને સ્વીકારશે. મૂળભૂતરીતે તેનો અર્થ થાય છે કે તેઓએ માત્ર અનેક ગણી ક્ષમતાઓ અને પ્રભાવ જ વિકસાવ્યા નથી, પરંતુ તેના અસરકારક ઉપયોગ માટે તેઓ વધુ ઝુકાવ ધરાવે છે. તે પ્રતિપાદિત થાય છે એવા ક્ષેત્રો સાથેના જોડાણમાં જેમની ગણતરી સમાન્ય રીતે સ્વાયત ક્ષેત્રો તરીકે થતી હતી. વ્યાપાર, ઉર્જા અને નાણાંકીય બાબતોને વ્યૂહરચનાના સંદર્ભમાં તેટલું જ મહત્વ આપવામાં આવે છે જેટલું મહત્વ રમત-ગમત, પર્યટન, શિક્ષણ અને રાજકારણને અપાય છે. પ્રક્રિયામાં ધોરણો અને રક્ષણાત્મક પરિબળો નિષ્ફળ ગયાં છે, જેવી રીતે યોગ્ય અને સ્વીકાર્ય બાબતો અંગેની ધારણા નિષ્ફળ નીવડી રહી છે. કેટલાક પરિવર્તનો માળખાકીય છે, પરંતુ વ્યવહારાત્મક બદલાવ તેને મજબૂત કરે છે. વૈશ્વિકીકરણ અને ટેક્નોલોજી પ્રથમ પ્રકારનું પરિવર્તન પ્રતિબિંબિત કરે છે; જ્યારે રાષ્ટ્રવાદ અને એકપક્ષીયવાદ દ્વિતીય પ્રકારનું પરિવર્તન પ્રતિબિંબિત કરે છે. દુનિયાએ જોખમ લેવાની વૃત્તિમાં તોતિંગ વધારો જોયો છે. કોઈ પણ રાષ્ટ્ર તેમાં સામેલ થયા વિના રહી નથી શકતું કે પછી અપ્રભાવિત નથી રહી શકતું, ભારત પણ તેમાં અપવાદ નથી. નોંધવા યોગ્ય બાબત તે છે કે આપણી બાહ્ય પરિસ્થિતિ હવે વધુ જોખમભરી છે.

પરંતુ સ્થાનિક કક્ષાએ પણ પરિસ્થિતિ કંઈ ઓછી પડકારજનક નથી, કારણ કે સીમારહિત રાજકારણની ઘટનાઓએ આ રાહત પણ છીનવી લીધી છે. ઘણાં બધાં તેના તે જ પરિબળો આ પરિસ્થિતિના પ્રેરક રહ્યાં છે, પરંતુ તે વિવિધ રીતે ઉભરી આવ્યાં છે. અન્ય સમાજોમાં વિકાસને પ્રભાવિત કરવાની અને દિશા આપવાની ક્ષમતા અને વૃત્તિ સ્પષ્ટપણે વધી છે. સ્થાપિત વૈશ્વિકીકરણની જેમ જ, સીમા રહિત રાજનીતિ પણ અમુક સભ્યોના ફાયદાને ધ્યાનમાં રાખીને થતી હોય છે. પરંતુ તેવા કિસ્સામાં, તે ઘણા સભ્યોના હિતમાં છે તેવા દાવા થતાં હોય છે અને તેનો લાભ સહિયારી રીતે વહેંચવામાં આવે છે. આ પ્રકારના દાવા મંતવ્ય પેદા કરવાના માધ્યમ થી માંડીને છબિ ઘડવાના તમામ માધ્યમોમાં અભિવ્યક્ત થતાં હોય છે. આ પ્રકારની પ્રવિધિમાં વૃતાંતો અને તર્કોની રચના કરીને કોઈ પણ મુદ્દાને લઈને કાનૂની માન્યતા પ્રાપ્ત કરવાના તથા તેવી કોઈ માન્યતાને રદ કરવવાના પ્રયાસો થતાં હોય છે. આ એક વ્યાપક ઘટના હોઈ શકે છે,

પરંતુ તેની સુરક્ષા સંબંધી અસરને અવગણવી જોઈએ નહીં. અંતે, આ મોહભંગ અથવા શાંતિભંગ કરી શકે છે, કે પછી કેટલાક કિસ્સામાં, પડકારોને ઉભા કરી શકે છે અને પ્રતિપોષિત કરી શકે છે. હકીકતમાં, માન્યતાઓને વધારે સક્રિય બનાવવા માટે તેમને જરૂરી સાધન સુવિધાઓનું પીઠબળ પુરું પાડવામાં આવે છે. તેથી, એક નિષ્કપટ રાજ્યતંત્ર એ છે કે જે બાહ્ય વ્યવહારો પર નિગરાની નથી રાખતું અને જરૂરી હોય ત્યારે તેમનું નિયમન નથી કરતું.

મહત્વપૂર્ણ રીતે, પશ્ચિમી રાષ્ટ્રો આ બાબતમાં અધિનિયમ, ગુપ્તચર તંત્ર અથવા પ્રશાસકીય કાર્ય દ્વારા તેટલાં જ સક્રિય છે જેટલા કે સરમુખત્યાર રાષ્ટ્રો સક્રિય છે. વક્રોક્તિ એ છે કે જ્યારે ભારતને તે બાબતમાં નિશાન બનાવવામાં આવે છે, ત્યારે આવી ટીકા મોટાભાગે સીમા રહિત રાજનીતિ કરતાં રાષ્ટ્રો તરફથી કરવામાં આવતી હોય છે. ઘણા અન્ય વિકાસની જેમ, સીમારહિત રાજનીતિ પણ વિશાળ ક્ષેત્ર ધરાવે છે. એક તરફ, સમાન લાભો અને હિત ધરાવતા સહસંબંધિઓને મદદ કરવાના અભરખા છે. બીજી તરફ તેવા પ્રયાસો છે જે આમૂલીકરણ, હિંસાત્મક ઊગ્રતા અથવા આતંકવાદ તરફ દોરી જાય છે.

ત્યાર પછી આવે છે રોજીંદી બાબતોનું સુરક્ષીકરણ. આપણે ખતરાઓ અને નબળાઈઓને અસાધારણ પરિસ્થિતિઓની ઊપજ તરીકે જોઈએ છીએ: એક સંઘર્ષ, ટકરાવ, ખલેલ અથવા તેના માટેની તૈયારીઓ. પરંતુ આધુનિક જીવન આપણને એવી ટેકનોલોજી, પ્રવૃત્તિઓ અને સાધનોના જાળમાં લઈ ગયું છે કે જ્યાં તેના ઉપયોગ કર્તા અથવા તો જેના પર તેનો ઉપયોગ થવા જઈ રહ્યો છે તેવા લોકો બિલકુલ અજાણતાથી તેનો ઉપયોગ કરતાં હોય છે. રોજબરોજ, અવનવી રીતે, આપણે વિવિધ પ્રકારના જોખમો માટે ઊઘાડા છીએ. સૌથી સ્પષ્ટ ઉદાહરણ ડેટાનું છે અને તે જનરેટ કરવામાં મદદરૂપ પ્રક્રિયાઓનું છે. ડેટા કેવી રીતે હાર્વેસ્ટ થાય છે અને AI કેવી રીતે વિકસાવવામાં આવે છે તે વૈશ્વિક સ્પર્ધાનું સૌથી વિકસિત ક્ષેત્ર છે. તે ડિજિટલ ટ્રાન્ઝેક્શન અને સાયબર વિશ્વ હોઈ શકે છે જે આપણાં દૈનિક જીવનમાં ખૂબ જ મહત્વપૂર્ણ બની ગયા છે અથવા તે મહત્વપૂર્ણ ઈન્ફ્રાસ્ટ્રક્ચર, જેઓ પર સમાજ ખૂબ જ આધારિત છે.

હકીકતમાં, કોવિડના અનુભવે આપણને શીખવાડ્યું કે કેવી રીતે ટેકનોલોજી સાથે સંબંધ ન ધરાવતાં ક્ષેત્રો પણ આપણાં જોખમને વધારી શકે છે. પુરવઠા શૃંખલા ધરાવતાં વિશ્વની વાત કરીએ તો કેટલાક મહત્વના ક્ષેત્રોમાં ગમે ત્યારે અછત ઉદ્ભવી શકે છે. આ જેટલું પૂરવઠા વિતરણ તંત્ર ખોરવાઈ જવાના પરિણામસ્વરૂપ હોઈ શકે છે, તેટલું જ એક આયોજનબદ્ધ વ્યૂહરચનાનું પરિણામ પણ હોઈ શકે છે. પરિણામે, વૈશ્વિક હિતસંબંધો વધુ સ્થિતિસ્થાપક, વિશ્વસનીય અને પુરક પુરવઠા શૃંખલાઓ તેમજ ડિજિટલ વિશ્વને લઈને વિશ્વાસ અને પારદર્શિતા પર ધ્યાન કેન્દ્રિત કરી રહ્યાં છે.

ખેર, વાસ્તવિક સમસ્યા આ તમામનું શસ્ત્રીકરણ છે. છેલ્લા કેટલાક વર્ષોમાં, વિશ્વે જાણ્યું છે કે વ્યાપાર, નાણાં, રોકાણ અને પુરવઠા વિતરણ તંત્ર જેવા ક્ષેત્રોને વ્યૂહાત્મક હેતુઓ માટે કેવી

રીતે પ્રભાવિત કરી શકાય છે. વાસ્તવમાં, તેને જ અંતિમ ઉદ્દેશ તરીકે ધ્યાનમાં રાખીને 'બજાર હિસ્સા' અને 'ક્ષેત્રીય પ્રભુત્વ'નું સર્જન કરવામાં આવ્યું છે. કેટલાક રાષ્ટ્રોએ પોતાના ગર્ભિત ઉદ્દેશ્યોને પાર કરવાના હેતુથી તેવી રીતે મોટા પાયે પહેલ કરી છે કે જ્યારે આ ઉદ્દેશ્યો છત્તા થાય ત્યારે તેનો પ્રતિકાર કરવો લગભગ અશક્ય બની જાય. અન્ય રાષ્ટ્રો વધુ સ્પષ્ટ રહ્યા છે, જેમ કે તેઓએ દબાણ લાવવા પ્રતિબંધો લાદવા જેવી નીતિનો ઉપયોગ કર્યો છે.

જ્યારે શસ્ત્રીકરણની માનસિકતા ઘર કરી જાય છે, ત્યારે લગભગ કંઈજ સુરક્ષિત રહેતું નથી. તે પ્રવાસીઓના પ્રવાહને દિશામાન કરવું અથવા તો તેને રોકવું હોઈ શકે છે, કે કાચા માલ અને ઘટકોનો પુરવઠો અથવા તો મોટા વેન્ડર અથવા ગ્રાહકની શક્તિનો ઉપયોગ કરવો હોઈ શકે છે. બજાર સાથે સંલગ્ન ન હોય તેવા હેતુઓ માટે જ્યારે બજાર અર્થતંત્રને નિયંત્રિત કરવામાં આવે છે, ત્યારે આપણને ખ્યાલ આવે છે કે સામાન્ય રીતે નબળાઈમાં કેવી રીતે વધારો થયો હશે. હકીકતમાં, દુનિયા લાંબા સમયથી એક સંધિકાળમાં રહી છે જ્યાં વૈશ્વિકીકરણના ફાયદાઓ માટે નિયમોનો દુરુપયોગ કરવામાં આવ્યો હતો. હવે જ્યારે પરિસ્થિતિ પલટાઈ રહી છે, ત્યારે આપણે તેનાથી ઉપજતી ચિંતાઓ પ્રત્યે મોડે મોડે જાગૃત થઈરહ્યાં છીએ. વક્રોક્તિ તો એ છે કે જ્યારે વ્યૂહરચનાની માંગ થાય છે, ત્યારે સ્વતંત્ર બજારના મૂલ્યોના સમર્થક પણ તેમના સિદ્ધાંતોને અવગણવા માટે તૈયાર હોય છે. તેથી, સુરક્ષા મૂલ્યાંકન દ્વારા હવે એ સમજવાની જરૂર છે કે પરાધીનતા કેવી રીતે રચવામાં આવે છે અને તેનો ઉપયોગ કેવી રીતે કરવામાં આવે છે. સુરક્ષા પ્રત્યે વધુ જાગરૂકતા ધરાવતાં રાજતંત્રોમાં રોકાણ પ્રવાહો તેમજ વેપારમાં થતાં હસ્તકરણને કાળજીપૂર્વક તપાસવાનું વલણ પણ સમજી શકાય છે.

આ બધાથી ઉપર, હવે મોટી ટેક કંપનીઓની તાકતો વધુ સ્વીકૃત છે, જેમનું બજાર મૂડીકરણ જ ઘણી વાર રાષ્ટ્રોના GDP કરતા વધુ હોય છે. આ માત્ર સંબંધિત ઉદ્યોગોના વિશાળ કદ વિશે જ નથી. અને પ્રભાવને લગતી તેમની રાજનીતિ કે પછી નૈતિકતાની ચર્ચામાં પ્રવેશવાની પણ કોઈ જરૂર નથી. વાસ્તવવાદી તરીકે, આપણે ન તો આપણા દૈનિક જીવનમાં તેમની પ્રાસંગિકતાથી અજાણ થઈ શકીએ છીએ ન તો તે પ્રભાવિત કરી શકે તેવા પરિણામોથી અભેદ્ય થઈશકીએ છીએ. ગોપનીયતા અને વાણિજ્ય વિશેની ચિંતાઓ હવે ઘણું મોટું રૂપ લઈ ચૂકી છે. આપણે સરકારી તેમજ બિનસરકારી તંત્રો માટે ટેવાયેલા છીએ. પરંતુ તેમના પોતાના મહાકાય હિતો સાથેના ઉદ્યોગો આધુનિક આંતરરાષ્ટ્રીય સંબંધોમાં નવા ક્ષેત્રોમાં પ્રવેશ કરી રહ્યા છે.

સમાજ માટેની મુખ્ય સમસ્યા એ છે કે આ ઉદ્યોગ-સાહસો પોતાના એજન્ડા અને નીતિઓ અનુસાર કામ કરવા માંગે છે. વધુમાં, તાજેતરની ઘટનાઓ દર્શાવે છે કે મજબૂતથી મજબૂત રાજ્યો પણ વિશાળ કદના ઉદ્યોગ-સાહસોનો સંપૂર્ણ રીતે ક્યાસ કાઢવામાં તથા તેમને નિયંત્રિત કરવામાં અઘરાં પડકારોનો સામનો કરી રહ્યાં છે. સરકાર પાસેથી અપેક્ષિત હોય તેવી ક્ષમતાઓ આવી સંસ્થાઓ પૂરી પાડી શકે છે અથવા તો સ્વતંત્ર રીતે ભૌગોલિક અને રાજનૈતિક પરિબળોને

પ્રભાવિત કરી શકે છે. સરકારો અને રાષ્ટ્રો વિરુદ્ધ ઉદ્યોગ-સાહસોની હોડ કંઈ નવી વાત નથી. પરંતુ જે રીતે તે આગળ વધી રહ્યાં છે તેનાથી આપણું રોજીંદુ જીવન પ્રભાવિત થાય છે. આ પરિવર્તનની લહેર સામે આપણે આંખ આડા કાન કરી શકીએ નહિ.

યુદ્ધ અન્ય માધ્યમો થકી:

તે દલીલ કરવી યોગ્ય જ છે કે દરેક સમાજની સુરક્ષાને લઈને વિકસેલી સમજણ પરિપક્વ થતી જાય છે, પછી તે ભૌગોલિક હોય કે અન્ય કોઈ. ગતિશીલતામાં આવેલા ઘરખમ સુધારાના પગલે પોકળ લાગતાં જોખમો પણ વાસ્તવિક બન્યા છે. જે રાષ્ટ્રોએ આ તકનીકો પર પ્રભાવશાળી સ્તરે પ્રભુત્વ મેળવ્યું, તેઓ પ્રબળ બન્યા; બાકી બધા તેમનો શિકાર રહ્યાં હતાં.

ભારતમાં, આપણે તેને 'પાનિપત સિન્ડ્રોમ'ના ભાગ તરીકે અને ત્યારબાદના ઉપનિવેશિક અનુભવ તરીકે ઓળખીએ છીએ. ઈતિહાસ અન્યત્રે ઘણાં સચોટ ઉદાહરણો આપે છે. જોકે, આધુનિક યુગ તેને એક સંપૂર્ણ અલગ સ્તરે લઈ ગયો છે. કારણ કે, વૈશ્વિકીકરણ અને ટેકનોલોજીએ તેમના વચ્ચેના અંતરને દૂર કરી દીધું છે અને અસાધારણ પડકારો સર્જ્યા છે.

જૂની રીત હતી સૈન્યની ક્ષમતાઓ અંગે ચિંતન કરવું અથવા તો સખ્તીના પગલાં લેવા, કે જે પરિણામો, સંતુલન અને પ્રભાવ ઊભો કરવાનું માધ્યમ બની રહે. ત્યારપછી પણ, સર્વસામાન્ય તેમજ પુનરાવર્તિત માનવીય સંબંધો તથા નાણાકીય વ્યવહારો નિર્ણાયક રીતે ફર્ક પડતાં હતાં. સામ્રાજ્યશાહીએ આ બધાને પ્રભાવશાળી રીતે એકત્ર કરીને આગળ વધાર્યા છે. પરંતુ આજે, છેલ્લા બે પરિબળો સામાન્ય પ્રવૃતિઓ દ્વારા સમાજોમાં વધુ અંતરપ્રવેશ કરવામાં તેમજ નિર્ણય માટે અનામત રાખી શકાય તેવા વિકલ્પોનું સર્જન કરવામાં વધુ શક્તિશાળી બન્યાં છે.

તેથી, સૌથી ઓછી આંકવામાં આવેલી હોય તેવી ચિંતાઓ, રોજિંદા જીવનમાં નિયમિત રીતે ઘટિત ઘટનાઓ વિશે જ હોય છે. સુરક્ષાના દ્રષ્ટિકોણથી, વૈશ્વિકીકરણનું મૂલ્યાંકન તેની સંકલ્પનાત્મક સ્પષ્ટતા તેમજ પરસ્પર નિર્ભરતાને ધ્યાનમાં રાખીને થવું જોઈએ. અને બદલામાં તે દર્શાવે છે કે હવે અંતર એ સુરક્ષાનું પરિબળ રહ્યું નથી. અંતે, આપણે શોધી કાઢ્યું છે કે સ્વ-નવીનીકરણ ગૃહત્યાગ વિના પણ શક્ય છે. વૈશ્વિકીકરણ માત્ર દુનિયાને આપણા દરવાજા સુધી જ નથી લાવ્યું, પણ તેની સાથે આવતી તકો અને ચિંતાઓ પણ લાવ્યું છે. જેમ જેમ આપણી જિંદગી વધુ ટેક્નોલોજી કેન્દ્રિત બનશે, તેમ તેમ પડકારો વધુ ગંભીર બનશે.

જેમ જેમ આ જોખમો પ્રત્યેની સંવેદનશીલતાની શ્રેણી વિસ્તરશે, તેમ તેમ યોગ્ય સુરક્ષા માટેની આપણી અપેક્ષા પણ વધશે. રાષ્ટ્રીય સુરક્ષાને પરંપરાગત રીતે સૈન્ય, પોલીસ અને કાયદાકીય દ્રષ્ટિએ જોવામાં આવતી હતી, જેમાં માન્યતા હતી કે ધમકીઓ હમેશાં દૂરથી આવતી હતી અને વધુ સ્પષ્ટ હતી. પણ હવે તે બંને ધારણાઓ સાચી નથી. વધુમાં, ટેક્નોલોજી

અને નાણાં, તેમજ ખોરાક અથવા ઇંધણ જેવી નિર્ભરતા અને દબાણના અનુભવોએ વ્યૂહાત્મક સ્વાયતત્તા પર વૈશ્વિક ચર્ચાને પુનર્જીવિત કરી છે. ચીનનો ઉદય, બદલાયેલા અમેરિકન કથાનક, કોવિડનો પ્રભાવ, યુક્રેન સંઘર્ષ અને મધ્યપૂર્વ હિંસાથી આર્થિક સુરક્ષાને રાષ્ટ્રીય સુરક્ષાના કેન્દ્રમાં લાવવું સરળ બન્યું છે. આને કારણે જીવનશૈલીની ચિંતાઓને નફાખોરીના પરિબળોની તુલનામાં વધુ મહત્વ મળ્યું છે.

સહિયારી રાહતોની વિરુદ્ધના પરિબળોના થઈ રહેલા સતત વિસ્તરણે રાષ્ટ્રની ગણતરીઓને વધુ ઘનિષ્ટ બનાવી છે. ખરેખર, સુરક્ષામાં ભંગાણ પોતે જ તેની સતત બદલાતી વ્યાખ્યાઓ માટે એક વાહક બની ગયું છે. ભાગીદારી અને સહકારી વ્યવસ્થાઓ હવે મૂલ્યવાન બની ગઈ છે કારણકે તે વધારે ખાતરીપૂર્વક મૂલ્યોમાં વધારો કરે છે.

પરિવર્તનો ફકત માળખાગત જ નહીં, પણ વ્યવહારિક પણ હોઈ શકે છે. આપણે આ સંદર્ભમાં છેલ્લા બે દાયકામાં આવેલા મહત્વપૂર્ણ વળાંકો ઓળખવા જોઈએ. જેમાં 2008નું વૈશ્વિક નાણાકીય સંકટ અને ઘણી અગ્રણી સત્તાઓમાં બદલાયેલા નેતૃત્વ શૈલીઓનો સમાવેશ થાય છે. આ તમામ આગળ વધીને કોવિડ મહામારી અને યુક્રેન સંઘર્ષ સુધી પહોંચ્યું છે. એકંદરે, આપણે અગ્રણી સત્તાઓ દ્વારા નેતૃત્વ કરાયેલા વૈશ્વિક રાજકારણમાં વધતી જતી સ્પર્ધાને જોઈ રહ્યા છીએ. જ્યારે રાષ્ટ્રો તેમના હિતસંબંધોને આગળ વધારવા માટે સ્વાભાવિકપણે તમામ અસરકર્તા પરિબળોનો ઉપયોગ કરે છે ત્યારે હવે ઓછા પ્રશ્નો ઉદ્ભવે છે.

ભૂતકાળમાં, આવા સાધનોને વિવિધ પદ્ધતિઓ તરીકે જોવામાં આવતાં હતાં, જેમાં એક તરફ બળનો ઉપયોગ અને બીજી બાજુ ઉદાહરણ પુરું પાડવાની પ્રવિધિ, એમ બે વિરોધાભાસી તકનિકીનો સમાવેશ થાય છે. આ બધાંની વચ્ચે કેટલાક વ્યવહારુ વિકલ્પો ઉભરી આવ્યાં હતાં, અને તેમના ઉપયોગને સહિયારા હિત અને સામાન્ય નિયંત્રણ દ્વારા માર્યાદિત કરવામાં આવ્યા હતાં. કદાચ આ નીતિ હંમેશા કામ નથી લાગી. સૈન્યનો ઈરાદાપૂર્વકનો ઉપયોગ હોય કે પ્રતિબંધો લાગુ કરવાની બાબત, જે રાષ્ટ્રો આ સંદર્ભે પ્રભાવશાળી સત્તા ધરાવતા હતાં તેમણે અવારનવાર આ બંનેની પર પસંદગી ઉતારી છે. પરંતુ એકંદરે, વૈશ્વિકીકરણની વિચારધારાએ આ પ્રકારના જોખમો ખેડવાની વૃત્તિને નાસીપાસ કરી છે. તેમ છતાં, જેમ જેમ વૈશ્વિક હિસ્સેદારી વધતી ગઈ અને મતભેદો વધુ તીવ્ર બનતા ગયાં, અગ્રણી સત્તાઓએ 'અન્ય માધ્યમો થકી યુદ્ધ'ની માનસિકતા છત્તી કરી. સાંપ્રત સમયની મુખ્ય લાક્ષણીકતાઓમાં સૌથી વધારે તાકતવર થવાની મહેચ્છા તથા પ્રભાવ અને ક્ષમતાને લાગતાં 'ટૂલ બોક્સ'નો બેફામ ઉપયોગ મોખરે છે. તેમાં પણ અમુક 'ટૂલ' વધારે પ્રમાણમાં છે જે આ પ્રકારની પ્રણાલીને વધુ પ્રોતસાહિત કરે છે. હકીકતમાં, આપણે એ દ્રષ્ટિકોણને એ સ્તરે વિકસિત થતો જોઈ રહ્યા છીએ જ્યાં તે આપણા વૈશ્વિક જીવનના અનેક પાસાઓ અને પ્રવૃત્તિઓને છિન્નભિન્ન કરી નાખશે.

વ્યાપાર હંમેશા રાજકીય હતો, પરંતુ આજે તે તેના કરતાં કંઇક વધારે છે. ખરીદદાર હોય કે

પછી વેચાણકર્તા, રાજકારણીય પ્રભાવ માટે બજાર હિસ્સાનો ખુલ્લેઆમ ઉપયોગ થાય છે. વસ્ત્રો હોય કે ટેક્નોલોજી, એકાધિકારનો વધારે નિર્લજ્જતાથી દુરુપયોગ થાય છે. નાણાં પણ તેટલા જ શક્તિશાળી છે, ભલે તે ચલણની શક્તિ હોય કે ઋણ મેળવવાની વૃત્તિ. જોડાણો વધતાં જતાં સંબંધો અને નિર્ભરતાની સાથે સાથે ઘટતી જતી પારદર્શિતા તેમજ બજારની સધ્ધરતામાં આવેલ ઘટાડાનો પણ સુચિતાર્થ કરે છે. હકીકતમાં, ટેક્નોલોજી તેને નવા સ્તરે લઇ જાય છે કારણ કે ટેક્નોલોજી થકી તેનો વધારે બેફામ ઉપયોગ થઈશકે છે. માહિતી માટે જોઈએ તો, વિવધ સમાજોની માનસિકતા અંગેની તે અનોખી ઝાંખી આપે છે. પ્રવાસનના પ્રવાહની વાત હોય તો ત્યાં પણ જો દિશા આપવામાં આવે તો તે પ્રભાવ પડવાની રમતમાં મહત્વનું પત્તુ સાબિત થાય છે. આ બધા ‘સામાન્ય’ આંતરનિર્ભરતા ના પાસાઓ છે, જેમાં પૂરતા વિચાર કે યોગ્ય ચકાસણી વિના પ્રવેશ કરવામાં આવે છે.

પરસ્પર રાજકીય સ્પર્ધા માત્ર લાભાન્વિત ઉપયોગ કે પછી બળપ્રયોગની જ કવાયત નથી; પરંતુ તે એક પ્રકારનું પ્રલોભન પણ છે. પરિણામે, પ્રોજેક્ટ, પ્રવૃત્તિઓ અને આંતરક્રિયાઓ પ્રભાવને પ્રોતસાહિત કરવા તથા તેનો ઈરાદાપૂર્વકનો ઉપયોગ કરવાના વિવિધ અભિગમો દર્શાવે છે. આપણે તેને વ્યાપક ક્ષેત્રમાં જોઈ શકીએ છીએ, જેમ કે શિક્ષણ અને વ્યવસાય થી લઈ મીડિયા અને મનોરંજન સુધી. આ આંતરપ્રવેશ આજે એટલો કુદરતી અને વ્યાપક છે કે આ શક્યતાઓ વધુ સરળ બની છે.

સહમતિને પ્રોત્સાહન આપવું કે પછી પરિવર્તનને ઘડવું તેટલું જ જુનુ છે જેટલું રાજકારણ. આધુનિક રાષ્ટ્ર-રાજ્ય તેના અંતરરાષ્ટ્રીય સંબંધ તરીકેના પ્રતિપાદન માટે એક પ્રકારનું વિશ્લેષાત્મક માળખું પ્રદાન કરે છે. તેના આત્યંતિક સ્વરૂપમાં, આ પ્રયાસો નો હેતુ અન્યોને પાયમાલ કરીને તેમના પર પોતાનું નિયંત્રણ સુનિશ્ચિત કરવાનો હોય છે. વાસ્તવિકતા ભાગ્યે જ આ સ્તરે પહોંચી શકે છે. તે અવારનવાર પ્રભાવ ઉત્પન્ન કરવાના સાધનો મેળવવા અને તેમને વધારે અસરકારક બનાવવાની પ્રક્રિયા તરીકે વ્યક્ત થાય છે. આમ જોવા જઈએ તો તે સતત પ્રગતિશીલ કાર્ય છે. સ્વભાવગત રીતે વધુ પ્રબળ રાષ્ટ્રો હુમલામાં વધુ સક્રિય હોય છે, જ્યારે મોટાભાગના રાષ્ટ્રો મુખ્યત્વે રક્ષણ પર ધ્યાન કેન્દ્રિત કરે છે. વૈશ્વિક ક્રમનું સર્જન આ કવાયતનું એક પરિણામ છે કારણ કે તે એક એવું તંત્ર રચે છે જે વર્તણુકને નિયંત્રિત કરે છે અને માંગણીઓને ન્યાયસંગત બનાવે છે. ક્ષેત્ર પ્રમાણે ધોરણો મહાન ઉપયોગીતા ધરાવી શકે છે, કારણ કે તે થોડા લોકોની ક્ષમતાઓને વિશાળ જનસમુહોની ઇચ્છાઓમાં પરિવર્તિત કરે છે.

વિવિધ સમાજોના વિકાસમાં, સુરક્ષા વિશ્વ અને રોજિંદા જીવનમાં પ્રગતિ હંમેશા પરસ્પર સંકળાયેલી રહી છે. એકમાં થયેલી પ્રગતિ સ્વાભાવિક રીતે બીજા પર અસર કરે છે, ભલે તે સામગ્રી, સંચાર, મંચ અથવા પ્રવૃત્તિઓની વાત હોય. મોટાભાગે, જે પ્રયોગશાળામાં અથવા તો વ્યવસાયો થકી શરુ થયું છે, તે અંતે હથિયારખાનામાં સમાપ્ત થયું છે. તે જ રીતે, સંરક્ષણને

લગતા સંશોધન અથવા તો શોધોનું વ્યાપારીકરણ વર્ષોથી સફળ રહ્યું છે. જોકે, દુનિયા વધુ વૈશ્વિક બની છે, સુરક્ષા અને વ્યાપાર વચ્ચેની રેખાઓ ઝાંખી થઈ રહી છે. આના કેટલુક ટેક્નોલોજીના વધુ એકીકૃત સ્વભાવને પ્રતિબિંબિત કરે છે; કેટલુક હેતુપૂર્વકની નાગરિક-સૈન્ય સંલગ્નતામાંથી આવે છે. કેટલાક રાષ્ટ્રોમાં, જ્યાં મોંઘવારી વધુ છે, આપણે સાવચેત રહેવું જોઈએ કે આર્થિક પ્રવૃત્તિઓ માત્ર સુરક્ષા ક્ષમતાઓને વધારી શકે છે તટલું જ નહિ, પરંતુ તેઓ દ્વારા સંચાલિત પણ થઈ શકે છે. ક્યાં વ્યવસાય સમાપ્ત થાય છે અને ક્યાં સુરક્ષા શરૂ થાય છે તે હવે આલેખવું સરળ નથી.

વર્તણુકને પણ, ધોરણો નક્કી કરીને અને શિસ્ત સ્થાપિત કરીને આકાર આપવામાં આવી શકે છે. આ કારણ છે કે નિયમ બનાવવું અને નિયમનું પાલન કરવું આજના આંતરરાષ્ટ્રીય રાજકારણની ચર્ચાના કેન્દ્રમાં આવી ગયું છે. પરંતુ રમતના નિયમો લક્ષ્યને આગળ ધપાવવા અથવા અસરકારક રક્ષણ સ્થાપિત કરવા માટે અપર્યાપ્ત છે. તે વધુ જટિલ બનતું જાય છે જ્યારે નિયમો અસ્તિત્વમાં નથી, વિવાદાસ્પદ છે અથવા બસ અવગણવામાં આવે છે. તેથી, ગંભીર રાજતંત્રો સ્વાભાવિક રીતે માત્ર ઉદેશ્યો પર નિર્ભર ન રહેતાં ક્ષમતા નિર્માણ પર ધ્યાન કેન્દ્રિત કરે છે. ભારતે પણ સ્પષ્ટ રીતે ઓળખવું જોઈએ કે ક્ષમતા નિર્માણ એ ઉદેશ્યોને સુનિશ્ચિત કરે છે. ખાતરીપૂર્વકની સુરક્ષાનો આધાર મજબૂત તાક્તોમાં હોય છે, આ એક સમજ છે જેણે શક્તિશાળી રાષ્ટ્રોને બાકીના રાષ્ટ્રોથી અલગ પાડ્યા છે.

આ ખાસ કરીને ભારત માટે પ્રાસંગિક છે કારણ કે આપણી ઔદ્યોગિક અને ઉત્પાદન ક્ષમતાઓએ સમગ્રલક્ષી વિકાસ સાથે ગતિ રાખી નથી. અમે સુધારા લાવવા માટે પ્રયત્ન કરીએ છીએ, ત્યારે નિયમો અને ધોરણોની હિમાયત કરવાનું તર્ક સામાન્ય રીતે મજબૂત રહે છે. નિકટના ભવિષ્યમાં, તેમનો અભાવ આપણને નુકસાન પહોંચાડે એવી શક્યતા વધારે છે. નાના રાષ્ટ્રો, જેમની પાસે આપણી માફક સ્થિતિસ્થાપકતા નથી, તેઓ પાસે અમુક અગ્રણી સત્તાઓની સામે ઝુકવા સિવાય અન્ય કોઈ વિકલ્પ નહીં રહે. મોટા રાષ્ટ્રો વચ્ચે પણ, નિયમો અસ્થિરતાને અટકાવી શકે છે જે કોઈના હિતમાં નથી. તે જ સમયે, એવી જાગૃતિ વિકસિત થઈ રહી છે કે ડિજિટલ જેવા ક્ષેત્રોમાં, નિયમો બનાવવાની પ્રણાલિનો પ્રસ્થાપિત સભ્યોની આગેવાનીને સ્થગિત કરવા માટે ઉપયોગ થઈશકે છે. તેથી, ક્ષમતા વધારવાની સાથે સાથે નીતિ નિર્માણ તથા નિયંત્રિત મંતવ્યોનું નિર્માણ પણ જરૂરી છે.

મંતવ્યોનું નિયંત્રણ અને વિચારોનું અનુકૂલન કરવું તે રાજકીય સ્પર્ધાના મૂળભૂત પાસાઓ છે. જો માહિતીના ક્ષેત્રને હવે વધુ મહત્વ આપવામાં આવ્યું છે, તો તે માત્ર તેની મહત્તાની ઓળખ જ નથી, પણ નવા સાધનોની ઉપલબ્ધતા પણ છે. એ શક્ય છે કે પ્રચારનો સમયગાળો હવે ટેક્નોલોજી અને ડેટા દ્વારા સંચાલિત ઉદ્યોગને સ્થાન આપતો હોય, પરંતુ પ્રવર્તમાન સમયની અન્ય પ્રવૃત્તિઓની જેમ, આપણે તે ભૂલવું ન જોઈએ કે તેનો પણ પોતાનો ઈતિહાસ છે.

વૃત્તાંતને નિયંત્રિત કરવું હંમેશા એક લડત છે અને ટેક્નોલોજીએ તેને વધારે જટિલ બનાવી છે. કાયદા, ક્રમ અને સુરક્ષાની જવાબદારી ધરાવનારાઓએ તેનો સામનો દરરોજ કરવો પડે છે. તે બેડોળ કરી શકે છે, પ્રેરિત કરી શકે છે, ચેતવી શકે છે, ભ્રમિત કરી શકે છે અને ગેરમાર્ગે દોરી શકે છે, ક્યારેક આ બધું એક સાથે થતું હોય છે. પરંતુ, આપણે કાયમ જે વાંચીએ છીએ, જોઈએ અને સાંભળીએ છીએ આ તમામ રોજબરોજની ઘટનાઓને અવગણવી ન જોઈએ. આ બાબતે વિચાર કરોઃ તેમાં સ્વીકાર કે અસ્વીકારની પ્રક્રિયાઓ પણ સામેલ છે. તેમને સંચાલિત કરતી તાકતો ઘણીવાર રાષ્ટ્ર-રાજ્યો તેમજ પરંપરાગત શક્તિ અને પ્રભાવની વ્યાખ્યાઓની બહાર વિસ્તરે છે. ક્યારેક, તેઓ પરિસ્થિતિની જોરશોરથી તરફેણ કરતાં હોય છે તથા આ પરિસ્થિતિથી વિમુક્તતા પ્રત્યે સંવેદનશીલતા દર્શાવતા હોય છે. આર્ટિકલ 370ના સંદર્ભમાં અમુક ક્ષેત્રોમાંથી થયેલો જોરદાર વિરોધ એનું એક ઉદાહરણ છે. પરંતુ સમાન રીતે, તેઓ કટ્ટરવાદ અથવા કદાચ વધુ સ્વીકાર્ય સ્વરૂપમાં ઉગ્રવાદ માટેનો દાવો કરી શકે છે. જ્યારે સરહદપારના આતંકવાદને ફક્ત ભાગલા પછીના મતભેદોના વધુ ઉગ્ર સ્વરૂપ તરીકે દર્શાવવામાં આવે છે, ત્યારે પણ આપણે તેમના પ્રભાવને જોઈએ શકીએ છીએ.

હકીકતમાં, રાષ્ટ્રોની છબી પણ ઘણી વખત કોઈ એજન્ડા સાથે ઘડાતી હોય છે. નાણાકીય તથા માહિતીના વ્યવહારોમાં ડિજિટલાઇઝેશનની પ્રણાલીને ઉતરતી કક્ષાની બતાવવા તથા માહિતી વિનિમયને નાણાકીય પ્રવૃત્તિ તરીકે યોગ્ય ઠેરવવા 'ડેટા પ્રોટેક્શનિઝમ'નો એક દલીલ તરીકે ઉપયોગ થાય છે. તે જ રીતે, 'મોટા ઉત્સર્જકો'ની સંકલ્પના ઐતિહાસિક જવાબદારીને ટાળવાનો પ્રયાસ કરે છે. એક યા બીજી રીતે, પ્રબુદ્ધ ભદ્ર સમાજ એક પ્રકારના પુનઃસંતુલનની પ્રક્રિયાનું નિયમન કરશે તેમજ તેનો પ્રતિકાર કરશે, કે જે વિકાસશીલ સમાજોને પોતાના હિતો સ્પષ્ટ કરવા માટેનો આત્મવિશ્વાસ આપે છે.

સામગ્રી ક્ષેત્રોમાં ધોરણોની વાત કરીએ તો સામાન્ય રીતે ઉદયમાન સત્તાઓ અગાઉના સ્થાપિત દ્રષ્ટિકોણને લઈને વૃતાંતોના પડકારોનો સામનો કરી રહ્યાં છે. વિચારધારાના વિશ્વમાં, તેઓ રાજકીય શીષ્ટાચારને વ્યાખ્યાયિત કરવા અને તેને વૈશ્વિક બનાવવા માટે પ્રયાસ કરે છે. ઘણી વાર, બાહ્ય હિતો સ્થાનિક ભદ્ર સમાજ સાથે મજબૂત રીતે સંકળાયેલા હોય છે જેમણે એકમેક સાથે સમજૂતી રાખી હોય છે. છેલ્લા કેટલાક વર્ષોમાં આપણો પોતાનો અનુભવ દર્શાવે છે કે કેવી રીતે સારા શાસનને વધારે પડતા રાજકીય નિયંત્રણના રૂપમાં વિકૃત કરી શકાય છે અથવા કેવી રીતે અરાજકતા અને બદતર હાલતને લોકશાહી અધિકારોના પ્રતિપાદનના નામે યોગ્ય ઠેરવવામાં આવે છે. આવી પ્રથાઓની અવગણના કરતો સમાજ જોખમના ઓથા હેઠળ રહેતો હોય છે.

વૈશ્વિકકૃત યુગે સંઘટિત વ્યાપક સત્યના પ્રચારને પ્રોત્સાહન આપ્યું છે, જેને ખૂબ જ ચિવટતાથી રચેલા વાતાવરણ દ્વારા વિતૃત રૂપે પ્રગટ કરવામાં આવે છે. તેમ છતાં, બહુધ્રુવીયતાના

ઉદ્ભવ થવાથી આપણા ગ્રહની કુદરતી વૈવિધ્યતા પાછી આવી છે. આગામી સ્પર્ધાઓમાં, આ વૈવિધ્યતા અંગે ગેરસમજણ સર્જાવાની કે પછી તેની ગેરરજુઆત થવાની શક્યતાઓ હમેશાં રહે છે. કારણ કે સુરક્ષામાં ઘણી બધી વસ્તુઓ ધારણાથી આવે છે, આપણે આપણા છબીના ઘડતરને લઈને અભેદ્ય રહી શકીએ નહિ. જો આપણે અપેક્ષા રાખીશું કે વૈશ્વિક સત્તાના અધિક્રમ સુધીનો માર્ગ સરળ રહેશે, તો આપણે એક મોટા ભ્રમમાં રહીશું. માનક કઈ રીતે નક્કી કરવા, ક્યા મુદ્દા પર પ્રકાશ પાડવો, વાસ્તવિકતાના કયા ભાગો પસંદ કરવા, આ બધું જ અપેક્ષિત છે. તેવી જ રીતે રિપોર્ટિંગમાં વપરાતા 'તથ્ય-તપાસમાંથી મુક્તિ' અને 'પસંદગીયુક્ત ન્યાય' જેવા વિશેષણ પણ અપેક્ષિત છે. પૂર્વગ્રહ અને હિતોને સારી રીતે જાણતા હોવા છતાં, આપણે ધ્યાનમાં રાખવું જોઈએ કે આ હજી પણ એક સ્પર્ધા છે અને તેમાં આપણે ઉત્સાહ અને ઊર્જા સાથે પ્રવેશ કરવો જોઈએ. તેથી, આપણા પોતાના કથાનકનું સર્જન અને પ્રસાર ખુબ જ મહત્વના છે. વિશ્વના કેટલાક વિભાગો પાસે તેમના પોતાના દૃષ્ટિકોણ હોય છે, પરંતુ તે દૃષ્ટિકોણો પર આપણે પોતાનો દૃષ્ટિકોણ રાખવાથી ડરવું જોઈએ નહીં. પ્રવાહ વિરૂદ્ધ તરવું એ બધીજ ઉદયમાન સત્તાઓનું કર્મ છે.

આગળનો માર્ગ

વધુ જટિલ સુરક્ષા મેટ્રિક્સનો સામનો કરવા માટે પૂરતી રાજય ક્ષમતાઓનું નિર્માણ કરવું મોટા રાષ્ટ્રો માટે સામાન્ય પડકાર છે. જે સાધનો આપણને વધુ અસરકારક સેવાઓ આપવામાં મદદ કરે છે, તે આપણા લોકોની સુરક્ષા વધારવામાં પણ મદદરૂપ થઈ શકે છે. વધુ પરંપરાગત બાહ્ય ખતરાની જેમ જ, માહિતીકરણના પર્યાવરણમાં સુરક્ષા નીતિનું પાલન કરવું એ એક કાર્ય છે જે માટે આપણે સંપૂર્ણ રીતે તૈયાર થવું જોઈએ. તેના પોતાના પડકારો અને ચર્ચાઓ હશે, પરંતુ જે દિશામાં આપણે આગળ વધવું છે તે નિશ્ચિત છે.

વિશ્વ અનેક રીતે બદલાઈ ગયું છે, પરંતુ ભારત સતત જે પડકારનો સામનો કરે છે તે આતંકવાદનો છે. આંતરરાષ્ટ્રીય સમુદાય સામેના તેના ખતરાઓને સમજવું એક સંતોષકારક બાબત છે. પરંતુ રાજકીય લાભ અથવા પ્રાદેશિક વ્યૂહરચના માટે જે હદના સમાધાન કરવામાં આવે છે, તે યાદ અપાવે છે કે કાર્ય હજી અધૂરું છે. મુખ્યત્વે ભોગ બનનાર રાષ્ટ્ર તરીકે, જો આપણે પોતે લડાઈ નહીં લડીએ તો અન્ય લોકો આપણા માટે લડાઈ લડશે તેવી અપેક્ષા રાખી શકાય નહિ. વૈશ્વિક મતને ગતિશીલ બનાવવાની સાથે સાથે આપણે આપણા પોતાના હિતોની રક્ષા સુનિશ્ચિત કરવી જોઈએ. વૈચારિક સ્તરે, આતંકવાદને સહજ ઘટના તરીકે સ્વીકારવાના પ્રપંચનો જોરશોરથી વિરોધ થવો જોઈએ. આપણે બંને પડોશીઓ વચ્ચે વ્યક્તિતાનો ભેદ સ્પષ્ટ રાખવો જોઈએ જ્યાં પ્રત્યેક પોતાના IT સ્નાતકથી ઓળખ પોતાની બનાવે છે: એક માહિતી ટેક્નોલોજીની ઓળખ ઉભી કરે છે જયારે અન્ય આંતરરાષ્ટ્રીય આતંકવાદની.

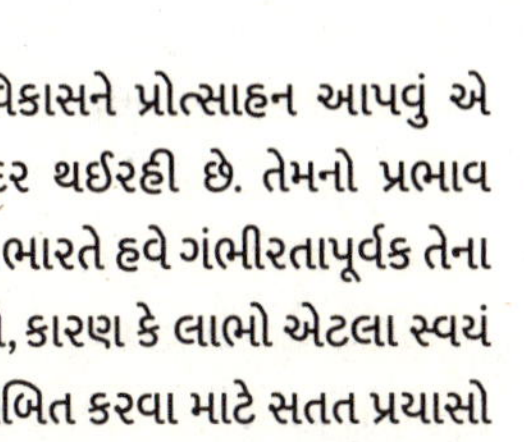

સુરક્ષાના ઘણા પરિમાણો છે, અને સામાજિક-આર્થિક વિકાસને પ્રોત્સાહન આપવું એ તેમાંનું એક પરિમાણ છે, જેના મૂલ્યની વધતાં પ્રમાણમાં કદર થઈરહી છે. તેમનો પ્રભાવ ઊંડાણપૂર્વક હોવાથી તે પ્રમાણે પડકારોમાં પણ ઘટાડો થાય છે. ભારતે હવે ગંભીરતાપૂર્વક તેના SDG લક્ષ્યો હાંસલ કરવા પર ધ્યાન કેન્દ્રિત કર્યું છે. ખાસ કરીને, કારણ કે લાભો એટલા સ્વયં સ્પષ્ટ છે કે ત્યાં વિકાસને અવરોધિત કરવા અને પ્રગતિને વિલંબિત કરવા માટે સતત પ્રયાસો ચાલુ રહે છે. ડાબેરી પાંખના ઉગ્રતાવાદ (LWE)થી પ્રભાવિત વિસ્તારોમાં સડક નિર્માણનો વિરોધ થવો તેનું એક સ્પષ્ટ ઉદાહરણ છે. પરંતુ જો રાષ્ટ્રીય સંભાવનાઓને નબળી બનાવવામાં આવે અથવા સરહદી વિસ્તારના અવલંબનને પંગુ બનાવવામાં આવે, તો તે પણ એક મોટો ચિંતાનો વિષય છે. વિગતો દર્શાવે છે કે આ અનેક સ્વરૂપોમાં અને દેખાવમાં આવી શકે છે, જેમાંથી કેટલાક ખુલ્લા નકારાત્મક છે જ્યારે બીજાં જાહેર કલ્યાણની આડમાં આવે છે. આપણી સંભાવનાઓ માટે આ પ્રયાસોની કેન્દ્રિયતાને ધ્યાનમાં રાખતા, સતત પ્રગતિને સુનિશ્ચિત કરવા માટે યોગ્ય પ્રાથમિકતા આપવી અત્યંત આવશ્યક છે.

ડિજિટલ ક્ષેત્રનો વિકાસ સાથે વિશેષ સંબંધ છે, ખાસ કરીને કોવિડના અનુભવ પછી. પાસપોર્ટ જારી કરવું આ પરિવર્તનનું પ્રારંભિક ક્ષેત્ર હતું, પરંતુ હવે આપણે જોઈ શકીએ છીએ કે શાસન પોતે પરિવર્તિત થઈ ગયું છે. વિશાળ ભારતીય ડિજિટલ બજારને ધ્યાનમાં લઈએ તો પેદા થયેલા ડેટાના ઉપયોગ માટે સ્પર્ધા નૈસર્ગિક છે. વિવિધ ક્ષેત્રોમાં સ્માર્ટ નેટવર્ક્સ અને સેવાઓ પણ સ્પર્ધાનો વિષય છે. ડિજિટલ સેવાઓ અને ડેટાની સુરક્ષા પ્રત્યેની સંવેદનશીલતા સ્પષ્ટપણે ભારત માટે અનન્ય નથી. અન્ય ઘણા લોકોની જેમ, આપણે પણ નવી ટેક્નોલોજી દ્વારા વધારવામાં આવેલી નબળાઈઓનું મૂલ્યાંકન કરી રહ્યા છીએ. ભારતનો પ્રયાસ તેની બહુવિધ ચિંતાઓને સંબોધે તેવા શ્રેષ્ઠ મંચને શોધવાનો છે. તેમાં નાગરિકોની ડેટા સુરક્ષા, વ્યવસાય માટે સરળતા, કાર્યક્ષમ શાસનના જાહેર હિતને સુનિશ્ચિત કરવું અને રાષ્ટ્રીય સુરક્ષાનું રક્ષણ સામેલ છે.

દૂરસંચાર પ્રત્યેની સંવેદનશીલતા પણ બહુ પ્રતિક્ષિત પગલું હતું. તે આપણી સુરક્ષા અંગેના દ્રષ્ટિકોણને વધુ આધુનિક બનાવવાના વ્યાપક પ્રયાસને પ્રોત્સાહન આપશે. આરોગ્ય સુરક્ષા કોવિડના અનુભવમાંથી ઉદભવેલું બીજું મહત્વપૂર્ણ પ્રગટીકરણ છે. આજે, આપણે ઘણા ઉત્પાદનોના નિકાસકાર અને ખરેખર, રસીના મુખ્ય ઉત્પાદક હોઈ શકીએ. પરંતુ આ બધામાં ભારત જેવો મોટો સમાજ પોતાની મૂળભૂત જરૂરિયાતો માટે અન્ય પર આધારિત રહે છે તે ખતરો અવગણવો જોઈએ નહીં. તીવ્ર તણાવની પરિસ્થિતિમાં રાજ્યોનું વલણ તેવા પાઠ શીખવે છે કે જેમને આપણે આપણા જોખમે અવગણીએ છીએ. પરંતુ જો આપણે યોગ્ય રીતે બોધ મેળવીએ, તો સ્વયં પોતાની સિદ્ધિઓની શૃંખલા શરૂ કરે તેવી ક્ષમતાઓના નિર્માણને તે સુગમ બનાવી શકે છે.

વિશ્વ સાથે ભારતના આર્થિક સબંધોના સ્વરૂપને લઈને સક્રિય ચર્ચા ચાલી રહી છે. કોઈ પણ વૈશ્વિકીકરણની વાસ્તવિકતા પર ગંભીર શંકા કરતું નથી કે અન્ય અર્થતંત્રો સાથે પરસ્પર ક્રિયા કરવાની જરૂરીયાત સામે પ્રશ્ન ઊભો કરતું નથી. મુખ્ય મુદ્દો છે ભારતે વાટાઘાટ કરેલી શરતો. આપણા પોતાના બજારોમાં વિદેશી વેપાર ઉદારીકરણની નીતિનું અમલીકરણ ન્યાયપૂર્ણ સ્પર્ધાના ભોગે થવું જોઈએ નહીં. અને દુર્ભાગ્યવશ, તે જ આપણે ભૂતકાળમાં થતું જોયું છે. ઉત્પાદનને નાણાકીય સહાય આપવાથી અને વિશ્વના અન્ય ભાગોમાં બજાર પ્રવેશહકનો ઇનકાર કરવાથી સ્પર્ધા કરવી ખૂબ મુશ્કેલ બની ગઈ છે. જો મૂળભૂત ઉત્પાદન હવે વ્યવહારુ વિકલ્પ ન હોય, તો તે વેપાર નીતિનો મુદ્દો નથી પરંતુ રાષ્ટ્રીય સુરક્ષા માટે એક ચિંતાનો વિષય છે. સ્પષ્ટપણે કહીએ તો: ભારત વિદેશમાં માત્ર ત્યારે જ પ્રભાવશાળી બની શકે છે જ્યારે તેની પાસે સ્થાનિક કક્ષાએ પૂરતી ક્ષમતા હોય. માત્ર પુરવઠા માટે એક બજાર બની રહેવું અથવા અન્ય લોકો માટે ડેટા પેદા કરનાર સ્ત્રોત બનવું આપણું ભાગ્ય નથી. ઉભરતું ભારત ત્યારે જ વાસ્તવમાં આગળ વધશે જ્યારે તે 'આત્મનિર્ભર ભારત' બની શકે.

વિશ્વ મંચ પર ભારતનો ઉદય એક અત્યંત ઘટનાસભર યાત્રા રહી છે. અને જેટલી પ્રચંડ આંતરિક એકીકરણની પ્રક્રિયા છે તેટલા જ પ્રખર બાહ્ય પડકારો પણ છે. આઘાતજનક ભાગલાના પરિણામો રહ્યાં છે, જેમાંથી કેટલાકને હજુ હવે સંબોધિત કરવામાં આવી રહ્યાં છે. આ બધામાં, ભારતના પુન:ઉદયનો વિરોધ કરનારાઓએ આ પ્રક્રિયાને કઠિન બનાવવા માટે ઘણાં ધમપછડા કર્યા છે. અનેક વાર આતંકવાદ, ઉગ્રવાદ અને અલગાવવાદનો ઉપયોગ કરવામાં આવ્યો છે. આપણે કઠિન વર્ષોમાંથી પસાર થયા છીએ પરંતુ આપણા લોકોના બલિદાનને કારણે વધુ મજબૂત બન્યા છીએ. ટુંકસાર એ છે કે આપણી વિવિધતાના પ્રતિરોધની જરૂરીયાતને વિભાજન તરીકે પ્રક્ષેપિત કરવામાં આવે છે. રાષ્ટ્રીય ભાવનાને મજબૂત બનાવવાની પ્રક્રિયા પોતે આવા સતત પ્રયાસોને અવરોધિત નહિ કરે. આપણે એક ખુલ્લો સમાજ છીએ, એટલે કે આવી ધમાલ માટેની તકો વધુ છે. આપણા કિસ્સામાં, શાશ્વત જાગરૂકતા માત્ર સ્વતંત્રતાની જ કિંમત નથી પરંતુ રાષ્ટ્રીય એકતાની પણ છે.

વિશ્વ વ્યવસ્થામાં ભારતનો ઉદય માત્ર સત્તાની સીડી ચડવા બરાબર જ નથી. તે સાથે સાથે એક સાંસ્કૃતિક સમાજનું આધુનિક રાષ્ટ્ર-રાજ્યમાં રૂપાંતરણ પણ છે. સરહદોને સુરક્ષિત બનાવવી અને શાસન સુધારવું હવે પૂરતું નથી; તે તો ફક્ત તે પાયો છે જેના પર ઘણી બધી ક્ષમતાઓ વિકસાવવી જોઈએ. ભારતના કિસ્સામાં સામાન્ય રીતે, અલગ અલગ યુગો સહઅસ્તિત્વ ધરાવે છે, સુરક્ષા ક્ષેત્રમાં પણ. આવનારા સમયગાળામાં, આપણી ચિંતાઓ ધીમે ધીમે વધુ વૈશ્વિક બનશે. પરંતુ ત્યાં કેટલાક ઉકેલો શોધવાની હિંમતથી ડરવું જોઈએ નહીં. જેમ આપણે સ્થાનિક કક્ષાએ અનિશ્ચિતતાઓ માટે તૈયાર રહીએ છીએ, એમ જ વિદેશમાં પણ સહકારની આદત વિકસાવવી જોઈએ.

જો દુનિયા મહામારી પહેલા પૂર્વ અસ્તિત્વ ધરાવતી સ્થિતિઓનો ભાર લઈ રહી હતી, તો તેમાં ભારત કોઈ અપવાદ નહોતું. તે સંદર્ભમાં પરંપરાગત કથાનકો સ્વાભાવિક રીતે ધિરાણ અને વેપારના મુદ્દાઓ પર કેન્દ્રિત હોય છે, જેમાં કેટલીક સામાજિક અને રાજકીય સમસ્યાઓ ઉમેરવામાં આવે છે. પરંતુ છેલ્લા પચ્ચીસ વર્ષોનું વિવેચનાત્મક સ્વ-મૂલ્યાંકન આપણી સુધારણા અને વૈશ્વીકરણ અંગેની સમજણ વિશે ઊંડા પ્રશ્નો ઉઠાવે છે. ઘણી વાર કહેવામાં આવે છે કે ભારતમાં, આપણે જે બદલાવ લાવવા જોઈએ તેના કરતા આપણે જે બદલાવ ફરજીયાતપણે જરૂરી છે તે જ લાવીએ છીએ. અન્ય શબ્દોમાં, આપણે તરત મુશ્કેલીનો પ્રતિસાદ આપીએ છીએ અને જેવી તે ઉકેલાય છે તેમ જ નિષ્ક્રીયતાના મૂળભૂત સ્થાન પર પાછા જઈએ છીએ. અને સત્ય એ છે કે 1990ની શરૂઆતથી આપણો આ જ અનુભવ રહ્યો છે.

સુધારણા પરની ચર્ચાઓ મુખ્યત્વે અર્થવ્યવસ્થા, ઉદ્યોગ અને વાણિજ્યના વિવિધ પાસાઓ પર કેન્દ્રિત રહી છે, જે સ્વાભાવિક છે જો આપણે યાદ રાખીએ કે પ્રભાવશાળી કટોકટી ભાવતાલ સંતુલન (balance of payments) ની હતી. પરંતુ અનિવાર્ય વાસ્તવિકતા એ છે કે મોટા ભાગની આર્થિક, સામાજિક અને માનવીય પ્રવૃત્તિઓ અસ્પર્શિત રહી. તે કૃષિ હોય કે શ્રમ, શિક્ષણ હોય કે વહીવટ, સ્થાપિત હિતોના પ્રભાવે આગામી સુધારણાને લગતી પ્રેરણાઓને નિષ્ક્રિય બનાવી રાખી. તેથી આપણા માનવ વિકાસ સૂચકાંકો જેટલાં સુધરવા જોઈએ તેટલાં સુધર્યાં નહીં, અને શહેરીકરણની તેમજ ગ્રામ્યકક્ષાના વિકાસને લગતી આવશ્યકતાઓને જે અસરકારક રીતે સંબોધવી જોઈતી હતી તે પ્રમાણે સંબોધવામાં આવી નહીં. ફક્ત તેટલું જ નહીં, સામાજિક ક્ષેત્રમાં પ્રગતિનો અભાવ આર્થિક ક્ષેત્ર પર પણ દેખાવા માંડ્યો.

આ સ્થાનિક પરિસ્થિતિ બાહ્ય વ્યૂહરચનામાં પણ પ્રતિબિંબિત થઈહતી, જેના કારણે ભારતની સ્પર્ધાત્મકતાની ભાવનાઓમાં ભાગ્યે જ વધારો થયો. વૈશ્વીકરણના પ્રયાસમાં, આપણે ટૂંકા ગાળાની ગણતરીઓ અને વ્યૂહાત્મક લાભોથી પ્રેરિત રહ્યા. ભારતે ઉપભોગ કરવા, વેપાર કરવા અને નફો મેળવવા માટે આયાત કરી, નહિ કે સમાવેશ કરવા, નવાચાર કરવા અને ઉત્પાદન કરવા માટે. પૂર્વ એશિયાના દેશો સાથેનો વિરોધાભાસ વધુ અસ્પષ્ટ હોઈ શકે નહીં. બહારથી ઓછા મૂલ્યના વિકલ્પોનો વધારે પડતો પ્રભાવ સ્વાભાવિક રીતે સ્થાનિક કક્ષાએ ઉત્પાદનને નુકસાન પહોંચાડે છે. અજાણતાથી જ, આપણે બીજા લોકોની કાર્યક્ષમતામાં આપણી પોતાની મર્યાદાઓનો ઉકેલ જોવા લાગ્યાં. અને તેની સાથે, સુધારણાની પ્રક્રિયા તે સમયની વ્યવસ્થા માટે આરામદાયક રહી. જો આપણું સ્વમુલ્યાંકન સકારાત્મક રહ્યું હોય તો તેનું કારણ છે કે આપણે તેના માટે પ્રતિસ્પર્ધીઓની જગ્યાએ પોતાના જ ભૂતકાળનો પ્રમાણભૂત ધોરણ તરીકે ઉપયોગ કરતાં હતા. આ સદીના બીજા દાયકામાં, આ વાસ્તવિકતાઓ આપણી સામે આવી છે. આ વધતા જતાં અહેસાસે સમજાવ્યું કે વૈશ્વીકરણ વિના વ્યૂહરચના એવી જ છે જેમ કે ગંતવ્યસ્થાન વિના વાહન ચલાવવું. અને સુધારણાનો સાચો માપદંડ માત્ર સંપૂર્ણ રાષ્ટ્રીય શક્તિ

પર તેની અસર હોઈ શકે છે.

મહામારીના પ્રભાવનું નિયમન કરતાં નીતિનિર્માતાઓ હવે આર્થિક અને સામાજિક પુનઃપ્રાપ્તિ પર ધ્યાન કેન્દ્રિત કરે છે. રાષ્ટ્રોએ તેમની ખાસ પરિસ્થિતિઓને ધ્યાનમાં રાખીને નિર્ણયો લીધા છે, જેમાંથી ઘણા એ બાબતથી વાકેફ છે કે સાચા પડકારો હજી આગળ રાહ જોઈએ રહ્યાં છે. જીવન અને રોજગાર બંનેને સંબોધન કરવું સૌ માટે એક સર્વગ્રાહી ચિંતા રહી છે.

અપેક્ષિત રીતે, આ સમયે ભારતની પ્રાથમિક ચિંતા પણ આ જ છે. જોકે, મહામારીના અનુભવોના સંદર્ભમાં પુનઃ પ્રાપ્તિના માર્ગ તરફ જવા માટેની ક્ષમતા કેળવવાના કેટલાક પગથીયાં છે. આરોગ્ય અને દવાઓના ક્ષેત્રોની જેમ જ, આ પગથીયાં કેટલીક સીધી ચિંતાઓના સંબંધમાં હોઈ શકે છે. કે પછી તે ઘરઆંગણે ઉત્પાદન, વિતરણ અને વપરાશને આવરી લે તેવા વધુ વ્યાપક પણ હોઈ શકે છે. મહામારીના પ્રતિસાદરૂપ ઈન્ફ્રાસ્ટ્રક્ચરનું ઝડપથી નિર્માણ કરવાથી અને સંકટ દરમિયાન મોટી સામાજિક-આર્થિક જરૂરિયાતોને પૂર્ણ કરવાથી કદાચ આપણે વિચારી ના હતી તેવી નવી અપેક્ષાઓ ઊભી થઈ છે. જો ભારતીય જનતાએ આપત્તિનો સામનો કરવામાં પ્રશંસનીય ધૈર્ય અને શિસ્ત બતાવ્યું છે, તો તે નેતૃત્વ અને પ્રેરણાને આભારી છે. જો કે, મહામારીના પ્રભાવમાંથી બહાર આવવા માટેની વ્યૂહરચનાઓ વિચારવી અતિઆવશ્યક છે.

એક રીતે, 2014 થી કરવામાં આવેલી પહેલોમાં જ તેનો પાયો નાખવામાં આવ્યો હતો. રાષ્ટ્રીય અભિયાનોએ ઘણાં પડકારો પર ધ્યાન આપ્યું જેને પરંપરાગત રીતે સુધારણા પરની ચર્ચામાંથી બાકાત રાખવામાં આવતાં હતાં. મોટા પાયે નાણાકીય સમાવેશથી માંડીને ડિજિટલ ડિલિવરી સુધી; સૌ માટે વીજળી અને પાણીથી લઈ સસ્તા મકાનો સુધી; કન્યા માટે શિક્ષણ અને શૌચાલયથી લઈને શૌચમુક્ત વિસ્તાર અને સ્વચ્છતા સુધી; શહેરી યોજનાઓ અને ગ્રામ્ય આવકોથી લઈ ને ઈન્ફ્રાસ્ટ્રક્ચરના ઝડપી નિર્માણ સુધી; ડિજિટાઈઝેશન અને ઔપચારિકરણથી લઈ ને કૌશલ્યના વિકાસ સુધી; તેમજ સ્ટાર્ટ-અપ્સ, ઉદ્યોગસાહસિકતા અને નવાચાર એમ તમામનો આ પડકારોમાં સમાવેશ થાય છે. સંદેશ માનવ વિકાસ સૂચકાંકોને સુધારવાનો, ડિજિટલ સાધનોનો ઉપયોગ કરીને પ્રગતિ કરવા, મહત્વાકાંક્ષીઓને સક્ષમ બનાવવા અને તકો અને લાભો વિસ્તૃત કરવાનો હતો. એટલું જ મહત્વપૂર્ણ હતું કે સમગ્ર સમાજને પ્રેરણા અને પ્રોત્સાહન આપીને પરિવર્તન લાવવામાં આવ્યું હતું. આમ કરીને, તે આખરે ઉપનિવેશિક માનસિકતાને પાછળ મૂકી દે છે કે લોકો અને સરકાર બે અલગ-અલગ એકમો છે. આ સામાજિક પરિવર્તન પ્રત્યેની પ્રતિબદ્ધતા જનતા દ્વારા સત્તાવાર રીતે સ્વીકારવામાં આવી છે.

આ હકીકત અંગે આપણને કોઈ ભ્રમ ન હોવો જોઈએ કે આગળનો માર્ગ લાંબો અને કઠણ હશે. ક્ષિતિજ પર નજર નાખતાં, માનવ સંસાધનો, સામાજિક માળખાઓ અથવા આર્થિક ક્ષમતાઓની બાબતમાં, અન્યોના અનુભવોમાંથી ભારતે શિખામણ લેવાની જરૂર છે. વીજળી,

પાણી અને આવાસ જેવી મૂળભૂત સુવિધાઓની ગણતરી હવે વૈભવમાં કરી શકાય નહી. તે જ રીતે, શિક્ષણ, આરોગ્યસંભાળ, કૌશલ્ય અને રોજગાર પણ કેટલાક માટે વૈકલ્પિક હોઈ શકે નહી. ખાસ કરીને, ટેકનોલોજી અને ઉત્પાદન પર વધુ ધ્યાન કેન્દ્રિત કરવું એ ભારતની સંભાવનાઓ માટે કેન્દ્ર સ્થાને છે. ડિજિટાઇઝેશન એક વ્યાપક સંસાધનો ધરાવતા રાષ્ટ્રમાં સક્રિય સામાજિક કલ્યાણની કડી બની શકે છે. તે સમજવું જરૂરી છે કે જ્યાં વેપાર યુદ્ધો અને ટેકનોલોજી લડાઈઓ સામાન્ય બની રહ્યાં છે, ત્યાં ઔદ્યોગીકરણનો અભાવ એકપક્ષીય રીતે શસ્ત્રવિહીન થવા સમાન છે. તેથી, વેપાર કરવાની પ્રક્રિયાને સરળ બનાવવી એ માત્ર આર્થિક હેતુ નથી, પરંતુ તે વિશાળ સામાજિક અને વ્યુહાત્મક અસર ધરાવે છે.

અંતિમ વિશ્લેષણમાં, ભારતની વ્યાપક રાષ્ટ્રીય શક્તિના ઝડપી મજબૂતીકરણમાં તે કેન્દ્રસ્થાન પર છે. સુધારણા બાબતે, ભારત ખરેખર ત્યારે પ્રગતિ કરશે જ્યારે આપણે આ સમજી લઈશું કે આ એક અવિરત પ્રક્રિયા છે, જેનો વ્યાપ સતત વિસ્તરતો રહે છે.

રાષ્ટ્રીય વિકાસ અને પ્રગતિ માટેના પડકારો માત્ર સામાજિક-આર્થિક ક્ષેત્રો સુધી મર્યાદિત નથી. શાસનમાં રહેલ ખામીઓ અને અમલીકરણના અભાવને સંબોધિત કરવા તે ઉકેલ લાવવાની પ્રક્રિયાનો મુખ્ય ભાગ છે. સમસ્યા અલગ અલગ સ્વરૂપોમાં અને વિવિધતામાં આવે છે. તે જુની નીતિ અને માળખાના અભાવથી લઈને સામાન્ય અમલ અથવા અવગણના સુધી વિસ્તરેલ હોય છે. આખરે, આ ક્ષમતાઓને તેટલું જ લાગુ પડે છે જેટલું વ્યૂહરચનાઓને લાગુ પડે છે. જો આપણે સરહદી ઈન્ફ્રાસ્ટ્રક્ચરની મર્યાદાઓ પર વિલાપ કરીએ છીએ, તો આપણે પોતાની જાતને તેમની વર્તમાન સ્થિતિ માટે જવાબદાર કારણો પૂછવા જોઈએ. ઈરાદાપૂર્વકની અવગણનાથી અલગ, આજુબાજુના વિસ્તારો મોટા પાયે મુખ્ય પ્રદેશોની ક્ષમતાઓ અથવા તેમની મર્યાદાઓને દર્શાવે છે. રાષ્ટ્રના કેટલાક વિસ્તારોને અવિકસિત તથા અશાસિત રહેવા દેવામાં મોટું જોખમ છે, ખાસ કરીને સરહદી વિસ્તારો. આપણે રોજબરોજની સુરક્ષાને અવગણીને વિશેષ પડકારોનો સામનો કરી શકતા નથી. અંતે, સરહદોની સુરક્ષા 24 X 7 કામગીરી છે, માત્ર કટોકટી-પ્રેરિત પ્રતિસાદ નથી.

આપણી રાષ્ટ્રીય સુરક્ષાને લગતી ચર્ચાઓમાં જરૂરી માળખા અને તંત્રો સ્થાપિત કરવાના મૂલ્યની ઓળખ કરવી જરૂરી છે. આધારભૂત તૈયારી વિનાં બહોળા પ્રમાણના ઉકેલના સાફલ્યની વકાલત કરવી તે રાજકારણીય નાટક છે; તે ગંભીર નીતિ નથી. ઉલટું, 'ગતિ શક્તિ' પહેલના તાજેતરના અનુભવ દર્શાવે છે કે કેવી રીતે રાષ્ટ્રીય માળખા પર વધારે ધ્યાન કેન્દ્રિત કરવાથી અને એકીકરણથી તેને વિકસિત કરી શકાય છે. અલગતાવાદી જૂથોને અલગ કરવા તથા વધુ સંકલિત શાસન પ્રક્રિયા સુનિશ્ચિત કરવી રાષ્ટ્રીય સુરક્ષાને માટે એટલી જ મહત્વની છે. નિશ્ચિતપણે, આની પાછળનો મૂળભૂત ઉદેશ્ય છે કે રાષ્ટ્રને સામનો કરવો પડતા પડકારોને પૂર્ણ રીતે સ્વીકારવા માટે તૈયાર રહેવું. સરહદ પારના આતંકવાદ અથવા સ્પર્ધાત્મક ભૂરાજનિતી

જેવા મુદ્દાઓની અવગણના કઠીન નિર્ણયોથી પીઠ ફેરવી લેવાના વલણ તરફ દોરી જાય છે. વધુ મુશ્કેલ વિશ્વમાં, તેની શક્યતા ઘણી ઓછી છે.

ભારતનું નિર્માણ આપણા ભૂતકાળ પર આધાર રાખવાનો વિષય નથી; તે મુખ્યત્વે આપણા ભવિષ્યની પુનઃકલ્પના વિશેની બાબત છે.

10

ન લેવાયેલા માર્ગો

નેતૃત્વને યાદ કરવા, ઈતિહાસ પર પુનઃવિચારણા

ઘણી વાર આપણે વારસામાં શું મેળવ્યું છે તે વિશે વિચારતા નથી. પરંતુ જ્યારે આપણે વિચારીએ છીએ, ત્યારે કરવામાં આવેલ પસંદગીઓને એકમાત્ર શક્યતાઓ માનવા તરફનું વલણ હોય છે. દેખીતી રીતે, તે હંમેશા સત્ય હોતું નથી. તેથી, વિશેષ કરીને વ્યૂહાત્મક મૂલ્યાંકન સાથે સંબંધિત, ભૂતકાળને નિયમિત રીતે ફરીથી જોવું ઉપયોગી છે. વર્ષોથી જેને ભારતીય વિદેશ નીતિના મૂળભૂત સિદ્ધાંતો ગણવામાં આવે છે, તે પ્રથમ પ્રધાનમંત્રી જવાહરલાલ નહેરૂની પસંદગીઓ છે. અને તેની પાછળનું કારણ છે કે બે દાયકા સુધી રાજનૈતિક પરિદ્રશ્ય પર તેમનું પ્રભુત્વ રહ્યું હતું. પરંતુ સત્ય એ પણ છે કે સ્વતંત્રતા પછીના પ્રારંભિક સમયમાં, આ ક્ષેત્રમાં પણ ઉગ્ર ચર્ચાઓ થઈ હતી. આમાંની ઘણી તેમના સમકક્ષો દ્વારા ચલાવવામાં આવી હતી, જેમાં એવા લોકોનો સમાવેશ થાય છે જેમણે નહેરૂના વૈચારિક અભિગમને આવકાર્યો ન હતો.

પાકિસ્તાન, ચીન અને અમેરિકા સાથેના ત્રણ સંબંધો ચર્ચામાં ખૂબ મહત્વના હતા. એકંદરે, નહેરૂના આલોચકો માને છે કે તેમણે ખોટી આંતરરાષ્ટ્રીયતાને પોષણ આપ્યું હતું જે રાષ્ટ્રીય હિતના ભોગે આવી હતી. પાકિસ્તાન અને ઈઝરાયલના મામલે, તેઓ માને છે કે સ્થાનિક

કક્ષાના રાજકારણમાં જે મહત્વનું પાસું છે તેવા તૃષ્ટિકરણથી નહેરૂ પ્રભાવિત હતાં. ચીનના સંદર્ભમાં, તેઓ માનતા હતાં કે નેહરુ ખોટી જગ્યાએ અવ્યવહારુ આદર્શને અનુસરી રહ્યાં હતાં જેમાં રાજકારણની મૂળભૂત સમજણની અવગણના થઈહતી. અને જ્યાં અમેરિકાનો સબંધ છે, નહેરૂના વિચારો ડાબેરી પાંખાના વિરોધભાવ સાથે મેળ ખાતા હતાં, જે યુનાઈટેડ કિંગડમમાં કેટલાક વર્ગોમાં ખૂબ લોકપ્રિય હતો. કારણ કે આ સંબંધો આજે પરિવર્તનના કેન્દ્રમાં છે, જનતા માટે આ આલોચક દ્રષ્ટિકોણોથી વધુ પરિચિત થવું મહત્વનું છે. અંતે, કેટલાક રસ્તાઓ જે તે સમયે લેવામાં આવ્યા નહોતા, હવે આપણે તેના પર ચાલી રહ્યાં છીએ.

ભૂતકાળ તરફ નજર કરતાં, તે નોંધવું રસપ્રદ છે કે વિભિન્ન દૃષ્ટિકોણો માત્ર મર્યાદિત જૂથ સુધી સીમિત નહોતા. તેથી વિપરીત, આઝાદી પછીના શરૂઆતી સમયગાળામાં જેમનું મૃત્યુ થયું હતું તેવા તેમના પોતાના ઉપપ્રધાન સરદાર પટેલથી માંડીને અન્ય કેબિનેટ સહયોગી જેમ કે ડૉ. શ્યામા પ્રસાદ મુખર્જી અને ડૉ. બી.આર. અંબેડકર સુધી પ્રસરી ગયા હતા, જેઓ બંનેએ તેમના પોતાના રાજકીય પક્ષો સ્થાપવા માટે રાજીનામાં આપ્યાં હતાં. સંસદમાં વિદેશ નીતિની આલોચના ઘણીવાર વિપક્ષના નેતાઓ જેમ કે જેબી કૃપલાની, રામ મનોહર લોહિયા, દીનદયાલ ઉપાધ્યાય અને મિનૂ મસાની દ્વારા કરવામાં આવી હતી. પણ નહેરૂ સરકારની અંદરોઅંદર પણ મતભેદો હતા, ખાસ કરીને ચીનને લઈ ને, કારણ કે તે દેશ સાથેના સંબંધો ખરાબ થયા હતા. વર્તમાન પેઢીને કદાચ શાસક કોંગ્રેસ પક્ષની અંદર તેમજ નવા ઉભરતા વૈકલ્પિક પક્ષોની અંદર સ્થાનિક કક્ષાએ પ્રભાવશાળી એવી વિદેશનીતિની મહત્તા અંગે જાણીને આશ્ચર્ય થશે.

ઈતિહાસમાં પાછા જવાનું એક કારણ એ છે કે વિવિધ રાજકીય દૃષ્ટિકોણો એટલી હદે એકીકૃત થયા કે તેમાંથી એક (ભાજપ) અંતે સત્તામાં આવ્યું. બીજું કારણ એ છે કે તે સમયે ચર્ચા કરવામાં આવેલા મુદ્દાઓ આજના પડકારો અને તકોના કેન્દ્રમાં છે. શું આપણે અલગ પરિણામો લાવી શક્યા કે નહિ, તે સંપૂર્ણપણે શૈક્ષણિક પ્રશ્ન નથી. પરંતુ નહેરુવાદી માન્યતાઓને માનક તરીકે પ્રદર્શિત કરવામાં આવતી હતી અને અન્યોને વિમુખતા તરીકે ગણવામાં આવતી, આ વિવાદોને અવશ્ય ઓળખવા જેવા છે.

'તૃતિય વિશ્વ' કેન્દ્રિત એકતા એ નવી ઉદ્ભવતી સરકારો વચ્ચેના વિસંવાદોને દૂર કરવા માટે પૂરતી મજબૂત શક્તિ બની રહેશે તેવી પ્રતીતિ અવ્યવહારુ હતી. પરંતુ જ્યારે વાસ્તવમાં આ પ્રયોગ પ્રધાનમંત્રીએ તાત્કાલિક પડોશી દેશ સાથે કર્યો, ત્યારે તે ખુલ્લેઆમ ખતરનાક બન્યો. આ પ્રયોગ 1950ના દાયકામાં આપણી સુરક્ષા અને સુખાકારી માટે અસરકારક સંકેતો અને પગલાંઓની અવગણના પાછળનો મુખ્ય કારણ બન્યો હતો. આપણે રાજકીય મૂડીનો ઉપયોગ પાડોશી દેશના હિત માટે કર્યો, જેમણે અંતે આપણો જ વિરોધ કર્યો. અને, ક્યારેક, આપણે એ ભ્રમમાં રહ્યાં કે આપણે તેમના વિચારો પર પ્રભાવ ધરાવીએ છીએ!

આવી નીતિઓનું મૂલ્યાંકન કરવા માટે, આ પ્રકારની ધારી લીધેલી એકતાનો આધાર

રાખીને વિચારવું યોગ્ય છે. તેના કેન્દ્રમાં એ વિશ્વાસ હતો કે રાષ્ટ્રવાદ કરતા વધુ મજબૂત ભાવનાઓ અને તાકતો છે જે સાંસ્કૃતિક ઓળખોને કાબુ કરી શકે. જેઓ આ રીતે વિચારે છે તેઓ સ્પષ્ટ માનતા હોય છે કે અન્ય લોકો પણ આમ જ વિચારે છે, ખાસ કરીને જ્યારે તેઓ સમાન વિચારધારા ધરાવતા જૂથ સાથે સંકળાયેલા હોય. એ ભ્રમિત કરનાર આંતરરાષ્ટ્રીયતાનું પ્રદર્શન હતું જેણે નેહરુના સમકાલીન નેતાઓ માટે ચિંતાઓ ઉભી કરી હતી અને પોતાની ચિંતાઓ વ્યક્ત કરવા તરફ તેમની દોરવણી કરી હતી. તીવ્રતા, દલીલો અને સમસ્યાઓના સંદર્ભમાં આ વિમર્શ ઘણી વિવિધતા સાથે પ્રગટ થયો હતો. તે સમયે આ વિમર્શ પ્રભુત્વ ધરાવતો ન હતો, તેનો અર્થ એ નથી કે તેમનો દ્રષ્ટિકોણ અસંગત હતો, ખાસ કરીને જયારે તે સમયની ઘટનાઓ તેની માન્યતા પ્રતિપાદિત કરતી હોય ત્યારે.

નવાં વિકલ્પો રજૂ કરતા વ્યક્તિઓની પ્રામાણિકતા પણ મહત્વપૂર્ણ છે. તેમાંથી ઘણાં સ્વાતંત્ર્ય સંઘર્ષના સાચા સેનાની હતા અને કેટલાકે બંધારણ બનાવવાની પ્રક્રિયામાં પોતાનું મહત્વ પૂરવાર કર્યું હતું. આ વાત પણ નોંધનીય છે કે પટેલ અને મુખર્જીએ જે આજે આપણે જાણીએ છીએ તેવા ભારતના નકશાને રચવામાં મહત્વની ભૂમિકા ભજવી હતી. સ્પષ્ટ રીતે, તે સમયની મજબૂરીઓની કદર કરવી પડશે જેથી આપણે એ સમયના નિર્ણયો પાછળના પરિબળોને સમજી શકીએ. પરંતુ, આ બધામાં, આપણે વિમર્શના અવાજોમાં ગર્ભિત રહેલા અસહમતીના રાગમાંથી શીખ મેળવવાની છે, કારણ કે આપણે જૂની સમસ્યાઓ માટે નવા ઉકેલો શોધવાનો પ્રયત્ન કરી રહ્યા છીએ. નેતાઓની પ્રામાણિકતા હોય, તેમના તફાવતની તીવ્રતા કે વિષયોની મહત્વતા હોય, તેમના તર્ક પર નવા દૃષ્ટિકોણ સાથે ફરીથી વિચારવા માટે આ બધાં યોગ્ય કારણો છે.

***

ભારતીય લોકકથાઓમાં જો વફાદારી અને બલિદાનનું કોઈ પ્રતિક હોય તો તે વડીલ ગરુડરાજ જટાયુ છે. જ્યારે રાવણ સીતાનું અપહરણ કરે છે, ત્યારે તે બહુ જ વૃદ્ધ અને લગભગ અંધ હતા. છતાં, જ્યારે દાનવરાજે તેની હદ પાર કરી, ત્યારે જટાયુએ દુષ્કર્મને અટકાવવાનો સંપૂર્ણ પ્રયાસ કર્યો. તેણે પોતાના નખથી રાવણ પર આક્રમણ કર્યું, પોતાના ચાંચથી તેની ધનુષ્ય તોડી અને તેના રથને જમીન પર લાવી દીધો. પરંતુ આ યુદ્ધમાં, અપહરણકર્તાએ જટાયુની પાંખો કાપી નાખી અને તેમને લોહીથી લથપથ બનાવી મરવા માટે છોડી દીધા. પરંતુ તે પહેલાં, રામ અને લક્ષ્મણ તેમને મળી ગયા અને સીતાના અપહરણ માટે કોણ જવાબદાર છે તે જાણવા મળ્યું. જટાયુના નિધન પછી, તેમના અંતિમ સંસ્કાર રામ દ્વારા કરવામાં આવ્યા, જે જટાયુના બલિદાનથી અત્યંત પ્રભાવિત થયા હતા.

પછી, તેમના મોટા ભાઈ સંપાતીએ મહત્ત્વપૂર્ણ ભૂમિકા ભજવી. રાજકુમાર અંગદ હેઠળના વાનર દળને સીતાને શોધવામાં નિરાશા થવા લાગી હતી. જ્યારે તેઓ જટાયુના ભાગ્ય વિશે

વાત કરી રહ્યા હતા, ત્યારે તેમને સાંભળી રહેલા સંપાતીએ તેમને સહકાર આપ્યો. તેણે પોતાની અસાધારણ દ્રષ્ટિનો ઉપયોગ કર્યો અને દુર લંકામાં રાવણના બગીચે કેદ કરવામાં આવેલ સીતાને શોધી કાઢી. આ 'આકાશ પારની દ્રષ્ટિ'એ ભગવાન રામ અને વાનરોને પોતાની યોજનાઓ બનાવવા માટે સક્ષમ બનાવ્યા.

ભારતના કિસ્સામાં પણ, અનુભવ અને બુદ્ધિ ધરાવતા લોકોએ અમૂલ્ય આંતરદૃષ્ટિ પ્રદાન કરી હતી. તે સમયના આપણા કેટલાક નેતાઓએ પોતાના વ્યક્તિગત હિતોના ભોગે પણ રાષ્ટ્રીય સુરક્ષા માટેના નિર્ણયોને પડકારીને પોતાનું યોગદાન આપ્યું હતું. તેમની વફાદારી જટાયુ જેટલી જ મહત્વની હતી. અને તેમનાં અનુભવો, જેમ કે આપણે હવે વધુ સમજી શકીએ છીએ, સંપાતિ જેટલા જ મૂલ્યવાન હતા. અમે તેમનાં માર્ગદર્શનને ફરીથી સમજવાની ફરજ પડતી હોય તેમ છે, તેઓ અને આપણાં માટે. આપણે તેમના માટે અને સાથે સાથે આપણા માટે પણ તેમની સલાહને ફરીથી સમજવી પડશે.

***

પટેલ અને નવું ભારત

અગાઉના કેટલાક વર્ષોમાં, સુરક્ષાના મુદ્દાઓ પર આપણી રાષ્ટ્રીય ચર્ચાઓ અને વાદ-વિવાદોમાં પટેલનું મહત્ત્વ ખૂબ જ વધ્યું છે. આના પાછળનું એક કારણ આપણી રાજકીય પરિસ્થિતિમાં આવેલા ફેરફાર છે, જેના કારણે પટેલને પુનઃ યાદ કરવાની તક મળી છે. પરંતુ તેજ રીતે, તે આપણા સમયના પ્રત્યાઘાતો છે, જ્યાં કઠિન પડકારો અને અનેક અનિશ્ચિતતાઓએ નેતૃત્વના મહત્ત્વને પ્રગટ કર્યું છે. સાંપ્રત સમયના અન્ય કોઈ પણ વ્યક્તિ કરતાં વધુ, પટેલ મુશ્કેલીઓની વચ્ચે વ્યૂહાત્મક સ્પષ્ટતા અને નિર્ણાયક ક્રિયાના પ્રતિક છે. તેટલું જ નહીં, પટેલ રાષ્ટ્રનિર્માણ અને વ્યવસ્થાત્મક સુધારા સાથે પણ ઘનિષ્ઠ રીતે સંકળાયેલા છે. આ તમામ કારણોને લીધે, તે નવા ભારત માટે સ્વાભાવિક રીતે પ્રેરણા તરીકે ઉભરી આવે છે.

પંચોતેર વર્ષ પહેલાં, વિશ્વ અને ભારત બન્ને અલગ પ્રકારની તંગદીલીનો સામનો કરી રહ્યા હતા, જેની ગંભીરતા કોઈ રીતે ઓછી આંકી શકાય નહિ. બીજું વિશ્વયુદ્ધ હમણાજ પૂર્ણ થયું હતું, જેમાં વૈશ્વિક વ્યવસ્થા સંપૂર્ણ રીતે પલટાઈ ગઈ હતી. નવા પ્રભુત્વના કેન્દ્રો ઊભા થયા હતા, જેઓનાં હિતો અને દ્રષ્ટિકોણ ઘણાં અલગ અલગ હતા. ઘણા વર્ષો પહેલાં શરૂ થયેલી સત્તાઓ, જે સંઘર્ષ કરતાં પહેલાંથી ચાલી આવી રહી હતી, તેમનાં પરિણામે વિશ્વના ઘણા ભાગોમાં ઉપનિવેશિક શાસનનો અંત આવ્યો. ઘરઆંગણે, આકાંક્ષા અને આઝાદીની લડતના સંકલ્પે અંતે સફળતા મેળવી. પરંતુ આ સફળતા રાષ્ટ્રના વિભાજનના ભોગે મળી હતી, જેની સાથે સંકળાયેલા નિશ્ચિત પરિણામો પણ ભોગવવા પડ્યા હતાં.

આ પ્રકારની પરિસ્થિતિમાં પટેલ નેતૃત્વના મંચ પર આવ્યા અને રાષ્ટ્ર નિર્માણના તાત્કાલિક પડકારોને હાંસલ કર્યા હતાં. તેઓ પહેલેથી જ આપણા અગ્રગણ્ય નેતાઓમાંના એક હતા, જેઓ તેમના રાજકીય દ્રષ્ટિકોણ માટે તેમજ સંગઠનાત્મક કૌશલ્ય માટે પ્રશંસિત હતા. સત્તાનો સ્વીકાર કર્યા પછી, તેમણે પોતાનાં વ્યક્તિગત હિતોને બાજુ પર રાખી શાસનની સૌથી ભયાવહ જવાબદારીઓને સ્વીકારી. એ બાબત સર્વસામાન્ય છે કે તેઓ તેમના પોતાના સંગઠનના પસંદગીના નેતા હતા, પરંતુ આ બાબતમાં તેઓ મહાત્મા ગાંધીની પસંદગી આગળ ઝૂકી ગયા હતાં. અને તેમના રાષ્ટ્રીય નેતૃત્વનો સમયગાળો આપણાં માટે આજે સૌથી વધુ પ્રાસંગિક બોધપાઠ ધરાવે છે.

જનમાનસમાં, પટેલને જમ્મુ અને કાશ્મીર, હૈદરાબાદ અને જુનાગઢના વિલય માટે જવાબદાર માનવામાં આવે છે. હકીકતમાં, તેમનું યોગદાન તેના કરતાં પણ વિશિષ્ટ હતું. ખરેખર, આ પડકારજનક ઉદાહરણો તેમણે અનેક બીજા રાજવાડા રાજ્યો સાથેની 'હાઈ સ્ટેક' ધરાવતી તથા ઝડપી ચર્ચાઓ દ્વારા નાખેલ મજબૂત આધાર પર થયા હતાં. અજાણ્યા લોકો માટે, આ અવશ્ય રીતે જણાવવું પડશે કે કેટલાંક દક્ષિણના રજવાડા રાજ્યો પ્રારંભિક રીતે આ પ્રક્રીયામાં જોડાવા માટે અનિચ્છુક હતાં. રાજકારણીય વિભાગના કેટલાક બ્રિટિશ અધિકારીઓએ અનેક શાસકોને ખુલ્લેઆમ આ સંકેત આપ્યો કે સમૂહ દ્વારા રચવામાં આવેલ 'ત્રીજી સત્તા' શક્ય બની શકે છે અને તે રીતે તેમને પ્રોત્સાહિત કર્યા હતાં. પરિણામે, દરેક રાજ્ય સાથે વ્યક્તિગત રીતે અને પરિશ્રમપૂર્વક વાટાઘાટો કરવામાં આવી. તે પ્રક્રિયામાં, કેટલાક વાસ્તવમાં એકદમ ધાર પર પહોંચી ગયા. જે ભૌગોલિક રીતે પશ્ચિમ પાકિસ્તાનના નજીક હતા, તેઓ ઝિન્નાહના દેખીતી રીતે ઉદાર પ્રસ્તાવો દ્વારા લોભાવવામાં આવ્યા. છેલ્લે, તેમનો વિલય સુનિશ્ચિત કરવા માટે પટેલ દ્વારા મૂકવામાં આવેલ ભયંકર દબાવની જરૂરિયાત ઉભી થઈ. નાના નાના રજવાડાઓ પણ મુશ્કેલ હતાં, જેઓને પડદા પાછળથી મોટા રાજ્યો દ્વારા ઉશેકવામાં આવ્યાં હતા. ફક્ત 1947ના પ્રારંભમાં જ સ્થિતિ નિશ્ચિત રીતે બદલાઈ હતી.

સ્વતંત્રતા પછી પણ પટેલની સીધી દેખરેખ હેઠળ રહેલી બે વાટાઘાટો હતી, તે જુનાગઢ અને હૈદરાબાદ સંબંધિત હતી. રસપ્રદ રીતે, બંનેમાં સંયુક્ત રાષ્ટ્રમાં જવાની સંભાવના ઊભી થઈ, પરંતુ પટેલે તેને નિશ્ચિત રીતે અટકાવી. કારણ કે આ ઘટનાઓ ભારતની અંદર થયેલી હતી, તેથી આપણે સહજ રીતે તેને રાજકારણીય ઘટના તરીકે જોઈએ છીએ, રાજદ્વારી તરીકે નહીં. પરંતુ વી.પી. મેનને જેમ કાબેલિયતથી ઈતિહાસમાં નોંધ્યું છે તેમ આ કવાયત આપણી કલ્પનાથી બહાર તેવી ભારે વાટાઘાટો સાથે સંકળાયેલ હતી. અને તે તેમના ધ્યેયોના સંદર્ભમાં હોય, રણનીતિ અથવા કૌશલ્યના સંદર્ભમાં હોય, તેઓ આજે પણ ગહન અભ્યાસ લાયક છે.

જમ્મુ અને કાશ્મીરના યુદ્ધને સંયુક્ત રાષ્ટ્રમાં રજૂ કરવા અંગે નેહરુ અને પટેલ વચ્ચેના મતભેદો એક જાણીતી હકીકત છે. ખરેખર, તે મુદ્દાના સંદર્ભમાં આવેલા વિશાળ વળાંકોનું ફક્ત

એક પાસું હતું. આના પરિણામે, નેહરુએ પટેલને કેબિનેટમાં જમ્મુ અને કાશ્મીરની જવાબદારીમાંથી મુક્ત કર્યા અને તેમને બદલે આ જવાબદારી ગોપાલસ્વામી અય્યંગારને સોંપી. ચીનના વિષયમાં, મેં પહેલા જ નિરીક્ષણ કર્યું છે કે બે નેતાઓએ ભારતની બાબતમાં ચીનની વ્યક્ત કરેલી સ્થિતિને કેવી રીતે અલગ અલગ પ્રતિક્રિયા આપી હતી. પરંતુ આ બધા છતાં, સરકાર, સંસદ અને રાજકારણ દ્વારા મૂકવામાં આવેલ શિસ્તએ ઘણાં વિવાદોને તેમની આંતરિક પત્રવ્યવહાર સુધી મર્યાદિત રાખવામાં મદદ કરી હતી. વિદેશ નીતિ પર નેહરુની ટીકા પ્રત્યેની સંવેદનશીલતા માટે પ્રતિસાદ આપતાં, પટેલે તેમને ખાતરી આપી કે તેઓ અભિવ્યક્તિના ફોરમને કેબિનેટ મીટીંગ સુધી મર્યાદિત રાખશે.

પહેલેથી જ વધારે ચર્ચામાં રહેલા મુદ્દા પર ધ્યાન કેન્દ્રિત કરવાની જગ્યાએ કેટલાક ઓછા જાણીતા અન્ય વિચારોનું અન્વેષણ કરવામાં આવે તે યોગ્ય છે. અહીં, આ પરિસ્થિતિને શીતયુદ્ધ યુગ દરમિયાન ભારતીય વિદેશ નીતિએ કરેલા મુશ્કેલ સામનાઓના સંદર્ભમાં સમજી શકાય છે. મહત્વપૂર્ણ છે કે, આવા મુદ્દાઓ પર, પટેલ મધ્યસ્થી અને સાવચેતીનો અવાજ હતા. તેઓ માનતા હતાં કે જ્યારે ભારતના સીધા હિતો સંકળાયેલા ન હોય ત્યારે પશ્ચિમી સત્તાઓ સાથે વધુ પડતી ટક્કર લેવામાં ઝાઝો લાભ નથી. મુદ્દો ખાસ કરીને કોઈ પસંદગીઓ અને સ્થિતિઓ વિશે ન હતો પરંતુ મોટા અભિગમ પ્રત્યેના અણગમા અંગેનો હતો. સમયાંતરે, આ સમયકાળમાં સી. રાજગોપાલાચારી દ્વારા અપનાવવામાં આવેલી સ્થિતિઓમાં પણ આ અણગમો પડઘાયો હતો. 1950ના અંતમાં ભારત-ચીનના સંબંધો ખરાબ થયા ત્યારે, વિદેશ નીતિ અંગેના દૃષ્ટિકોણો નેહરુના કેબિનેટના સભ્યો દ્વારા વધુ સ્વતંત્ર રીતે વ્યક્ત થયા હતાં. મુદ્દો એ નથી કે તેઓ તેમના તાત્કાલિક સ્થિતિમાં સાચા અથવા ખોટા હતા. પરંતુ, મહત્વનો મુદ્દો એ છે કે તેઓ વૈશ્વિક એકતાની ક્ષણિક ભાવનાના બદલે રાષ્ટ્રીય હિતના મજબૂત અભિપ્રાયમાંથી ઉદ્ભવ્યા હતા.

હાલમાં બે જીવંત મુદ્દાઓ છે જેના સંદર્ભમાં ભારતીય રાજનીતિ માટે પટેલે તેમના જીવનકાળ દરમિયાન અભિપ્રાય આપ્યો હતો. એક મુદ્દો સંયુક્ત રાજ્યો (યુએસ)ને લાગતો છે, અને તેમનો દ્રષ્ટિકોણ, નિશ્ચિતપણે, નેહરુના દ્રષ્ટિકોણ કરતા ઘણો ઓછો શંકાસ્પદ હતો. 1948માં, તેમની તે દેશની પહેલી મુલાકાત કરતાં એક વર્ષ પહેલાં, પટેલે મંતવ્ય આપ્યું હતું કે આંતરરાષ્ટ્રીય પરિસ્થિતિની ચાવી ખરેખર અમેરિકાના હાથમાં છે. તેમને લાગ્યું હતું કે અમેરિકાના સહકાર વિના, ભારત માટે નોંધપાત્ર ઔદ્યોગિકીકરણ કરવું મુશ્કેલ હશે. આ ધ્યાનમાં રાખીને, તેમણે નહેરુ કરતાં વધુ ભારત-કેન્દ્રિત સહકારનું પ્રતિપાદન કર્યું હતું, જેમનું મૂલ્યાંકન વધુને વધુ તટસ્થ ક્ષેત્રની રચનાની જરૂરીયાતને પ્રભાવિત કરતું હતું. બે વર્ષ પછી, તેમના છેલ્લાં જાહેર દેખાવ દરમિયાન, પટેલે સ્પષ્ટપણે અવલોકન કર્યું હતું કે ઘણા લોકો માનતા હતા કે ભારતે અમેરિકાની મદદ ન લેવી જોઈએ કારણ કે તે પછી પ્રતિષ્ઠા ગુમાવી દેશે અને તે એક બ્લોકમાં જોડાય છે તેવા રૂપમાં તેને જોવામાં આવશે. તેમને લાગ્યું હતું કે ભારતે

પોતાનાં હિત અને સ્થિતિને સક્ષમ રીતે જાણવું જરૂરી છે. આ અર્થમાં, 'ઇન્ડિયા ફર્સ્ટ' દ્રષ્ટિકોણનો ઉદભવ ઘણા દાયકાઓ પહેલાંનો છે, જો કે તેને ફરી જીવંત કરવા માટે સ્પષ્ટપણે રાષ્ટ્રવાદી વિચારધારા અપનાવી પડી.

બીજો મુદ્દો ઇઝરાયલને માન્યતા આપવી અને સંપૂર્ણ રાજનૈતિક સંબંધો સ્થાપવા અંગેની હિચકિચાહટથી સંબંધિત છે. મતબેંકને લઈને નહેરુ પરના દબાણો વિશે પટેલ સ્પષ્ટપણે અસ્વસ્થ હતાં અને તેઓ માનતા હતા કે રાષ્ટ્રીય નીતિ નિર્માણમાં તેને નિર્ધારણ કરવાની ભૂમિકા આપવામાં ન આવવી જોઈએ. કેટલીક અન્ય વિદેશ નીતિઓના મુદ્દાઓ સાથે થાય છે તેમ, તેમની વિચારસરણી પ્રભાવિત કરી શકી નહિ, અને છેક વડાપ્રધાન મોદીની 2017ની ઇઝરાયલની મુલાકાત દરમિયાન આ મુદ્દો આખરે સમાપ્ત થયો.

વૈવિધ્યસભર સમાજો અને સંઘીય રાજ્યો દ્વારા વધુ સંપૂર્ણ સંઘ માટેનો પ્રયાસ તમામ સંઘર્ષિત સમાજો કરતા રહે છે. ખરેખર, જો એક ક્ષેત્ર હોય જેમાં પટેલે અમિટ છાપ છોડી છે, તો તે છે રાષ્ટ્રીય એકીકરણ. વૈવિધ્યમાં એકતા ધરાવતી સંસ્કૃતિમાં એ અતિઆવશ્યક છે કે આપણને એકસાથે સંગઠિત રાખતાં હિતસંબધોને પોષણ આપવામાં આવે. છેલ્લાં 75 વર્ષમાં આપણી યાત્રા અવરોધો વિનાની નથી રહી. જો આપણે તેને સફળતાપૂર્વક પાર પાડી છે, તો તે મોટા ભાગે સરદાર તરફથી મળેલા વારસામાંથી ઉદ્ભવેલી રાષ્ટ્રીય દ્રઢતા દ્વારા શક્ય બન્યું છે.

પરંતુ તેમના સમયની કેટલીક બાબતો છે જેમની અવગણનાને વર્ષોથી મોટા પ્રમાણમાં તર્કશીલ બનાવવામાં આવી રહી છે. સ્થાપિત હિતોને પુરા પાડવા અથવા પાયાની વાસ્તવિકતાઓની અવગણના કરવી આપણા માટે યોગ્ય નથી. વૈશ્વિક રાજકારણ ખૂબ સ્પર્ધાત્મક છે અને અન્ય લોકો સતત અંદરની ખામીઓને શોધી રહ્યા છે. ઊંડાણપૂર્વકનો આપણો બહુવિધવાદ કે જે વૈવિધ્યતાને એકરૂપ કરે છે તે આપણી સાંસ્કૃતિક તાકાત છે, ફક્ત સાંપ્રત સમયની ઉપજ નથી. જોકે, વિશ્વનો કેટલોક ભાગ એ સમજવામાં કદાચ સંઘર્ષ કરે, આપણે તે સહજ રીતે સમજીએ છીએ.

ભારત જે પોતાના મૂળ સાથે વફાદાર છે તે હંમેશા મજબૂત અને ક્ષમતાવાન રહેશે. આપણી વિચારધારા શ્રેષ્ઠ રીતે આત્મવિશ્વાસ અને રાષ્ટ્રીય જાગૃતિથી સંચાલિત છે. સરદાર પટેલે 1948માં દૂરદર્શી રીતે અન્ય લોકોના હિતો અને નિર્ણયો માટે આપણી સ્થિતિ સાથે સમાધાન ન કરવા માટે ચેતવણી આપી હતી. તે જેમ ત્યારે સાચું હતું તેટલું જ આજના સમયમાં પણ સાચું છે.

મુખર્જી એક વિકલ્પ:

જ્યારે સરદાર વલ્લભભાઈ પટેલ સરકારની અંદર રહીને પોતાના મંતવ્યો અને

પ્રતિબદ્ધતાઓનું અનુસરણ કરતા હતા, ત્યારે તેમના સમકાલીન ડૉ. શ્યામા પ્રસાદ મુખર્જીની પરિસ્થિતિ આ મામલે અલગ હતી. તેમના યોગદાનોના ઘણા પાસાઓ છે જે ચર્ચા માટે યોગ્ય છે. આખરે , તે એક પ્રખ્યાત શિક્ષણતજજ્ઞ, પ્રભાવશાળી રાજકીય વ્યકિત, માનવતાવાદી રાહત પ્રદાન કરનારા નેતા અને આપણા સંસ્કૃતિ અને પરંપરાઓના ઉત્સાહી હિમાયતી હતા. સૌથી મહત્વપૂર્ણ, તે એક ઉગ્ર રાષ્ટ્રવાદી હતા અને અંદરથી ભારતીય હતા, જેણે રાષ્ટ્ર અને તેની સંભાવનાઓને તે દ્રષ્ટિકોણથી અપનાવી.

આપણું ધ્યાન સ્વાભાવિક રીતે તે પ્રવૃત્તિઓ પર કેન્દ્રિત છે જે સ્વતંત્રતા પછીની તાત્કાલિક ભારતની દિશા માટે મહત્વપૂર્ણ હતી. ઘણી પ્રવૃતિઓ એક સચોટ અને વૈકલ્પિક વિચારધારા માટે આધારરૂપ બની. આ રાષ્ટ્રવાદી અભિવ્યક્તિઓએ દશકાઓ સુધી આપણી રાજકીયતા અને શાસનની પ્રકૃતિ વિશે ચર્ચા ચલાવી. તેઓએ વિકાસ અને પ્રગતિના આપણા દ્રષ્ટિકોણને પણ પ્રભાવિત કર્યું, જેમાં કેવી રીતે સ્વાવલંબન પ્રાપ્ત કરવું તે શામેલ છે. અને નિસંદેહ, તેઓએ આપણા નજીકના પડોશ અને વિશ્વ સાથે જોડાવા માટેના અભિગમને આકાર આપ્યો. એક નજરે, દરેક મુદ્દો અલગ ક્ષેત્રનો લાગે છે. પરંતુ સત્ય એ છે કે તેઓએ એક સર્વગ્રાહી વિશ્વદર્શન દર્શાવ્યું, અને, વાસ્તવિક જીવનમાં, પ્રત્યેક એકબીજાથી અલગ થઈશકે તેમ નથી.

મુખર્જી સાથે સૌથી ઊંડો સંકલિત પ્રશ્ન છે જમ્મુ અને કાશ્મીરના વિલયનો અને તે પ્રક્રિયા અને તેના પ્રભાવો વિશેની ચર્ચા. તેમના અભિગમનો હાર્દ પ્રખ્યાત સૂત્રમાં પ્રદર્શિત થાય છે: 'એક દેશમાં બે વિધાન, બે પ્રધાન, બે નિશાન, નહીં ચાલે. સંસદમાં અને સંસદની બહાર, મુખર્જીએ ભૌગોલિક તેમજ રાજકીય વિભાજન અને ભારતીય રાજનીતિની નબળાઈના પરિણામ અંગે ચિંતાઓ ઉઠાવી. તેમણે સાર્વભૌમત્વનો વિવાદ, સ્પર્ધાત્મક દરજ્જો રજૂ કરવાનો દાવો અને રાષ્ટ્રીય પ્રતીકોના પ્રદર્શન પર નિયંત્રણ લાવવાની અસર અંગે ચર્ચા કરી. આ મુદ્દાઓને હવે ઘણા વર્ષો અને અનુભવો બાદ વધુ સ્પષ્ટતા કરવાની જરૂર નથી. આપણે બધા જાણીએ છીએ કે જમ્મુ અને કાશ્મીરને મુખ્યધારામાં સંપૂર્ણ રીતે સામેલ ન કરવાને કારણે આર્થિક, વિકાસલક્ષી, સામાજિક અને રાષ્ટ્રીય સુરક્ષાના મોરચે કેટલું નુકસાન થયું છે. જ્યારે તે ભૂલને 5 ઓગસ્ટ 2019 ના રોજ નિર્ણાયક રીતે સુધારવામાં આવ્યું, ત્યારે નિશ્ચિતપણે આપણું રાષ્ટ્રીય એકીકરણ વધુ મજબૂત બની ગયું. પરંતુ વિદેશ નીતિના દ્રષ્ટિકોણથી, પરીક્ષણ કરવા લાયક બાબત એ છે કે આ મુદ્દાનો વિદેશી તાકતો દ્વારા ભારત વિરૂદ્ધ કેવી રીતે લાભ લેવામાં આવ્યો.

આવું પરીક્ષણ પૂર્વદર્શી દ્રષ્ટિકોણ નથી. 1953માં પણ, મુખર્જીએ વડા પ્રધાન નહેરુને જણાવ્યું હતું કે તેમના કાશ્મીરની સમસ્યા પ્રત્યેના અભિગમે આપણી આંતરરાષ્ટ્રીય પ્રતિષ્ઠાને વધારેલી નથી કે વિપુલ આંતરરાષ્ટ્રીય સમર્થન અને સહાનુભૂતિ મેળવી નથી. તેનાથી વિપરીત, તેમનું માનવું હતું કે તેણે દેશ અને વિદેશ બંનેમાં 'જટિલતાઓ' ઊભી કરી છે. તેથી, તેમણે નહેરુને વિનંતી કરી કે નીતિનું નિષ્પક્ષતાથી પુનઃમૂલ્યાંકન કરવું જોઈએ, 'ખોટા

આંતરરાષ્ટ્રીયવાદ'ના વહેણમાં ન વહી જવું જોઈએ. વિદેશમાં જટિલતાઓનો સંદર્ભ ધ્યાનમાં લેવો જોઈએ કારણ કે તે જ મુદ્દો પાછળના સમયમાં ભારતીય રાજનીતિ માટે વધારે કેન્દ્રમાં રહેવાનો હતો. જેમ કે મુખર્જીએ સંસદમાં જણાવ્યું હતું, ભારત આક્રમણના પ્રશ્ન પર સુરક્ષા પરિષદમાં ગયું હતું, વિલયના પ્રશ્ન પર નહીં. આ મુદ્દાને રસ ધરાવતી તાકતો એ કેવી રીતે વિચલિત કરી દીધી હતી તે બાબત મુખર્જી અને પટેલ વચ્ચેના સમાંતર દ્રષ્ટિકોણ દ્વારા પ્રતિપાદિત થાય છે.

સમય જતાં, જમ્મુ અને કાશ્મીર અંગેની પ્રારંભિક ગેરસમજથી ઉદભવેલા રાજનૈતિક પરિણામો જાહેર સ્મૃતિપટલ પરથી ભૂસાય ગયા છે. શક્ય છે કે આપણા રાષ્ટ્રે જેનો સામનો કરવો પડ્યો હતો તેવા દબાણોથી નવી પેઢી બિલકુલ અજાણ હોય. તેમ છતાં, 2019 માં કલમ 370 અંગે કરવામાં આવેલી કામગીરીની યોગ્ય રીતે સરાહના કરવા માટે આ ઈતિહાસ યાદ કરવો જોઈએ. જમ્મુ અને કાશ્મીર પર વૈશ્વિક કક્ષાએ થયેલી ચાલાકીઓ અંગે થોડી વિગતવાર તપાસ કરવી જરુરી છે. આ પરિપ્રેક્ષ્યમાં મુખર્જીની 'જટિલતાઓ' વિશેની ચર્ચા વધુ સ્પષ્ટ થાય છે.

ડિસેમ્બર 1947માં, ભારત સંયુક્ત રાષ્ટ્રના બંધારણની કલમ 35 હેઠળ આ મુદ્દાને સંયુક્ત રાષ્ટ્રની સામે લાવ્યું, કારણ કે પાકિસ્તાને આક્રમણકારોને કરેલા સમર્થનથી આંતરરાષ્ટ્રીય શાંતિ અને સુરક્ષાનો ભંગ થવાનો ખતરો હતો. તે સમયે ભારતે પસંદ કરેલો આ માર્ગ શ્રેષ્ઠ હતો કે નહીં તેના પર અલગ જ ચર્ચા છે. પરંતુ આ ચર્ચામાં જવાની જરૂર નથી. આપણે ધ્યાનમાં એ રાખવું જોઈએ કે બે મહિના પહેલા, બ્રિટિશ નિયુક્ત ગવર્નર જનરલે જમ્મુ અને કાશ્મીર અંગે સંબંધિત કાનૂની જોગવાઈઓ હેઠળ વિલયપત્ર સ્વીકારી લીધું હતું. પરંતુ, તેનાથી વિશ્વની અગ્રણી સત્તાઓને પરિસ્થિતિજન્ય લાભો ઉઠાવતા રોકી શકાયું નહિ.

તાજેતરની ઉપનિવેશિક સત્તા તરીકે, યુ.કે. મોખરે રહ્યું હતું. તે વિભાજન પછીની પરિસ્થિતિના સંદર્ભે સૌથી મજબૂત એજન્ડા ધરાવતું હતું અને તેથી, સૌથી વિધ્વંસક હતું. પરિસ્થિતિ વધારે વણસે નહિ તે માટે બંને ભારત અને પાકિસ્તાનને આહવાન કરી યુ.કે. એ સુરક્ષા પરિષદમાં પસાર થયેલ ઠરાવને પ્રભાવિત કર્યો હતો. તેની અસરના ભાગ રૂપે, આક્રમણકાર અને ભોગ બનનાર બંનેને સમાન ગણવામાં આવ્યા હતાં. અનાધિકૃત નોંધો દર્શાવે છે કે 'કોમનવેલ્થ રિલેશન્સ ઓફિસ'ની સ્પષ્ટ વ્યૂહરચના હતી કે પાકિસ્તાનના સૈન્યની હાજરી દ્વારા પરિસ્થિતિને બગાડીને ભારત પર દબાણ બનાવી રાખવું.

સુરક્ષા પરિષદના અધ્યક્ષ તરીકે બેલ્જીયમ તરફથી ત્રણ રાષ્ટ્રોની સમિતિ સ્થાપિત કરવાની ચાલ એ આગળનું પગલું હતું. આ પ્રક્રિયામાં ભારતની જે મુખ્ય અરજ હતી કે પાકિસ્તાન આક્રમણકારોને મદદ પૂરી પાડવાનું ટાળે તેને ખૂબ જ સ્વેચ્છાપૂર્વક પડતી મુકવામાં આવી હતી. વધુ એક હાથચાલાકી એ હતી કે ઠરાવના શીર્ષકને 'જમ્મુ અને કાશ્મીર પ્રશ્ન' માંથી બદલીને

'ભારત-પાકિસ્તાન પ્રશ્ન' કરવામાં આવ્યો. કેનેડાએ બેલ્જિયમ પાસેથી નિયંત્રણ હાંસલ કરી અને પશ્ચિમી એજન્ડાને આગળ વધાર્યો, આક્રમણકારો પીછે હટ કરે તો તેમની જગ્યાએ પાકિસ્તાની સૈનિકોની હાજરી માટે દબાણ કરવામાં આવ્યું. મામલો ત્યાં સુધી પહોંચ્યો કે ભારતે આવા પક્ષપાત સામે વિરોધ સ્વરૂપે કોમનવેલ્થમાંથી બહાર નીકળી જવાની ચીમકી આપવી પડી.

જેમ જેમ હિસ્સેદારીમાં વધારો થતો ગયો, તેમ અમેરિકાએ અને અન્ય પશ્ચિમી મિત્ર રાષ્ટ્રોએ પણ આ ખેલમાં ઝંપલાવ્યું. આગામી કેટલાક વર્ષો દરમિયાન તીવ્ર દબાણ કરવામાં આવ્યું, જેમાં ભારતને આપવામાં આવતી સહાયતાને અટકાવવાની ધમકી પણ શામેલ હતી. નિશ્ચિત રૂપે,મુખ્ય વળાંક હતો 1957નો UK-USનો ઠરાવ, જેને USSRએ વેટોનો ઉપયોગ કરી સમાપ્ત કર્યો હતો.

ચીન સાથે 1962ના સંઘર્ષમાં ભારતને મળેલા પરાજયે આગામીદાયકામાં આવા પ્રયાસોનું પુનરાવર્તન થતું જોયું. 1963ના 'હેરિમેન-સેન્ડિસ મિશન' દ્વારા જમ્મુ અને કાશ્મીર પર ન્યાયિક ઉકેલ લાવવાનો પ્રયાસ આ તમામ પ્રયત્નોમાં સૌથી ગંભીર પ્રયાસ રહ્યો હતો. જો તેઓ નિષ્ફળ ગયા હતાં તો તેની પાછળ તેમના ઈરાદાઓ ઓછા અને વૈશ્વિક પરિસ્થિતિઓ તેમજ ભારતના વિરોધ વધારે જવાબદાર કારણો હતાં. 1963ના ગેરકાનૂની ચીન-પાકિસ્તાન 'શક્સગામ ઘાટી કરાર' ને લીધે પશ્ચિમી દેશો માટે પાકિસ્તાન સાથેના હિત સંબંધો એક હદ સુધી માર્યાદિત થયા હતાં. પરંતુ 1965 સુધીમાં, સંઘર્ષની શરૂઆત કરવા પાછળ પાકિસ્તાનની જવાબદારીની અવગણના કરવાના પ્રયાસ થકી પશ્ચિમી દેશોનો પાકિસ્તાન માટેનો પક્ષપાત ફરીથી સામે આવ્યો.

જો કે,આ મુદ્દો 1972ના શિમલા કરારના પરિણામે દ્વિપક્ષીય માળખામાં ફેરવાઈ ગયો હતો, તેમ છતાં જમ્મુ અને કાશ્મીરમાં હસ્તક્ષેપ કરવાનો પ્રયાસ ચાલુ રહ્યો હતો. આ જાહેરમાં ક્લિન્ટન પ્રશાસન દરમિયાન થયું હતું. હંમેશા પશ્ચિમી સત્તાઓની 1998ના પરમાણુ પરીક્ષણો પરની પ્રતિક્રિયા આ મુદ્દાને જોડવાની કોશિશ કરતી હતી. બુશ પ્રશાસને તેને મહદઅંશે થોડો સામાન્ય બનાવ્યો, છતાં બંધ બારણે ચર્ચાઓ ચાલુ રહી. બરાક ઓબામાએ પણ તેમના પ્રમુખ પદના અભિયાન દરમિયાન કાશ્મીરનો ઉલ્લેખ કર્યો હતો અને યુએસ રાજદૂત રિચર્ડ હોલબ્રૂકની નિયુક્તિ વિશેની ચર્ચા યાદ કરવા યોગ્ય છે.

આવા રાજદ્વારી પ્રયાસો ઉપરાંત, ચીન દ્વારા સાર્વભૌમત્વ તેમજ સરહદી અખંડીતતાના ઉલ્લંઘનના કારણે આપણા હિતસંબંધોને પારાવાર નુકસાન પહોંચ્યું છે. આ ઉલંઘનની શરૂઆત 1963માં થઈહતી અને જોડાણોને લાગતાં પ્રોજેક્ટ્સ મારફતે સતત વધતી રહી હતી, જે પાછળથી કહેવાતા CPEC ના રૂપમાં વિકાસ પામી હતી. આ દરેક પ્રયાસને આપણે પ્રતિસાદ આપ્યો છે અને આપતા રહીશું. પરંતુ આ બધાને ધ્યાનમાં રાખીને, આપણે તે બાબતની સરાહના

કરવી જોઈએ કે જમ્મુ અને કાશ્મીરને મુખ્યધારામાં સંમેલિત કરીને આપણે માત્ર રાષ્ટ્રીય એકતા જ મજબૂત નથી કરી, પણ રાષ્ટ્રીય સુરક્ષાને પણ સુનિશ્ચિત કરી છે. અને આ ખુબ જ જરૂરી છે કારણ કે ભારત વૈશ્વિક સ્તરે પોતાનું કદ ઊંચું કરી રહ્યું છે. ચોક્કસપણે, આપણા પશ્ચિમી સાથીઓ વધુ સમજણ ધરાવે છે. પરંતુ તેનાથી સત્ય ધૂંધળું બનતું નથી કે હકિકતમાં પરિવર્તન આપણા પોતાનાં સ્થાને આવ્યું છે, જે ડૉ. એસ.પી. મુખર્જીથી પ્રેરિત છે.

જમ્મુ અને કાશ્મીર મુદ્દાને લઈ ને થયેલા ગેરવહીવટ સાથે સંકળાયેલો એક પ્રશ્ન એ છે કે ભારતે હમેશાં પાકિસ્તાન, તેના ઈરાદાઓ અને નીતિઓને સમજવામાં ભૂલ કરી છે. આ પણ લાંબા સમયથી ચાલતો પ્રશ્ન છે જે ઘણા દાયકાઓથી આપણી સુખાકારી અને સુરક્ષા પર હાવી રહ્યો છે. અને અહીં પણ, ભારતીય વિચારોમાં નિશ્ચિત ફેરફાર આવ્યો છે.

મુખર્જીના મામલે, આ મુદ્દાએ વિશેષ મહત્વ પ્રાપ્ત કર્યું કારણ કે તે તેમના કેન્દ્રીય કેબિનેટમાંથી રાજીનામું આપવાનું કારણ બન્યું હતું. 1950માં સંસદ સાથે તેમણે પોતાના અવલોકનોની ખુલ્લેઆમ ચર્ચા કરી,જે પાકિસ્તાન તરફનો આપણો વર્તમાન દ્રષ્ટિકોણ હતો, અને જે આજ દિન સુધી પડઘાય છે. મુખર્જીના મતે, નેહરુનો અભિગમ નબળો, દુવિધાસભર અને અસંગત હતો. તેમના નિરીક્ષણ પ્રમાણે, ભારતની નિષ્ક્રિયતા અથવા સદ્ભાવને પાકિસ્તાને નબળાઈ તરીકે ઓળખી છે. વાસ્તવમાં, તેમનાં મતે, આ કારણે પાકિસ્તાન વધુ દુરાગ્રહી બન્યું, ભારત વધુ કષ્ટ ભોગવી રહ્યું છે અને ભારતીય લોકોની દ્રષ્ટિએ ભારતની પ્રતિષ્ઠા ઘટી ગઈ છે. દરેક મહત્વપૂર્ણ પ્રસંગે, મુખર્જીએ કહ્યું કે ભારત રક્ષણાત્મક રહ્યું છે અને પાકિસ્તાનના નાપાક ઈરાદાઓનો પર્દાફાશ કરવામાં અથવા તેનો પ્રતિકાર કરવામાં નિષ્ફળ ગયુ છે. 26/11ના મુંબઈ હુમલાઓ બાદ આ વિચારો સામાન્ય ભારતીય નાગરિક માટે સહજ બની ગયા હોઈ શકે છે!

પાકિસ્તાન અંગે વ્યૂહાત્મક સ્પષ્ટતા બતાવવાના મામલે, તેમાં કોઈ શંકા નથી કે પટેલ અને મુખર્જી આગવી રીતે ઉભરી આવ્યાં છે. જમ્મુ અને કાશ્મીરના વિલય અને લઘુમતિઓ સાથેના વ્યવહાર ઉપરાંત, આ બાબત નોંધનીય રીતે પ્રદર્શિત થઈહતી જ્યાં મુખર્જી ખાસ કરીને તેમનાજ રાજ્ય બંગાળ માટે ચિંતિત જોવા મળ્યા હતાં. જ્યારે કૉંગ્રેસે ભારતના વિભાજનની કલ્પનાને સ્વીકારી, ત્યારે મુખ્ય પ્રશ્ન બંગાળ, પંજાબ અને આસામના ભવિષ્યને લઈને ઉદ્ભવ્યો. આખા રાજ્યને નબળી બહુમતીના આધારે પાકિસ્તાનને ન સોંપવું પડે તે માટે દરેકનું અલગ અલગ વિભાજન કરવું પડ્યું હતું. આ કારણ માટે મુખર્જીએ તેમની ઉર્જા અર્પણ કરી, સુનિશ્ચિત કર્યું કે કોલકાતા (તત્કાલીન કલકત્તા) અને શક્ય તેટલું બંગાળ ભારત સાથે જળવાઈ રહે. સ્પષ્ટ છે કે આ બાબત સીધી આસામ અને પૂર્વોત્તરના ભવિષ્ય માટે અસરકારક હતી. આ હેતુ માટે, તેમણે સમાજના વિવિધ ક્ષેત્રના લોકોની બેઠકોનું આયોજન કર્યું અને એક જન આંદોલનનું નેતૃત્વ કર્યું જેણે સકારાત્મક પરિણામને અનિવાર્ય બનાવ્યા હતાં.

આજે, આપણે વિપરીત પરિણામની કલ્પના પણ કરી શકતા નથી, અને આપણે સમજવું

જોઈએ કે તે આપણી વિદેશ નીતિના અમલીકરણ માટે શું અર્થ ધરાવે છે. મુખર્જીએ પૂર્વમાં તે જ કર્યું જે પટેલે ઉત્તર અને પશ્ચિમમાં કર્યું. આ દ્રષ્ટિએ, આજનું ભારત મોટેભાગે તેમનું સર્જન છે.

જ્યારે પાકિસ્તાન પ્રત્યેના આપણા અભિગમના સંદર્ભમાં મુખર્જીએ કરેલા નિરીક્ષણ સાંપ્રત સમયમાં ધ્યાને લેવા યોગ્ય છે, તેવી જ રીતે 1950ના નેહરુ-લિયાકત સંધીના સંદર્ભમાં તેમણે કરેલાં વિશિષ્ટ વિશ્લેષણ આજે પણ સુસંગત છે. આ વાતને ભૂલવી ન જોઈએ કે આ સમજણ જ તેમના રાજીનામાંનું મુખ્ય કારણ બની હતી. તેમણે ઉલ્લેખ કર્યો હતો કે - આ સંધી અસહિષ્ણુ રાષ્ટ્રની મૂળભૂત અસરકારકતાને અવગણવાનો પ્રયાસ કરી રહી હતી; પાકિસ્તાન સરકારની ઘોષિત સ્થિતિઓએ લઘુમતિની સુરક્ષા માટેની કોઈપણ પ્રકારની ભાવનાનું અવમૂલ્યન કર્યું હતું; અને એક અતિ-સાંપ્રદાયિક વહીવટતંત્રે આ નીતિઓને જીવંત રાખી રહી હતી.

મુખર્જી દ્વારા લઘુમતિઓ સાથેના વ્યવહાર વિશે આપવામાં આવેલી ચેતવણી વર્ષો પછી પણ સાચી સાબિત થઈ છે. તેમણે સૂક્ષ્મ રીતે નોંધ્યું કે સામાન્ય રીતે એવી ધારણાઓ બાંધવામાં આવી હતી કે ભારત અને પાકિસ્તાન લઘુમતિઓને સુરક્ષિત રાખવામાં નિષ્ફળ ગયા છે. હકીકતમાં સત્ય તેનાથી બિલકુલ વિપરીત છે. મુખર્જીના મતે, વિદેશી પત્રકારિતાના કેટલાક વિભાગોમાં પ્રચંડ પ્રચાર પણ ચાલતો રહ્યો. તેઓ માનતા હતાં કે આ ભારત માટે એક કલંક છે અને સત્ય જે જાણવા માંગે છે તે દરેકે જાણવું જોઈએ. દેખીતી રીતે, કેટલાક વિસ્તારોમાં કેટલીક વસ્તુઓ હજુ સુધી બદલાઈ નથી!

મુખર્જીના ભારત-પાકિસ્તાન સંબંધો પરની ટિપ્પણીઓ લાંબા ગાળા માટે મહત્વની છે. તેમણે તે બધાની આગાહી કરી હતી જે કંઈ પણ ભૂલો થઈ, માત્ર સંધીમાં જ નહીં પરંતુ પાકિસ્તાન સાથેના વ્યાપક સંબંધોમાં પણ. તે પ્રક્રિયામાં, તેમણે મુખ્ય વિચારધારાની ખામીઓને ખૂબ સ્પષ્ટ રીતે ઓળખી, ખાસ કરીને કે ભારત અને પાકિસ્તાનને સમાન રીતે દોષી ગણવામાં આવ્યા, જ્યારે પાકિસ્તાન હકીકતમાં આક્રમક રહ્યું હતું. વધુમાં, તેમણે દર્શાવ્યું કે જ્યારે પાકિસ્તાને કરારોનો ભંગ કર્યો, ત્યારે ભારત માટે કોઈ ઉપાય બચ્યો ન હતો. તેથી, તેમને લાગ્યું કે કોઈપણ પ્રકારની સમજૂતીમાં પ્રતિબંધો નિર્ધારિત કરવા જોઈએ, આ એક એવો અભિગમ હતો કે જેને ગંભીરતાથી અનુસરવામાં આવ્યો હોત તો ભારત માટે તે સારો સાબિત થયો હોત. પાકિસ્તાનને લઈને આપવામાં આવેલા આ દ્રષ્ટિકોણના સાત દાયકા પછી, તે ખૂબ જ અનિવાર્ય છે કે મુખર્જીએ આપેલા નિર્ણય પર યોગ્ય ચિંતન કરવામાં આવે.

આ ખાસ કરીને તે મહત્વપૂર્ણ છે કારણ કે સ્વતંત્રતા પછીના પ્રારંભિક વર્ષોમાં ભારત અને પાકિસ્તાન વચ્ચેની જે સમાનતા ખૂબ જ કપરી લાગતી હતી, તે સતત જોડાણમાં રૂપાંતરિત થઈ ગઈ. દાયકાઓ સુધી, ભારત અને પાકિસ્તાનનો એક જ શ્વાસે ઉલ્લેખ કરવામાં આવતો હતો અને તેમની વચ્ચેની ભિન્નતાઓને ભાગલાં પછી બાકી રહેલા સ્વાભાવિક એજન્ડા તરીકે પ્રસ્તુત

કરવામાં આવતી હતી. કેટલોક સમય તો એવો હતો જ્યારે આપણા પાડોશી દેશના સૈનિક શાસનને વિકાસના ઉદાહરણ તરીકે દર્શાવવામાં આવ્યું હતું!

1971ના પરિણામથી સ્પષ્ટપણે આ સંદર્ભમાં ઘણો બદલાવ આવ્યો છે, પરંતુ ભારતે આશા રાખી હતી તે પ્રમાણેનો નહીં. પાકિસ્તાને બનાવટી સમતુલા બનાવવા માટે સતત પ્રયત્નો કર્યા અને તે પ્રયાસમાં તેને ચીન અને પશ્ચિમી દેશો બંને દ્વારા સક્રિયપણે સમર્થન મળ્યું. આ સમર્થન એટલી હદ સુધીનું હતું કે પાકિસ્તાનને તેના ન્યુક્લિયર અને મિસાઈલ કાર્યક્રમોમાં સહાય અને સુવિધાઓ પુરી પાડવામાં આવી હતી. અને તેથી પણ વધુ ખરાબ, પાકિસ્તાને ભારતને વાટાઘાટો પર લાવા માટે વધારે ને વધારે સરહદ પાર આતંકવાદનો સહારો લીધો.

સાચું કહેવામાં આવે તો, આપણી પોતાની નીતિઓ પણ પુરતી મજબૂત નહોતી કે જે પાકિસ્તાનના આ અભિગમને સ્પષ્ટ રીતે નકારી શકે. પાકિસ્તાનમાંથી ઉદ્ભવતી સરહદી આતંકવાદની પરિસ્થિતિનો સામનો કરવાની જગ્યાએ, દેખીતી રીતે આપણે 'હવાણા' અને 'શર્મ અલ-શેખ' માં એવા કથાનકને સ્વીકારવા તૈયાર હતાં કે જેમાં ભારત અને પાકિસ્તાન બંને આતંકવાદના શિકાર હોવાનું સૂચવવામાં આવ્યું હતું. આ જ તે ખોટી સમાનતા હતી જેના વિશે મુખર્જીએ તેમના સમયમાં આપણને ચેતવણી આપી હતી.

તો, ઉપાય શું છે? છેલ્લા દાયકામાં આપણો અભિગમ વિવિધ રીતે પ્રદર્શિત થતો જોવા મળ્યો છે. પ્રથમ તો, તેનો અર્થ થાય છે સરહદ પારના આંતકવાદના અસ્વીકાર અંગેની સ્પષ્ટ સ્થિતિ. બાકી રહેલા સંબંધો ને જેમ છે એમ સહજ રાખીને આતંકવાદને સામાન્ય બનાવી દેવું તે સ્પષ્ટપણે આપણા રાષ્ટ્રીય હિતમાં નથી. આ સંદેશો જોરદાર અને સ્પષ્ટ રીતે વ્યક્ત કરવામાં આવ્યો છે. જ્યાં સરહદી આતંકવાદના પ્રચંડ કાર્યોનો સવાલ છે, 'ઉરી' અને 'બાલાકોટ' ખાતેની લશ્કરી કામગીરીઓ આપણા વિચારોમાં અને અમલમાં આવેલા પરિવર્તનની નિશાની છે.

આંતરરાષ્ટ્રીય સમુદાયને હિમાયત અને જાગૃતિ ફેલાવાના માધ્યમથી ગતિશીલ કરવું પણ મહત્વપૂર્ણ છે. માત્ર ત્યારે જ આપણે આતંકવાદને અસમર્થ બનાવવામાં સફળ થઈશું. આપણા મહેનતી પ્રયાસોના પરિણામે, આજે એક સમજણ વ્યાપક બની છે કે આ માત્ર ભારત માટે જ નહી પરંતુ અન્ય દેશો માટે પણ એક જોખમ છે. UNSCના કાઉન્ટર-ટેરરિઝમ કમિટી (CTC) એ મુંબઈમાં 26/11ના સ્થળ પર બેઠક યોજી હતી, જે એક મહત્વપૂર્ણ ઘોષણા હતી. અને આપણા પ્રયત્નોનો હેતુ વૈશ્વિક મંચો અને પરિષદો મેળવવાનો છે, જેમ કે 'G20', 'No Money for Terror' જેવા સંમેલનો, દ્વિપક્ષીય અને બહુપક્ષીય જેવા તંત્રો, જેનો ઉપયોગ કરી આવા ખતરાઓને સતત કેન્દ્રમાં રાખી શકાય. UNSC 1267 સંક્શન કમિટી દ્વારા બનાવવામાં આવેલ 'લિસ્ટિંગ પ્રોસેસ'ની પોતાની મહત્તા છે. અને તેમાં કયો દેશ ઉડીને આંખે વળગે તેમ દ્રશ્યમાન થાય છે તે ધારવું ખૂબ જ સરળ છે!

મુખર્જીના વિચારોને પ્રેરણા તરીકે ધ્યાનમાં રાખવાનું અન્ય ક્ષેત્ર સાંસ્કૃતિક રાજનીતિ છે. 'મહાબોધી સોસાયટી ઓફ ઈન્ડિયા'ના અધ્યક્ષ તરીકે, મુખર્જી બૌદ્ધ રાષ્ટ્રો સાથેના સંબંધો બાંધવામાં, વિશેષપણે પડોશી દેશો સાથે, આગેવાન હતા. તેમણે પવિત્ર અવશેષોને યુનાઈટેડ કિંગડમમાંથી પાછા લાવવા અને તેવા અવશેષોને મ્યાનમાર સહિત દક્ષિણ-પૂર્વ એશિયામાં પ્રદર્શિત કરવામાં વૈયક્તિક ભૂમિકા ભજવી હતી. આજના સમયમાં, આ પહેલોને વધુ વિવિધ પ્રવૃતિઓ દ્વારા આગળ વધારવામાં આવી છે, જેમ કે ધર્મ-ધમ્મા પરિષદો, બાગાનમાં આનંદ મંદિરની પુનઃસ્થાપન, શ્રીલંકામાં બૌદ્ધ સ્થળોનું સોલારીફિકેશન, અને મંગોલિયાનાં ગેંડન મઠમાં પાંડુલિપિઓને ડિજિટાઈઝ કરવી વગેરે. ખરેખર, આપણા બૌદ્ધ વારસાને આપેલ મહત્ત્વને સારનાથમાં G20 વિકાસ મંત્રીઓની મુલાકાત દ્વારા વધુ પ્રકાશિત કરવામાં આવ્યું. સ્પષ્ટપણે, મુખર્જીના સાંસ્કૃતિક રસો ખૂબ જ વિશાળ હતા અને તેની પ્રાસંગિકતા ઉપનિવેશિકની વિરુધના સંઘર્ષના સંદર્ભમાં આંકવી જોઈએ. સાંસ્કૃતિક પુન: સંતુલનને ઘનિષ્ઠ કરવાના આપણા પ્રયાસો આ ક્ષેત્રના મહત્વ અંગેના તેમના વિચારો સાથે એકરૂપતા ધરાવે છે.

ડૉ. અંબેડકર અને 'ઈન્ડિયા ફર્સ્ટ'

આધુનિક ભારતના સ્થાપક પિતાઓમાં, ડૉ. બી.આર. અંબેડકરને ભારતના બંધારણના શિલ્પી અને સામાજિક ન્યાય અને સર્વસમાવેશકતાના મજબૂત અવાજ તરીકે વ્યાપક રીતે માન્યતા મળી છે. તેઓ તેમના સમકાલીનોમાંથી ઘણા લોકો કરતા અલગ હતા કારણ કે તેમણે શૈક્ષણિક અનુભવ દ્વારા અમેરિકન સમાજને અનુભવ્યો હતો. તેમણે સ્વતંત્ર ભારતના પ્રથમ કાયદા અને ન્યાય મંત્રી તરીકે ચારથી થોડા વધુ વર્ષ સુધી સેવાઓ આપી હતી. જ્યારે તેમણે સપ્ટેમ્બર 1951માં રાજીનામું આપ્યું, ત્યારે મુખ્ય કારણ સામાજિક સુધારણાના કેટલાક મુદ્દાઓ પ્રત્યેનો તેમનો અસંતોષ હતો. પરંતુ રસપ્રદ વાત એ છે કે, અંબેડકરે વિદેશી નીતિની દિશાઓ વિશે તેમની 'વાસ્તવિક વ્યગ્રતાઓ અને ચિંતાઓ' સંસદ સામે રજુ કરી હતી. તેમના મતે, જ્યારે આપણે સ્વતંત્રતા હાંસલ કરી હતી ત્યારે અમુક રાષ્ટ્રો આપણું અહિત ઈચ્છતા હતાં. તેમ છતાં, ચાર વર્ષમાં, તેમને લાગ્યું કે આપણે વિશ્વના મોટાભાગના વિશ્વને આપનાથી અલગ કરી દીધું છે, અને આ ભારતને સંયુક્ત રાષ્ટ્રમાં મળતા સમર્થનની કમીમાં સ્પષ્ટપણે દેખાઈ રહ્યું હતું.

અંબેડકરે તે પ્રસંગે બે વાસ્તવવાદીઓનો ઉલ્લેખ કર્યો જે આજે પણ પ્રાસંગિક છે. તેમાંના એક બિસ્માર્ક હતા, જેમનું નિરીક્ષણ હતું કે રાજકારણ એક આદર્શને સાકાર કરવાનો ખેલ નથી; તે શક્યતાની રમત છે. બીજા હતા જ્યોર્જ બર્નાર્ડ શૉ, જેમનો વિચાર હતો કે જયારે સારા આદર્શો સારા છે, ત્યારે એ ભૂલવું જોઈએ નહિ કે ઘણીવાર બહુ સારું બનવું પણ ખતરનાક હોઈ શકે છે! એવું લાગે છે કે 1951 સુધીમાં જ, ભારતના મહત્વપૂર્ણ નેતાઓ આપણા અવ્યવહારુ રાજકારણીય દ્રષ્ટિકોણથી ચિંતિત થઈ ગયા હતા.

આ સંદર્ભમાં અંબેડકરની ચોક્કસ ફરિયાદો પૈકી એક, અમેરિકા સાથેના વ્યવહારથી સંબંધિત હતી, જે તેમણે 1951માં 'શેડ્યૂલ્ડ કાસ્ટ્સ ફેડરેશનના ચુંટણી ઘોષણાપત્ર' માં વ્યક્ત કરી હતી, જેમાં વિદેશી નીતિની સમસ્યાઓ પર એક વિભાગ સમર્પિત હતો. એક વર્ષ પહેલાં જ અવસાન પામેલા પટેલની જેમ, અંબેડકર પણ ચીન પ્રત્યેના નહેરુના દ્રષ્ટિકોણ વિશે ચિંતિત હતા. પરંતુ, કદાચ મધ્યવર્તી ઘટનાઓને કારણે, તેઓ હવે તેને ભારત-અમેરિકા સંબંધો સાથે જોડતા હતા. મૂળરૂપે, અંબેડકરે પૂછ્યું હતું કે ભારત કેમ ચીનના UNSC માં કાયમી સભ્યપદ માટે લડી રહ્યું હતું? તેમના મતે, ભારતના આ સમર્થનથી અમેરિકા સાથે દુશ્મની સર્જાઈ અને તે દેશમાંથી નાણાકીય અને તકનીકી સંસાધનો મેળવવાની સંભાવના જોખમમાં પડી.

આજે જેને નિશ્ચિત રીતે 'ઇન્ડિયા ફર્સ્ટ' તરીકે ઓળખીશું તે પ્રકારની ઘોષણામાં, ડૉ. અંબેડકર ખૂબ જ સ્પષ્ટપણે ભાર મૂકીને જણાવે છે કે ભારતની પ્રથમ ફરજ પોતાના પ્રત્યે હોવી જોઈએ. તેમના મતે, ચીનને UNSC નું સભ્ય બનાવવાનો પ્રયાસ કરવાના બદલે, ભારતે પોતે માન્યતા મેળવવી જોઈએ. નહેરુના અભિગમ અંગે તેમની માન્યતા હતી કે કદાચ તે આત્મઘાતી ન હોય પણ તે તરંગી તો છે જ. અને તેનો ઉપાય એ હતો કે ભારતે અન્ય એશિયન દેશોના હિતોને સમર્થન આપવાના બદલે પોતાનું સામર્થ્ય સર્જવામાં ધ્યાન કેન્દ્રિત કરવું જોઈએ. અન્ય એક પ્રસંગે, તેમણે પોતાના પ્રતિપાદનમાં એવો જ ભાવ વ્યક્ત કર્યો હતો કે એવું લાગે છે કે આપણી વિદેશી નીતિનું મુખ્ય લક્ષ્ય પોતાના પડકારોને નહિ પણ અન્યોના પડકારોને ઉકેલવાનું છે.

તેમની પેઢીના ઘણાં લોકોની જેમ, આંબેડકર આંતરરાષ્ટ્રીય બાબતોમાં ખૂબ જ જાણકાર હતા અને તેની રચનામાં સ્પષ્ટપણે તેમનું યોગદાન હતું. તેમના આગ્રહનો મતલબ સ્પષ્ટ રીતે એ નહોતો કે ભારતે દુનિયા તરફથી મોઢું ફેરવી લેવું જોઈએ, પણ એ હતો કે એવી પસંદગીઓ કરવી જોઈએ કે જે આપણા દેશનાં હિતોથી પ્રેરિત હોય. આ સંદર્ભે, તેમનો પ્રયાસ હતો કે આપણા રાષ્ટ્રીય હિત અને આંતરરાષ્ટ્રીય મંચ વચ્ચે સંતુલન કઈ રીતે મેળવવું તે જાણવું. અને તેમના ઘણા સમકાલીનોની જેમ, તેઓ માનતા હતા કે નહેરુ આપણા રાષ્ટ્રોના હિતોના ભોગે અન્ય રાષ્ટ્રો તરફ વધારે ઝુકી રહ્યાં હતાં.

આંબેડકર પણ આ બાબતથી સહમત હતા કે ભારત પંચશીલના સિદ્ધાંતોને અવિચારી રીતે સ્વીકારીને ભોળું બને છે. તેમના મતે આ સિદ્ધાંતોનું રાજકારણમાં કોઈ સ્થાન નહોતું; તેમનું માનવું હતું કે ચીન પણ આ બાબતમાં આંતરમનથી સહમત ન હતું. ઓગસ્ટ 1954ની સંસદીય ચર્ચામાં, જ્યાં તેમણે પોતાના મંતવ્યો રજૂ કર્યા હતા, આંબેડકરે હિત આધારિત રાજદ્વારી માટે પણ જોરદાર દલીલ કરી હતી. નહેરુના 'એશિયા ફોર એશિયાટિક્સ'ના વલણને તેમણે પડકાર્યું હતું, અને સૂચવ્યું હતું કે રાજકીય મૂલ્યોને વધુ મહત્ત્વ આપવું જોઈએ. એ કહેવું બિલકુલ તર્કવિહીન ન હોઈ શકે કે સાત દાયકા પછી પણ આ ચર્ચા આજે પણ ખૂબ જ પ્રચલિત છે.

માસાનીનો દૃષ્ટિકોણ

આવા ઘણા ઉદાહરણો છે, જેમને આપણે આજના પ્રશ્નો તરીકે માની શકીએ છીએ, જે વાસ્તવમાં આપણા ઇતિહાસમાં ચર્ચાયેલા હતા. મેં ઉપર જે ઉદાહરણો આપ્યા છે તે આપણાં ભૂતકાળમાં શું રહેલું છે તેની ઝાંખી આપે છે, જો રાજકારણીય રીતે તથ્યોને યોગ્ય કરવાની વૃતિ નિષ્પક્ષ નિરીક્ષણમાં અડચણરૂપ ન બને તો. ભારતીય વિદેશી નીતિના લાંબા સમયથી માનવામાં આવનારા સિદ્ધાંતોમાંનો એક છે બિનજોડાણ. તેનો ચોક્કસ વૈશ્વિક સંદર્ભ હોવા છતાં, તેને એક અપરિવર્તનશીલ પરિબળ ગણવામાં આવે છે. ભારતની ક્ષમતાઓ હવે તેને સંરક્ષણાત્મક વિકલ્પોથી પણ આગળ વધવા દે છે ત્યારે આ નીતિઓની જડતા પૂર્વક ચર્ચા કરનારાઓના ધ્યાન પર આ બાબત આવતી નથી. પરંતુ ખાસ કરીને, કારણ કે તેનો ઘણી વાર ઉલ્લેખ થાય છે, વિવેચનાત્મક દ્રષ્ટિકોણને ઓળખવો પણ યોગ્ય છે.

1959 માં એમ.આર. માસાની જે રીતે ભારત માટે બિનજોડાણની નીતિએ ઊભા કરેલા સંકટોને વધુ સ્પષ્ટ રીતે રજૂ કર્યા હતા, તે રીતે થોડા જ લોકોએ આ પ્રશ્ન ઊભો કર્યો હતો. અને તેમણે આ સૂચન સમજણપૂર્વક કર્યું, કારણ કે ચીનના ખતરા સ્પષ્ટ રીતે દેખાતા હતા. માસાનીનો મૂળ પ્રશ્ન હતો કે આપણા આ અભિગમને કારણે આપણે એવી સ્થિતિમાં આવી ગયા છે જ્યાં આપણે આપણા પોતાના પ્રદેશ પર થતા હુમલાનો અસરકારક રીતે પ્રતિકાર ન કરી શકીએ. આ સંબંધમાં, તેમણે સૂચવ્યું કે પશ્ચિમથી દુર રહેવા છતાં, આપણે આપણા દળોને પૂરતું સજ્જ પણ કરી શક્યા ન હતા. પરંતુ મૂળભૂત રીતે, તેઓ ચિંતિત હતા કે ભારતની ખતરનાક પાડોશીઓને ઓળખવાની ક્ષમતા ક્યારની સમાપ્ત થઈ ગઈ હતી. આનો આંતરિક પ્રતિબિંબ એ હતું કે આ વલણ આપણા પોતાના લોકોમાં દેશભક્તિ દર્શાવવા માટે પ્રોત્સાહિત કરતું ન હતું. માસાનીનો તાત્પર્ય એ હતો કે, અવાલંબન સામાન્ય સમયમાં કામ લાગતું હતું, પરંતુ મુશ્કેલીના સમયકાળમાં તે વધુ સારો પરિણામ આપતું ન હતું. અન્ય લોકોથી દુર રહેવાનો અર્થ એ પણ હતો કે જ્યારે તે ઇચ્છે ત્યારે તેઓ પણ દુર રહેતા હતા. માસાની માને છે કે બિનજોડાણની નીતિ ખતરનાક પડોશીને ઓળખવા અને તે મુજબ પગલા ભરવા અંગેની ક્ષમતા સાથે અસંગત ન હતી. મહત્ત્વપૂર્ણ રીતે, જે તે સમયે તેમણે કહ્યું તે બધું નેહરુના પશ્ચિમ દેશો સાથે સંલગ્ન થવા માટેની અસમંજસ સાથે મેળ ખાતું હતું, તેમ છતાં ચીન 1962ની નવેમ્બરમાં ભારતમાં ઘૂસણખોરી કરી રહ્યું હતું.

અન્ય ઉદાહરણોની જેમ, આ ચર્ચા પણ ભારત પર દબાણ લાવવાના પ્રયાસોને કારણે ફરીથી વિચારવા યોગ્ય છે. જ્યારે અન્ય લોકો આપણી સ્વતંત્રતા અને વ્યૂહાત્મક સ્વાયત્તતાના વખાણ કરે છે, ત્યારે તે હંમેશા ભારતના હિતમાં નથી હોતું. તેઓ તેના બદલે આપણી વિચારધારાને એ રીતે પ્રભાવિત કરવા માંગે છે કે આપણા વિકલ્પો પર નિયંત્રણ મેળવી શકાય.

આ પ્રયત્નમાં, સ્વાભાવિક છે કે તેઓ આપણા પોતાના ભૂતકાળનો આપણી જ સામે ઉપયોગ કરે. અને આપણે તેમને કેવી રીતે દોષ આપી શકીએ, જ્યારે આ રણનીતિ તાજેતરમાં 2007માં Quadના મામલે સફળ રહી હતી? સ્વતંત્રતા અથવા ત્યાં સુધી કે સ્વાયત્તતાની ભાવનાને મજબૂત કરવાનો અર્થ એ નથી કે કેન્દ્રમાં રહેવું અથવા તો પ્રતિબદ્ધતા ન રાખવી. તે પ્રયાસમાં અંદર છુપાયેલી નમ્રતા છે, જે ખોવાઈ ગઈ હતી જ્યારે નીતિ હઠાગ્રહી બની ગઈ હતી. આજકાલ, વ્યૂહાત્મક ચપળતા અને વ્યૂહાત્મક સર્જનાત્મકતાનું મૂલ્ય છે જેને અવગણી શકાય નહિ.

અંતે, વ્યૂહાત્મક સ્પષ્ટતા નો અર્થ થાય છે આંતરરાષ્ટ્રીય વાતાવરણની સારી સમજૂતી તેમજ રાષ્ટ્રીય પરિપ્રેક્ષ્યમાં તે અંગેની સ્પષ્ટ દ્રષ્ટિ. સ્વતંત્રતા પછીના આપણા પ્રારંભિક સમયગાળામાં બંને બાબતોમાં આપણે ઉણા ઉતર્યા હતાં અને તેની આપણે ઉંચી કિંમત ચૂકવવી પડી હતી.

આપણે લીધેલા માર્ગમાંથી, આપણે શીખવું જોઈએ કે રાષ્ટ્રીય સુરક્ષા ક્યારેય બીજા સ્થાને ન જઈ શકે, ખાસ કરીને પ્રતિષ્ઠાની શોધમાં. અંતે, શક્તિશાળી સત્તા હંમેશા નબળી સત્તા પર વિજય પ્રાપ્ત કરશે. આદર્શ રીતે, બંને સાથે ચાલવા જોઈએ, જેથી ક્ષમતાઓ અને પ્રભાવ એક સાથે વધે. પરંતુ ખાસ કરીને સ્પર્ધકો દ્વારા સ્વીકૃત થવાની ઇચ્છા ક્યારેય રાજનીતિનો મુખ્ય ચાલક બળ ન બનવું જોઈએ. ભૂતકાળના અનુભવોથી આવેલી આ સમજ હવે બહોળા પરિપ્રેક્ષ્યમાં વૈશ્વિક રાજનીતિ અને ચોક્કસ સંદર્ભમાં પ્રાદેશિક ચિંતાઓ પ્રત્યેની ભારતની વૃત્તિને ચલાવે છે. હર હંમેશ, આપણા મહાન નેતાઓનું જ્ઞાન અને દુરંદેશી ભારતના નિર્માણ માટે પ્રેરણા રૂપ રહ્યું છે.

11

ભારત શા માટે મહત્વપૂર્ણ છે

આપણું મૂલ્ય સમજવું, આત્મવિશ્વાસ વ્યક્ત કરવો

ચંદ્રયાન-3ના ચંદ્ર પર સફળ અવતરણ સાથે જ દક્ષિણ આફ્રિકામાં BRICS શિખર સંમેલન યોજાયું. આ અદ્ભુત સિદ્ધિએ સ્વાભાવિક રીતે આ ચર્ચાઓ પર પ્રભુત્વ જમાવી દીધું. વૈશ્વિક દક્ષિણના નેતાઓએ ગર્વ અનુભવ્યો કે તેમાથી એક દેશ આવી સિદ્ધિ હાંસલ કરી શક્યો. આ એક તેનું એક ઉદાહરણ છે કે આજકાલ ભારત દુનિયામાં કેટલી મોટી અસર પહોંચાડી રહ્યું છે.

થોડા જ અઠવાડિયામાં, નવી દિલ્હીમાં યોજાયેલા G20 શિખર સંમેલને સર્વસંમતિથી મહત્ત્વપૂર્ણ પરિણામ આપ્યું. આ રાજદ્વારી સિદ્ધિની સાથે AU (આફ્રિકન યુનિયન)ને કાયમી સભ્ય તરીકે સ્વીકારવામાં આવ્યું, અને તે પણ ભારતે કરેલી પહેલના આધારે. અહીં પણ, આ વિકાસગાથાનો ઘનિષ્ટ પ્રભાવ નજરે ચડે છે. ગયા વર્ષોમાં, ભારતની 'વેક્સિન મૈત્રી' પહેલે ઘણા નાના દેશોને આરોગ્ય સેવાઓ ઉપલબ્ધ કરાવી, જે મહામારીમાં અન્યથા ભૂલાઈ ગયા હતા. વિભિન્ન ક્ષેત્રોમાંના ત્રણ વિવિધતાસભર ઉદાહરણોનો એક જ સંદેશો છે: વૈશ્વિક સ્તરે ભારતનું મહત્ત્વ દિવસે દિવસે વધતું જાય છે.

વૈશ્વિક રીતે વધુ જાગૃત ભારતીયોની નવી પેઢી સ્વાભાવિક રીતે વિશ્વમાં આપણી પ્રતિષ્ઠા

પર ચર્ચા કરે છે. આ વિષયને સમજવાનો એક માર્ગ છે તે બાબતને ધ્યાને લેવી કે ભારત અન્ય લોકો માટે કઈ રીતે અને શા માટે મહત્વ ધરાવે છે. જવાબો હંમેશા સરળ ન હોઈ શકે, પણ શરૂઆત એક સામાન્ય સમજણથી કરી શકાય કે ભારત હંમેશા કોઈ ને કોઈ રીતે મહત્વ ધરાવતું રહ્યું છે. આટલો મોટો ભૂમિખંડ, આટલી વિશાળ જનસંખ્યા, અને આટલો શ્રીમંત ઇતિહાસ અને સંસ્કૃતિ કુદરતી રીતે પોતાની છાપ છોડે છે. પોતાના અસ્તિત્વ માત્રથી જ ભારત વિશ્વમાં અનોખું સ્થાન ધરાવે છે અને તેની વધતી જતી સત્તા તેના આ સ્થાનમાં વધારો કરશે. હવે પ્રશ્નો એ છે કે તેનું પુનર્જીવન વિશ્વ ક્રમને કેટલી હદ સુધી આકાર આપી રહ્યું છે અને આનો ભવિષ્ય માટે શું અર્થ થાય છે. આનો અર્થ થાય છે પસંદગીઓ, નીતિઓ, નેતૃત્વ, પરિણામ અને, સૌથી મહત્ત્વની વાત, આપણા અસ્તિત્વ અંગેની જાગૃતિ અને આપણા સામુહિક વ્યક્તિત્વનું પ્રતિપાદન.

***

હનુમાનને લોકપ્રિય ભાષામાં ભક્તિ, અથાક પ્રયત્નો અને શક્તિનો પ્રતિક માનવામાં આવે છે. વાક્રોક્તિ એ છે કે હનુમાન પોતે પોતાની પૂરી શક્તિ વિશે અજાણ છે. ઋષિ અગસ્ત્યે રામને સત્યથી વાકેફ કર્યા કે આ તો તેમની બાળપણની મસ્તીનું પરિણામ છે, જેનાથી અનેક ઋષિઓના ધ્યાનમાં વિક્ષેપ ઊભો થતો હતો. હનુમાનને આ માટે શ્રાપ લાગ્યો હતો કે તે પોતાનું વાસ્તવિક રૂપ ભૂલી જશે, જ્યાં સુધી કોઈ દૈવી કાર્યની જરૂરિયાત ન આવે. જેમ જેમ રામાયણ આગળ વધે છે અને હનુમાન વધુ જવાબદારીઓ લે છે, તેમ તે પોતાની જાત પ્રત્યે વધુ જાગૃત થવા માંડે છે. મહત્ત્વના પ્રસંગો પર, તે ખરેખર સંજોગોના ઉદ્ધારક બની જાય છે. જયારે સીતાનું અપહરણ થયું હતું અને શોધ અભિયાન શરૂ થયું, ત્યારે સુગ્રીવે અનુભવી આગેવાનોની અધ્યક્ષતામાં તેની સેના ચાર દિશામાં મોકલી. વિનાતા, સુશેન અને શતબલીને પૂર્વ, પશ્ચિમ અને ઉત્તર દિશા તરફ મોકલવામાં આવ્યા. પરંતુ દક્ષિણ દિશા, જે વધુ સંભાવના વાળી માનવામાં આવતી હતી, ત્યાં હનુમાન અને અંગદને મોકલવામાં આવ્યા. જયારે અંગદ નિરાશ થઈને કામ છોડવા જઇ રહ્યો હતો, ત્યારે હનુમાને તેને આશાસ્પદ રહેવા અને પ્રયત્ન કરતા રહેવાની પ્રેરણા આપી હતી.

જેમ જેમ તે મહાકાવ્ય આગળ વધે છે, તેમ તેમ તેની અસલી શક્તિ દુનિયાને સામે પ્રગટ થવા લાગે છે. જયારે લક્ષ્મણ યુદ્ધમાં ઘાયલ થયા હતા અને તેમને વિશલ્યકરણી ઔષધિથી જ જીવનમાં પરત લાવી શકાય તેવું લાગતું હતું, ત્યારે હનુમાનને દ્રોણગિરી પર્વત પરથી તે લાવવા મોકલવામાં આવ્યા હતા. દિવસના સમયે તે ઔષધિને નિશ્ચિત રીતે ઓળખી શક્યા ન હતા, તેથી તેણે આખા પર્વતને ઉઠાવી લીધો અને વધુ જાણકાર વાનર નેતા સુશેનને યોગ્ય ઔષધિ પસંદ કરવા માટે તે પર્વત લાવી આપ્યો. અનેક અન્ય પ્રસંગો સાબિત કરે છે કે હનુમાન દ્રઢનિશ્ચયી, નવીન, પરિણામકક્ષી અને આત્મવિશ્વાસથી ભરપૂર છે.

હનુમાનની દંતકથા ભારતીયોના છેલ્લા દાયકાની યાત્રાનો પરિચય આપી શકે છે. જેમ જેમ

આપણે વધુ ને વધુ કાર્ય કરતાં જઈએ, તેમ તેમ આપણો વિશ્વાસ વધતો જાય છે કે આપણે તે કરી શકીએ છીએ. આ સ્વ-શોધ જ છે જે ભારતને છેલ્લા કેટલાંક વર્ષોમાં સામાન્ય રાષ્ટ્રોથી અલગ પાડે છે અને તેના કારણે જ વૈશ્વિક વ્યવસ્થામાં ભારત પ્રભાવશાળી રહ્યું છે.

***

પરિણામલક્ષી લોકશાહી

મહત્વપૂર્ણ બનવા માટે માત્ર ભારતની હાજરી જ પુરતી છે, તે એક બજાર તરીકે હોઈ શકે છે, વિવાદાસ્પદ સ્થળ તરીકે, એક સંસાધન તરીકે, અથવા તો એક મંચ તરીકે હોઈ શકે છે. હકીકતમાં, જેમ ભારત ઉપનિવેશકાળ દરમિયાન રહ્યું હતું. આ સ્થિતી એક અસ્તિત્વ ટકાવી રાખવાની માનસિકતા પેદા કરે છે, જે શ્રેષ્ઠ પરિપ્રેક્ષ્યમાં વ્યવહારુ દ્રષ્ટિકોણ સુધી પહોંચી શકે છે. પરંતુ ભારત તેની વિચારશક્તિ અને ક્રિયાઓની શક્તિ દ્વારા વૈશ્વિક અર્થવ્યવસ્થાના એન્જિન તરીકે, નવીનતાના કેન્દ્ર તરીકે અથવા એક પરિણામલક્ષી લોકશાહી તરીકે પણ મહત્વપૂર્ણ બની શકે છે. આ જ આપણી નિયતિ સુધીનો માર્ગ છે, અને આ મહત્ત્વાકાંક્ષી માર્ગ માટે દ્રઢ નિશ્ચય અને મજબૂત મક્કમતા જરૂરી છે. આપણા સમાજની અંદર ચાલી રહેલી ચર્ચાઓ નક્કી કરશે કે અંતે કયો માર્ગ અપનાવવામાં આવશે. રાષ્ટ્ર તરીકે, વિકલ્પો વધુ સ્પષ્ટ બની રહ્યા છે. છેલ્લા દાયકાની પ્રગતિ આસ્થા અને આશાવાદ તરફ ઈશારો કરે છે, જ્યારે જૂની વ્યવસ્થા આપણા ભય અને વિભાજનોને ઉગારે છે.

નિશ્ચિતપણે, ભારતીયોએ સમજવું જોઈએ કે આપણા નિર્ણયો પર વિશ્વ ઘણું અવલંબન રાખે છે. જે રાષ્ટ્રો આપણું કલ્યાણ ઈચ્છે છે, તેઓ સહકાર આપવા પ્રયત્ન કરશે. પરંતુ જે રાષ્ટ્રો આપણા ઉદયને સકારાત્મક દ્રષ્ટીએ નથી જોતાં, તેઓ બીજું કંઈ ખરાબ નહિ કરે તો અવરોધો ઉત્પન્ન કરશે. કોઈ પણ રીતે, આપણે તૈયાર રહેવું પડશે તેવા રાષ્ટ્રો માટે, જે આપણી ચર્ચામાં ભાગ લેશે, કદાચ પોતાના હિતો માટે તેઓ હસ્તક્ષેપ પણ કરશે. અગાઉ થયેલી ચર્ચા પ્રમાણે, એ ખૂબ જ મહત્વનું છે કે આપણું ભવિષ્ય બાહ્ય પરિબળોથી પ્રભાવિત ન થાય. ભારત પોતાના લોકો માટે વધારે મહત્વપૂર્ણ છે, અને આ કારણસર જ આપણું ભવિષ્ય બહારના લોકો દ્વારા નિર્ધારિત ન થાય તે માટે આપણે ઈતિહાસ યાદ રાખવો જોઈએ.

ભારત જે જગ્યા પર લાંબા સમયથી વૈશ્વિક વિચારધારામાં પ્રસ્થાપિત થયું છે તે વ્યાપાર માર્ગોની વિચારાધીન શોધમાં પ્રગટ થાય છે. આ શોધ યુરોપિયન અન્વેષકોને શરૂઆતમાં અમેરિકી ખંડ તરફ લઈ ગઈ હશે. પરંતુ જ્યારે અન્વેષકોએ આખરે દરિયાઈ માર્ગે ભારત પહોંચી ગયા, ત્યારે વધુ મહત્વપૂર્ણ પરિબળો ઉજાગર થયા. ભારતનો એક અસરકારક આધાર તરીકે ઉપયોગ કરીને, યુરોપ એશિયાના બાકીના ભાગ પર વિજય મેળવી શક્યું. હકીકતમાં, ૧૯મી સદીમાં ચીનનું ભવિષ્ય પણ ઘણાં અંશે ભારતમાં થયેલા પરિણામોથી જ ઘડાયું હતું.

આશ્ચર્યની વાત નથી કે ભારતના આ કેન્દ્રિય સ્થાને વિપરીત રીતે પણ કામ કર્યું. તેની સ્વતંત્રતાએ એક વિશાળ ડિકોલોનાઇઝેશન પ્રક્રિયાને શરૂ કરી, જે આધુનિક વૈશ્વિક વ્યવસ્થા માટે આધારભૂત બની. દાયકાઓ પછી, ભારતની આર્થિક પ્રગતિ એક નવા સંતુલન અને બહુધ્રુવીયતાની પ્રક્રિયામાં યોગદાન આપી રહી છે, જે હજી પણ વિકાસશીલ છે. આ કેટલાક દલીલોના ઉદાહરણ હોઈ શકે છે જે દર્શાવે છે કે શા માટે ભારત મહત્વપૂર્ણ છે. તેના ભૂતકાળના મહત્વ પરનું ચિંતન નિશ્ચિતપણે તેના ભવિષ્યની પ્રાસંગિકતાની સમીક્ષા કરવામાં મદદરૂપ થાય છે.

મહદઅંશે તે સ્પષ્ટ છે કે ભારત કેમ મહત્વ ધરાવે છે. સૌપ્રથમ, તે માનવજાતનો એક છઠ્ઠો હિસ્સો છે. તેથી, તેના સફળતા અને ક્ષતિઓનો એક સ્પષ્ટ વૈશ્વિક અર્થ છે. વિભાજન ન હોત, તો સ્મૃતિપટ પર ચીન નહીં પણ ભારત સૌથી મોટું સમાજ હોત. પરંતુ ભારતના દાવા માટે માત્ર પ્રજા સંખ્યાનો મુદ્દો નથી. કેમ કે તે થોડાં જ તેવા નાગરિકતાના રાજ્યોમાંનો એક છે જે ઈતિહાસના આક્રમણોમાં ટકી શકે છે. આવા રાજ્યો તેમની સંસ્કૃતિ અને વારસાથી અલગ ઓળખ ધરાવે છે, અને તે સાથેની વૃત્તિઓ અને માનસિકતા પણ. તેઓ વૈશ્વિક મુદ્દાઓ માટે લાંબા ગાળાની દ્રષ્ટિ રાખે છે. તેમની અનેક લક્ષ્યો અને ઉદ્દેશો પરંપરાઓ પર આધારિત હોય છે, જે આધુનિક સાથીઓ સાથે સરળતાથી શેર નથી થઈ શકતા. સીધું કહેવાય તો, ભારત માટે માત્ર એક વિશાળ ઈતિહાસ જ નથી, પરંતુ એમાં એક વિશિષ્ટતા છે, જે તેને મહત્વપૂર્ણ બનાવે છે.

સમાજો અન્ય માટે એક રમનાર ક્ષેત્ર તરીકે પ્રાસંગિક હોઈ શકે છે અથવા તેઓ પોતે ખેલાડી બની શકે છે. ઉપનિવેશિક યુગમાં તેની કઠોર ઉત્પીડન સંસ્કૃતિએ છેલ્લા કેટલાંક શતાબ્દીઓમાં તે સ્પષ્ટ પસંદગી આપી હતી. તમે ભોગ બનનાર હતાં અથવા તો આક્રમણકાર; અન્ય કોઈ મધ્ય સ્થાન નહોતું. પરંતુ આધુનિક સમયની પ્રગતિએ તે બાઈનરી કરતાં આગળ વધીને બદલાવ માટે આધાર પૂરો પાડ્યો છે. 'હવે આ વધુ સહકારનો યુગ છે', આ માત્ર એક ઉક્તિ જ નથી. રાષ્ટ્રોની સ્વતંત્રતાથી નવી પ્રવૃત્તિઓ અને ઉર્જાઓ ઉદ્ભવી છે, જે તુલનાત્મક ફાયદા દ્વારા આગળ ધપાવાઈ છે. સમય સાથે, તેમના રાજકીય મહત્વમાં વૈશ્વિક મામલાઓમાં વધારો થયો. આ રીતે, રાષ્ટ્રોએ તેમની અગાઉની વિષમ પરિસ્થિતિને પાર કરી હતી અને પ્રભાવના તત્વો બની ગયા હતાં. ખાસ કરીને, વિશાળ રાષ્ટ્રોએ અન્ય રાષ્ટ્રોની ગણતરીમાં તેમનું સ્વાભાવિક મૂલ્ય અને મહત્વ ફરીથી પ્રાપ્ત કર્યું હતું. તેમની પસંદગીઓ અને ક્રિયાઓ માત્ર તેમનું પોતાનું જ ભવિષ્ય નક્કી કરતી નથી, પરંતુ અન્યોનું ભવિષ્ય પણ નક્કી કરતી થઈ. આ કેફિયત સંસાધનોનો જથ્થો, પ્રતિભાની ગુણવત્તા, સ્થાનનું મહત્વ અથવા રાષ્ટ્રીય ઈચ્છાશક્તિ અને નેતૃત્વના પરિણામસ્વરૂપ હોય શકે છે.

આ માળખાની સમગ્રતા ભારતના ઉદયને આકાર આપી રહ્યું છે. જ્યારે આપણા રાષ્ટ્રની સ્વતંત્રતાના 75 વર્ષ પૂર્ણ થયા છે, ત્યારે ભારતીયોએ તેમની સંભાવનાઓને વૈશ્વિક સંદર્ભમાં

જોવી જોઈએ, જે સમાન રીતે પરિવર્તનશીલ છે. સમગ્ર વિશ્વ વિપુલ પ્રમાણમાં તકો પ્રદાન કરે છે, પરંતુ તેની સાથે નવી જવાબદારીઓ પણ જોડાયેલી હોય છે. ભારત મહત્વનું છે કારણ કે આ બંને બાબતોને અલગ કરી શકાતી નથી, અને બંને મુદ્દાઓને લઈને તેનું મહત્વ છે.

રાજ્યના કદ અને જનસંખ્યા ચોક્કસ ધોરણો છે જે તેની સંભાવનાને દર્શાવે છે, પરંતુ આમાંથી કોઈપણ સ્વયં પૂર્ણ માપદંડ નથી. આપણા પોતાના ભૂતકાળનો ઈતિહાસ આ દાવાને પુરાવો આપે છે. બીજા કેટલાક દેશો છે, જેઓ આ ગુણો હોવા છતાં નબળી રાજકીય સ્થિતિમાં રહ્યા છે. અને બીજી બાજુ, કેટલાક નાના દેશો છે, જેમણે તેમના કરતાં વધુ ઊંચી સ્થિતિ પ્રાપ્ત કરી છે. વૈશ્વિક પુનઃસંતુલનનું મૂળ ચીન, ભારત અને કેટલાક અન્ય વિકાસશીલ દેશોના પુનઃપ્રવર્તનમાં છે, જેઓએ તેમના લાંબા સમયના લક્ષણોને રાષ્ટ્રીય પુનઃપ્રવર્તન દ્વારા વધુ પ્રતિપાદિત કરે છે. એક મુખ્ય પરિબળ વિકાસની ગતિ અને સ્વરૂપ છે, જેમાં માનવ સંસાધનની ગુણવત્તાનો વિકાસ શામેલ છે.

આ સંદર્ભમાં, તાજેતરની ઘટનાઓ ભારત માટે આશાનું સ્ત્રોત છે. 2014 પછી, દરેક ક્ષેત્રને આવરી લેતા સત્તાવાર અભિયાન દ્વારા સામાજિક વિકાસના લક્ષ્યાંકો હાંસલ કરવા માટે એક વ્યાપક પ્રતિબદ્ધતા જોવા મળે છે. તેમાં શ્રેષ્ઠ આરોગ્ય અને રસીકરણ, લિંગ-ભેદમાં ઘટાડો, શિક્ષણમાં પ્રવેશ અને વ્યાપ વધારવા, કૌશલ્યને પ્રોત્સાહિત કરવું, પ્રતિભા અને નવીનતાને પ્રોત્સાહિત કરવું, વ્યાપાર સુલભ બનાવવો અને વધુ રોજગારીની તકો ઉત્પન્ન કરવી વગેરે બાબતો શામેલ છે. પરિણામે સમાવિષ્ટ વિકાસ કુદરતી રીતે ક્ષમતાઓને મજબૂત બનાવવામાં અને બજારના વિસ્તરણમાં યોગદાન આપશે. પરંતુ કાર્યસ્થળ પર તેનો પ્રભાવ નોંધનીય રહેશે, અને તે સમગ્ર વિશ્વ માટે ખરેખર મહત્વપૂર્ણ છે.

જેમાં ભારત માનવ સંસાધનો પર ધ્યાન કેન્દ્રિત કરે છે તેવું જ્ઞાન આધારિત અર્થતંત્ર તેના માટે તેમજ સમગ્ર વિશ્વ માટે 2030 સુધીમાં SDGના લક્ષાંકોને હાંસલ કરવું અનિવાર્ય બનાવી દે છે. 2014 પછી શરૂ કરેલા રાષ્ટ્રીય અભિયાનોમાંથી સ્પષ્ટ છે કે UN દ્વારા નિર્ધારિત આ 17 SDG ખરેખર સરકારના મુખ્ય હેતુઓમાં છે. આનુષંગિક રીતે, કોવિડના પડકારો હોવા છતાં પણ આ હેતુઓ આગળ વધ્યા છે. જો આપણે જન ધન–આધાર–મોબાઈલ (JAM) ત્રિમૂર્તિની વાત કરીએ, તો તે લાખો નબળા લોકો માટે બેંકિંગ અને ડિજિટલ સેવાઓ ઉપલબ્ધ કરીને તેમને સશક્ત બનાવે છે. આ જ રીતે, સ્વાસ્થ્ય કવચનો વ્યાપ દર્શાવે છે કે જરૂરી નથી કે તે માત્ર વિકસિત રાષ્ટ્રોની જ વિશેષતા હોય. 'બેટી બચાવો બેટી પાડાવો' યોજનાનું પણ એવું જ વ્યાપક સામાજિક મહત્વ છે, અને તે જ રીતે ઘરે ઘરે નળનું પાણી લાવવા માટે 'જલ જીવન મિશન', લોકોને ઓનલાઈન લાવવાના ઉદેશ્યથી 'ડિજિટલ ઈન્ડિયા નેટવર્ક' યોજના, તેમજ લાકડું બાળવાની જગ્યાએ રસોઈ ગેસનો ઉપયોગ કરવામાં આવે તે માટે 'ઉજ્જવલા યોજના' આ બધા લાંબા ગાળાના પડકારોનો ઉકેલ લાવવા માટેના ઉદાહરણો છે. આ અભિયાનોની સંયુક્ત

અસરથી ઘણાં લોકોની સામાજિક-આર્થિક સુખાકારીમાં સુધારો થઈ રહ્યો છે. ભારત એટલે મહત્વપૂર્ણ છે કારણકે તેની પ્રગતિ વૈશ્વિક સ્તરે SDG એજન્ડા 2030ને હાંસલ કરવાના પ્રયાસોને નક્કી કરશે.

બધાં હજી સહજતાથી પારખી નથી શકતા કે ભારતની રાજકીય પસંદગીઓએ લોકશાહી મૂલ્યોને લગભગ સર્વવ્યાપક સ્થિતિમાં પરિવર્તિત કરી દીધાં છે. આપણે જ્યારે પહેલ કરી, ત્યારે આ પ્રથાઓ માત્ર વિકસિત રાષ્ટ્રોની વિશેષતાઓ તરીકે ગણના પામતી હતી. આ, સ્વાભાવિક રીતે શક્ય બન્યું હતું કારણ કે ભારતીય ઈતિહાસ અને સંસ્કૃતિના મૂળમાં લોકશાહી પરંપરાઓ રહેલી છે. પરંતુ અગાઉના વર્ષોમાં ભારતે પણ આ પાસું પૂરજોશમાં પ્રતિપાદિત કર્યું નહોતું, અને તેના આધુનિક અવતારને વર્ષોથી વિસંગતતા તરીકે દર્શાવવામાં આવતો હતો. ત્યાં સુધી કે પશ્ચિમી રાષ્ટ્રોને 'ઓછી યોગ્યતા ધરાવતા રાષ્ટ્રો' માટે લશ્કરી શાસન એક શ્રેષ્ઠ ઉકેલ યોગ્ય લાગતો હતો. આપણા પોતાના પ્રદેશમાં જ તે સંદર્ભે ઉત્તમ ઉદાહરણ જોવા મળે છે, જ્યાં પાકિસ્તાનને વર્ષોથી સહભાગી રાષ્ટ્ર તરીકે પ્રાધાન્ય આપવામાં આવતું હતું. હકીકતમાં, ભારતે પરિવર્તન લાવવામાં માટે માત્ર કઠિન આર્થિક પરિસ્થિતિઓમાં એક આધુનિક લોકશાહી પધ્ધતિનું જ નિર્માણ ન હતું કર્યું ,પરંતુ પોતાના વૈવિધ્યતાના વારસાનો પણ આધાર તરીકે ઉપયોગ કર્યો હતો. અન્ય ઘણા સમાજો કરતાં, ભારતે ક્યારેય એકરૂપતા પર ભાર મુક્યો નથી. વિપરીત રીતે, વૈવિધ્યતામાં પ્રદર્શિત થતી એકતા જ તેની મંત્રણાની ધરોહરનો સાચો આધાર છે.

અન્ય રાષ્ટ્રો દ્વારા તાજેતરના વર્ષોમાં સામનો કરવામાં આવેલા પડકારોથી વિપરીત ભારતની પાત્રતાઓ સમયાંતરે મજબૂત બની છે. તે ચૂંટણીમાં ભાગ લેવાના સંદર્ભમાં હોય કે રાજકીય પ્રતિનિધિત્વના વધારા અંગે હોય, લોકશાહી પ્રક્રિયાની અસરકારકતા વધુ સ્પષ્ટ બની છે. વૈશ્વિકીકરણના કારણે ઉત્પન્ન થતી વિમુખતા અને ખોટી માહિતી ફેલાવવાના કારણે ઊભો થતો દ્વેષભાવને જોતા, આ સિદ્ધિ સરળ નથી. આપણા કિસ્સામાં, લોકશાહી પ્રવૃત્તિઓ અને ચર્ચાઓમાં વૃદ્ધિ જોવા મળી રહી છે, જે સત્તાના હસ્તાંતરણની અધિકૃતતાથી સમર્થિત છે. અને આપણે આત્મવિશ્વાસપૂર્વક કહી શકીએ છીએ કે, અન્ય કેટલાક સ્થળોની જેમ, ઓછામાં ઓછું આપણા ચૂંટણીના પરિણામો પર શંકા નથી! ખરેખર એવું કહી શકાય કે હાલ લોકશાહી ફક્ત સારી જ નથી, પરંતુ તે પહેલા કરતા પણ વધુ સારું કરી રહી છે.

ભારત જેવા વિવાદાત્મક સમાજમાં રાજકીય ચર્ચાઓ ઘણી વખત ખંડનના સ્વરૂપમાં હોય છે. વૈશ્વિક અસ્તિત્વનો અર્થ એ પણ થાય છે કે તે સરહદો પાર પણ ફેલાઈ શકે છે. પરંતુ જેમણે પ્રથમ દ્રષ્ટિએ જોયું છે કે કેવી રીતે આપણા લોકો સતત તેમની આઝાદીને વિસ્તારે છે, તે સ્પષ્ટ છે કે ભારતનું મૂલ્ય વિશ્વની દ્રષ્ટિએ વધ્યું છે કારણ કે તે સ્થાનિક કક્ષાએ થતી માત્ર રાજકીય કવાયત જ નથી, પરંતુ પુનરુત્થાન પામતાં સમાજનો લોકશાહી ઢબે થતું પ્રતિપાદન પણ છે.

જ્યારે ખુલ્લા સમાજના ગુણો ફરીથી શોધવામાં આવી રહ્યા છે, ત્યારે માત્ર લોકશાહી હોવું

પૂરતું નથી. સંકીર્ણ અર્થમાં, આપણે ચોક્કસપણે 75 વર્ષથી લોકશાહી રહ્યાં છીએ, અને હકીકતમાં, સમાજ તરીકે દીર્ઘકાળથી આપણે લોકશાહી રહ્યાં છીએ. પરિણામલક્ષી લોકશાહી રહેવું વધારે મહત્વપૂર્ણ છે. આ દિશામાં છેલ્લા દાયકાનો સમયગાળો ખુબ જ મહત્વપૂર્ણ રહ્યો છે. સુચારુ શાસન માટેની યથાર્થ ઉત્સુકતાની સાથે સાથે ટેકનોલોજીના સાધનોના અસરકારક ઉપયોગ દ્વારા સામાજિક-આર્થિક પરિસ્થિતિમાં પરિવર્તનની શરૂઆત થઈગઈ છે. અને વિશ્વ એ પરિવર્તનનું પ્રમાણ અને પરાકાષ્ટા જોઈને ફક્ત આશ્ચર્યચકિત રહી શકે છે.

દેશભરમાં ડિજિટલ માળખું મજબૂત કરીને, 800 મિલિયનથી વધુ ભારતીયોને ભોજન સહાય મળી અને તેમાંના અડધાને કોવિડ મહામારી દરમિયાન તેમના બેંક ખાતામાં પૈસા મળ્યા. આ પ્રયાસના વ્યાપ અંગે વિચાર કરો: તે એક જ સમયે સમગ્ર યુરોપિયન અને અમેરિકન વસ્તીને સહાય આપવાના પ્રયાસ બરાબર છે. ખરેખર, દરેક કાર્યક્રમ અને યોજના તે પ્રમાણમાં અમલી બનાવવામાં આવી છે કે જે લગભગ એક વિશાળ રાષ્ટ્રની વસ્તી બરાબર હોય. 'જન ધન' પહેલનો વ્યાપ એટલે કે યુએસ અને મેક્સિકો જોડે એક સાથે નાણાકીય વ્યવહાર કરવા બરાબર છે; 'સૌભાગ્ય' યોજના એટલે સમગ્ર રશિયા માટે વીજ પુરવઠો પૂરો પાડવા બરાબર છે; 'ઉજ્જવલા' યોજના એ જર્મનીમાં તમામ લોકો માટે રાંધણ ઇંધણ બદલવા બરાબર છે; અને આવાસ યોજના એ જાપાનમાં તમામને ઘર આપવા સમાન છે. સ્વચ્છ પાણી, આરોગ્ય વીમો અને કૃષિ સહાય જેવા અન્ય ક્ષેત્રોમાં પણ ઉદાહરણો આપી શકાય છે. ભારતના ડિજિટલાઈઝેશનથી થયેલ ડાયરેક્ટ બેનેફિટ ટ્રાન્સફર્સ (DBTs)એ લાંબી પરંપરાગત ખામીઓનો અંત આણ્યો છે. 2 બિલિયનથી વધુ રસીકરણ પણ પોતાનામાં એક સિદ્ધિ છે. કદાચ સૌથી મોટી શીખ એ છે કે આ પહેલોએ કેવી રીતે ટેકનોલોજીને લોકશાહી બનાવી છે અને જનતાને સશક્ત કરી છે. ભારત મહત્વપૂર્ણ છે કેમ કે તે માત્ર સારા સશાનનું પ્રતિક જ નથી; પરંતુ તેનું ડિજિટલ જાહેર માળખુ વિશ્વ માટે ખૂબ મહત્વ ધરાવે છે.

વિકસિત રાષ્ટ્રો આ પ્રગતિને રાજીખુશીથી સ્વીકારશે, ખાસ કરીને જ્યારે તેઓ લાંબા સમયથી ભારતને ઓછું પ્રદાન કરનાર રાષ્ટ્ર તરીકે જોતાં આવ્યાં હોય. તે ચોક્કસપણે નવા સહકારના માર્ગો ખોલે છે. પરંતુ વિકાસશીલ દેશો તેને એવા અનુભવ તરીકે જુએ છે કે જે સીધા તેમને લાગુ પડે છે, ખાસ કરીને જ્યારે તે આટલા મોટા પાયે અમલમાં મુકવામાં આવ્યાં હોય.

ભારત હવે એક પ્રયોગશાળા, તાલીમી મેદાન, નવાચાર અને શોધનો ચાલકબળ તેમજ નિદર્શનનું ક્ષેત્ર બની ગયું છે, જેના કારણે તેની મહત્તા વધે છે. કોવિડ મહામારીએ તેનું 'દુનિયાની ફાર્મસી' તરીકેનું યોગદાન સાબિત કર્યું છે. તેની ડિજિટલ કુશળતા અને સ્ટાર્ટઅપ્સ સતત ટેકનોલોજી અને સેવાઓનો પ્રવાહ ઉત્પન કરી રહ્યા છે. તેનો વ્યાપારના પરિણામો પર તેટલો જ ઘનિષ્ઠ પ્રભાવ છે જેટલો પરિણામલક્ષી જાહેર સેવા પર છે. ખરેખર, પર્યાવરણના રક્ષણ જેવા વૈશ્વિક પડકારો વધુ અસરકારક રીતે ત્યારે જ ઉકેલાશે જયારે ભારત ઉદાહરણ રૂપે આગળ

આવે. તેના વિકાસ કરવાની ક્ષમતા ત્યારે જ તફાવત લાવશે જયારે તેવા વિશે વાસ્તવિક રીતે સમજણ કેળવવામાં આવે. તેજ રીતે, 'મેક ઈન ઈન્ડિયા'નો વિવિધ ક્ષેત્રોમાં ઝડપી વિકાસ એ દર્શાવશે કે વિશ્વ સાથે અને વિશ્વ માટે કેટલું વધુ બનાવી શકાય છે. આપણે અસરકારક રીતે જે પ્રમાણ, વિસ્તાર અને સ્પર્ધાત્મકતાનો ઉપયોગ કરી શકીએ છીએ તે વિકાસના એક વધારાના એન્જીન તરીકેની નિશાની. ભારત બંને રીતે મહત્વ ધરાવે છે, પ્રેરણા તરીકે અને વિકેન્દ્રીકૃત વૈશ્વિકીકરણમાં મુખ્ય ઘટક તરીકે.

કુશળતાનું મહત્ત્વ

છેલ્લાં કેટલાક વર્ષોમાં ભારતના આત્મવિશ્વાસમાં સતત વધારો જોવા મળ્યો છે. જે પેઢી પોતાને વધુ વિશ્વાસપૂર્વક જોવે છે, તેની અપેક્ષાઓ ઊંચી હોય છે. કુશળતાને ક્ષમતામાં પરિવર્તિત કરવા માટે, વ્યવસ્થાઓ, સંસ્થાઓ અને પ્રથાઓનું નિર્માણ જરૂરી છે. ખાસ કરીને મોટા રાષ્ટ્રો માટે પ્રબળ તાકતો જરૂરી છે. જો ભારતના 1991 પછીના પ્રદર્શનમાં કોઈ મોટી ખામી રહી હોય, તો તે આ સ્તરની ક્ષમતાઓની અછત છે. કોર્પોરેટ નફામાં જ સંતોષ માની લેવાની વૃત્તિએ સ્થાનિક કક્ષાએ મજબૂત પુરવઠા શૃંખલા રચવાની પ્રતિબદ્ધતાને પાછળ ધકેલી દીધી હતી. આ પ્રકારની આર્થિક વૃદ્ધિ રોજગારીના પરિપ્રેક્ષ્યમાં યોગ્ય રીતે પ્રદર્શિત થતી નથી, જે પોતે પરિસ્થિતિનો આખો ચિતાર આપે છે. સુધારાની સંકલ્પના મર્યાદિત સમુદાયને સેવા આપવાના સંકોચિત અર્થમાં જ વિચારવામાં આવી હતી.

જેમ રાષ્ટ્ર હવે માનવ સંસાધનોની શ્રેણીને સુધારવા તેમજ ઉત્પાદન અને નવીનતામાં વૃદ્ધિ કરવા માટે ગતિ કરી રહ્યું છે, ત્યાં રાસાયણો અને કાપડ જેવા સ્થાપિત ક્ષેત્રોથી લઈને ઈલેક્ટ્રોનિક હાર્ડવેર, સેમિકન્ડક્ટરસ અને ફાર્માસ્યુટિકલ્સ જેવા આધુનિક ક્ષેત્રો સુધીની શૃંખલાબંધ સંભાવનાઓ ઉભી થઈછે. તેની સંભવિત ક્ષમતાને વધુ સારી રીતે હકીકતમાં લાવવાનો દ્રઢ પ્રયાસ ફરક પાડી શકે છે. ભારતમાં 'એપલ'ના ઉત્પાદનનું નિર્માણ કરવું આનું એક ઉદાહરણ હોઈ શકે છે, પરંતુ તે ચોક્કસપણે એક શક્તિશાળી નિવેદન છે. ભારત ફક્ત ત્યારે જ મહત્વપૂર્ણ બનશે જ્યારે તે વૈશ્વિક ઉત્પાદન અને વિશ્વસનીય પુરવઠા શૃંખલામાં વધુ યોગદાન આપશે.

ભારતના માનવ સંસાધનના વ્યાપને લાંબા સમયથી ઓછો આંકવામાં આવી રહ્યો છે, દેશની અંદર પણ. આવો આપણે કેટલીક વાસ્તવિકતા તપાસીએ. હાલ 32 મિલિયન ભારતીય નાગરિકો અને ભારતીય મૂળના લોકો (PIOs) વિદેશમાં રહે છે અને કામ કરે છે. યુનાઈટેડ સ્ટેટ્સમાં લગભગ 4.5 મિલિયન લોકો છે, જેમાંથી ઘણા ટેકનોલોજી અને નવીનતા માટે મહત્વપૂર્ણ છે. તેનાથી બમણાં, અંદાજે 9 મિલિયન, ખાડી દેશોમાં રહે છે અને તેમની અર્થવ્યવસ્થાને આગળ વધારવા માટે મહત્વપૂર્ણ છે. રાષ્ટ્રસમૂહમાં જેમ કે યુનાઈટેડ કિંગડમ,

કેનેડા, દક્ષિણ આફ્રિકા અને ઓસ્ટ્રેલિયા, અન્ય 5 મિલિયન કરતાં વધુ ભારતીયો વસે છે. તે મોટા અથવા નાના રાષ્ટ્રો હોઈ શકે છે, નજીકના અથવા દૂરના, ઐતિહાસિક સ્થળાંતર અથવા તાજેતરના આંદોલનો હોઈ શકે છે. ભારતીયો મહત્વ ધરાવે છે કારણ કે તેઓ ખરેખર વૈશ્વિક છે.

ભારતીય સમુદાયનો વ્યાપક પ્રસાર વૈશ્વિકીકરણનો એક સહજ પરિણામ હોય શકે છે. તેને વિવિધ ભૌગોલિક વિસ્તારોમાં કુશળતા અને પ્રતિભા સાથે સંબંધિત કરવું સ્વાભાવિક છે. વિદેશમાં અભ્યાસ કરતા 10 લાખથી વધુ ભારતીય વિદ્યાર્થીઓની સંખ્યામાં પણ વધારો થવાનો છે. તેઓ અને તેમના ઘરઆંગણે રહેલા અન્ય સાથીદારો વિકસિત અર્થતંત્રો દ્વારા રજુ કરાયેલી ગતિશીલતાની ભાગીદારી દ્વારા આકર્ષિત થઈ રહ્યા છે. તેથી, જેમ વિશ્વ ઉન્નત કુશળતા અને પડકારરૂપ જનસંખ્યા તરફ આગળ વધી રહ્યું છે, ત્યારે ભારત સ્વયં તેના માનવ સંસાધનોની ગુણવત્તામાં સુધારો કરી રહ્યું છે, માંગ-પુરવઠાની સમાનતા વધુ મજબૂત દલીલ હોઈ શકે છે. પોર્ટુગલ, ઓસ્ટ્રેલિયા, ઓસ્ટ્રિયા, જર્મની, જાપાન, યુનાઈટેડ કિંગડમ, ઈટાલી અને ફ્રાન્સ સાથેના તાજેતરના કરારો આ પરિવર્તનના પ્રવર્તક છે. ભારત મહત્વપૂર્ણ છે કારણ કે વર્ષ દર વર્ષ, તે વૈશ્વિક કાર્યસ્થળમાં વધુ મહત્વનું પરિબળ બની રહ્યું છે.

આવા પરિપ્રેક્ષ્યમાં, પોતાના લોકોની સંભાળ લેવાની ભારતની જવાબદારી સતત વધતી રહી છે. વિદેશમાં વધતી જતી તેમની જનસંખ્યા જ નહિ, પરંતુ તેમના લોકોની અપેક્ષાઓ પણ વધી રહી છે. આપણે ઘણી વખત આને મજબૂત રાષ્ટ્રીય ક્ષમતાઓના પ્રતિબિંબ તરીકે જોઈએ છીએ, અને તેમાં કંઈ ખોટું પણ નથી. પણ, તે સાથે જ, ખાસ કરીને ઊંચા જોખમવાળી પરિસ્થિતિઓમાં સ્ત્રોતોને વાપરવાની રાજકીય ઈચ્છા પણ હોવી જોઈએ. ભારતના રાજનૈતિક વલણમાં આવેલા મહત્વના પરિવર્તનોમાં તેના નાગરિકોની કલ્યાણ માટે વિદેશમાં પ્રવૃત્તિઓ હાથ ધરવાની વૃત્તિનો સમાવેશ થાય છે. આ પ્રવૃત્તિઓમાં ઘણી વખત સૈન્યનો ઉપયોગ કરવામાં આવે છે. તાજેતરમાં, ઈઝરાયેલ, સુદાન અને યુક્રેનમાંથી આપણા નાગરિકોને પાછા લાવવાના ઓપરેશન અજય, કાવેરી અને ગંગા સૌથી મહત્વપૂર્ણ હતાં. વધુમાં, કોવિડ દરમિયાન ભારતમાં પોતાના નાગરિકોને પાછા લાવવાના 'વંદે ભારત મિશન' પ્રમાણમાં ખૂબ જ મોટા પાયે યોજવામાં આવ્યું હતું, જે ઈતિહાસમાં કદાચ સૌથી મોટું હતું. અન્ય ઘણી સૈન્ય કવાયતો હતી, જેમ કે યેમેનના સંઘર્ષ, નેપાળના ભૂકંપ, દક્ષિણ સુદાનની હિંસા અને કાબુલ પરના કબજા જેવા પ્રસંગો.

આ બધાં જ પ્રયાસો માત્ર ભારતના પોતાના ભૂતકાળની તુલનામાં જ વધારે વ્યાપ્ત નથી, પરંતુ અન્ય રાજ્યોની ગતિશીલતાના સંદર્ભમાં પણ તે બહોળા પ્રમાણમાં થતાં જોવા મળે છે. વિદેશમાં ઉત્પન્ન થયેલા તણાવના શમન માટે ઉદાર રીતે નાણાકીય સ્ત્રોતોનો ઉપયોગ આ માનસિક વલણને વધારે સ્ફૂર્તિ આપે છે. ભારત મહત્વપૂર્ણ છે કારણ કે તે માત્ર વિદેશમાં પોતાના બોજનું જ વહન કરી રહ્યું નથી, પણ તે કરવાની સાથે સાથે અન્યને પણ સહાય આપી રહ્યું છે.

વ્યૂહાત્મક ક્ષિતિજોનો વ્યાપ:

આંતરરાષ્ટ્રીય સંબંધોમાં ભૌગોલિક પરિસ્થિતિને વધારે મહત્વ આપવામાં આવે છે. ભારતીય દ્વીપકલ્પ દેખીતી રીતે તે સમુદ્રની કેન્દ્રીયતા ધરાવે છે કે જેનું નામકરણ ભારતના નામ પર જ થયેલું છે. આ દરિયાઈ ક્ષેત્ર ખાસ તો સામુદ્રિક પ્રક્ષેપણનું મુખ્ય સ્થાન છે, જે તેને વધુ મહત્વપૂર્ણ બનાવે છે. સમગ્ર ખંડના સંદર્ભમાં પણ ભારતની હાજરી એક પરિમાણ છે. તેની સક્રિય ભાગીદારી વિના, કોઈપણ ટ્રાન્સ-એશિયા જોડાણની પહેલને સાચા અર્થમાં આગળ લઈ જવી મુશ્કેલ છે. અંતે, તે દક્ષિણપૂર્વ એશિયા અને ખાડીના પ્રદેશ વચ્ચે સંલગ્ન કડી પૂરી પાડે છે. ભારતના સ્થાનને કેન્દ્રિય સ્થાન મળે છે, ભલે તેની સામે ઊભી થતી વૈશ્વિક સત્તાની સંભાવનાઓ અલગ જ હોય.તેમના પરસ્પર સલગ્ન વિસ્તારોનું સંચાલન એક પડકારરૂપ જવાબદારી છે. અન્ય નજદીકના પડોશીઓ ભારત સાથે લોકો-થી-લોકો અને સાંસ્કૃતિક જોડાણો ધરાવે છે, જે નીતિની જટિલતાઓમાં વધારો કરે છે, જેને સ્થાયી આધાર પર સંબોધવાની જરૂર છે. ભારત તેના ભૌગોલિક સ્થાનનો કેટલો સદુપયોગ કરે છે તે તેની વૈશ્વિક મહત્તા માટે મહત્વપૂર્ણ છે. જેટલી અસરકારક રીતે તે હિંદ મહાસાગર પર અસરકારક રહેશે અને ઈન્ડો-પેસિફિકમાં ભાગ લેશે, તેની વૈશ્વિક ગતિશીલતા તેટલી જ વધશે. અને જો તેની સમૃદ્ધિ અને પ્રગતિ ઉપખંડના વિસ્તૃત ભાગ માટે પ્રેરણારૂપ બનશે, તો તેનો વધુ અસરકારક પ્રભાવ રહેશે.

જ્યારે મોટાભાગના રાજ્યો માટે ઈતિહાસના લાભાલાભ હોઈ શકે છે, તેમ છતાં તેના પ્રત્યેનો શ્રેષ્ઠ અભિગમ નીતિ માટે ફરજિયાત છે. ભારતના કિસ્સામાં, વિભાજને તેની પ્રતિષ્ઠા ઘટાડી હતી અને જ્યાં તેનું લાંબા સમયથી માન અને પ્રભાવ હતો તેવા નિકટના પ્રદેશોથી પણ તેને અલગ કરી દીધું હતું. છેલ્લા કેટલાક વર્ષોમાં, તેના વ્યૂહાત્મક વારસાને પાછું મેળવવા માટે મહત્ત્વના પ્રયાસો કરવામાં આવ્યા છે.'લૂક ઈસ્ટ'ની નીતિમાંથી 'એકટ ઈસ્ટ' નીતિ તરફનું પ્રયાણ દક્ષિણપૂર્વ એશિયામાં જોડાણો અને સુરક્ષા હિતોના સંદર્ભમાં આવેલી ગંભીરતાને ઉજાગર કરે છે. તે વિસ્તૃત પડોશને વ્યાખ્યાયિત કરવા માટે પહેલું પગલું હતું.

છેલ્લા આઠ વર્ષોમાં, ખાડીમાં અન્ય લાંબા સમયથી નિલંબિત સંબંધોને ફરીથી ઉભા કરવાનો એક સમાન પ્રયાસ કરવામાં આવ્યો હતો. દાયકાઓ સુધી આ સહયોગને ઉર્જા અને વિદેશવસવાટ સાથેના સંબંધો સુધી મર્યાદિત કર્યા પછી, ભારત હવે સંપૂર્ણ સ્વરૂપના સંબંધો બનાવવામાં વ્યસ્ત છે. મજબૂત આર્થિક જોડાણોને નજીકના સુરક્ષા સંકલન દ્વારા ટેકો પૂરો પાડવામાં આવી રહ્યો છે. IMEC એક નવા યુગનો સંકેત હોઈ શકે છે.

ત્રીજી પહેલ પ્રક્રિયામાં છે અને તેની પોતાની અલગ ભૂમિકા છે, અને આ વખતે તે મધ્ય એશિયાને લક્ષ્યમાં રાખીને કરવામાં આવી રહી છે. જોડાણોના અવરોધોને દૂર કરવાનો પ્રયાસ અહીં વધુ પડતો મહત્વપૂર્ણ છે, જ્યાં સંસ્કૃતિક નિકટતા સ્પષ્ટપણે દેખાય છે. નિશ્ચિતપણે, તેના

દક્ષિણ તરફના દરિયાઈ વિસ્તાર માટે, 2015ના 'સાગર' સિદ્ધાંત થકી જેમનું ભવિષ્ય ભારત સાથે ખૂબ જ નજીકથી જોડાયેલું છે તેવા ટાપુઓ સુધી પહોંચવાનું શરૂ થયું છે. ઇતિહાસ તરફ પાછા ફરવું અને આપણા વિસ્તૃત પડોશને માન્યતા આપવી એ તેનું કારણ હોય શકે છે કે ભારત શા માટે મહત્વપૂર્ણ છે.

રાજકીય પ્રતિબંધો રાષ્ટ્રીય હિતના અન્વેષણને મર્યાદિત કરી શકે છે અને વ્યૂહાત્મક ક્ષિતિજને સંકોચી શકે છે. નોંધપાત્ર રીતે, તે ભારતના કિસ્સામાંઆ બન્યું હતું. જ્યારે આપણે અગાઉના માળખાની પાર જવાનો પ્રયત્ન કરીએ છીએ, ત્યારે સાંસ્કૃતિક વારસાઓનું મહત્ત્વ ફરીથી વધે તે સ્વાભાવિક જ છે. આ સૌથી સ્પષ્ટ રીતે દક્ષિણ-પૂર્વ એશિયાને સંબંધિત છે, જ્યાં સદીઓથી ચાલતી આવતી આપલેમાંથી સહિયારો વારસો વિકસ્યો છે. તે આજે પણ મહત્વપૂર્ણ સ્મારકો અને જીવંત કલાના રૂપે પ્રદર્શિત થઈરહ્યું છે. પરિણામે, 'મી સોન'માં થયેલી નવી પુરાતત્ત્વીય શોધ અથવા 'અંગકોર વાટ', 'ટા પ્રોમ' અને 'બગાન'માં યોજેલા સંરક્ષણ પ્રોજેક્ટ ઐતિહાસિક વારસાને સમજદારી પૂર્વક વધુ આગળ વધારવાની ઈચ્છાને મજબૂત બનાવે છે. પૂર્વ તરફ, ભારતીય સાંસ્કૃતિક પહોચની વ્યાપકતા દક્ષિણ કોરિયા સુધી પહોંચી છે. આથી, અયોધ્યાના સાંસ્કૃતિક પુનરુત્થાનને સમાજમાં એક મજબૂત જોડાણ તરીકે જોવા જોઈએ.

પશ્ચિમ તરફ જોવામાં આવે તો, આપણા સામાન્ય ઇતિહાસની અભિવ્યક્તિઓ થોડી જુદી હોઈ શકે છે, પરંતુ તે સમુદાયના મૂલ્યોનો એક હિસ્સો છે. વેપારની ઉર્જાવાન પરંપરા જૂની સુલભતા પર આધાર રાખીને નવી કડીઓ ઝડપથી સર્જે છે. આ ઉપરાંત, ભાગીદારોની સાંસ્કૃતિક પરંપરાઓ પ્રત્યે પણ સમાન રીતે સાહજિક પ્રશંસા છે. અબુ ધાબીમાં મંદિરનું નિર્માણ ભારતીય સમાજ સાથેના ચિરસ્થાપિત સંબંધોનું પ્રતીક છે.

ઉત્તર તરફ યુરેશિયન ભૂમિગત જોડાણ પણ સમાન રીતે મહત્વપૂર્ણ છે. બૌદ્ધ ધર્મનું સમગ્ર ખંડમાં થયેલું પ્રસરણ તેના બૌધિક, આધ્યાત્મિક અને સૌંદર્યશાસ્ત્રનો સંદેશ ધરાવે છે. આ વારસો આજે પણ ટકી રહ્યો છે, અને તાજેતરના વર્ષોમાં જ્યારે ભારતીય નીતિ તેના મહત્વને સ્વીકારવા લાગી ત્યારે તે ફરીથી પુષ્પિત થાય તે સુનિશ્ચિત કરવાની દિશામાં નિષ્ઠાવાન પ્રયત્નો કરવામાં આવ્યા છે.

સહિયારા વારસાના સંરક્ષણ માટેના સહયોગને પ્રોત્સાહન આપવા માટે કેન્દ્રિત પ્રયાસોમાં યુગો સુધી ભારતના સાંસ્કૃતિક પગરવની જાળવણીને લગતી સંવેદનશીલતા દ્રશ્યમાન થાય છે. માત્ર ઉભરતી સત્તાઓની વ્યવસ્થાઓ જ ધ્યાને નથી લેવાતી; પરંતુ તેની સાથે સાથે સાંસ્કૃતિક અને બૌદ્ધિક પુનરુત્થાન પણ વૈશ્વિક પુનઃ સંતુલન માટે તેટલા જ મહત્વના છે. ભારતનું મહત્વ તેના અનન્ય યોગદાનોને કારણે છે.

વસુધૈવ કુટુંબકમ

જો ઈતિહાસના અવશેષો થકી તેવા પરિબળો બહાર આવે છે જે ભારતના મહત્વને વધારતા હોય, તો તે બાબત સાપ્રંત સમય માટે પણ તેટલી જ સત્ય સાબિત થઈશકે છે. અહીં પણ, અવરોધો ફક્ત આપણા મનમાં જ હતા, જે તે સમયની રાજનીતિ દ્વારા પ્રભાવિત હતાં. છેલ્લી સદીની ઘટનાઓ જોઈ લઈએ. બંને વિશ્વ યુદ્ધોમાં ભારતનું યોગદાન મહત્વપૂર્ણ હતું, કેટલીક લડાઈઓમાં તો પરિણામ નક્કી કરવાના દ્રષ્ટિકોણથી. પ્રથમ વિશ્વયુદ્ધમાં દસ લાખથી વધુ ભારતીયોએ ભાગ લીધો હતો, જેમણે યુરોપ, ભૂમધ્ય સાગર, પશ્ચિમ એશિયા અને આફ્રિકામાં સેવા આપી હતી. સોમ્મેમાં સાઈકલ દળો અને જાફા ગેટ મારફતે જેરુસલમમાં પ્રવેશતા પગડીધારી સૈનિકો એ યુગના પ્રતિકાત્મક ચિત્રો છે. પરંતુ ફક્ત તાજેતરના વર્ષોમાં જ આ સૈનિકોની વીરતા અને બલિદાન જાહેર ચેતનામાં પ્રવેશ્યાં છે. કોઈ પણ એજન્ડાથી મુક્ત થઈ વડાપ્રધાન મોદીએ સાચી રીતે તથ્યો ઉજાગર કરીને 'ન્યૂવ ચેપેલ' અને 'હૈફા' જેવા સ્મારકો પર આ વીરોને સન્માન આપ્યું. ત્યાર પછી આપણી જનતાએ સ્વાભાવિક રીતે આ તરફ ધ્યાન આપવાનું શરૂ કર્યું. હવે આપણા વીરો દ્વારા વિદેશમાં હાથ ધરાયેલી ઝુંબેશોના ઐતિહાસિક પ્રતિકો બનાવવા માટે પહેલો કરવામાં આવી રહી છે.

આ બાબત દ્વિતીય વિશ્વયુદ્ધ માટે પણ એટલી જ લાગુ પડે છે, જ્યારે પચ્ચીસ લાખ જેટલા ભારતીયોએ હથિયારો ઉઠાવ્યા હતા. આ કિસ્સામાં, યોગદાન બંને પક્ષો તરફથી નોંધપાત્ર હતું, જ્યાં નેતાજી દ્વારા નિર્દેશિત ભારતીય રાષ્ટ્રીય સેનાએ સ્વતંત્રતાની લડતમાં જ્વાળા ફૂંકી. અને તે મોટાપાયે પૂરવઠા વિતરણ તંત્ર (લોજિસ્ટિકલ)ને લાગતાં પ્રયાસો સુધી વિસ્તર્યું હતું. ચીન અને રશિયા જેવા દેશોને 'હિમાલયન હમ્પ' અને 'પર્શિયન કોરિડોર' દ્વારા પુરવઠો પહોચાડવામાં આવ્યો હતો. જ્યારે ભારતીય સૈનિકો જૂન 2020માં મોસ્કો ખાતે રેડ સ્ક્વેર મારફતે કુચ કરી રહ્યાં હતા, ત્યારે તે ઘટના અંતિમ વિજયમાં ભારતના યોગદાનની યાદ અપાવી રહી હતી. દ્વિતીય વિશ્વયુદ્ધના અંતે પૂર્વ અને દક્ષિણપૂર્વ એશિયા થી પશ્ચિમ એશિયા અને યુરોપ સુધીમાં ભારતીય સશસ્ત્ર દળોએ ભજવેલી સ્થિરતા લાવવા માટેની ભૂમિકા એટલી જ નોંધપાત્ર છે.

વિશ્વવ્યાપી સેવાની આ પરંપરા એ સંસ્થાનો આધાર બની ગઈ જેમાં દેશ યુનાઈટેડ નેશન્સ પીસકિપિંગ ઓપરેશન્સમાં નેતા તરીકે ઉભરી આવ્યો. ત્યારબાદ, ભારત હવે પ્રાદેશિક સંકટની પરિસ્થિતિઓમાં પ્રભાવી પ્રથમ પ્રતિસાદક તરીકે વિકસિત થયું છે. ભારત મહત્વપૂર્ણ છે કારણ કે તે વૈશ્વિક જરૂરિયાતોના સંદર્ભમાં ખરેખર પરિવર્તન લાવી શકે છે.

તાજેતરના સમયગાળામાં, ભારતે તેના આંતરરાષ્ટ્રીય કદને ઊંચું કર્યું છે અને વધુ મોટાપાયે રાજનૈતિક ઉર્જાઓ દર્શાવી છે. જે પ્રદેશો અને રાષ્ટ્રોને લાંબા સમયથી નેતૃત્વના સ્તરે અવગણવામાં આવ્યા હતા, તેઓને સઘનપણે સામેલ કરવામાં આવ્યા છે. UAE જેવા ખાડીના

દેશોને ત્રણ દાયકાના અંતરાલ પછી પ્રધાનમંત્રીનો પ્રવાસ પ્રાપ્ત થયો અને બહરાઇનને 2019 માં પ્રથમ વાર આ તક મળી. તેમજ, કેન્દ્રિય એશિયાના રાજ્યો જેમ કે તુર્કમેનિસ્તાન અને કિર્ગિઝસ્તાને બે દાયકા સુધી રાહ જોઈ હતી અને ઓસ્ટ્રેલિયા જેવા મહત્વના ભાગીદારને તો 28 વર્ષ જેટલો લાંબો સમય લાગ્યો! આપણા પડોશી દેશો શ્રીલંકા અને નેપાળે પણ લાંબા વિરામ પછી ભારતીય વડાપ્રધાનને દ્વિપક્ષીય રીતે આથિત્ય આપ્યું. આ પ્રયાસોને ઘણા ક્ષેત્રોમાં વધુ વ્યવસ્થાત્મક જોડાણો દ્વારા સમર્થન આપવામાં આવ્યું છે. વૈશ્વિક સંમેલનોમાં, મહત્વપૂર્ણ મુદ્દાઓ પર ભારતનો અવાજ વધુ મજબૂત અને અસરકારક રહ્યો છે.

પરંતુ છેલ્લે, ઘણો બધો આધાર તેના પર રહે છે કે આપણે કઈ રીતનું વલણ અપનાવ્યું છે. જ્યારે આપણી રાષ્ટ્રીય સુરક્ષાને ખતરો હોય છે, ત્યારે યોગ્ય નિર્ણયો લેવા અને સચોટ પ્રક્રિયાઓ દ્વારા તેનું અનુસરણ કરવું અનિવાર્ય બની જાય છે. જો આપણે એ બાબતે ગંભીર હતા કે હવે આતંકવાદ માટે કોઈ સહનશીલતા નથી, તો ઉરી અથવા બાલાકોટ જેવા પગલાં લેવાં લેવાના જ હતા. જો આપણી ઉત્તરીય સીમા ચીનથી ધમકાવવામાં આવે છે, તો કોવિડ હોય કે ન હોય, ભારતીય સશસ્ત્ર દળો પ્રતિકાર માટે તૈયાર રહેશે. આ ઉપરાંત, ઉભરતા ભારતે સતત પોતાનું કદ વધારવા માટે મર્યાદાઓને પાર કરવી જોઈએ. વિશ્વ ભરમાં રાષ્ટ્રીય હિતની શોધને અન્ય દેશો દ્વારા પણ માન્યતા મળે છે, સ્પર્ધકો દ્વારા પણ. જ્યારે વાત તેના મુખ્ય હિતોના રક્ષણની હોય ત્યારે આવશ્યક કાર્ય કરવું વધુ મહત્વપૂર્ણ છે. જેમ કે, તેની પ્રદેશીય અખંડિતતા અને સંપ્રભુત્વના રક્ષણનો મુદ્દો હોય, આતંકવાદનો મુકાબલો કરવાની વૃત્તિ હોય, તેના આર્થિક હિતોને આગળ ધપાવવાની વાત હોય કે પછી વૈશ્વિક પડકારોનો જવાબ આપવાની બાબત હોય, આ તમામ હિતોના સંદર્ભે આવશ્યક કાર્ય કરવું મહત્વપૂર્ણ છે.

ક્વોડમાં ભાગ લેવો એ તાજેતરનું ઉદાહરણ છે, જેના કારણે ભારતની પ્રતિષ્ઠા સમગ્ર વિશ્વમાં વધી છે. તેમજ, યુક્રેન સંઘર્ષ બાબતે ભારતનું વલણ વિકાસશીલ રાષ્ટ્રોના મોટા ભાગના રાષ્ટ્રોના વલણ સાથે મજબૂત રીતે પ્રતિધ્વનિત થાય છે. આપણે ઊર્જા સુરક્ષા, ખાદ્ય મોંઘવારી અને વેપાર અવરોધોના મુદ્દાઓ પર તેમની તરફથી પ્રતિનિધિત્વ કરીએ છીએ. જ્યારે ભારત વિશ્વાસ, સ્વતંત્રતા અને નિર્ધારણ દર્શાવે છે ત્યારે તે મહત્વપૂર્ણ બને છે.

તેની વિશિષ્ટતાના કારણે, ભારત કોઈ સરળતાથી નકલ કરી શકાય તેવું મોડેલ નથી. પરંતુ તે સમાન પડકારોનો સામનો કરી રહ્યાં છે તેવા રાષ્ટ્રોને પોતાના અનુભવો પ્રદાન કરે છે. ખરેખર, જેટલું વધુ ભારત ઉત્થાન પામી રહ્યું છે, તેની સિદ્ધિઓનું મૂલ્ય તેટલું જ વધી રહ્યું છે. વિશ્વ ભારતના વિકાસની વિશિષ્ટતા અને પ્રાસંગિકતા બંનેને ઓળખે છે. રાજકીય પૂર્વગ્રહો ધરાવતા લોકોને છોડી દઈએ તો, બાકીના લોકો સમજશે કે ફરીથી એક સાંસ્કૃતિક રાષ્ટ્ર ઉદ્ભવી રહ્યું છે અને તે પોતની આગવી ઓળખ પ્રતિપાદિત કરશે. કેટલી હદ સુધી તેનામાં પોતાની સંકૃતિના મૂળ રહેલા છે તે બાબત દર્શાવીને ભારત પોતાના માટે બોલશે અને વિચારશે. ભારત જેટલું

વધારે આત્મવિશ્વાસ ધરાવશે, તે તેટલું જ વધુ પ્રતિકાત્મક રહેશે. ફક્ત ત્યારે જ તે પોતાની ઉપનિવેશિક ઇતિહાસ દ્વારા કલંકિત તેવી ગરીબાઈની છબીને બદલી શકશે.

આ પ્રયાસમાં, ભારત વિશિષ્ટ રીતે આધુનિકતા અને પરંપરા વચ્ચે એક સેતુ બાંધવાનું વલણ ધરાવે છે. પોતના સાંસ્કૃતિક વારસાનું મૂલ્ય ઘટાડીને નહિ પરંતુ તેનો સ્વીકાર કરીને ભારત વધુ પ્રભાવશાળી બનશે. તેની સાંસ્કૃતિક માન્યતાઓ અને આધુનિકતાના એજન્ડાનું સંમિશ્રણ હાલની દ્વિધાઓને સંબોધિત કરવામાં મદદગાર નીવડશે. જો તેને આત્મવિશ્વાસ સાથે અપનાવવામાં આવે તો ભારતના ઐતિહાસિક લક્ષણો એ મજબૂતીના સ્ત્રોત બની શકે છે. ઉદાહરણ તરીકે, બહુવિધતાની કદર જેટલી બંધારણીય આદેશનું પરિણામ છે, તેટલું જ લાંબા સમયથી ચાલતી સામાજિક પ્રથાઓની તે ફલશ્રુતિ છે. આ રીતે, સ્થાનિક કક્ષાએ પ્રભુત્વ ધરાવતો મજબૂત રાષ્ટ્રવાદ વિદેશમાં ઉભરી રહેલ આંતરરાષ્ટ્રીયવાદ સાથે પરંપરાગત રીતે સુમેળ રાખે છે. ઉભરતું ભારત દુનિયાને વધુને વધુ જોડવા માગે છે. ભારત જયારે અધિકૃત રીતે ભારત બને છે ત્યારે તે મહત્વપૂર્ણ બને છે.

તેના વધતા જતાં રાજકીય કદ અને આર્થિક ક્ષમતાઓને ધ્યાનમાં રાખીને, ભારતે વિશ્વની અપેક્ષાઓને વિશ્વસનીય રીતે પહોંચી વળવાની જરૂર છે. અને તેની શરૂઆત તેના નજીકના પાડોશી રાષ્ટ્રોમાં થવી જોઈએ. જે લોકો ભૌગોલિક અને ઐતિહાસિક રીતે ભારતની નજીક છે, તેઓ, ખાસ કરીને મુશ્કેલીના સમયે, ભારત તરફ જ કરશે. આ કુદરતી આપત્તિ કે પછી માનવ નિર્મિત પરિસ્થિતિઓ હોઈ શકે છે, રાજકીય તથા આર્થિક પરિસ્થિતિઓ હોઈ શકે છે. અલબત, પડકારો ત્યારે ઊભા થાય છે જ્યારે ભારતની અપેક્ષાઓ પસંદગીપૂર્વક વ્યક્ત થાય છે. પાડોશી રાષ્ટ્રો સ્વાભાવિક રીતે ઇચ્છશે કે ભારત તેમની સુલભતા પ્રમાણે પોતાની હાજરીને સુસંગત બનાવે.

ભારતના દ્રષ્ટિકોણથી, સંતુલન સાચવી રાખવું હંમેશા સરળ નથી. વધુ સક્રિય રીતે જોડાવું ઘૂસણખોરી જેવું લાગી શકે છે; બિનહાજરીની અદક્ષતા અથવા દબાણ તરીકે ગણના થઈશકે છે. અથવા તો સ્પર્ધાત્મક રાષ્ટ્ર સામે હારવાનો વારો આવી શકે છે. પ્રત્યેક સભ્યનું રાજકારણ એક મહત્વનું પરિબળ અને સંદર્ભ છે, જે ઘણીવાર ગણતરીઓ પર પ્રભાવ ધરાવતાં હોય છે.

સુસંગત ભારતીય વ્યૂહરચના એ છે કે જે રોજિંદા વિકાસની ઉપર જઈ માળખાકીય કડીઓનું સર્જન કરે. આ માટે, બિન પરસ્પર, ઉદાર અને ધીરજવાળી નીતિઓનું એકત્રિત થવું જરૂરી છે. તેમણે સમાજોને મૂળ સ્તરે જોડવા જોઈએ, ઈન્ફ્રાસ્ટ્રક્ચર વિકાસ, સામાજિક-આર્થિક પહેલો અને રાજકીય સહજતાને પ્રોત્સાહન આપવું જોઈએ. જોડાણ, વેપાર અને સંપર્કો જેવા ઘટકો ભારતની 'પાડોશ પ્રથમ' અભિગમના મુખ્ય આધાર છે. જે રીતે શ્રીલંકામાં આવેલા આર્થિક સંકટ દરમિયાન ભારત આગળ આવ્યુ હતું અને તેને મદદરૂપ બન્યું હતું તેમાં આ બાબત સ્પષ્ટ થાય છે. અંતે, પ્રાદેશિકતાનો વિકાસ ત્યારે જ શક્ય બને છે જ્યારે અગ્રણી

સત્તાઓ આગળ આવી સક્રિય થવાની તૈયારી દર્શાવે. ભારત મહત્વપૂર્ણ છે કારણ કે સમગ્ર ઉપખંડમાં માત્ર ભારત જ આ બાબતે સક્ષમ છે.

જેમ જેમ ભારતનું કદ વધે છે, તેમ તેમ તેના નીતિનિર્માતાઓને સ્પષ્ટ થયું છે કે અન્ય રાષ્ટ્રોની અપેક્ષાઓ માત્ર આપણા તાત્કાલિક પડોશ સુધી સીમિત નથી. ભારતની આઝાદીની સાથે ડિકોલોનાઇઝેશન થયું ત્યારથી, ભારતે મોટી સંખ્યામાં લોકો માટે બોલવાની જવાબદારી વહન કરી છે. વિકાસશીલ રાષ્ટ્રો ભારતની સ્થિતિ અને પ્રદર્શન પર બરાબર નજર રાખે છે અને બંનેમાંથી નિષ્કર્ષ કાઢે છે. શરૂઆતના દિવસોમાં, મુખ્યત્વે આઝાદીને મજબૂત કરવામાં અને અર્થતંત્રના પુનર્નિર્માણ કરવા પર ધ્યાન કેન્દ્રિત હતું. સમયની સાથે, વધુ જટિલ મુદ્દાઓ એજન્ડામાં સ્થાન પામતા ગયાં.

કોરોના મહામારી સૌથી તાજેતરની સમસ્યા હતી, જેમાં વેક્સિનની ઉપલબ્ધતા અને તેની પરવડે તેવી કિંમત જેવા પડકારોનો સામનો કરવાનો હતો. વાતાવરણ સંવર્ધનને લગતી ક્રિયાઓ વધુ લાંબા સમયથી એક ચિંતાનો વિષય રહ્યો છે, જેમાં વિકસિત દેશો નાણાકીય સહાયની અવગણના કરતાં આવ્યાં છે. વ્યાપારના સંદર્ભમાં રચવામાં આવેલી બિન-આર્થીક મર્યાદાઓ અને બિન-વ્યાપારિક વિચારણાઓને લઈને અલગ અલગ સ્વરૂપમાં પ્રતિપાદિત થતો સંરક્ષણવાદ, વળી વધારે સંઘર્ષપૂર્ણ છે. સ્પષ્ટ છે કે આમાંથી ઘણા મુદ્દાઓમાં ભારત રસ દાખવે છે. પરંતુ, 'વેક્સીન મૈત્રી' પહેલ દર્શાવે છે કે ભારત તેની પોતાની સમસ્યાઓ વચ્ચે પણ અન્યોને મદદ કરવા માટે તૈયાર હતું. મહત્તમ વિશ્વએ આ સમયગાળાને એકતાના સમય તરીકે ઓળખાવ્યો હતો. ઉપનિવેશવાદની બે સદીઓ પછી, વિશ્વ વ્યવસ્થાનું પુનર્નિર્માણ કરવું સરળ નથી. પરંતુ ભારત મહત્વપૂર્ણ છે કારણ કે વિકાસશીલ રાષ્ટ્રોમાંના ઘણાં બધાં વિશ્વાસ ધરાવે છે કે તેમની મદદ માટે ભારત હરહમેંશ તૈયાર છે.

છેલ્લા દાયકામાં, લાંબા સમયથી ચાલી આવતી દક્ષિણ-દક્ષિણ વચ્ચે સહકારની પરંપરા ખૂબ જ ઊંડાણપૂર્વક વિકસિત થઈ છે. તે એવા ક્ષેત્રોને આવરી લે છે કે જ્યાં ભારતીય ક્ષમતાઓ આફ્રિકા, લેટિન અમેરિકા અને ત્યાં સુધી કે એશિયા માટે સીધી પ્રાસંગિકતા ધરાવે છે. તેનો કેટલોક ભાગ ઊર્જા, ડિજિટલ, ઉત્પાદન, શિક્ષણ અને જોડાણ જેવા વિકાસ પ્રોજેક્ટ્સના રૂપમાં ઉદભવ્યો છે. અનુભવો અને શ્રેષ્ઠ પ્રથાઓની આપ-લે દ્વારા તેને આધાર પૂરો પાડવામાં આવ્યો છે. આ પ્રયાસોનો માત્ર તાત્કાલિક લાભ જ મહત્વનો નથી. તે વિકાસશીલ રાષ્ટ્રો માટે વધુ વિકલ્પો બનાવવામાં મદદ કરે છે, જે તેમને બાકીના વિશ્વ સાથે પોતાની શરતો પર વ્યવહાર કરવામાં ઉપયોગી નીવડે છે.

જ્યારે ભારતે G20નું અધ્યક્ષપદ સંભાળ્યું, ત્યારે 'વોઈસ ઓફ ધ ગ્લોબલ સમિટ'ની પહેલ મારફતે 125 રાષ્ટ્રોના દ્રષ્ટિકોણ સુનિશ્ચિત કરવાનો પ્રયાસ આપણી વિચારધારા માટે બહુ કંઈક કહી ગયું હતું. નિઃસંદેહ, ભારતનું આ દેશો સાથે લાગણીભર્યું જોડાણ છે. આફ્રિકાનું ઉદય હોય

કે ઓછા વિકાસ પામેલા દેશો (LDCs)નો ટકાઉ વિકાસ, તેનાથી થનારૂ પુનઃસંતુલન ભારતના વ્યૂહાત્મક ફાયદામાં છે.

આ સંદર્ભમાં, ખાસ કરીને 2014 પછી, ભારતે વિકાસશીલ રાષ્ટ્રોને સશક્ત બનાવવા માટે સક્રિય પગલાં લીધા છે. ક્રેડિટ લાઈન્સ અને ગ્રાન્ટ સહાયને વિવિધ સ્તરના સામાજિક-આર્થિક પ્રોજેક્ટ્સના અમલ માટે સાધન બનાવવામાં આવ્યા છે. આમાં પાવર પ્લાન્ટ્સ, ડેમ્સ, ટ્રાન્સમિશન લાઈનથી લઈને જાહેર ઈમારતો, હાઉસિંગ પ્રોજેક્ટ્સ, રેલ અને રોડ જોડાણો, કૃષિ પ્રક્રિયા અને આઈટી કેન્દ્રો સુધીના પ્રોજેક્ટ્સનો સમાવેશ થાય છે. જ્યારે ઘણા પ્રોજેક્ટ્સ રાષ્ટ્રીય સ્તરે હાથ ધરવામાં આવ્યા છે, ત્યારે સમુદાય સ્તરે કરવામાં આવેલા સૈંકડો નાના પ્રયાસો પણ એટલા જ અસરકારક છે. સંપત્તિઓ અને સુવિધાઓના નિર્માણને વ્યાપક તાલીમ અને શ્રેષ્ઠ પ્રથાઓ પ્રદાન કરીને પણ સહકાર આપવામાં આવ્યો છે.

ભાગીદાર દેશની પ્રાથમિકતાઓ અને જરૂરિયાતોને અનુસરતી જાગૃત નીતિ ભારતના પ્રયાસોને અલગ બનાવે છે. 2018માં પ્રધાનમંત્રી મોદીએ વિકાસની ભાગીદારી માટેના 'કમ્પાલા સિદ્ધાંતો' (Kampala Principles)ને વ્યક્ત કર્યા હતાં, જેનાથી આપણો દેશ અલગ તરી આવ્યો હતો. જ્યાં આવા પ્રયાસો આકર્ષક ઉદ્દેશ્યોથી સંચાલિત થયા હોય તેવા કિસ્સામાં ભારતના પ્રયાસો વધુને વધુ આત્મનિર્ભરતા સુનિશ્ચિત કરવા પર કેન્દ્રિત થયા છે; અને ભાગીદારો તેની કદર કરે છે. વિકાસશીલ રાષ્ટ્રો માટે ભારત મહત્વપૂર્ણ છે કારણ કે આવો અભિગમ અપનાવનારા રાષ્ટ્રો ઘણા ઓછા છે.

પોતાના વિશિષ્ટ લક્ષણો દર્શાવતું ભારત મહત્વપૂર્ણ છે. તેની ક્ષમતા અને પ્રભાવ વધતા જતાં, તેના પ્રતિનિધિઓને ઘણીવાર વિશ્વના અન્ય ભાગોમાં આ પ્રશ્ન પૂછવામાં આવે છે કે તેની પહેલાં અગ્રણી સત્તા તરીકે ઉભરી આવેલા રાષ્ટ્રોની વર્તન શૈલીનું અનુકરણ તે કેમ કરતું નથી. સ્પષ્ટ છે કે, આ પ્રકારના પ્રશ્નો એવા લોકો તરફથી આવતાં હોય છે જેઓ ભારતના DNAથી અવગત નથી.

ભારતે પોતાના રાષ્ટ્રીય ગુણો, માન્યતાઓ અને પરંપરાઓને પ્રગટ કરીને પોતાને અલગ પાડવું જોઈએ. તેમાંથી સૌથી મૂળભૂત છે તેની સ્વાભાવિક બહુવિધતા, જે તેની એકતાને વિવિધતામાં વ્યક્ત કરે છે. તેના પ્રવાહમાં લોકતાંત્રિક સંસ્કૃતિ છે. આ માત્ર સ્થાનિક કક્ષાએ જ અમલમાં મુકવાની પ્રથા નથી, પરંતુ તે વિદેશમાં થતાં પરામર્શમાં દ્રશ્યમાન થાય છે. કાયદાઓ અને નિયમોનું પાલન કરવું એ આંતરરાષ્ટ્રીય પ્રેક્ષકો સાથે ભાર મૂકવા માટેનો બીજો મહત્વનો મુદ્દો છે. સ્વાભાવિક રીતે, આપણે દબાણ લાવી ઉકેલ મેળવવાનો પ્રયાસ કરતાં નથી અથવા એકતરફી લાભ મેળવવા માટે પ્રયાસ કરનાર રાષ્ટ્ર નથી. ખરેખર, ભારત અને વૈશ્વિક સમાજ વચ્ચે ઘણા દાયકાઓથી ચાલ્યા આવતા વ્યાપક સંવાદનો મૂળભૂત વિચાર હતો કે વિશ્વને એક કુટુંબ તરીકે માનવું જોઈએ. તાજેતરના વર્ષોમાં ઉભા થયેલ તણાવગ્રસ્ત સંજોગોમાં આ વધુ

સ્પષ્ટ રીતે જોવા મળે છે.

નવું ભારત અને વૈશ્વિક એજન્ડા

તો પછી, વિશ્વ મંચ પર ભારતની સ્થિતિ કેવી છે? વિશ્વ હવે થોડાં વર્ષો પહેલાં જેવું હતું તેવું નથી રહ્યું. તે પુનઃસંતુલન સાધવાની પ્રક્રિયા કદાચ અનિવાર્ય હતી, પરંતુ તેની ગતિ અને ગુણવત્તા રાજકીય પસંદગીઓના પરિણામો હતા. આ પુનઃસંતુલનની પ્રક્રિયામાં ભારતનું યોગદાન નાનીસુની બાબત નથી. પ્રતીકાત્મક સ્તરે, એક મહત્વના વૈશ્વિક સમુદાય તરીકે G20ની સ્થાપનામાં ભારતના યોગદાનને ઓળખવામાં આવે છે. આ સમુદાયે સંપૂર્ણપણે પશ્ચિમી જૂથ એવા G7ના શાસનને પાછળ મૂકી દીધું, જે 2008ની વૈશ્વિક આર્થિક કટોકટી પછી પોતાનું મહત્ત્વ ગુમાવી ચુક્યું હતું. પરંતુ સત્તાના વિતરણમાં થયેલા પરિવર્તનને લગતાં ઘણા પાસાઓ અને અભિવ્યક્તિઓ છે. તે આર્થિક પ્રવૃત્તિઓ, વેપાર તથા રોકાણના આંકડા, તકનીકી ક્ષમતા અને બજારના હિસ્સામાં દેખાઈ શકે છે. પરંતુ તે આજના મુદ્દાઓની ચર્ચામાં પણ સ્પષ્ટ તારી આવે છે, જેમ કે પર્યાવરણમાં ફેરફાર, આતંકવાદ, કાળા નાણાં અને કરવેરો તેમજ મહામારી.

આ સંવાદોમાં ભારત વધુ પ્રભાવશાળી અવાજ તરીકે પ્રગટ થયું છે, જેમ કે યુક્રેન સંકટના પરિણામોના સંદર્ભમાં ભારત અસરકારક સાબિત થયું હતું. અને ત્યારબાદ જવાબદારી ઉઠાવવાનો પ્રશ્ન છે, જેમાં તેની સરહદ બહારના મામલા પણ સામેલ છે. 2014 પછી માનવતાવાદી તેમજ આપત્તિની પરિસ્થિતિઓને પહોંચી વળવા માટે ભારતે જે પ્રયાસો કર્યા છે, તે તેને હિંદ મહાસાગર અને તેની આસપાસના ક્ષેત્રો અથવા તેનાથી થોડા આગળ વધીને તુર્કી જેવા વિસ્તારોમાં પ્રથમ પ્રતિસાદ આપનાર તરીકે સ્થાપિત કરે છે. ભારતની પ્રવૃત્તિઓનો વિસ્તાર પણ વધ્યો છે, પૂર્વમાં ઇન્ડો-પેસિફિક તરફ અને પશ્ચિમમાં ખાડી અને આફ્રિકા સુધી. ભારત શું કહી રહ્યું છે, શું કરી રહ્યું છે અને શું આકાર આપી રહ્યું છે આ તમામ કારણોસર ભારત મહત્ત્વપૂર્ણ છે.

ઉદયમાન થવાના પ્રવાસ દરમિયાન ભારતે દર્શાવેલ પોતાના વિચારોની સ્વતંત્રતા તેમજ પ્રક્રિયા તેની આ છબીને વધુ તેજસ્વી બનાવે છે. વિકલ્પોનું મહત્તમ સ્વાતંત્ર્ય રાખવું તે ઐતિહાસિક રીતે ભારતીય અભિગમ રહ્યો છે. ક્યારેક, તે અંતર રાખીને કરવામાં આવે છે; ક્યારેક, કદાચ મંતવ્યોને વ્યક્ત કરીને કરવામાં છે. પરંતુ કેટલીક વાર, તે ચોક્કસ મુદ્દાઓ અને નિયુક્ત ક્ષેત્રોમાં અન્ય સાથે કામ કરીને કરવામાં આવે છે. આખરે, આપણે પોતાના હિતસંબંધો આગળ વધારવા માટે અન્ય સત્તાઓ સાથેના સહયોગનો ફાયદો કેમ ના ઉઠાવવો જોઈએ?

ભારતના હિતોના બહોળા વ્યાપને ધ્યાનમાં રાખીએ તો તે બહુ-દિશા દ્રષ્ટિકોણ દ્વારા રાષ્ટ્રો વચ્ચેના વિરોધાભાસોને માર્યાદિત કરશે. અન્ય શબ્દોમાં કહીએ, તો સાથીઓનું સ્વરૂપ

સમસ્યાના સ્વરૂપ પર આધાર રાખશે. અન્ય સભ્યો તે સ્વાતંત્ર્યને મર્યાદિત કરવાનો પ્રયાસ કરશે, આપણા વિકલ્પો પર વટહુકમ લગાવવાની કોશિશ કરશે. આપણે ક્વોડના સંદર્ભમાં તે થતું જોયું છે. ભારતે ક્યારેય આવા દબાણો આગળ ઝૂકવું જોઈએ નહીં અથવા તો ફક્ત કરવા પુરતું રક્ષણ કરવું જોઈએ નહિ. જો આપણે વૈચારિક વિરોધો અથવા ગુપ્ત એજેન્ડાથી વિચલિત ના થઈએ તો રાષ્ટ્રીય હિતની દિશા આપણને અચૂક માર્ગદર્શન આપશે. આવી લવચીકતા વિકસાવવી ઘણી મહત્વની છે કારણ કે ભારત આવતા દાયકાઓમાં વધુ અગ્રણી સ્થિતિ હાંસલ કરવા જઈ રહ્યું છે. ખાસ કરીને, મધ્યમથી થોડી વધારે ક્ષમતા તથા પ્રાદેશિક પ્રભુત્વ ધરાવતી હોય તેવી સત્તાઓ પાસે પણ સમાન મહત્ત્વાકાંક્ષાઓ છે. સત્તા કેન્દ્રોમાં બહુવિધતાનું લક્ષણ આપણા સમયમાં વધુ સ્પષ્ટ રીતે દેખાઈ રહ્યું છે. ભારત મહત્વપૂર્ણ છે કારણ કે સમગ્ર એશિયા ખંડ હોય કે સમગ્ર વિશ્વ તે બહુ-ધ્રુવીયતાના ઉદ્ભવનું કેન્દ્રબિંદુ છે.

આપણે ફરીથી એવા સમયમાં છીએ કે જ્યાં નીતિઓ અને વર્તનનું મહત્ત્વ વધુ પ્રભાવશાળી બન્યું છે. ઘણાં ઓછા રાષ્ટ્રો આંતરરાષ્ટ્રીય કાયદા પ્રત્યેની તેમની પ્રતિબદ્ધતા દાખવશે નહિ અથવા તો તેમણે કરેલા કરારો અને શાસનોનો આદર કરશે નહિ. પરંતુ વાસ્તવિક કાયદાકાનૂન એ તદ્દન અલગ બાબત છે. તાજેતરના સમયમાં જે ઉદાહરણ ધ્યાન પર આવે છે તે UNCLOS 1982 અને દક્ષિણ ચીન સમુદ્રમાં તેના અમલીકરણને લગતું છે. ભારતે આ મુદ્દે એક સિદ્ધાંત આધારિત અભિગમ અપનાવ્યો હતો, જેમાં તેણે જણાવ્યું હતું કે તે UNCLOSમાં પ્રતિબિંબિત આંતરરાષ્ટ્રીય કાયદાના સિદ્ધાંતોના આધારે નૌપરિવહન અને વિમાનપરિવહન તેમજ અવિરત વેપાર માટેના સ્વાતંત્ર્યનું સમર્થન કરે છે. આ ઉપરાંત, ભારતે તમામ પક્ષોને UNCLOS પ્રત્યે સંપૂર્ણ આદર બતાવવા માટે પ્રોત્સાહિત કર્યા, જે સમુદ્ર અને મહાસાગરોના આંતરરાષ્ટ્રીય કાનૂની વ્યવસ્થા સ્થાપિત કરે છે. વધુ મહત્વપૂર્ણ રીતે, ભારતે આદર્શ ઉદાહરણ પુરું પાડયું હતું જ્યારે તેણે બાંગ્લાદેશ સાથેની પોતાની દરિયાઈ સીમા વિવાદ પર મધ્યસ્થીના નિર્ણયને સ્વીકાર્યો હતો.

સમકાલીન ચેતનામાં પ્રસરેલી અન્ય ચર્ચા વૈશ્વિક રાજકારણમાં જોડાણના મહત્વ સાથે સુસંગતા દર્શાવે છે. આ બાબતે પણ શરૂઆતમાં પોતાના ધ્યેય અને યોગ્ય સ્થિતિનું નિવેદન કરનારાઓમાં ભારત અગ્રણી રહ્યું હતું. મૂળભૂત રીતે, ભારતે આ મુદ્દે ઘોષણા કરી છે કે જોડાણની પહેલો માન્ય આંતરરાષ્ટ્રીય ધોરણો, સારા શાસન, કાયદા વ્યવસ્થા, ખુલ્લાપણું, પારદર્શકતા અને સમાનતા પર આધારિત હોવી જોઈએ. આ પહેલો આર્થિક રીતે જવાબદાર હોવી જોઈએ, અસહ્ય ઋણ ભારને ટાળી શકે તેવી, પર્યાવરણ તેમજ વાતાવરણના રક્ષણને સંતુલિત કરી શકે તેવી,પારદર્શક રીતે ખર્ચનું મૂલ્યાંકન કરી શકે તેવી અને સ્થાનિક અધિકૃતતા ધરાવતી હોવી જોઈએ. સામર્થ્ય અને ક્ષેત્રીય અખંડિતતાનું સન્માન કરીને જોડાણના પ્રોજેક્ટ્સને આગળ વધારવા જોઈએ.

વૈશ્વિક વ્યવસ્થામાં આંતરરાષ્ટ્રીય કાયદાનું સન્માન આવશ્યક છે, પરંતુ એ પણ સ્પષ્ટ છે કે કાયદાના વાસ્તવિક ભાવની અવગણના કરી તેમનું અક્ષરસઃ પાલન કરવાથી નુકસાનકારક પરિણામો જોવા મળે છે. જ્યારે તંત્રો સાથે ચેડા કરી અને હાર્દરૂપ સિદ્ધાંતોને શબ્દોમાં ઉલઝાવી ટાળવામાં આવે છે, ત્યારે વિશ્વ સ્પષ્ટપણે બદતર પરિસ્થિતિમાં સપડાય જાય છે. એ આકસ્મિક બાબત નથી કે તાજેતરના અનુભવોના આધારે વૈશ્વિક હિતસંબંધો નિયમ આધારિત વ્યવસ્થામાં વિશ્વાસ ધરાવતાં થયાં છે. આ બાબતને કાયદાના અનાદર તરીકે ન જોવું જોઈએ, પરંતુ તેને કાયદાથી ઉપર જઈ નિયમોને પ્રોત્સાહિત કરવાના વલણ તરીકે સ્વીકારવું જોઈએ. નિયમ આધારિત વ્યવસ્થાના હિમાયતી તરીકે ભારત મહત્વપૂર્ણ છે.

એકવાર આપણે સંમત થઈએ કે ભારત મહત્વપૂર્ણ છે, તો પછીનો પ્રશ્ન એ છે કે આ મહત્વને કેવી રીતે વધારી શકાય. આ બાબત સ્વાભાવિક રીતે રાષ્ટ્રીય સુરક્ષા અંગેની વ્યુહરચના અને વિદેશ નીતિનું કેન્દ્ર બની જાય છે. આવા પ્રશ્નોના ઉત્તર સ્થાનિક કક્ષાએથી શરૂ થાય છે. એક રાષ્ટ્ર જે પોતાની સ્થાનિક પરિસ્થિતિ સુવ્યવસ્થિત રાખે છે તે વૈશ્વિક ચર્ચામાં વધુ વિશ્વસનીય ગણાય છે. આ ઉત્તરોમાં કેટલાક સારા શાસનની ગુણવત્તા સંબંધિત છે, તો કેટલાક ક્ષમતા વિકાસ સંબંધિત છે. જેમ કે જમ્મુ અને કાશ્મીર જેવા લાંબા ગાળાની સમસ્યામાં કોઈ પણ પ્રકારનો ઉકેલ આવે છે, તો તેનું સ્વાભાવિક રીતે સ્વાગત કરવામાં આવે છે.

જ્યાં સુધી તેની આસપાસની પરિસ્થિતિનો સવાલ છે, મજબૂત માળખાકીય જોડાણો ભારતની પ્રવૃત્તિઓ માટેની સંભાવનાઓને વિસ્તૃત કરે છે. વધુ સંગઠિત પ્રદેશ તમામ માટે તો લાભદાયક છે જ, પરંતુ સૌથી મોટા રાષ્ટ્રોને સૌથી વધુ લાભ પ્રાપ્ત થાય છે. જ્યારે સહયોગ અંગેના આકર્ષણ અથવા તો અલગાવવાદના નુકસાન વિશે વિચારવામાં આવે ત્યારે આ બાબત વધારે સ્પષ્ટ રીતે સમજી શકાય છે.આ બાબતે આગળના વિસ્તારોનું પ્રતિનિધત્વ કરતાં વિસ્તૃત પડોશી રાષ્ટ્રોને પણ સતત ધ્યાનમાં રાખવા જોઈએ. માત્ર ત્યારે જ ભારત તેની પહોંચને વિસ્તારી શકે છે જો તેના નજીકના પાડોશી રાષ્ટ્રોને જેવી પ્રાથમિકતા આપવામાં આવે છે તેવી જ નીતિ અન્ય રાષ્ટ્રો માટે પણ અપનાવવામાં આવે. તેઓ સાથેનું અંતર ઓછુ નથી, તેથી જ, તેમની માટે વધારે સચોટ નીતિ જરૂરી છે. બાકીના વિશ્વના કિસ્સામાં, તમામ અગ્રણી સત્તાઓ સાથે કાર્ય કરવાથી ભારતને સૌથી વધુ લાભ મળે છે.

પરંતુ ભારતનું વિકસતું જતું કદ પણ જોડાણ માટેની વિશ્વની માગણીઓ દ્વારા પ્રોતસાહિત થઈ રહ્યું છે. તેની સંસ્થાગત મર્યાદાઓને ધ્યાનમાં લેતા, એક અસરકારક સંલગ્નતાની પદ્ધતિ વધુ જૂથ માટેના માધ્યમ વિકસાવી રહી છે. આપણે જોઈ રહ્યા છીએ કે ભારત ASEAN, EU, યુરેશિયા, આફ્રિકા, ખાડી, પેસિફિક ટાપુઓ, કેરેબિયન અને નોર્ડિક દેશો સાથે સામૂહિક રીતે સંબંધ સ્થાપિત કરે છે. ક્વોડ, I2U2 અને BRICS જેવા આ બહુપક્ષીય જૂથો દ્વારા આ સંબંધોને પૂરક રીતે પ્રતિપોષિત કરવામાં આવી રહ્યા છે. સૌથી મહત્વપૂર્ણ બાબત એ છે કે ભારત હવે

તેના સ્પર્ધકોની મદદથી રચેલા બંધિયાર ઢાંચાને તોડી બહાર આવી રહ્યું છે. સમગ્રતયા જોડાણ એ વધુ એક કારણ છે કે કેમ ભારત મહત્વપૂર્ણ છે.

જેનો ઈતિહાસ, કદ અને મહત્વકાંક્ષા છે તેવા રાષ્ટ્ર ભારત માટે અન્ય દેશો જે ખેલ ખેલી રહ્યાં છે તેને ઉચ્ચ સ્તરે વિકસાવવો પડશે. વૈશ્વિક ગતિશીલતાઓને સમજવું અને તેનો ઉપયોગ કરવો એ આ કવાયતનું એક મહત્વપૂર્ણ પાસું છે. અને તે ખૂબ જ પડકારજનક છે કારણ કે વિશ્વ મૂળભૂત પરિવર્તનોની વચ્ચે છે. વાસ્તવમાં, વિકસતી જતી બહુધ્રુવીયતાને દ્વીધ્રુવીય સત્તાઓ વચ્ચેના સંઘર્ષો દ્વારા માર્યાદિત કરવામાં આવે છે. વિવિધ કદના રાષ્ટ્રોના મોટા સમૂહ ઘણા મુદ્દાઓને લગતા કથાનક રચી શકે છે. પરિણામે, ભારતે અનેક અભિગમો અપનાવીને એક સાથે આગળ વધવું પડશે, જેમાંથી કેટલાંક બહારથી વિસંગત લાગે.

એક મૂળભૂત ધ્યેય તરીકે, તેણે વધુ બહુધ્રુવીય અને વધુ મજબૂત પુનઃસંતુલનને પ્રોત્સાહિત કરવાનો પ્રયાસ કરવો જોઈએ. આ પ્રક્રિયા ઝડપી બનશે જો ભારત પાસે તેની વૃદ્ધિને પોતના વ્યુહાત્મક હિતમાં સમજનારા શુભેચ્છક રાષ્ટ્રો હશે. બીજાની ગણતરીઓનો ઉપયોગ કરવો એ સ્પષ્ટ રીતે એક ઉપયોગી યુક્તિ છે પરંતુ તેને સમજદારી અને આત્મવિશ્વાસ સાથે અમલી કરવી જરૂરી છે. તેનાથી ઉલટો અભિગમ પણ ઓછો મહત્વપૂર્ણ નથી, ધમકીઓ અને દબાણનો સામનો કરવો એ આપણી પરિપક્વતાનો ભાગ છે. હકીકતમાં, વધતી સત્તાનું પરિક્ષણ થશે એવી વ્યાજબી અપેક્ષા હોવી જોઈએ. નેતૃત્વની ગુણવત્તા અને વાસ્તવિક સ્તરે વધુ સારી કામગીરી કરવાની ક્ષમતા નિશ્ચિતપણે ભારતને અલગ તરી આવવામાં મદદ કરે છે.

તે વિશ્વાસપૂર્વક દાવો કરી શકાય છે કે ભારત મહત્વ ધરાવે છે અને સમયની સાથે વધુ મહત્વ ધરાવશે. ઘણાં ખરાં રાજકીય અને ઐતિહાસિક જેવા વિકાસની જેમ તેને ક્યારેય પૂર્વનિર્ધારિત ઘટના તરીકે માની ન લેવું જોઈએ. આપણામાંથી હંમેશા એવા શંકાશીલ લોકો હશે જે વિશ્વાસ નથી કરી શકતાં કે આપણું રાષ્ટ્ર બહોળા પરિપ્રેક્ષ્યમાં વિચાર કરવાની હિંમત પણ કરી શકે છે. એટલું જ નહીં, એવા કેટલાક સ્થાપિત હિતો પણ છે, જે રાજકીય શિષ્ટાચાર અને વૈશ્વિક સહમતિના રૂપમાં છુપાયેલા છે. આપણે લાંબા સમયથી કટોકટીનો સામનો કર્યો છે, જેમાં આપણને આપણા ઈતિહાસ, પરંપરાઓ અને સંસ્કૃતિથી દૂર કરવાનો પ્રયત્ન કરવામાં આવ્યો છે. અંતે, આપણી રાષ્ટ્રીય એકતા અને સહિયારા ઉદ્દેશ પર ઘણું બધું નિર્ભર રહેશે. અસાધારણ વૈશ્વિક ખેલાડી બનવા માટે પહેલો, ખંત અને ઉર્જા દ્વારા સમર્થન પામતી મહત્વકાંક્ષા અને વ્યૂહરચનાની જરૂર છે. આપણાં લોકોએ અને રાષ્ટ્રના નેતૃત્વએ તેમની મહત્ત્વકાંક્ષાઓને સાકાર કરવા માટેની તેમની નિયતિ સ્વિકારવી પડશે. આત્મવિશ્વાસ રાખવો અને કાર્યમાં લાગી જવું તે આ પ્રતિબદ્ધતાને દર્શાવવાની સારી એવી રીત છે.

ભારત કેટલું મહત્વપૂર્ણ છે તે બાબત તેણે કોને મહત્વ આપ્યું છે તે દ્રષ્ટિકોણથી પણ જોવવી જોઈએ. આંતરરાષ્ટ્રીય બાબતોમાં એકપ્રભાવશાળી પરિબળ તરીકે, ભારત ચોક્કસપણે

બાકી વિશ્વની ગણતરીઓમાં વધુ પ્રખ્યાત છે. વૈશ્વિક સક્રાંતિના સમયે, આ પ્રક્રિયા ખાસ કરીને મોટા રાષ્ટ્રો માટે વધુ મહત્વપૂર્ણ છે, જે આ પ્રક્રિયાને આકાર આપવા માંગે છે. સ્પષ્ટપણે, ઉભરતી સત્તા તરીકે ભારત તેના સ્પર્ધકો માટે પણ વધુ મહત્વપૂર્ણ બનશે. જેમણે ભારતની મર્યાદાઓ અને ખામીઓને સ્પષ્ટપણે સ્વીકારી લીધી હતી, તે લોકો હવે તેના વિકાસ અને સંભાવનાઓને ફરીથી આંકશે. ભારતના પડોશી રાષ્ટ્રો માટે ઉદાર અને અપરસ્પર રાજ્યતંત્રની નજીક રહેવાના લાભ અને સુલભતા વધુને વધુ સ્પષ્ટ થઈ રહ્યા છે. બાકી વિકાસશીલ રાષ્ટ્રો માટે, વધુ પ્રભાવશાળી ભાર વધારેને વધારે સારું છે.

એકંદરે, આજનો આંતરરાષ્ટ્રીય સમુદાય ભારત સાથે વધુ ઉત્સાહ અને અપેક્ષાઓ સાથે સંલગ્ન છે. આ એવી વાત છે જેને ભારતીયોએ પોતે પોતાની રીતે આંકવી જોઈએ અને જેના પરથી તેઓએ નિષ્કર્ષો તારવવા જોઈએ. હંમેશા વિવાદકારો અને ટીકાકારો તો રહેવાના જ, પરંતુ તેમણે પણ આ બાબત વધુ ગંભીરતાથી લેવી પડશે કે ભારત હવે વૈચારિક દાદાગીરીથી ડરશે નહિ અને તેના માર્ગથી વિચલિત થશે નહિ.

આજના સમયમાં, ભારત વિશ્વને કેવું દેખાય છે? તે અત્યારે વિશાળ અર્થવ્યવસ્થાઓમાંની એક છે જેના વ્યાપક સુધારાઓ પ્રક્રિયામાં છે. આજે તે વિશ્વમાં પાંચમા ક્રમ પર છે, અને દાયકો પૂરો થતા સુધીમાં એ ત્રીજા ક્રમ પર પહોંચી શકે છે. છેલ્લાં દાયકામાં આ રાજ્યતંત્રએ કઠોર નિર્ણયો લેવાની ઈચ્છાશક્તિ દર્શાવી છે અને મોટા સુધારાઓ લાવવાની શરૂઆત કરી છે. માનવ-કેન્દ્રિત વિકાસ, ડિજિટલ જાહેર સામાન (DPGs) અને હરિયાળી વૃદ્ધિ પર આપણે મોટા પગલાં લઈ રહ્યા છીએ. ભારત કોવિડના તોફાન દરમિયાન મજબૂત રહ્યું છે અને બીજાઓની મદદ માટે પણ આગળ આવ્યું છે. જ્યારે તેની રાષ્ટ્રીય સુરક્ષા પડકારાઈ છે, ત્યારે તે મક્કમતાથી તેની સામે ઉભું રહ્યું છે. ભૂતકાળમાં અપનાવેલા વલણથી સાવ અલગ, તે આતંકવાદ માટે શૂન્ય સહનશીલતા દર્શાવી રહ્યું છે. તે એક નવું ભારત છે જે વિદેશમાં રહેલા પોતાના લોકોની કાળજી કેવી રીતે લેવી તે જાણે છે. આ નવું ભારત વૈશ્વિક એજન્ડા ઘડી રહ્યું છે અને તેના પરિણામોને પ્રભાવિત કરી રહ્યું છે. હવે, ધ્રુવીકરણ પામતાં વિશ્વમાં ભારતને સર્વસંમતી રચનાર અને તર્કબુદ્ધિના અવાજ તરીકે ઓળખવામાં આવે છે. સાથે જ, 'વોઈસ ઓફ ધ ગ્લોબલ સાઉથ સમિટ' એ દર્શાવ્યું છે તેમ અન્ય લોકો આપણા પર વિશ્વાસ રાખે છે કે આપણે તેમના મુદ્દાઓને વાચા આપીશું. આ વિચારધારાઓ અને પહેલોવાળું ભારત છે, જે આપણા યુવાધનની સર્જનાત્મકતા અને નવાચારને પ્રતિપાદિત કરે છે.

એક ઐતિહાસિક રાજ્ય ફરી એકવાર રાષ્ટ્રોના સમૂહમાં પોતાની જગ્યાને પાછી મેળવી રહ્યું છે. અને તે પોતાની જવાબદારીઓ, યોગદાન અને સિદ્ધિઓ દ્વારા ભાગીદારીને પ્રોત્સાહન આપીને અનોખી રીતે આ ક્રિયા કરી રહ્યું છે. દુનિયા જાણે છે કે આ ઉત્થાન તેની પરંપરાઓ અને આદર્શોની સાથે સુસંગત રહેશે. નિશ્ચિત રૂપે, તેના લોકશાહી મૂલ્યો, બહુલતાવાદી સમાજ અને

આર્થિક દ્રષ્ટિકોણ વધુ મજબૂત રીતે પ્રતિબિંબિત થશે. પરંતુ તે ઘનિષ્ઠ માન્યતાઓ તથા જટિલ ભૂતકાળ તેમજ વર્તમાનમાંથી પ્રાપ્ત થયેલા અનુભવ પર આધારિત હશે. આ કોઈ સંજોગ નથી કે નીતિ નિર્માણ દ્વારા પાયાને વધુ સ્થિર બનાવવામાં આવી રહ્યા છે, પરંતુ લાંબા ગાળાના પડકારોને અસરકારક રીતે ઉકેલવામાં આવી રહ્યા છે. તે કોઈને પાછળ ન છોડવાની વાતથી માંડીને ટેકનોલોજીને લોકશાહી બનાવવાની કે પછી ટકાઉપણાને પ્રોત્સાહન આપવાની વાત હોય શકે છે. અવકાશ, સ્વાસ્થ્ય, સ્ટાર્ટઅપ્સ અથવા રમતગમતમાં મેળવેલી સિદ્ધિઓએ ખાસ કરીને યુવાનોમાં નવા ગૌરવની ભાવના જાગૃત કરી છે. અને વારસા અંગેની ગહન જાગૃતિ તેમજ વૈશ્વિક પ્રગતિમાં આપણે ઉમેરેલા મૂલ્યો દ્વારા તેને આધાર પૂરો પાડવામાં આવે છે.

એ એક ગતિશીલ સમાજ હોઈ શકે છે, પરંતુ સ્પષ્ટપણે તે પોતાના ભવિષ્ય અને વિશ્વ અંગે લાંબા ગાળાના દ્રષ્ટિકોણ ધરાવે છે. જોડાણોના સાંપ્રત સમયના ધારાધોરણો નિર્ધારિત કરવા તે હમેશાં તૈયાર છે. તેનો દ્રષ્ટિકોણ આંતરરાષ્ટ્રીય છે અને સાથે સાથે તે વિશ્વને એક કુટુંબ તરીકે જોવાની પરંપરાગત વિચારધારા પર આધારિત છે. દરેક પસાર થતા દિવસે, તે વધુ સ્પષ્ટ થઈ રહ્યું છે કે ભારત મહત્ત્વપૂર્ણ છે કારણ કે તે ભારત છે.

ઋણસ્વીકાર

ઘણાં બધાએ આ લખાણમાં યોગદાન આપ્યું છે, તે વ્યક્તિ હોય, સંગઠનો હોય અથવા ચર્ચા મંચો. મારો વિશેષ આભાર તે સહકર્મીઓ અને મિત્રો માટે છે જેમણે વિવિધ જટિલ મુદ્દાઓ પર વિચારોને રચવામાં મારી મદદ કરી અને ત્યારબાદ તેને શબ્દોમાં વ્યક્ત કરવામાં તેઓ સહાયરૂપ રહ્યાં. એ માટે મારા પરિવારની પણ પ્રશંસા થવી જોઈએ કે તેઓએ મારી પુસ્તક લખવાની પ્રક્રિયા દરમિયાન આવતા દરેક અવરોધોનો સામનો કર્યો. મારા પ્રકાશક, રૂપા પબ્લિકેશન, જેઓએ આ પ્રયત્નની રાહમાં અત્યંત ધીરજ રાખી છે, તેમને પણ યાદ કરવા ઘટે.

શબ્દ સૂચી